पुणे विद्यापीठाच्या प्रथम वर्ष कला शाखेच्या (F.Y.B.A.) २०१३-१४च्या सुधारित अभ्यासक्रमानुसार लिहिलेले क्रमिक पुस्तक. तसेच महाराष्ट्रातील इतर सर्व विद्यापीठांना उपयुक्त.

I0615760

समाजशास्त्र परिचय

Introduction to Sociology

प्रा. पी. के. कुलकर्णी

डॉ. दिलीप खैरनार

डायमंड पब्लिकेशन्स

समाजशास्त्र परिचय

प्रा. पी. के. कुलकर्णी, डॉ. दिलीप खैरनार

Introduction to Sociology
Prof. P. K. Kulkarni, Dr. Dileep Khairnar

प्रथम आवृत्ती : जून २०१३

ISBN 978-81-8483-535-9

© डायमंड पब्लिकेशन्स

मुखपृष्ठ
शाम भालेकर

प्रकाशक
डायमंड पब्लिकेशन्स
२६४/३ शनिवार पेठ, ३०२ अनुग्रह अपार्टमेंट
ओंकारेश्वर मंदिराजवळ, पुणे–४११ ०३०
☎ ०२०–२४४५२३८७, २४४६६६४२

info@diamondbookspune.com
www.diamondbookspune.com

प्रमुख वितरक
डायमंड बुक डेपो
६६१ नारायण पेठ, अप्पा बळवंत चौक
पुणे–४११ ०३० ☎ ०२०–२४४८०६७७

प्रस्तावना

पुणे विद्यापीठाच्या बी. ए. (प्रथम वर्षाच्या विद्यार्थ्यांसाठी सुधारित अभ्यासक्रमावर आधारित 'समाजशास्त्र परिचय' हे पुस्तक प्रकाशित करताना आत्यंतिक आनंद होत आहे. अत्यंत अल्प अशा कालावधीत लिहून पूर्ण केलेले हे बहुतेक माझे पहिलेच पुस्तक असावे. अर्थात त्यामुळे या पुस्तकातील काही प्रकरणांच्या लिखाणाचे काम माझी पत्नी सौ. प्रतिभा कुलकर्णी हिने न कुरकुरता केल्यामुळेच अल्पावधीत पुस्तक लिखाणाचे काम मी पूर्ण करू शकलो. तिचे आभार.

नेहमीप्रमाणेच सिद्धीविनायक महाविद्यालयातील समाजशास्त्र विभागप्रमुख प्रा. वंदना पलसनी, प्राचार्या डॉ. पुष्पा रानडे, त्यांच्या ग्रंथपाल प्रा. फरिदा सैय्यद, माझे मित्र डॉ. बी. आर जोशी, स्वाध्यायमधील माझे सहकारी प्रा. धनंजय व प्रा. दिलीप महाजन, स. प. महाविद्यालयातील प्रा. विद्या जोशी आणि डायमंड पब्लिकेशन्सचे संचालक श्री. दत्तात्रेय पाष्टे यांनी संदर्भ उपलब्ध करून देण्यात महत्त्वाची भूमिका बजावली, त्या सर्वांचा मी अत्यंत ऋणी आहे.

पुस्तक लिहिण्याच्या माझ्या या उपक्रमात माझे कुटुंबीय सतत माझ्या पाठीशी असतात. त्यात सौ. प्रतिभा, चि. सतीश व सौ. निवेदिता (मुलगा व सून) प्रा. सौ. भारती व ॲड मिलिंद सहस्रबुद्धे (मुलगी व जावई) सौ. ज्योती व श्री. सुहास जोशी (मुलगी व जावई) यांचा समावेश होतो. त्यांना आवडणार नाही, तरीही त्यांचे आभार मानतो.

डायमंड पब्लिकेशन्सचे श्री. दत्तात्रय पाष्टे यांनी मोठ्या विश्वासाने माझ्याकडून पुस्तक लिहून घेतले, त्यांचाही मी आभारी आहे.

पुस्तक प्रकाशनाशी संबंधित सर्व 'डायमंड पब्लिकेशन्सच्या' कर्मचाऱ्यांचे व मुखपृष्ठकारांचेही मी आभार मानतो, कारण त्यांच्यामुळेच पुस्तक सुबक झाले.

धन्यवाद !

पी. के. कुलकर्णी

प्रा. प्रभाकर काशिनाथ कुलकर्णी

लेखक–परिचय

समाजशास्त्र विभागप्रमुख (सेवानिवृत्त),
महाराष्ट्र उदयगिरी महाविद्यालय, उदगीर, जि. लातूर.
सह. प्राध्यापक, सिद्धिविनायक कला व वाणिज्य महिला महाविद्यालय, पुणे.
सह. प्राध्यापक, स्वाध्याय महाविद्यालय, पुणे.

विविध समाजशास्त्रीय विषयांवर संशोधनप्रकल्प प्रसिद्ध.
विविध संमेलनांचे व परिषदांचे आयोजन; तसेच विविध राष्ट्रीय, आंतरराष्ट्रीय परिषदांमध्ये सहभाग.

'सामाजिक विचारप्रवाह', 'उद्योगाचे समाजशास्त्र', 'प्रगत समाजशास्त्रीय सिद्धान्त', 'वस्तुनिष्ठ समाजशास्त्र' असे विविध प्रकारचे ग्रंथ प्रसिद्ध.

'ॲन इंट्रोडक्शन टू सोशिऑलजी' (डॉ. विद्याभूषण व डॉ. डी. आर. सचदेव) या ग्रंथाचा 'समाजशास्त्र परिचय' या शीर्षकाने मराठी अनुवाद. (सहअनुवादक – डॉ. सुधाताई काळदाते)

समाजशास्त्र व मानवशास्त्र संज्ञाकोश (डॉ. बी. आर. जोशी (संपा.), डॉ. सु. दा. गोरे व डॉ. शौनक कुलकर्णी.) यामध्ये सहलेखक म्हणून सहभाग.

डॉ. दिलीप खैरनार

लेखक-परिचय

हे देवगिरी महाविद्यालय, औरंगाबाद येथे प्रपाठक व विभागप्रमुख म्हणून कार्यरत आहेत.

गेली १८ वर्षे अध्यापन व संशोधनाच्या क्षेत्रात कार्यरत राहून त्यांनी समाजशास्त्र विषयावर पदवी, पदव्युत्तर शिक्षण घेणाऱ्या विद्यार्थ्यांना तसेच संशोधकांना, वाचकांना उपयुक्त ठरतील अशा आठ ग्रंथांचे अभ्यासपूर्ण लेखन केले आहे. 'राम जन्मभूमी व बाबरी मशीद प्रश्न' या ग्रंथास महाराष्ट्र शासनाचा उत्कृष्ट वाङ्मयनिर्मितीचा राज्य पुरस्कार त्यांना प्राप्त झाला आहे. राष्ट्रीय व आंतरराष्ट्रीय पातळीवरील समाजशास्त्रीय परिषदांत दहापेक्षा जास्त शोधनिबंधांचे सादरीकरण व अनेक चर्चासत्रांत सक्रिय सहभाग घेतलेला आहे. राज्य व राष्ट्रीय स्तरांवरील चर्चासत्राचे संयोजक म्हणूनही त्यांनी कार्य केलेले आहे. महाराष्ट्र मराठी समाजशास्त्र परिषदेच्या केंद्रीय कार्यकारिणीचे ते सदस्य असून डॉ. बाबासाहेब आंबेडकर मराठवाडा विद्यापीठाच्या समाजशास्त्र अभ्यास मंडळाचेही सदस्य आहेत. पीएच. डी. पदवीसाठी दोन विद्यार्थ्यांनी त्यांच्या मार्गदर्शनाखाली प्रबंध सादर केले असून दहा विद्यार्थी पीएच. डी. संशोधनाचे काम करत आहेत.

अभ्यासक्रम

पुणे विद्यापीठ प्रथम वर्ष कला शाखेचा समाजशास्त्र परिचय या विषयाचा सुधारित अभ्यासक्रम
(Introduction to Sociology)
(२०१३-१४ पासून लागू)

उद्दिष्टे :

१) प्रमुख सामाजिक शास्त्र म्हणून समाजशास्त्राचा परिचय विद्यार्थ्यांना करून देणे.

२) मूलभूत समाजशास्त्रीय संकल्पनांचा परिचय करून देणे.

३) समाजशास्त्रीय ज्ञान व सामाजिक प्रघटना यांची ओळख करून देणे.

भाग – १

प्रकरण १ : समाजशास्त्र एक विज्ञान म्हणून
(एकूण १० तासिका)

अ) समाजशास्त्राचा उगम आणि व्याख्या

ब) समाजशास्त्राचा अभ्यास विषय व समाजशास्त्राची व्याप्ती

क) एक विज्ञान म्हणून समाजशास्त्राचे स्वरूप

प्रकरण २ : समाजशास्त्रातील मूलभूत संकल्पना
(एकूण १२ तासिका)

अ) समाज – व्याख्या आणि वैशिष्ट्ये

ब) सामाजिक संरचना – व्याख्या आणि मूलभूत घटक

क) सामाजिक संस्था – अर्थ व वैशिष्ट्ये

प्रकरण ३ : सामाजिक गट वा समूह
(एकूण १० तासिका)

अ) सामाजिक गट – व्याख्या व वैशिष्ट्ये

ब) प्रकार – प्राथमिक आणि दुय्यम गट

क) संदर्भ गट वा समूह

प्रकरण ४ : संस्कृती, व्यक्तिमत्त्व आणि सामाजिकीकरण
(एकूण १६ तासिका)

अ) संस्कृती – व्याख्या, वैशिष्ट्ये, मूलभूत घटक व प्रकार

ब) सामाजिकीकरण – व्याख्या, हेतू वा उद्दिष्टे, साधने आणि पुनर्सामाजिकीकरण

क) व्यक्तिमत्त्व – व्याख्या, व्यक्तिमत्त्व विकासावर संस्कृतीचा प्रभाव

भाग – २

प्रकरण ५ : सामाजिक स्तरीकरण व गतिमत्त्व

(एकूण १२ तासिका)

अ) सामाजिक स्तरीकरण – अर्थ, व्याख्या आणि वैशिष्ट्ये

ब) स्तरीकरणाचे प्रकार – जाती, वर्ग आणि लिंगभाव (अर्थ व वैशिष्ट्ये)

क) सामाजिक गतिमत्त्व – अर्थ व प्रकार (स्तंभीय व समपातळीवरचे)

प्रकरण ६ : सामाजिक नियंत्रण

(एकूण १० तासिका)

अ) अर्थ आणि व्याख्या

ब) प्रकार – औपचारिक व अनौपचारिक

क) अनुचलन/अनुसरण आणि विपथगामित्त्व

प्रकरण ७ : सामाजिक परिवर्तन

(एकूण १२ तासिका)

अ) सामाजिक परिवर्तनाचा अर्थ, व्याख्या व सामाजिक परिवर्तनाचे घटक (सांस्कृतिक, लोकसंख्या शास्त्रीय, तंत्र शास्त्रीय व भौगोलिक)

ब) सांस्कृतिक पश्चायनाची संकल्पना

क) सामाजिक चळवळ – अर्थ, सोदाहरणासहित सामाजिक परिवर्तनास बटावा देणाऱ्या सामाजिक चळवळीच्या पूर्वअटी आणि भूमिका

प्रकरण ८ : समाजशास्त्राचा वापर आणि उपयोग

(एकूण १४ तासिका)

अ) समाजशास्त्र एक व्यवसाय – धोरणे नियोजन, अध्यापन व संशोधन.

ब) समकालीन समाजात समाजशास्त्राची समर्पकता – समाजशास्त्र आणि सामाजिक कार्य, समाजशास्त्र – स्वयंसेवी संघटना आणि वैधानिक जाणिवा, समाजशास्त्र – प्रचार माध्यमे.

क) समाजशास्त्रातील कारकीर्दीतील संधी – सामाजिक कल्याण, कामगार कल्याण, उद्योग, कायदा, गुन्हेगारी शास्त्र आणि पत्रकारिता/वृत्तपत्र व्यवसाय

अनुक्रम

प्रस्तावना

लेखक–परिचय

अभ्यासक्रम

भाग – १

प्रकरण १	:	समाजशास्त्र एक विज्ञान म्हणून	१
प्रकरण २	:	समाजशास्त्रातील मूलभूत संकल्पना	४९
प्रकरण ३	:	सामाजिक गट वा समूह	१०६
प्रकरण ४	:	संस्कृती, व्यक्तिमत्त्व आणि सामाजिकीकरण	१३६

भाग – २

प्रकरण ५	:	सामाजिक स्तरीकरण व गतिमत्त्व	१८५
प्रकरण ६	:	सामाजिक नियंत्रण	२१९
प्रकरण ७	:	सामाजिक परिवर्तन	२५०
प्रकरण ८	:	समाजशास्त्राचा वापर आणि उपयोग	२७०
		संदर्भसूची	३०३

प्रकरण : १

एक विज्ञान म्हणून समाजशास्त्राचे स्वरूप व व्याप्ती

अध्ययनाची उद्दिष्टे :

१) एक विज्ञान म्हणून समाजशास्त्राचा उगम कसा झाला याचे आकलन विद्यार्थ्यांना व्हावे.
२) विज्ञान म्हणून समाजशास्चे स्वरूप व व्याप्ती यांचे ज्ञान विद्यार्थ्यांना मिळावे.
३) समाजशास्त्राचा नेमका अभ्यासविषय कोणता हे विद्यार्थ्यांना समजावे.
४) समाजशास्त्र विज्ञान का आहे याचे ज्ञान विद्यार्थ्यांना व्हावे.

प्रस्तावना

अन्य सामाजिक शास्त्रांच्या तुलनेने विचार करता समाजशास्त्राचा एक विज्ञान म्हणून वैज्ञानिक पद्धतीने अभ्यास करावयास सुरुवात होऊन केवळ दोन शतकांपेक्षा कमी कालावधी झालेला आहे. कोणत्याही ज्ञानशाखेचा विचार करता पावणेदोन शतकांचा कालावधी तसा फारच अल्प आहे. या दृष्टीने विचार करता अन्य सामाजिक शास्त्रांच्या तुलनेने समाजशास्त्र हे अत्यंत तरुण शास्त्र आहे असे तज्ज्ञ मानत असले तरी मानवी समाजाचा अभ्यास करावयास सुरुवात मात्र फार प्राचीन काळापासून झाली होती. मानवी समाजाचा अभ्यास जर करावयाचा असेल तर त्याचा प्रारंभ हा मनुष्यापासूनच केला पाहिजे. काही तज्ज्ञांच्या मताने मानवी वर्तनाचा अभ्यास, शास्त्रशुद्ध पद्धतीने करणे कठीण जरी असले तरी अशक्य नाही. पृथ्वीच्या निरनिराळ्या भागांत मनुष्य वस्ती करून राहतो. मनुष्याचे आणखी एक वैशिष्ट्य म्हणजे तो सतत समूह करून राहतो. तो एकटा कधी राहात नाही. इतर मानवांच्या सान्निध्यात राहण्याची माणसाला जशी आवड आहे, तशी ती त्याची गरजपण आहे. समूह करून राहण्याच्या मानवाच्या वैशिष्ट्यामुळे ॲरिस्टॉटल या ग्रीक तत्त्ववेत्त्याने 'मानव हा समाजप्रिय प्राणी आहे.' असे विधान केले होते. मनुष्याच्या अनेक प्रकारच्या गरजा असतात. मानवी गरजांचे वर्णन करताना अर्थशास्त्रज्ञ असे म्हणतात, की मानवी गरजा या अमर्यादित असून त्या सर्व गरजांची पूर्तता करणे केवळ अशक्य

होय. मानवी गरजांचे आणखी एक वेगळेपण हे की, आपल्या सर्व गरजा त्याला स्वतःच्या सामर्थ्यावर सोडविता येत नाहीत, त्यासाठी त्याला इतर मानवांचे साहाय्य घ्यावे लागते. या सहकार्याच्या वृत्तीतूनच मानवात समूह किंवा समाज करून राहण्याच्या वृत्तीचा उदय झाला. मानवाची जीवशास्त्रीय रचनाही मानवाच्या सहकार्य भावनेला प्रोत्साहन देणारी ठरली. तसेच कोणत्याही प्राण्याच्या तुलनेने मानवी मुलाचा परावलंबनाचा कालावधी प्रदीर्घ असून जन्मानंतर दीर्घ काळ (१६ ते १८ वर्षे) मानवी मूल त्याच्या आई-वडिलांवर अवलंबून असते. यातून समाजात कुटुंब नावाचा समूह वा गट अस्तित्वात येतो. अशा अनेक कुटुंबरूपी समूहांच्या एकत्रीकरणातून समाजाची निर्मिती झाली. अशा रीतीने व्यक्ती व्यक्तींच्या समूहांतून जन्माला आलेल्या समाजाचा एकत्रित किंवा एकसंध अभ्यास म्हणजे समाजशास्त्र होय.

या प्रकरणात म्हणूनच आपण समाजशास्त्राच्या उगमाच्या इतिहास, त्याचा विकास समाजशास्त्राचे स्वरूप, व्याप्ती, अभ्यासविषय व विज्ञान म्हणून समाजशास्त्रास प्राप्त झालेला दर्जा इत्यादी विषयांचा ऊहापोह करणार आहोत.

समाजशास्त्राचा उदय व विकास : ऐतिहासिक आढावा :

समाजशास्त्राचा उदय हा एकोणिसाव्या शतकातील तिसऱ्या दशकात जरी झाला असला तरी त्याची सुरुवात त्यापूर्वी अनेक वर्षे झाल्याचे अभ्यासक मानतात. या दृष्टीने समाजशास्त्राच्या उगमाचे व विकासाचे दोन कालखंड पडतात. (अ) प्राचीन कालखंड आणि (ब) आधुनिक कालखंड. या दोन्हीही कालखंडांवर आपण चर्चा करू.

अ) प्राचीन कालखंड :

पश्चिमात्य समाजशास्त्रज्ञांच्या मताने वैज्ञानिक दृष्टिकोनातून समाजशास्त्राच्या अध्ययनाला प्रारंभ हा १९ व्या शतकात जरी झाला असला तरी त्यापूर्वी मानवी वर्तन, समूह वर्तन, मानवाच्या गरजा, त्या पुरविण्याचे मार्ग इत्यादी बाबींचा विचार व त्यावर आधारित ग्रंथलेखन केवळ १९ व्या शतकापूर्वीच नव्हे तर इसवी सनपूर्व कालखंडातही विपुल प्रमाणात झाल्याचे दिसून येते. समाजशास्त्राचा उदय पाहताना आपल्याला प्रथम ग्रीक तत्त्वज्ञ प्लेटो आणि ॲरिस्टॉटल या दोघांच्या विचारांचा आढावा घेतल्याशिवाय पुढे जाता येणार नाही.

१) प्लेटो व ॲरिस्टॉटल : या दोन ग्रीक तत्त्वज्ञांनी प्रथम समाज व समाजातील विविध पैलू यांचा अभ्यास केला होता. प्लेटो यांनी (इ. सन पूर्व ४२७ ते इ. स. पूर्व ३४७) 'रिपब्लिक' या त्यांच्या ग्रंथात तर ॲरिस्टॉटल (इ. सन पूर्व ३८४ ते इ. स. पूर्व ३२२) यांनी त्यांच्या नीतिशास्त्र व राज्यशास्त्र (Ethics and Politics) या ग्रंथात कायदे, राज्य व समाज या घटकांवर अभ्यासपूर्ण असे विचार मांडले होते.

२) मार्क्स तुलियस सिसेरो (इ. सन पूर्व १०६ ते इ. सन पूर्व ४३) : इटलीतील रोम या शहरातील एक प्रमुख लेखक, उत्कृष्ट वक्ता आणि तत्त्वज्ञ मार्क्स तुलियस सिसेरो यांनी त्यांचे रोमन भाषेतील विशेष पुस्तक डी ऑफिसिश (याचा इंग्रजी अर्थ आहे On Justice, मराठीत त्याचा अर्थ होतो-त्याच्यासंबंधी) या ग्रंथात रोम आणि पाश्चिमात्य जगातील तत्त्वज्ञान, राज्यशास्त्र, कायदा व समाजशास्त्र यांचे अध्ययन करण्यासाठी ग्रीक साहित्याचा अभ्यास केला पाहिजे असे प्रतिपादन केले होते. त्यांच्या या पुस्तकाद्वारे त्यांनी वरील चार शास्त्रे, त्यांच्या अध्ययनाचे महत्त्व रोमन लोकांना आणि पाश्चिमात्य जगाला पटवून देण्याचा प्रयत्न केला होता.

३) यानंतरच्या कालखंडात सामाजिक संज्ञा आणि सामाजिक प्रश्न यावर महत्त्व पूर्ण योगदान देणाऱ्या विचारवंतांत क्रमाने सेंट ऑगस्टाईन (इ. सन ३५४ ते ४३०), थॉमस ऑलिनॉस (इ. सन १२२७ ते १२७४), दान्ते (१२६५ ते १३२१), सर थॉमस मोअर (इ. सन १४४७ ते १५३५), सर फ्रान्सिस बेकन (इ. सन १५६१ ते १६२८), इत्यादींच्या समावेश करावा लागेल.

४) पौर्वात्य जगातील विचार : पौर्वात्य जगाचा विचार करता सामाजिक घटक, सामाजिक प्रश्न, नैतिक तत्त्वज्ञान इत्यादी घटकांवरील चर्चा आपल्याला भारतीय धर्मग्रंथात आढळते. स्मृतीकार मनु याने त्याच्या 'मनुस्मृती'त विवाहसंस्था, कुटुंब संस्था, वारसा पद्धती, घटस्फोट, स्त्रियांचा दर्जा, वर्णव्यवस्था, सामाजिक नियम इत्यादी सामाजिक घटकांवर सविस्तर चर्चा केल्याचे दिसून येते. आजच्या समानतेचे समर्थन करणाऱ्या जगात मनूचे विचार न पटणारे, विषमतेचे पोषण करणारे वाटत असले तरी तत्कालीन सामाजिक जीवनाचे चित्र त्या द्वारे आज आपल्यासमोर उभे राहते यात शंका नाही. या शिवाय रामायण व महाभारत या ग्रंथांतील तत्त्वज्ञानही त्या त्या काळी समाजजीवन कसे होते याचे चित्र आपल्यासमोर उभे करते. या शिवाय दैत्यांचे गुरु म्हणून ज्यांची ख्याती होती त्या शुक्राचार्यांनी 'नीतिशास्त्र' हा ग्रंथ लिहिला होता. या ग्रंथात शुक्राचार्यांनी सामाजिक, आर्थिक व राजकीय प्रश्नांवर ज्याप्रमाणे चर्चा केली होती, त्याचप्रमाणे त्यात त्यांनी सामाजिक, नैतिक तत्त्वांचाही आढावा घेतला होता. प्राचीन भारतीय साहित्यात सम्राट चंद्रगुप्त मौर्य यांच्या मंत्रिमंडळातील एक मंत्री आचार्य चाणक्य ऊर्फ कौटिल्य यांनी लिहिलेला 'अर्थशास्त्र' हा ग्रंथ सैद्धान्तिक आणि व्यावहारिक अर्थशास्त्र, राज्यशास्त्र, समाजशास्त्र व कायदा यावर विवेचन करणारा एक महत्त्वपूर्ण ग्रंथ होता.

५) मोगलांचा कालखंड : मोगलांच्या कालखंडाचा विचार करता अकबराच्या दरबारी असलेल्या अब्दुल फझल या वैज्ञानिकाचा उल्लेख करावा लागेल. तो स्वत:

अकबराचा सचिव व सल्लागार होता. त्याने 'ऐनी इ. अकबरी' या नावाचा ग्रंथ लिहिला होता. या ग्रंथात त्याने अकबराच्या राज्यातील सामाजिक पैलूंचे उत्कृष्ट विवेचन जसे केले होते तसेच हिंदु कायद्यांचे विस्तृत असे विश्लेषण पण केले होते. या ग्रंथाला आजच्या भाषेत सांगावयाचे झाल्यास 'मोगल गॅझेट'चा दर्जा दिला पाहिजे.

६) भारताबाहेरचे इस्लामिक जग : भारताबाहेरच्या मध्ययुगातील इस्लामिक जगाचा विचार करता दोन समाजशास्त्रज्ञांच्या विचारांकडे दुर्लक्ष करता येणार नाही असे मत प्रा. एम्. नादारशाह स्टॅम्फोर्ट कॉलेज, क्वालालंमपूर (मलेशिया) यांनी प्रतिपादन केले होते. त्यापैकी पहिला इस्लामिक समाजशास्त्रज्ञ होता अल् भेरुणी (किंवा अल् बिरुणी) अल् बिरुणी यांचा जन्म इ. सन ९७३ साली झाला. तो इराणी आनुवंशिकता धारण करणारा मुस्लीम होता. पाश्चिमात्य समाजशास्त्रज्ञ, मानवशास्त्रज्ञ ल्यूइस ड्यमाँ आणि आड्रियन मेयर यांनी भारतीय सामाजाचा अभ्यास करण्यापूर्वी सुमारे १००० वर्षे अगोदर अल् बिरुणी यांनी भारतीय समाजाचा सविस्तर व सखोल अभ्यास केला होता. त्यांनी इ. सन १०१७ – १०३१ हा सुमारे १४ वर्षांचा कालावधी भारतात व्यतीत केला होता. या काळात त्यांनी 'किताब अल् हिंद' हे पुस्तक लिहिलं. या पुस्तकात हिंदू इस्लामिक जगाच्या त्या काळच्या संरचनेचा ऊहापोह करण्यात आला होता. दुसरा इस्लामिक समाजशास्त्र आहे अब्दल रहमान इब्न खालदुन. त्याचा कालावधी होता, इ. सन १३३२ ते १४०६. यांनी फ्रान्समधील अग्युस्त कॉन्त यांच्यापूर्वी सुमारे चार दशके अगोदर 'समाजाचे विज्ञान' या संकल्पनेची ओळख करून दिली होती, परंतु दुर्दैवाने पाश्चिमात्य समाजशास्त्रीय विचारवंतांनी या इस्लामिक वा भारतीय समाजशास्त्रज्ञाची उपेक्षाच केली असे म्हणावे लागेल. इब्न खालदुन यांनी त्यांच्या 'मुक्कदमा' या समाजशास्त्रीय ग्रंथात राज्याचा उदय, ऱ्हास व अंत यावर विवेचन केले होते. या शिवाय सामाजिक परिवर्तनाचे भौगोलिक आणि हवा-पाण्यासंबंधीचे घटक कोणते यावरही या ग्रंथात भर देण्यात आला होता. त्याचप्रमाणे सामाजिक वर्तनावर प्रभाव पाडणारे मानसशास्त्रीय घटक कोणते याकडेही त्यांनी दुर्लक्ष केले नव्हते. मलेशियातील स्टॉमफोर्ड कॉलेजमधील प्रा. एम. नादरजहा यांच्या मताने पाश्चिमात्य समाजशास्त्रीय विश्वाने पौर्वात्य समाजशास्त्र विश्वाकडे संपूर्ण दुर्लक्ष केले होते. त्यांच्या मताने आता 'समाजशास्त्राचा खरा संस्थापक कोण' हे ठरविण्याची वेळ आली आहे.

ब) आधुनिक कालखंड :

आधुनिक समाजशास्त्राच्या एकूण विकासाचा विचार करता आपल्या डोळ्यासमोर येतात ते युरोप खंडातील काही प्रमुख समाजशास्त्रज्ञ! समाजशास्त्राच्या विकासाला हातभार लावणाऱ्या काही प्रमुख विचारवंतांच्या विचारांचा थोडक्यात आढावा घेऊ.

१) अग्युस्त कान्त (१७९८ – १८५७) : 'समाजशास्त्र' या संज्ञेचा वापर अग्युस्त कान्त यांनी प्रथम केल्यामुळे त्यांना 'समाजशास्त्राचे जनक' असे संबोधण्यात येते. त्यांनी प्रथमत: समाजशास्त्राच्या अभ्यासविषयावर सविस्तर चर्चा करून समाजशास्त्राच्या अभ्यासाचे; सामाजिक स्थितिशास्त्र व सामाजिक गतिशास्त्र या दोन विभागांत विभाजन केले होते. तसेच त्यांनी समाजशास्त्राच्या विकासाचे म्हणजे मानवी प्रगतीचे तीन टप्पे किंवा तीन नियम प्रतिपादन केले असून तिसरा व अंतिम टप्पा हा 'प्रत्यक्ष अवस्था' या संज्ञेने संबोधला जातो. या टप्प्यावर आधारित प्रत्यक्ष वादाचा सिद्धान्त कान्तने विकसित केला असून त्याद्वारे समाजशास्त्र विज्ञान का आहे याचे स्पष्टीकरण करण्यात आले आहे. समाजशास्त्राला शास्त्र का म्हणावयाचे याचे विवेचन करताना कान्त यांनी तीन सूत्रांचा उल्लेख केला होता. ही तीन सूत्रे म्हणजे निरीक्षण, वर्गीकरण आणि कारणमीमांसा ही होत. कोणत्याही सामाजिक प्रघटनेच्या अभ्यासात ही त्रिसूत्री महत्त्वाची मानली जाते. 'सामाजिक व्यवस्था आणि सामाजिक प्रगती यांचा अभ्यास म्हणजे समाजशास्त्र' अशी समाजशास्त्राची सुस्पष्ट व्याख्या कान्तने केली होती. समाजशास्त्राच्या अभ्यासाला सुव्यवस्थित रूप देण्याचे कार्य 'अग्युस्त कान्त' यांनी केले होते.

२) हर्बर्ट स्पेन्सर (१८२०–१९०३) : ब्रिटिश समाजशास्त्राचा प्रणेता म्हणून हर्बर्ट स्पेन्सरला संबोधले जाते. हर्बर्ट स्पेन्सर स्वत:ला कान्तचा शिष्य म्हणवून घेत असे. त्याने 'समाजशास्त्राची मूलतत्त्वे' हा ग्रंथ तीन भागांत इ. सन १८७७ साली लिहिला होता. हा ग्रंथ म्हणजे ब्रिटनमधील समाजशास्त्राच्या सुव्यवस्थित अभ्यासाचे प्रतीक असून या ग्रंथात समाजशास्त्रीय विश्लेषणाचे स्पष्टीकरणही करण्यात आले आहे, त्याचप्रमाणे समाजाचा सेंद्रिय दृष्टिकोन आणि उत्क्रांतिवादाचे सामाजिक स्वरूप हे स्पेन्सरच्या विचाराचे प्रमुख आधार होत. समाजाच्या सेंद्रिय सिद्धान्ताच्या आधारे हर्बर्ट स्पेन्सर यांनी 'समाज आणि व्यक्ती' यांच्या परस्परसंबंधांवर सविस्तर चर्चा केली होती. त्यांच्या ह्या सिद्धान्ताच्या प्रतिपादनानुसार समाज हा व्यक्तींपेक्षा श्रेष्ठ असतो. कोणत्याही घटकाची साधेपणाकडून गुंतागुंतीकडे होणारी वाटचाल म्हणजे उत्क्रांती होय. उत्क्रांतीची ही व्याख्या करून ती समाजासाठी किंवा समाजाच्या प्रगतीसाठी वापरण्याचा जो प्रयत्न स्पेन्सरने केला होता तो अभिनव स्वरूपाचा होता. तसेच स्पेन्सरच्या मताने साध्या समाजाचे संमिश्र समाजात रूपांतर करण्याची प्रक्रिया म्हणजेच सामाजिक परिवर्तनाची प्रक्रिया होय. सारांशरूपात असे म्हणता येईल, की ब्रिटनमधील समाजशास्त्राच्या अभ्यासाचा प्रणेता म्हणून हर्बर्ट स्पेन्सर यांचा उल्लेख केला जातो.

३) **फ्रेड्रिक ली प्ले (१८०६–१८८२) :** समाजशास्त्रावर (विशेषत: फ्रान्समधील) ज्या समाजशास्त्रज्ञांचा प्रभाव पडला होता त्यात फ्रेड्रिक ली प्ले या फ्रान्समधील समाजशास्त्रज्ञाचे नाव अग्रस्थानी होते. सामाजिक तथ्याचा कठोर निरीक्षक असलेल्या फ्रेड्रिक ली प्ले यांनी त्यांच्या संशोधनात प्रथमच व्यष्टी अध्ययन पद्धतीचा वापर केला होता. शिवाय त्यांच्या 'युरोपीयन कामगारांचा अभ्यास' या ग्रंथात समाजशास्त्रीय विश्लेषणाचे प्रमुख हत्यार म्हणून कुटुंबाच्या अंदाजपत्रकाचा वापर केला होता, त्याचप्रमाणे संशोधनातील सर्वेक्षणपद्धती आणि सहभागी निरीक्षणपद्धती याचाही वापर फ्रेड्रिक ली प्ले यांनीच केला होता. शिवाय फ्रान्समधील सामाजिक सुधारणा, कुटुंबाची व कामगारांची संघटना इत्यादी ग्रंथांचे लिखाण त्यांनी केले होते.

४) **एमिल दयुरखेम (१८५८–१९१७) :** फ्रान्समधील दयुरखेम या समाजशास्त्रज्ञाने सामाजिक वास्तवतेचा मूळ आधार व्यक्ती नसून गट आहे हा विचार मांडला. त्यांच्या मताने सामाजिक जीवनाचे विश्लेषण हे सामाजिक तथ्याच्या आधारानेच केले पाहिजे. अलेक्स इंकलेस यांनी दयुरखेम यांच्या विचारांवर भाष्य करताना असे म्हटले आहे की, 'दयुरखेम यांच्या मताने समाजशास्त्रास विज्ञान ही संज्ञा तोपर्यंत देता येत नाही जोपर्यंत समाजशास्त्र सामाजिक वास्तवतेच्या पूर्णत्वाचा प्रारंभिक व सर्वसमावेशक दावा सोडून देत नाही.' याचा सोप्या शब्दांत अर्थ असा, की कोणतीही 'सामाजिक वास्तवता' ही सर्वसमावेशक व पूर्ण नसते, हे तथ्य समाजशास्त्रज्ञांनी व समाजशास्त्राच्या अभ्यासकांनी लक्षात ठेवले पहिजे. दयुरखेम यांच्या मताने समाजशास्त्र हे विस्तृत प्रमाणात सामाजिक संस्था आणि सामाजिक प्रक्रिया यांच्याशी संबंधित आहे. दयुरखेम यांच्या मताने सामाजिक वास्तवतेचा आधार हा सामाजिक तथ्य असून हे सामाजिक तथ्य हाच समाजशास्त्राचा प्रमुख अभ्यासविषय होय. स्पेन्सर यांच्याप्रमाणेच दयुरखेम यांनी पण समाज हेच समाजशास्त्रीय अभ्यासाचे प्रमुख एकक असल्याचे म्हटले आहे. तसेच 'समाजशास्त्र म्हणजे समाजाचे विज्ञान' अशीही समाजशास्त्राची व्याख्या त्यांनी केली आहे. तसेच समाजात होणाऱ्या आत्महत्या हे एक सामाजिक तथ्य असून त्याचाही अभ्यास दयुरखेम यांनी केला होता.

५) **मॅक्स वेबर (१८६४ – १९२०) :** जर्मन समाजशास्त्रज्ञ मॅक्स वेबर यांचा समाजशास्त्राच्या अभ्यासाचा मार्ग हा दयुरखेम यांच्या अभ्यासाच्या मार्गविरोधी होता असे प्रा. पास्कॉल गिसबर्ट यांनी प्रतिपादन केले होते. मॅक्स वेबर यांच्या मताने व्यक्ती समाजाचा मूलभूत आधार असून, समाजशास्त्रीय कायद्यांच्या शोधाचा विचार करताना हे कायदे साध्य नसून मनुष्याच्या आकलनाचे एक साधन आहे. यालाच मॅक्स वेबर यांनी

आकलनाच्या पद्धती ही संज्ञा दिली. वेबर यांच्या मताने समाजशास्त्र म्हणजे असे विज्ञान, की जे सामाजिक क्रियांच्या स्पष्टीकरणात्मक आकलनाचा प्रयत्न करतात, ज्यामुळे त्यांचा अभ्यासविषय आणि त्याचे परिणाम याचे कार्यिक विश्लेषण करता येईल. याचाच दुसऱ्या शब्दात अर्थ असा की सामाजिक क्रिया व सामाजिक संबंध हाच समाजशास्त्राचा विशिष्ट स्वरूपाचा अभ्यासविषय होय. या शिवाय प्रोटेस्टंट नैतिकता व भांडवलशाही अर्थशास्त्र आणि समाज इत्यादींवरही वेबर यांनी लिखाण केले होते.

वरील समाजशास्त्रज्ञांशिवाय कार्ल मार्क्स, चार्लस् डार्विन, सिगमंड फ्राईड, एल्. एच्. मॉर्गन, जॉर्ज सिमेल, ई. बी. टायलर इत्यादी विचारवंतांनाही समजाशास्त्राचे प्रणेते म्हणता येईल.

'समाजशास्त्र' या शब्दाची उत्पत्ती आणि समाजशास्त्राच्या व्याख्या :

'समाजशास्त्र' या शब्दाचा वापर करण्यापूर्वी समाजशास्त्र हे 'सामाजिक भौतिकशास्त्र' या संज्ञेने संबोधले जात होते. अग्युस्त कान्त यांनी सहा खंडांत प्रकाशित केलेल्या 'प्रत्यक्षवादी तत्त्वज्ञानाचा अभ्यास (Course of Positive Philosophy) या ग्रंथाच्या पहिल्या तीन भागांत समाजशास्त्रासाठी 'सामाजिक भौतिकशास्त्र' (Social Physique) या संज्ञेचा वापर केला होता, परंतु ही संज्ञा बदलण्याचा प्रसंग कान्तवर आला. त्याचे कारणही गमतीदार आहे. इ. स. १८३५ मध्ये बेल्जीयम सांख्यिकी शास्त्रज्ञ 'क्विटलेट' (Quetelet) यांनी 'सामाजिक भौतिकशास्त्र' या शीर्षकाचा, परंतु एका वेगळ्याच विषयावरचा ग्रंथ प्रसिद्ध केला होता, त्यामुळे 'सामाजिक भौतिकशास्त्र' ही समाजशास्त्रासाठी वापरण्यात येणारी संज्ञा बदलण्याशिवाय कान्तजवळ दुसरा पर्याय नव्हता, म्हणून इ. सन १८३८ साली प्रसिद्ध झालेल्या प्रत्यक्षवादी तत्त्वज्ञानाचा अभ्यास (Course of Positive Philosophy) या ग्रंथाच्या चौथ्या भागात कान्त (Comte) यांनी 'समाजशास्त्र' (Sociology) या शब्दाचा वापर केला होता. इंग्रजीतील सोशिऑलाजि (Sociololgy) शब्द लॅटिन व ग्रीक भाषेतील दोन शब्दांच्या संकरातून जन्माला आला. खालील आकृतीवरून अभ्यासकांना आणि विद्यार्थ्यांना या शब्दाच्या व्युत्पत्तीची कल्पना येऊ शकेल.

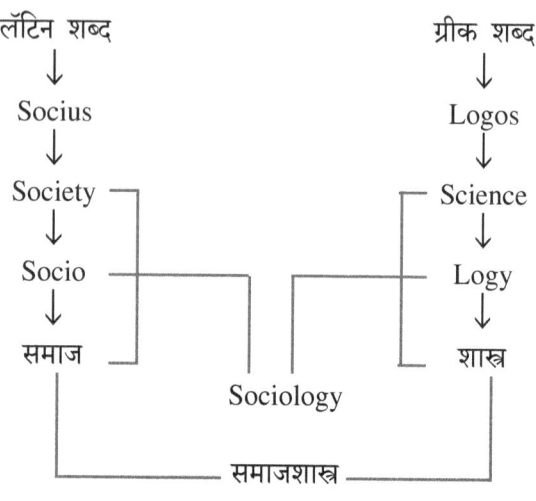

आकृती १.१

आकृती क्रमांक. १.१ मध्ये दर्शविल्याप्रमाणे तुमच्या हे सहज लक्षात येईल, की लॅटिन भाषेतील सोसिअस आणि ग्रीक भाषेतील लॉगस या दोन शब्दांच्या संकरातून इंग्रजीतील सोशिऑलॉजि (Sociology) हा शब्द आकाराला आला. मराठीत त्याचे रूपांतर समाजशास्त्र असे झाले. समाजाचा अभ्यास करणारे शास्त्र ते समाजशास्त्र होय. अग्युस्त कान्त यांनी समाजशास्त्र (Sociology) या संज्ञेचा प्रथम वापर केल्यामुळे अग्युस्त कान्त (Auguste Comte) यांना 'समाजशास्त्राचे जनक' ही उपाधि पाश्चिमात्य समाजशास्त्रज्ञांनी बहाल केली.

आता आपण समाजशास्त्राच्या काही व्याख्या पाहू.

समाजशास्त्राच्या व्याख्या (Definitions of Sociology) :

१) लेस्टर फ्रॅन्क वार्ड (Lester Frank Ward) : यांच्या मताने समाजाचा अभ्यास करणारे जे शास्त्र ते समाजशास्त्र होय.

२) जॉर्ज सिमेल (गॉर्ग झिमेल Georg Simmel) : यांच्या विचारानुसार मानवी आंतरक्रियांच्या प्रकारांचे शास्त्र म्हणजेच समाजशास्त्र होय.

३) मॅक आयव्हर आणि पेज (Mac Iver and Page) : या दोन विचारवंतांच्या मतानुसार सामाजिक संबंधांचा अभ्यास म्हणजेच समाजशास्त्राचा अभ्यासविषय होय.

४) प्रा. गिडिंग्स फ्रॅन्कलिन (Prof Giddings Franklin) : यांच्या प्रतिपादनानुसार समाजशास्त्र हे संपूर्ण समाजाचे पद्धतशीर वर्णन व विश्लेषण करणारे शास्त्र होय.

५) ऑगबर्न आणि निमकॉफ (Ogburn and Nimkoff) : या दोन तज्ज्ञांच्या विचारानुसार सामाजिक जीवनाचा वैज्ञानिक अभ्यास म्हणजे समाजशास्त्र होय.

६) बर्नार्ड एस्. फिलिप्स (Bernard S. Philips) : यांच्या मतानुसार समाजशास्त्र म्हणजे मानवी वर्तनाचा असा अभ्यास होय की ज्यात मानवी आंतरक्रिया आणि समूह यांच्या अभ्यासाकडे विशेष लक्ष दिले जाते.

७) हॅरी एम् जॉन्सन (Harry M. Johnson) : यांच्या विचारानुसार समाजशास्त्र हे असे एक शास्त्र आहे की जे सामाजिक गटांच्या व्यवस्थेचा अभ्यास करते.

८) सॉरोकिन पितिरिम अलेक्स झांर्डोनिच (Sorokin Pitirim Alexandrovich) : या अमेरिकेतील तज्ज्ञाच्या मतानुसार समाजशास्त्र हे असे एक सर्वसामान्य शास्त्र आहे की जे विश्वातील सामाजिक, सांस्कृतिक घटकांचा अभ्यास करते.

९) एच. पी. फेअर चाईल्ड (H. P. Fairchild) : यांच्या प्रतिपादनानुसार मानवाच्या गट संबंधातून किंवा समूह संबंधातून उदयाला आलेल्या प्रघटनांचा वैज्ञानिक अभ्यास म्हणजे समाजशास्त्र होय. तसेच मनुष्य आणि त्याचे मानवी पर्यावरण यांच्या परस्परसंबंधांचा अभ्यास म्हणजे समाजशास्त्र होय.

वरील सर्व व्याख्यांचा एकत्रित विचार करावयाचा झाल्यास असे म्हणता येईल की या प्रत्येक व्याख्येत अभ्यासकांनी समाजशास्त्राच्या अभ्यासाचे वेगवेगळे निकष प्रतिपादन केले असले, तरी ते निकष आपण एका धाग्यात सहज रीतीने गुंफू शकतो, त्याचप्रमाणे या सर्व व्याख्याकारांनी 'समाजशास्त्र' हे शास्त्र आहे या मुद्द्यावर भर दिला आहे. समाजशास्त्राच्या अध्ययनविषयांची एक साखळी तयार करावयाची झाल्यास ती खालीलप्रमाणे तयार करता येईल.

वरील व्याख्यांच्या आधारे समाजशास्त्राचा अभ्यासाविषय दर्शविणारी आकृती

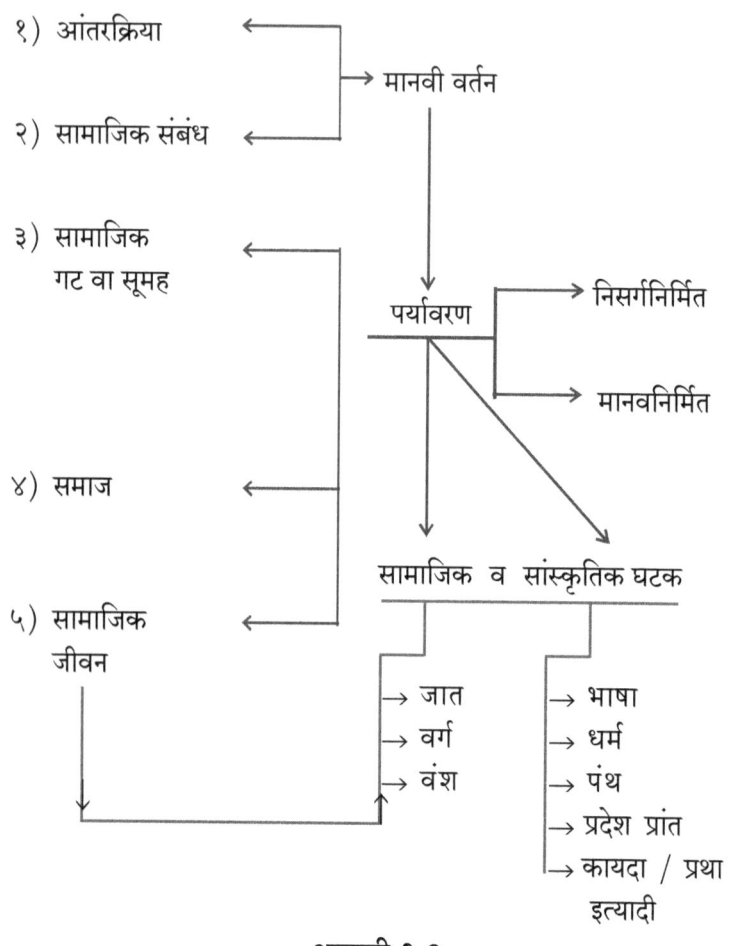

आकृती १.२

वरील आकृतीच्या आधाराने विद्यार्थ्यांच्या हे सहज लक्षात येईल की समाज-शास्त्राच्या अभ्यासविषयात व्यक्तीव्यक्तींतील आंतरक्रिया, त्यातून निर्माण होणारे, सामाजिक संबंध, त्यातून पुढे आकाराला आलेले सामाजिक गट, या सर्वांच्या एकत्रीकरणातून अस्तित्वात येणारा समाज, सामाजातील मानवी वर्तनाचे विविध पैलू, पर्यावरणाचा मनुष्याच्या एकूण जीवनावर किंवा वर्तनावर होणारा परिणाम, तसेच सामाजिक, सांस्कृतिक घटकांचे मानवी जीवनातील महत्त्व या सगळ्यांचा परिणाम समाजजीवनावर काय होतो इत्यादी सर्व घटक अभ्यासण्याचे कार्य समाजशास्त्राचे आहे, यात दुमत नाही. तपशिलाबाबत काही मतभेद असण्याची शक्यता नाकारता येत नाही.

विद्यापीठ स्तरावर समाजशास्त्राच्या अध्ययनाची सुरुवात :

समाजशास्त्राचा जन्म किंवा त्याच्या अध्ययनाचा प्रारंभ हा जरी फ्रान्समध्ये झाला असला तरी विद्यापीठ स्तरावर मात्र समाजशास्त्र या विषयाच्या अध्ययनाचे श्रेय अमेरिकेकडे जाते. विविध राष्ट्रांत समाजशास्त्राच्या अध्ययनाचा प्रारंभ हा विद्यापीठ पातळीवर केव्हा झाला याचा तपशील खालीलप्रमाणे

अ. क्र.	देशाचे नाव	विद्यापीठ पातळीवर समाजशास्त्र अध्ययनास प्रारंभ
१.	अमेरिका	१८७६
२.	फ्रान्स	१८८९
३.	इंग्लंड	१९०७
४.	भारत	१९१९
५.	पोलंड	१९२०
६.	इजिप्त	१९२४
७.	स्वीडन	१९४७

(तक्ता क्र. १.१)

भारतापुरता विचार करता भारतात प्रथम समाजशास्त्राचा स्वतंत्र विभाग मुंबई विद्यापीठात इ. सन. १९१९ साली माननीय प्रा. पॅट्रिक गीडस यांच्या अध्यक्षतेखाली सुरू झाला. कालांतराने प्रा. डॉ. जी. एस्. घुर्ये यांची मुंबई विद्यापीठाच्या समाजशास्त्र विभाग प्रमुखपदी नियुक्ती झाली. डॉ घुर्ये यांच्या कालावधीत समाजशास्त्र विषयाची खूपच भरभराट झाली. इ. सन १९२३ मध्ये म्हैसूर विद्यापीठात समाजशास्त्र विषयाच्या अध्ययनाला सुरुवात झाली. महाराष्ट्रातील समाजशास्त्र विषयाच्या प्रगतीचा आढावा घेता मराठवाडा विद्यापीठात इ. सन १९६८ साली पदव्युत्तर पातळीवर समाजशास्त्र विभागाची स्थापना करण्यात येऊन डॉ. एम्. जी. कुलकर्णी यांची समाजशास्त्र विभाग प्रमुखपदी नेमणूक करण्यात आली. ते स्वत:, डॉ. सुधाताई काळदाते, डॉ. उत्तम व डॉ. अनुराधा भोईटे, डॉ. विजय देशपांडे इत्यादींच्या नेतृत्वामुळे समाजशास्त्र हा विषय मराठवाड्यात विद्यार्थीप्रिय झाला. शिवाय पुणे विद्यापीठात डॉ. वाय्. बी. दामले,

डॉ. विद्याधर पुंडलिक, डॉ. डी. एन् धनागरे, शिवाजी विद्यापीठात डॉ. विलास संगळे आणि नागपूर विद्यापीठात डॉ. पी. एल. भांडारकर इत्यादींनी त्या त्या विद्यापीठीय क्षेत्रात समाजशास्त्र विषयाच्या अध्ययनाला आणि विकासाला हातभार लावला होता. समाजशास्त्राच्या क्षेत्रात अध्यापन करणाऱ्या अध्यापकांचे समाजशास्त्राचे ज्ञान अद्ययावत राहण्यासाठी व मराठी भाषेतून अध्ययन, अध्यापन, संशोधन व निबंध लेखन व वाचन यास प्रोत्साहन देण्यासाठी महाराष्ट्रात 'मराठी समाजशास्त्र परिषद' स्थापन करण्यात आली असून आजही ती सुव्यवस्थित कार्यरत आहे. ह्या परिषदेतर्फे प्रकाशित होणाऱ्या मराठी संशोधन पत्रिकेत मराठीतून संशोधन करून लेखन करणाऱ्या लेखकांचे व संशोधकांचे लेख प्रसिद्ध केले जातात.

समाजशास्त्राचा अभ्यासविषय (Subject Matter of Sociology) :

लेस्टर वाय अँडरसन आणि पार्कर व इतर अनेक समाजशास्त्रज्ञांनी 'समाजाचा अभ्यास करणारे शास्त्र म्हणजे समाजशास्त्र' अशी समाजशास्त्राची सोपी व्याख्या केली होती. या संदर्भात तज्ज्ञांनी काही प्रश्न उपस्थित केले होते. या संदर्भातील **पहिला प्रश्न** हा की समाजाचा अभ्यास करावयाचा म्हणजे नेमके काय करावयाचे ? या संदर्भातील **दुसरा प्रश्न** हा की समाजशास्त्राचा अभ्यास करण्याची मक्तेदारी केवळ समाजशास्त्रालाच प्राप्त झाली आहे काय ? या ठिकाणी प्रथम आपण दुसऱ्या प्रश्नाच्या उत्तराचा विचार करू व मग पहिल्या प्रश्नाच्या उत्तराकडे वळू.

दुसऱ्या प्रश्नाचे उत्तर देताना तज्ज्ञ मंडळी असे म्हणतात, की समाजाच्या अभ्यासाची मक्तेदारी केवळ समाजशास्त्राची नाही, इतर सामाजिकशास्त्रे पण समाजाचा अभ्यास करू शकतात किंवा करतात. काही सामाजिक घटकांचा किंवा सामाजिक तथ्यांचा अभ्यास वेगवेगळी सामाजिक शास्त्रे करतात. कोणत्या सामाजिक घटकांचा अभ्यास कोणत्या सामाजिक शास्त्राने करावा याच्या सीमा निश्चित करता येत नाहीत. त्या स्थूलनामानेच ठरवाव्या लागतात. काही वेळेला एकच घटक दोन वेगवेगळी सामाजिकशास्त्रे अभ्यासित असला, तरी त्यांचा तो घटक अभ्यासण्याचा दृष्टिकोन मात्र वेगळा असतो. उदा. १) बेरोजगारी किंवा बेकारी ही विषय जसा अर्थशास्त्रात अभ्यासला जातो, तसाच तो समाजशास्त्रात पण अभ्यासला जातो. २) तसेच राज्य, लोकमत व प्रचार या घटकांचा अभ्यास जसा राज्यशास्त्रांच्या कार्यकक्षेत येतो, तसाच तो समाजशास्त्राच्या कार्यकक्षेतही येतो.

समाजातील काही सामाजिक घटकांच्या अभ्यासाच्या सीमारेषा जरी अस्पष्ट असल्या तरी प्रत्येक सामाजिक शास्त्राने स्वतःच्या अभ्यासाच्या मर्यादा ठरविल्या होत्या, तसेच एखादा विषय वरवर जरी एकच असला तरी त्या विषयाच्या अभ्यासाचा

दृष्टिकोन मात्र वेगळा असतो, म्हणूनच काही सामाजिक शास्त्रांच्या अभ्यासाच्या कक्षेत कोणकोणते विषय येतात हे आपण पाहू.

१) मानवशास्त्र (Anthropology) : मानवशास्त्र हे मानवी वंश, मानवी उत्क्रांती, आदिवासी लोकांची एकूण जीवनपद्धती, आदिवासी संस्कृती इत्यादी गोष्टींच्या अभ्यासावर जास्त भर देते.

२) मानसशास्त्र (Psychology) : मानसशास्त्रात व्यक्तीच्या वैयक्तिक वर्तनाचा सविस्तर अभ्यास करण्यावर अधिक भर दिला जातो. मानवी प्रेरणा आणि संवेदना यांचा मानवी जीवनावर किंवा मानवी वर्तनावर काय प्रभाव पडतो हे पण अभ्यासण्याचे कार्य मानसशास्त्र करते.

३) अर्थशास्त्र (Economics) : मनुष्य ज्या साधनाच्या साहाय्याने जिवंत राहू शकतो, त्या सर्व साधनांचा अभ्यास अर्थशास्त्राने करावा असा दावा अर्थशास्त्रज्ञ करतात.

४) समाजशास्त्र (Sociology) : मानवी समूह वर्तन आणि समाज यांच्या परस्परसंबंधांचा सविस्तर अभ्यास समाजशास्त्राने करावा असे समाजशास्त्रज्ञ प्रतिपादन करतात.

प्रा. अलेक्स इंकलेस यांनी समाजशास्त्राच्या अभ्यासविषयाची रूपरेषा निश्चित करताना खूपच विस्तृत दृष्टिकोन डोळ्यासमोर ठेवला होता. पुढील आकृतीवरून समाजशास्त्राच्या अभ्यासविषयाची कल्पना विद्यार्थ्यांना येऊ शकेल.

समाजशास्त्राचा अभ्यासविषय स्पष्ट करणारी आकृती

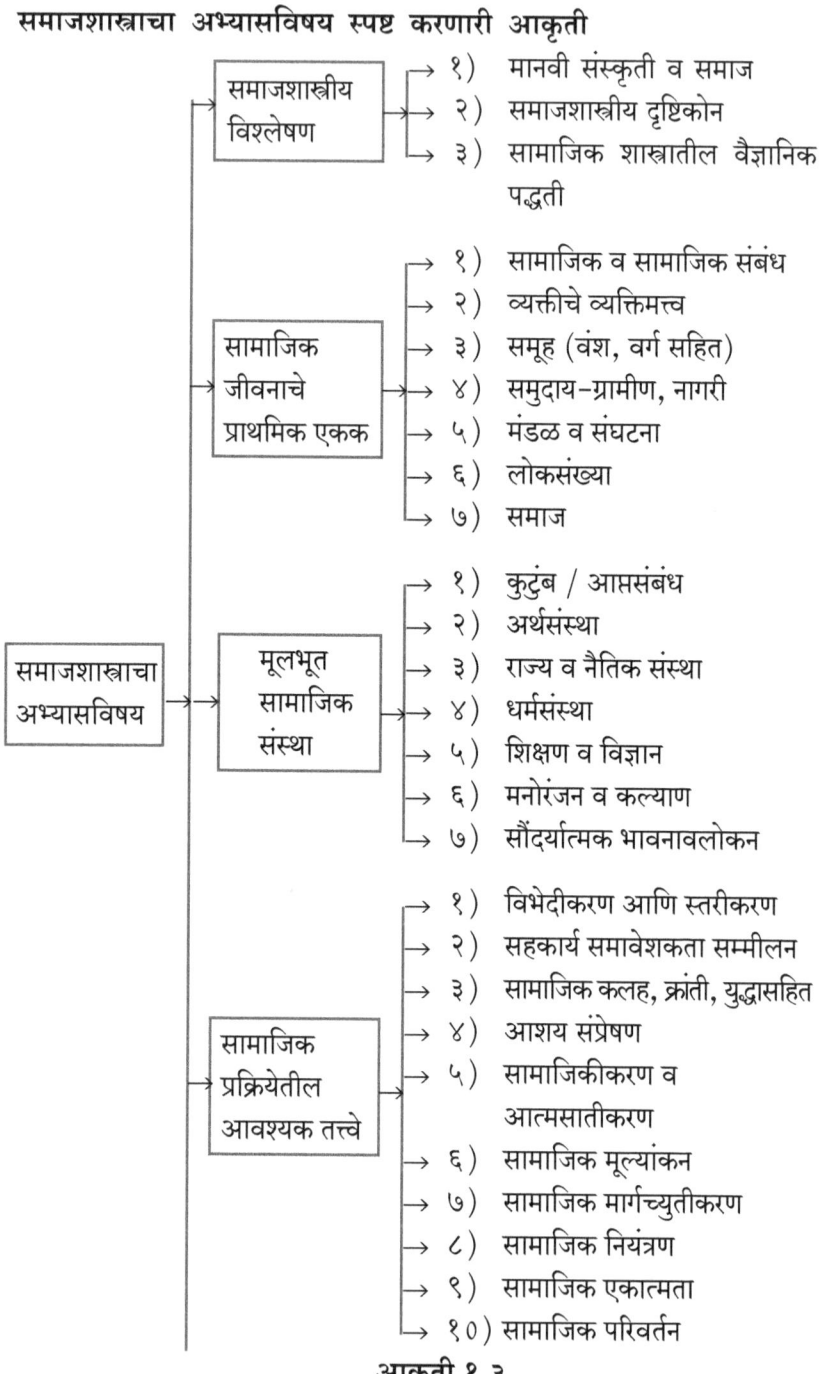

- **समाजशास्त्राचा अभ्यासविषय**
  - **समाजशास्त्रीय विश्लेषण**
    - १) मानवी संस्कृती व समाज
    - २) समाजशास्त्रीय दृष्टिकोन
    - ३) सामाजिक शास्त्रातील वैज्ञानिक पद्धती
  - **सामाजिक जीवनाचे प्राथमिक एकक**
    - १) सामाजिक व सामाजिक संबंध
    - २) व्यक्तीचे व्यक्तिमत्त्व
    - ३) समूह (वंश, वर्ग सहित)
    - ४) समुदाय-ग्रामीण, नागरी
    - ५) मंडळ व संघटना
    - ६) लोकसंख्या
    - ७) समाज
  - **मूलभूत सामाजिक संस्था**
    - १) कुटुंब / आप्तसंबंध
    - २) अर्थसंस्था
    - ३) राज्य व नैतिक संस्था
    - ४) धर्मसंस्था
    - ५) शिक्षण व विज्ञान
    - ६) मनोरंजन व कल्याण
    - ७) सौंदर्यात्मक भावनावलोकन
  - **सामाजिक प्रक्रियेतील आवश्यक तत्त्वे**
    - १) विभेदीकरण आणि स्तरीकरण
    - २) सहकार्य समावेशकता सम्मीलन
    - ३) सामाजिक कलह, क्रांती, युद्धासहित
    - ४) आशय संप्रेषण
    - ५) सामाजिकीकरण व आत्मसातीकरण
    - ६) सामाजिक मूल्यांकन
    - ७) सामाजिक मार्गच्युतीकरण
    - ८) सामाजिक नियंत्रण
    - ९) सामाजिक एकात्मता
    - १०) सामाजिक परिवर्तन

आकृती १.३

प्रा. ॲलेक्स इंकलेस यांनी प्रतिपादन केल्याप्रमाणे (आकृती १.३) सामाजशास्त्राचे अध्ययनक्षेत्र खूपच विस्तृत असून त्या सर्वांचे विवेचन करणे विस्तार भयास्तव या ठिकाणी जरी शक्य नसले तरी त्यातील काही महत्त्वाच्या मुद्द्यांवर आपण या ठिकाणी चर्चा करणार आहोत. ते महत्त्वाचे मुद्दे खालीलप्रमाणे -

१) सामाजिक आंतरक्रिया (Social Interactions) : समूह किंवा सामाजिक जीवनाची सुरुवात आंतरक्रियेपासून होते. आंतरक्रिया म्हणजे एका व्यक्तीने केलेल्या क्रियेला तशाच प्रकारची क्रिया करून प्रतिसाद देणे होय. क्रिया-आंतरक्रिया-प्रक्रिया ही एक साखळी आहे. आंतरक्रियेत साद-प्रतिसाद किंवा घात-प्रत्याघात हे घटक समाविष्ट असतात. मानवेतर प्राण्यांतही आंतरक्रिया आढळून येतात. एखादा कुत्रा जेव्हा भुंकण्याची क्रिया करतो तेव्हा त्या परिसरातील इतर कुत्रे भुंकून पहिल्या कुत्र्याच्या भुंकण्याच्या क्रियेला प्रतिसाद देतात तेव्हा आंतरक्रिया आकाराला येते. प्राण्याप्रमाणेच कावळे, चिमण्या इत्यादी पक्ष्यांतही क्रिया व आंतरक्रिया या सातत्याने चालू असतात. समाजात किंवा समूहात जीवन जगणाऱ्या व्यक्तींना त्यांच्या गरजपूर्ततेसाठी इतर अनेक व्यक्तींशी आंतरक्रिया प्रस्थापित कराव्या लागतात. मानवी आंतरक्रियांचे स्वरूप खालील आकृतीवरून लक्षात येईल.

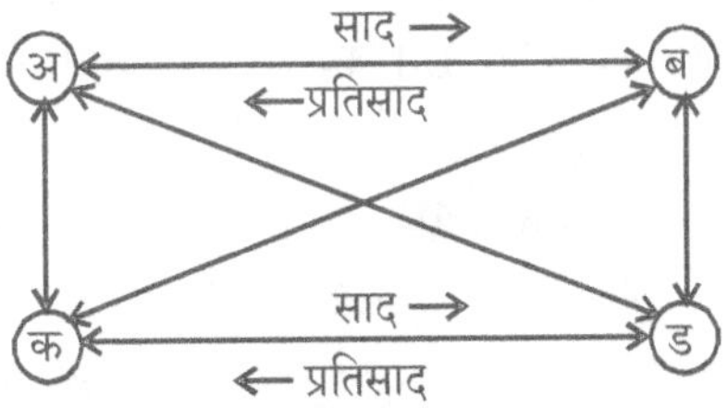

आकृती १.४

वरील आकृतीवरून हे सहज लक्षात येईल की अ ही व्यक्ती ब, क आणि ड या व्यक्तींशी तर ब ही व्यक्ती क्रमाने अ, क व ड व्यक्तींशी आंतरक्रिया प्रस्थापित करतात. अशा रीतीने समाजात आंतरक्रियांचे एक जाळे निर्माण होते. व या आंतरक्रियांच्या जाळ्यातून समाज निर्माण होतो, म्हणूनच समाजशास्त्राच्या अभ्यासात सामाजिक आंतरक्रियांच्या अभ्यासाला महत्त्व प्राप्त झाले आहे. सामाजिक आंतरक्रियांच्या अभ्यासात त्यांचा अर्थ, त्यांचे प्रकार, त्यांचे स्वरूप इत्यादी बाबींचा समावेश होतो. थोडक्यात, समाजशास्त्राच्या अभ्यासाचा पहिला घटक म्हणून सामाजिक आंतरक्रियांकडे पाहिले जाते.

२) सामाजिक संबंध (Social Relationships) : सामाजिक संबंधांचा अभ्यास करणारे जे शास्त्र ते समाजशास्त्र अशी समाजशास्त्राची व्याख्या अमेरिकेतील

सुप्रसिद्ध समाजशास्त्रज्ञ प्रा. मॅक आयव्हर व पेज यांनी केली होती. जेव्हा दोन किंवा दोनपेक्षा जास्त व्यक्तीतील आंतरक्रिया परत परत व दीर्घकाळ चालतात, तेव्हा त्यातून सामाजिक संबंधांची निर्मिती होते. पती-पत्नी, शिक्षक-विद्यार्थी, राज्यकर्ते-प्रजा, राजकीय नेते-अनुयायी इत्यादींचा उल्लेख सामाजिक संबंध या संज्ञेने करावा लागेल. काही आंतरक्रियांचे स्वरूप दीर्घ काळ टिकणारे असले तरी त्यातून निर्माण होणारे सामाजिक संबंध वरवर जरी दीर्घ काळ टिकणारे आहेत असे वाटत असले तरी ते तसे असतीलच असे नाही, कारण नेता हा सतत बदलतो व त्यानुसार अनुयायीपण बदलतात. दर्जात्मक दृष्टीने विचार करता नेता व अनुयायी संबंधातील दीर्घता (किंवा प्रदीर्घता) लक्षात जरी येत असली तरी व्यक्तिगत दृष्टिने विचार करता नेता व अनुयायी यांचे संबंध हे अल्प काळ टिकणारे असतात, कारण आज जो नेता आहे, उद्या तो नेता राहीलच याची शाश्वती नसते. विशेषत: सत्ता गमावलेल्या नेत्याकडे अनुयायीही पाठ फिरवितात, त्यामुळेच व्यक्तिगत दृष्टीने विचार करता नेता-अनुयायी संबंध अल्पकालीनच असतात असे म्हणावे लागते. सामाजिक संबंधांचे स्वरूप, प्रकार इत्यादींचा अभ्यास समाजशास्त्र सामाजिक संबंध या घटकाद्वारे करते.

३) सामाजिक गट वा समूह (Social Group) : एकमेकांशी सामाजिक संबंधांनी बांधला गेलेला व्यक्तींचा समुच्चय म्हणजे सामाजिक गट होय. दुसऱ्या शब्दात असे म्हणता येईल की जेव्हा दोन व्यक्ती परस्परांशी सामाजिक संबंधांनी बांधल्या जातात व ते सामाजिक संबंध जेव्हा अधिक दृढ होतात तेव्हा त्यातूनच सामाजिक गटांची निर्मिती होते. हॅरी जॉनसन या समाजशास्त्रज्ञाच्या मतानुसार मानवी जीवनाची सुरुवात ज्याप्रमाणे कोणत्या ना कोणत्या सामाजिक गटात होते त्याचप्रमाणे मानवी जीवनाचा अंतही सामाजिक गटातच होतो, म्हणून हॅरी जॉन्सन यांच्या मताने सामाजिक गटाचा अभ्यास म्हणजे समाजशास्त्र होय. मानवी जीवनाचा विचार करता मनुष्य त्याचे सगळे आयुष्य कोणत्या ना कोणत्या गटातच व्यतीत करतो. मानवी जीवनात मनुष्याचा कुटुंब, शाळा, महाविद्यालये, कार्यालये, क्रीडागृहे, कारखाने, साहित्य मंडळे अशा अनेक सामाजिक गटांशी संबंध येतो. सामाजिक संबंधाच्या स्वरूपानुसार सामाजिक गटाचे प्राथमिक गट, दुय्यम गट, लहान गट, मोठा गट, आंतरगट व बहिर्गट, मंडळ, समुदाय इत्यादी असंख्य प्रकार पडतात. या सर्व सामाजिक गटांचा अभ्यास हा समाजशास्त्राचा प्रमुख अभ्यासविषय होय.

४) सामाजिक संस्था (Social Institutions) : समाजात जेव्हा विविध सामाजिक गट निर्माण होतात तेव्हा त्याचा परिणाम म्हणून त्या त्या गटात अनेक सामाजिक स्थाने (Social Positions) निर्माण होतात. ही सामाजिक स्थाने म्हणजे समाजव्यवस्थेचा एक महत्त्वाचा पैलू होय. सामाजिक स्थाने या संकल्पनेत दर्जा

आणि भूमिका या दोन घटकांचा समावेश होतो. दर्जा हा सर्वसाधारणपणे स्थिर घटक मानला जातो. दर्जाची क्रियाशील बाजू म्हणजे भूमिका होय. भूमिका हा चल घटक होय. कोणत्या दर्जावरील व्यक्तींनी कोणत्या प्रकारच्या भूमिका पार पाडाव्यात व कोणत्या प्रकारच्या भूमिका पार पाडू नयेत हे सांगणारी सामाजिक नियमने (Social Norms) तयार होतात. जीवनाच्या प्रत्येक क्षेत्रात अशी सामाजिक नियमने तयार केली जातात. त्या त्या क्षेत्रातील व्यक्तींनी समाजात कसे वागावे, कसे वागू नये, तसेच कोणत्या क्षेत्रातील व्यक्तींनी कशा प्रकारचे वर्तन करावे व कशा प्रकारचे वर्तन करण्याचे टाळावे हे सांगणारी नियमने किंवा प्रमाणके म्हणजेच सामाजिक संस्था होत. दुसऱ्या शब्दात असे म्हणता येईल, की सामाजिक संस्थांचे अस्तित्व त्या त्या संस्थांच्या नियमनात आढळते, म्हणून सामाजिक संस्था या अमूर्त आहेत. सामाजिक संस्था जरी अमूर्त असल्या तरी त्यांचे कार्य मात्र संस्थांतर्गत गटांतर्फे पार पाडले जाते. उदा. कुटुंबसंस्थेचे कार्य हे कुटुंब या गटातर्फे पार पाडले जाते. कुटुंब हा मूर्त स्वरूपाचा गट असून प्रत्येक समाजातील लहानातलहान कुटुंबात माता-पिता, पती-पत्नी व त्यांची मुले यांचा समावेश होतो. प्रत्येक कुटुंबात मातेची भूमिका कोणती, पित्याची भूमिका कोणती, मुलांची भूमिका कोणती हे त्या त्या समाजातील कुटुंब संस्थेच्या नियमनाद्वारे निश्चित केले जाते. सामाजिक संस्थांच्या या नियमनाद्वारे व्यक्तीच्या वर्तणुकीत एक प्रकारची सूत्रबद्धता व समानता येते, म्हणून समाजशास्त्राच्या अभ्यास विषयाचा चौथा घटक म्हणून सामाजिक संस्थांचा समावेश करण्यात आला आहे.

५) सामाजिक प्रक्रिया (Social Processes) : सतत चालणारी क्रिया आणि आंतरक्रिया यांची जी साखळी समाजात तयार होते त्यास सामाजिक प्रक्रिया असे म्हणतात. समाजात प्रत्येक व्यक्ती काही ना काही क्रिया करीत असतात. इतर अनेक व्यक्ती त्यास प्रतिसाद देत असतात. या साद-प्रतिसादातून प्रक्रिया आकाराला येतात. समजा कोणत्याही दोन देशांत क्रिकेट (किंवा हॉकी, फूटबॉल, टेनिसचे) सामने चालू असतात तेव्हा त्या-त्या देशाचे प्रेक्षक आपल्या खेळाडूंना प्रोत्साहन देऊन त्यांचा उत्साह वाढवितात. या प्रोत्साहनामुळे संबंधित संघांचे मनोधैर्य वाढून सामना जिंकण्याची जिद्द खेळाडूंत निर्माण होते. त्याचा परिणाम म्हणून त्या त्या संघाच्या खेळाडूंन एकात्मतेची भावना उत्पन्न होते. समाजात ज्या सामाजिक प्रक्रियेद्वारे एकात्मतेची भावना जन्माला येते, त्या प्रक्रियेस सामाजिक संघटनात्मक प्रक्रिया असे म्हणतात, परंतु काही प्रसंगी आपल्या संघाला प्रोत्साहन देऊनही संघाचा खेळ चांगला न होऊन संघाचा जर पराभव झाला तर प्रेक्षक खवळतात, खेळाडूंचा त्यांना राग येऊन ते खेळाडूंवर व मैदानात काचेच्या बाटल्या, केळाच्या साली, सडकी अंडी, टमाटे फेकून आपला संताप व्यक्त करतात. प्रेक्षकांची ही कृती विधायक नसून

विघातक आहे. अशा या विघातक प्रवृत्तीतूनच समाजाचे विघटन होते. समाजातही अशा काही विघटनात्मक प्रक्रिया असतात की ज्या समाजाचे विघटन करण्यास कारणीभूत ठरतात. अशा प्रकारे समाजाच्या विघटनास साहाय्यभूत ठरणाऱ्या प्रक्रियेस सामाजिक विघटनात्मक प्रक्रिया म्हणतात. सामाजिक प्रक्रियांचा अभ्यास करणाऱ्या समाजशास्त्रज्ञांच्या मताने समावेशकता, सम्मीलन, सहकार्य ह्या सामाजिक संघटनात्मक प्रक्रिया आहेत, तर स्पर्धा, संघर्ष आणि स्तरीकरण या सामाजिक विघटनात्मक प्रक्रिया आहेत. या सर्व बाबींचा समावेश सामाजिक प्रक्रिया या संकल्पनेत होत असल्यामुळे समाजशास्त्राच्या अध्ययनाचा पाचवा घटक आहे सामाजिक प्रक्रिया!

६) सामाजिक नियंत्रण (Socil Control) : समाजरचना कधीच स्थिर नसते. त्यात सतत बदल किंवा परिवर्तन होत असते, परंतु समाजात वा समाजरचनेत होणारे हे बदल समजाचे संतुलन बिघडवितात. हे बिघडलेले संतुलन नष्ट करून समाज परत मजबूत पायावर उभा करण्याचे कार्य ज्या घटकांद्वारे केले जाते त्यास सामाजिक नियंत्रण असे म्हणतात. समाजशास्त्रज्ञ असे मानतात की समाजरचना जर मजबूत पायावर उभी करावयाची असेल तर ती ज्या सामाजिक संबंधांवर आधारलेली आहे ते सामाजिक संबंध हे स्थिर वा मजबूत पायावर उभे असणे अत्यावश्यक आहे व त्यासाठी समाजातील व्यक्तींच्या वर्तनावर काही बंधन घालणे जरुरीचे आहे. व्यक्ती-व्यक्तीतले सामाजिक संबंध कसे असावेत वा कसे नसावेत याबाबत प्रत्येक समाजात काही नियमने किंवा प्रमाणके (Norms) तयार झालेली असतात. या नियमनांना किंवा प्रमाणकांना सामाजिक नियमने किंवा सामाजिक प्रमाणके म्हणतात. ही सामाजिक नियमके अथवा सामाजिक प्रमाणके दोन प्रकारची असतात. (कृपया आकृती १.५ पाहा.) कोणते वर्तन समाजमान्य व कोणते वर्तन समाजबाह्य म्हणजे समाज अमान्य याचे निर्धारक हे सामाजिक नियमनांद्वारे होते. ज्या व्यक्ती समाजाच्या नियमनांच्या विरोधात वर्तन करतात त्यांची समाज निंदा करतो व ज्या व्यक्ती सामाजिक नियमनांचे पालन करतात त्यांची समाज स्तुती व प्रशंसा करतो. समाजाच्या नियमनांविरुद्ध वर्तन करणाऱ्या व्यक्तींवर नियंत्रण ठेवणारी जी यंत्रणा प्रत्येक समाजात निर्माण केली जाते त्यास सामाजिक नियंत्रण असे म्हणतात. व या सामाजिक नियंत्रणाचा समावेश समाजशास्त्राच्या अभ्यासाचा सहावा घटक म्हणून करण्यात आला आहे.

७) सामाजिक समस्या (Social Problems) : समाजशास्त्र हे केवळ शुद्ध किंवा सैद्धांतिक शास्त्र नसून त्यास उपयुक्ततेची बाजू सुद्धा आहे. याचा सोप्या शब्दात अर्थ असा की समाजशास्त्र हे केवळ पुस्तकी असे शास्त्र नसून समाजामध्ये घडणाऱ्या चांगल्या-वाईट घटनांचा अभ्यास करून त्यावर योग्य तो उपाय शोधण्याचे व

सुचविण्याचे कार्य पण समाजशास्त्राला करावे लागते. समाजात नेहमी दोन प्रकारच्या प्रवृत्तींचे लोक वावरत असतात. एक सुष्ट म्हणजे चांगल्या प्रवृत्तीचे लोक तर दुसरे दुष्ट अथवा वाईट प्रवृत्तीचे लोक. तज्ज्ञांच्या मताने या वाईट प्रवृत्तीच्या लोकांमुळे समाजात समस्या निर्माण होतात. गुन्हेगारी, बालगुन्हेगारी, चोरटा व्यापार, व्यसनाधीनता, वेश्याव्यवसाय, हुंडाबळी, राजकारणी क्षेत्रात बोकाळलेला भ्रष्टाचार इत्यादी गोष्टी व्यक्तींच्या दुष्ट प्रवृत्तीतून आकाराला येतात.

सामाजिक नियमने वा प्रमाणके यांचे प्रकार दर्शविणारी आकृती

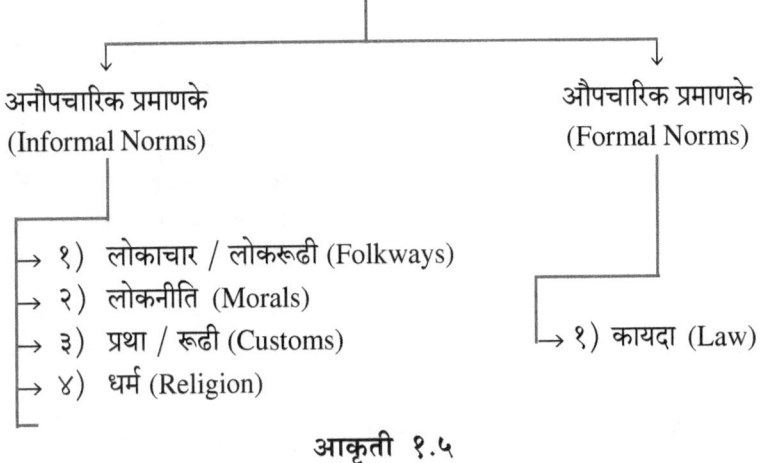

- अनौपचारिक प्रमाणके (Informal Norms)
  - १) लोकाचार / लोकरूढी (Folkways)
  - २) लोकनीति (Morals)
  - ३) प्रथा / रूढी (Customs)
  - ४) धर्म (Religion)
- औपचारिक प्रमाणके (Formal Norms)
  - १) कायदा (Law)

आकृती १.५

वरील आकृतीत दर्शविल्याप्रमाणे सामाजिक प्रमाणके दोन प्रकारची असतात. १) अनौपचारिक सामाजिक प्रमाणके- यात लोकाचार वा लोकरूढी, लोकनीति, प्रथा किंवा रूढी आणि धर्म यांचा अंतर्भाव होतो. २) तर औपचारिक सामाजिक प्रमाणकात कायद्याचा समावेश होतो. समाजातील बहुसंख्य व्यक्ती समाजातील प्रमाणकांचे पालन करून समाजमान्य वर्तन करतात, परंतु समाजात काही व्यक्ती अशा असतात, की ज्या ह्या प्रमाणकांचे वा नियमनांचे पालन करीत नाहीत. समाजाची प्रमाणके मोडणाऱ्या या व्यक्तींच्या वर्तनाला वाममार्गी वर्तन अथवा समाजबाह्य वर्तन (Deviant Behaviour) असे म्हणतात. या समाजबाह्य वर्तनावर नियंत्रण ठेवण्याची जी कृती समाजातर्फे केली जाते त्याला सामाजिक नियंत्रण असे म्हटले जाते. दुसऱ्या शब्दांत असेही म्हणता येईल की असंख्य प्रश्न समाजासमोर निर्माण होत आहेत. या सर्व प्रश्नांच्या गाभ्यात जाऊन त्यांच्या कारणांचा अभ्यास करून व शोध घेऊन, समाजशास्त्राला या प्रश्नांची सोडवणूक कशी करावयाची किंवा कमीतकमी त्या प्रश्नांची तीव्रता कमी कशी करावयाची यावर योग्य ती उपाययोजना

सुचवावी लागते. तसेच आज जगात सर्वत्र अत्यंत झपाट्याने पसरणाऱ्या 'एड्स' या रोगाने व्यक्तीप्रमाणेच समाजाचे पण स्वास्थ्य बिघडविल्याचे दृश्य दिसून येते. समाजशास्त्रज्ञ व समाजशास्त्राचे अभ्यासक 'एड्सच्या' घातक बाजूची माहिती जनतेला देऊन त्याच्या प्रतिकारासाठी कोणत्या प्रयत्नांची गरज आहे यासंबंधीचे उपाय सुचवू शकतात. 'एड्स' व तत्सम रोगग्रस्तांना त्यांच्या नातेवाइकांकडून तिरस्कार नको तर सहानुभूती हवी आहे. तरच अशा रोग्यांचे जीवन सुसह्य होईल हा संदेश समाजशास्त्राचे अभ्यासक जनतेला देऊ शकतात. सारांशरूपात असे म्हणता येईल की समाजातील विविध समस्यांचा अभ्यास करून त्यावर योग्य उपाय सुचविण्याचे कार्य समाजशास्त्र करीत असल्यामुळे सामाजिक समस्या या घटकाचा समावेश समाजशास्त्राच्या अभ्यासाचा सातवा घटक म्हणून केला गेला आहे.

८) सामाजिक विभेदीकरण (Social Differentiation) : जगाच्या पाठीवर असा एकही समाज नाही, ज्या समाजातील माणसा-माणसात, गटा-गटात भेद नाहीत. या भेदाचे समर्थन करणारी विद्वान मंडळी असे प्रतिपादन करतात की ज्याप्रमाणे माणसांच्या हातापायाची बोटे समान नसतात, त्याचप्रमाणे समाजातील तसेच राष्ट्राराष्ट्रांतील सर्व माणसे समान असू शकत नाहीत. बुद्धी, शरीरयष्टी, ताकद, रंग, इत्यादी शारीरिक घटक माणसामाणसात भेद निर्माण करतात. याशिवाय मानवाचा जन्म, त्याची आर्थिक स्थिती, त्याचे अधिकार किंवा त्याची सत्ता हे घटकपण माणसामाणसात भेद करतात. विविध घटकांच्या साहाय्याने मानवामानवांत भेद करण्याच्या क्रियेसाठी समाजशास्त्रज्ञांनी विभेदीकरण (Differentiation) ही संज्ञा वापरली आहे. खालील घटक हे मानवामानवातील विभेदीकरणाला कारणीभूत असल्याचे तज्ज्ञ मानतात.

१)	मानवाची बुद्धी	तीव्र, मध्यम व मंद स्वरूपाची बुद्धिमत्ता
२)	मानवाची शारीरिक स्थिती	सबळ, दुर्बळ शरीर, उंच-बुटका ही शारीरिक स्थिती, स्त्री / पुरुष भेद
३)	जन्म	जातिव्यवस्था, जातीचे श्रेष्ठ-कनिष्ठत्व
४)	वर्गव्यवस्था	श्रीमंत, मध्यम, गरीब, भेद : आर्थिक स्थिती शी निगडित
५)	वंशव्यवस्था	गोरे-निग्रो किंवा काळे-गोरे हा भेद

वरील निकषांच्या आधारे समाजात श्रेष्ठ-कनिष्ठ, उच्च-नीच या भावना मानवी समाजात निर्माण होतात व त्यातूनच समाजात सामाजिक स्तरीकरण अस्तित्वात येते.

आधुनिक समाज हा जर समानतेचा पुजारी असेल त समाजात ही विषमता का ? असा प्रश्न तुमच्या मनात निर्माण होईल. सामाजिक स्तरीकरण व्यवस्था विभेदीकरणाचे किंवा विषमतेचे पोषण करीत असेल तर ती नष्ट का केली जात नाही? या ठिकाणी समानता याचा अर्थ संधीची समानता, व्यक्तीची जात, धर्म, वंश, शारीरिक स्थिती यांचा विचार न करता व्यक्तीला तिच्या विकासाची योग्य संधी दिली पाहिजे. अशी समान संधी दिल्यावर या समान संधीच्या स्पर्धेत जे यशस्वी होतील ते पुढे जातील व जे अपयशी ठरतील ते अपरिहार्यपणे मागे राहतील. जे अपयशी ठरून मागे राहतील त्यांना ही जीवन जगण्याची संधी मिळालीच पाहिजे. योग्य व्यक्तीला योग्य काम हे सामाजिक स्तरीकरणाचे प्रमुख तत्त्व असून त्यातूनच समाजात विभेदीकरण अस्तित्वात येते. काही तज्ज्ञ असे मानतात की समाज समानतेचे जसे जतन करतो तसेच विषमतेचेही. समाजाला आवश्यक अशा विषमतेला प्रत्येक समाज मान्यता देतो, यास विभेदीकरण म्हणतात. समाजात काही व्यक्तींचा दर्जा श्रेष्ठ असतो. (उदा. सत्ताधीश, श्रीमंत, साहित्यिक, वैज्ञानिक, प्राध्यापक, डॉक्टर्स इत्यादी) तर काही व्यक्तींचा दर्जा कनिष्ठ असतो. (उदा. गरीब, कारकून, सेवक, सर्वसामान्य नागरिक इत्यादी) यातूनच विभेदीकरण आकाराला येते. म्हणून समाजशास्त्राच्या अभ्यासाचा आठवा घटक म्हणून सामाजिक विभेदीकरणाचा समावेश समाजशास्त्रज्ञांनी केला.

९) सामाजिककीकरण (Socialization) : सामाजिकीकरण म्हणजे व्यक्तींच्या व्यक्तिमत्त्वाच्या विकासाची प्रक्रिया होय. मनुष्य जेव्हा जन्माला येतो तेव्हा तो जीव असलेला एक हाडामासाचा गोळा असतो. त्यावेळस माणसाला समाजानुरूप अथवा समाजविरोधी अशा कोणत्याच अभिरुचीची माहिती नसते. दुसऱ्या शब्दात असे म्हणता येईल की जन्मत: व्यक्तीत समाजमान्य किंवा समाजविरोधी अशा कोणत्याच अभिरुचीची किंवा त्यावर आधारित अभिवृत्तीची निर्मिती झालेली नसते. व्यक्ती ज्या कुटुंबात वा समाजात जन्माला येते, त्या कुटुंबातील माता-पिता, भाऊ-बहीण, आजोबा-आजी इत्यादी नातेवाईक संस्कारहीन अशा या बालकाचे संस्कारित मानवात रूपांतर करतात. या दृष्टीने विचार करता सामाजिकीकरणाची प्रक्रिया ही एक प्रकारची मानवीकरणाची प्रक्रिया होय. मानवीकरण म्हणजे मानवी मुलाने मानवी गुणधर्मांचे आत्मसातीकरण करणे होय. त्यासाठी मानवी बालकाला अन्य मानवांच्या सान्निध्यात राहावेच लागते. त्याशिवाय मानवी मुलात मानवी गुणधर्मांचा विकास होऊ शकत नाही. समाजशास्त्रज्ञांना अशी काही उदाहरणे आढळली, की मानवी मुलांना अपघाताने किंवा जाणीवपूर्वक मानवी समाजापासून दूर राहावे लागल्यामुळे त्यांच्यात मानवी गुण-धर्मांची वाढ होऊ शकली नाही. उदा. लांडग्यांनी पालन पोषण केलेल्या कमला व अमला या दोन मुली व रामू हा मुलगा यांच्या कथा समाजशास्त्रात सर्वपरिचित आहेत.

मानवी गुणधर्मांची वाढ मानवात करणे हा सामाजिकीकरण प्रक्रियेचा एक उद्देश असतो, तद्वतच मानवाच्या शरीरात असलेल्या विविध गुणधर्मांना वाव देऊन मानवात जीवन जगण्याची जिद्द निर्माण करण्याची दुसरी महत्त्वपूर्ण उद्देशपूर्ती ही सामाजिकीकरणाची प्रक्रिया करते. सामाजिकीकरण प्रक्रियेत सामाजिकीकरणाची आवश्यकता इत्यादींचा पण अभ्यास केला जातो. व्यक्ती समाजाचा एक महत्त्वपूर्ण घटक असून व्यक्तींच्या कार्यक्षमतेवरच समाजातील कार्यक्षमता अवलंबून असल्यामुळेच तज्ज्ञांनी सामाजिकीकरणाचा समावेश समाजशास्त्राच्या अभ्यासविषयाचा नववा घटक म्हणून केला आहे.

१०) समाज आणि पर्यावरण (Society and Environment) : समाज हा व्यक्तींच्या सामाजिक संबंधांच्या जाळ्यातून जन्माला आल्याचे बहुसंख्य समाजशास्त्रज्ञ मानतात. व्यक्तींच्या या सामाजिक संबंधाचे आणि व्यक्तीच्या एकंदर सामाजिक जीवनाचे स्वरूप निर्धारण करण्यास व्यक्तीभोवतालच्या नैसर्गिक, सामाजिक, सांस्कृतिक व धार्मिक पर्यावरणाचा फार मोठा वाटा आहे. उदा. समुद्रकिनारा लाभलेल्या देशातील किंवा समुद्र किनाऱ्यावर राहणाऱ्या लोकांच्या अन्नात माशांचा जसा समावेश असतो तसाच त्यांच्या सांस्कृतिक जीवनात समुद्राशी संबंधित सण-उत्सवाचा समावेश असतो. महाराष्ट्रातील कोकणपट्टीत समुद्रकिनारी राहणारे लोक श्रावणातील पौर्णिमा, नारळी पौर्णिमा म्हणून साजरी करतात, तर महाराष्ट्राच्या उर्वरित भागात हीच पौर्णिमा राखी पौर्णिमा म्हणून साजरी करतात. माणसाचे अन्न, पोशाख, सण व उत्सव यावर पर्यावरणाचा प्रचंड पगडा असतो, तसेच या पर्यावरणाचा समाजावर व समाजाच्या रचनेवर फार मोठा प्रभाव पडतो. या पर्यावरणाचा समाजरचनेवर काय परिणाम होतो, त्यावर काय प्रभाव पडतो हे अभ्यासण्याचे कार्य हे समाजशास्त्राच्या कार्यकक्षेत येते. सध्या औद्योगिकीकरणाचा परिणाम म्हणून सर्वत्र विविध कारखान्यांचे जाळे पसरल्याचे दृश्य दिसते. या कारखान्यांच्याद्वारे जो धूर हवेत सोडला जातो, त्यात कार्बन मोनॉक्साईड हा घातक वायू असतो व तो वायू मानवी जीवनावर घातक परिणाम करतो. या कारखान्यामुळे एकीकडे वायूप्रदूषण होते तर दुसरीकडे या कारखान्यातून जे सांडपाणी नदी, नाले व समुद्रात सोडले जाते ते रसायनयुक्त असल्यामुळे संबंधित जलाशय प्रदूषित होतो. ग्रामीण परिसरात पसरलेल्या साखर कारखान्यातील मळी सभोवतालच्या शेतात पसरविल्यामुळे भूमी प्रदूषण होऊन जमिनीची उपजक्षमता कमी होते. पर्यावरणाच्या प्रदूषणामुळे पर्यावरणाचा समतोल बिघडतो व त्यांचा परिणाम समाजजीवनावर होतो. काही पर्यावरणतज्ज्ञांच्या मतानुसार समाजजीवनाच्या पर्यावरण व समाज या दोन बाजू असल्याने समाजशास्त्रज्ञांनी समाजशास्त्राच्या अभ्यासाचा दहावा घटक म्हणून पर्यावरण व समाज यांची निवड केली.

११) सामाजिक परिवर्तन (Social Change) : सामाजिक संबंध, सामाजिक गट, सामाजिक संस्था व पर्यायाने समाजरचना यांचे स्वरूप हे कधीच स्थिर नसते. दुसऱ्या शब्दात असे म्हणता येईल की समाजरचना म्हणजेच समाज. यात सतत बदल होत असतात. हॅरी जॉन्सन या समाजशास्त्रज्ञाने असे म्हटले आहे की समाजरचनेतील बदल म्हणजेच सामाजिक परिवर्तन होय. समाजरचनेत आमूलाग्र बदल करावयाचा म्हणजे काय ? व असा आमूलाग्र बदल करणे शक्य आहे काय ? काही उदाहरणांचा आधार घेऊन या प्रश्नांची उत्तरे शोधण्याचा आपण प्रयत्न करू. सध्याची भारतीय समाजरचना जातीव्यवस्थेवर आधारित आहे. या जातीवर आधारित भारतीय समाजरचनेचे जर जातिविरहित समाजरचनेत रूपांतर झाले तर सामाजिक परिवर्तन घडून आले असे म्हणता येईल. पश्चिमात्य समाज हे प्रामुख्याने वर्गव्यवस्थेवर आधारित होते व आहेत. या वर्गव्यवस्थेवर आधारित समाजरचनेचे वर्गविरहित समाजरचनेत परिवर्तन करण्याचे स्वप्न जर्मन विचारवंत कार्ल मार्क्स यांनी पाहिले होते. कोणत्याही समाजाच्या संरचनेत आमूलाग्र परिवर्तन शक्य आहे का ? या प्रश्नाचे उत्तर शोधण्याचे कार्य समाजशास्त्राचे आहे. काही समाजशास्त्रज्ञांच्या मताने, समाजाच्या रचनेत आणि कार्यात झालेला बदल म्हणजेच सामाजिक परिवर्तन होय. काही समाजांत समाजरचनेत कार्यात होणाऱ्या सामाजिक परिवर्तनाची गती इतकी मंद असते की सर्वसामान्यांना या परिवर्तनाची जाणीवच होत नाही. सामाजिक परिवर्तन प्रक्रियेचे अनेक पैलू असतात. त्या त्या प्रत्येक पैलूत सामाजिक परिवर्तन प्रक्रिया चालू असते. कुटुंब, धर्म, शिक्षण, आरोग्य, जाती, वर्ग, वंश इत्यादी सर्व क्षेत्रांत सामाजिक परिवर्तन प्रक्रिया चालू असते. भारतात आज पारंपरिक संयुक्त कुटुंबपद्धतीची जागा केंद्र कुटुंब घेत आहे. हे सामाजिक परिवर्तनाचे प्रतीक होय. मुलींच्या शिक्षणाला आज जी सार्वत्रिक मान्यता मिळत असून मुलांप्रमाणेच मुलींना पण शिक्षण मिळालेच पाहिजे हा विचार बदल त्या सामाजिक परिवर्तनाचे द्योतक होय. अनेक पारंपरिक धार्मिक श्रद्धांना आज धक्का बसत आहे व आरोग्यरक्षणासंबंधी समाजात अधिक जागृती निर्माण होत आहे. या बाबी सुद्धा बदलत्या परिस्थितीचे प्रतीक आहेत. सामाजिक परिवर्तन म्हणजे काय? सामाजिक परिवर्तन गतिमान करणारे घटक कोणते व त्यात अडथळा आणणारे घटक कोणते? इत्यादी सर्व बाबींचा अभ्यास समाजशास्त्राला करावा लागतो. सामाजिक परिवर्तनावरच समाजाची प्रगती व विकास अवलंबून असल्यानेच सामाजिक परिवर्तनाचा अभ्यास समाजशास्त्राच्या अभ्यासाचा अकरावा घटक म्हणून समाविष्ट केला आहे.

समाजशास्त्राच्या अभ्यासविषयाच्या अकरा घटकांवर आपण सविस्तर चर्चा केली आहे. समाजशास्त्राचे स्वरूप म्हणून हेच मुद्दे विशद करावे लागतील.

समाजशास्त्राच्या स्वरूपाचे वा अभ्यासविषयाचे हे मुद्दे अंतिम आहेत असे म्हणता येणार नाही. यात परिस्थितीनुसार काही मुद्द्यांची भर घालता येऊ शकेल.

समाजशास्त्राची व्याप्ती (Scope of Sociology) :

'व्याप्ती' या संज्ञेचा अर्थ आहे विस्तार. समाजशास्त्राचा विस्तार म्हणजे समाजशास्त्राचा अभ्यास कोणकोणत्या क्षेत्रांत फैलावला किंवा पोहचला आहे हे पाहणे, म्हणजेच समाजशास्त्राची व्याप्ती आजमावणे होय. समाजशास्त्राच्या अभ्यासविषयावर चर्चा करताना बहुसंख्य समाजशास्त्रज्ञांनी, समाजिक संबंधांच्या अभ्यासावर समाजशास्त्राच्या विद्यार्थ्यांनी व अभ्यासकांनी लक्ष केंद्रित करावे असे प्रतिपादन केले आहे. 'सामाजिक संबंध' हा समाजशास्त्राच्या अध्ययनाचा मूलभूत घटक असला तरी या घटकाचा अभ्यास कसा करावा, त्यासाठी कोणता दृष्टिकोन स्वीकारावा या संदर्भाच्या तपशिलात मात्र समाजशास्त्रीय विद्वानांमध्ये मतभेद असल्याचे आढळून आले आहे. समाजशास्त्राची व्याप्ती निर्धारित करताना सामाजिक संबंधाच्या अभ्यासाच्या एकूण स्वरूपाबद्दल समाजशास्त्रज्ञांत मतभेद होऊन दोन स्वतंत्र संप्रदाय अस्तित्वात आलेत. ते संप्रदाय कोणते, त्यांचे प्रणेते व अनुयायी कोण याचे चित्र खालील आकृतीवरून स्पष्ट होईल.

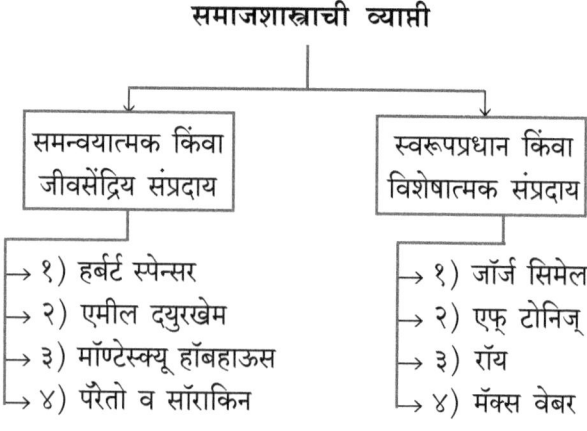

समाजशास्त्राची व्याप्ती

आकृती १.६

वरील आकृतीवरून हे सहज लक्षात येईल की समाजशास्त्राच्या व्याप्तीचे स्वरूप विशद करणारे दोन संप्रदाय असून त्यावर आपण सविस्तर चर्चा करू.

अ) समन्वयात्मक किंवा जीवसेंद्रिय संप्रदाय (Coordinative or Bio organic School) : समन्वयात्मक किंवा जीवसेंद्रिय संप्रदाय हा समाजशास्त्राच्या अभ्यासाचा एक दृष्टिकोन असून या दृष्टिकोनाचा प्रणेता म्हणून प्रामुख्याने ब्रिटिश

विचारवंत आणि समाजशास्त्रज्ञ हर्बर्ट स्पेन्सर यांचे नाव घेतले जाते. हर्बर्ट स्पेन्सर यांच्या विचारांचा पाठपुरावा करणाऱ्या विचारवंतांत एमिल दयुरखेम मॉंटेस्क्यू, हॉबहाऊस, पॅरेतो आणि सॉरोकिन इत्यादी विचारवंतांचा अंतर्भाव होतो. या संप्रदायाचे प्रणेते हर्बर्ट स्पेन्सर असे मानतात की समाजाची रचना एखाद्या जीवशास्त्रीय संरचनेसारखी असते. कोणतीही जीवशास्त्रीय संरचना ही विविध पेशी, विविध अवयव यांच्या परस्पर समन्वयातून आकाराला येते. एखाद्या जिवाच्या, अस्तित्वावरच जिवातील पेशींचे व शरीरातील अवयवांचे अस्तित्व अवलंबून आहे, त्याचप्रमाणे व्यक्तींचे अस्तित्व समाज व समाजातील सामाजिक गट, सामाजिक संस्था यावर अवलंबून आहे. या दृष्टीने विचार करता समाज रचनेचे स्वरूप एखाद्या जीवशास्त्रीय शरीररचनेसारखे असते. शरीररचनेत शरीराच्या विविध अवयवांमध्ये ज्या प्रकारचा समन्वय असतो, त्याचप्रमाणे कोणतीही समाजरचना व समाजाचे विविध घटक यामध्ये असतो. शरीररचना ही जशी शरीराच्या विविध अवयवांच्या एकत्रीकरणातून बनली आहे, तद्वतच समाजरचनासुद्धा व्यक्ती, सामाजिक गट व विविध सामाजिक संस्था इत्यादी समाजाच्या विविध अवयवांच्या एकत्रीकरणातून साकारली जाते. हर्बर्ट स्पेन्सर यांचा हा सिद्धान्त समाजाचा सेंद्रिय सिद्धान्त (Organismic Theory of Society) या नावाने संबोधला जाते. हा सेंद्रिय सिद्धान्त असे प्रतिपादन करतो की मानवी शरीराच्या विविध अवयवांच्या कार्यात जरी विभिन्नता असली (उदा. डोळ्याचे कार्य पाहणे, कानाचे कार्य ऐकणे, हृदयाचे कार्य रक्ताभिसरण करणे, पचनसंस्थेचे कार्य सेवन केलेल्या अन्नाचे पचन करणे इत्यादी) तरी हे सर्व अवयव शरीराशी विशिष्ट तऱ्हेने जोडले गेले असल्यामुळे त्यांच्या रचनेत एकात्मता आढळते. समाजरचना व शरीर रचना यातील या प्रक्रियेसाठी हर्बर्ट स्पेन्सर यांनी पुढील संज्ञा वापरली होती. कार्याचे व्यवच्छेदन आणि रचनेतील एकात्मता (Differentiation in function and integration) ही होय. हर्बर्ट स्पेन्सर यांच्या प्रतिपादनानुसार समाजरचनेत सुद्धा वरील परिस्थिती आढळते. समाजातील विविध व्यक्ती, विविध सामाजिक गट, विविध सामाजिक संस्था, विविध मंडळे, संघटना व समुदाय या सर्वांची कार्ये वेगवेगळी असली तरी हे सर्व घटक समाजरचनेशी विशिष्ट धाग्यांनी जोडले गेल्याचे दिसून येते. समाजातील या विविध एककांत एक प्रकारचा समन्वय आढळतो, म्हणूनच संप्रदाय (School) समन्वयात्मक संप्रदाय या संज्ञेने ओळखला जातो. वर प्रतिपादन केलेल्या संज्ञेतील रचनेतील एकात्मता हे समन्वयाचे प्रतीक मानले जाते, त्यामुळे समाजरचनेतील सर्व भाग एकसाथ कार्य करतात. समाजाच्या एका भागात परिवर्तन झाले तर ते दुसऱ्या भागाला प्रभावित करते, म्हणून समाजाचे स्थूल रूपात तद्वतच सूक्ष्म रूपात अध्ययन होणे आवश्यक आहे, असे समन्वयात्मक संप्रदायातील समाजशास्त्रज्ञांचे मत आहे.

वार्ड, दयुरखेम, हॉबहाऊस यांच्या मताने जर समाजशास्त्र केवळ अमूर्त स्वरूपाच्या सिद्धान्ताचाच विचार करीत असेल व प्रत्यक्ष सामाजिक विज्ञानात त्यांच्या मूर्त अभिव्यक्तीशी त्याचा पडताळा पाहात नसेल तर त्या शास्त्रास महत्त्वच राहणार नाही. काही तज्ज्ञांच्या मताने समाजशास्त्रज्ञांनी त्यांचे क्षेत्र संकुचित न करता व्यापक करावयास हवे, कारण समाजशास्त्र हे सर्व शास्त्रांचे शास्त्र आहे. (Sociology is Science of all Sciences.)

समन्वयात्मक संप्रदायातील समाजशास्त्रज्ञांनी त्यांच्या कल्पनेप्रमाणे अभ्यासक्षेत्राची रूपरेषा देण्याचा प्रयत्न केला आहे. एमिल दयुरखेम या विचारवंताने समाजशास्त्राच्या व्याप्तीचे तीन घटक किंवा तीन विभाग कल्पिलेले होते.

१) सामाजिक स्वरूपरचना शास्त्र (Social Morphology) यात समाजरचना आणि भौतिक पर्यावरण यांच्या परस्पर संबंधाचा अभ्यास

२) सामाजिक शरीरशास्त्र (Social Physiology)

३) सामान्य समाजशास्त्र (General Sociology)

समन्वयात्मक समाजशास्त्राचा समर्थनकर्ता प्रा. गिन्सबर्ग यांनी समाजशास्त्राच्या व्याप्तीवर विवेचन करताना समाजशास्त्राच्या व्याप्तीचे चार विभागांत विभाजन केले होते. ते खालीलप्रमाणे

१) सामाजिक संरचना (Social Structure)

२) सामाजिक प्रक्रिया (Social Processes)

३) सामाजिक नियंत्रण (Social Control)

४) सामाजिक विकृतीशास्त्र (Social Pathology) इत्यादी

समन्वयात्मक किंवा जीवसेंद्रिय संप्रदायात आणखी एक बाब स्पष्ट करण्यात आली असून ती म्हणजे व्यक्ती व समाज यांच्या संबंधांबाबत करण्यात आलेले विवेचन होय. विशेषत: या संप्रदायाचा प्रणेता हर्बर्ट स्पेन्सर या संबंधाबाबत विवेचन करताना म्हणतात की ज्याप्रमाणे शरीरातील पेशींना शरीराबाहेर अस्तित्व नाही, त्याचप्रमाणे व्यक्तींना समाजाबाहेर अस्तित्व नसते. त्यांच्या मतानुसार समाज आहे म्हणून व्यक्ती आहे. समाज संपला किंवा नष्ट झाला तर व्यक्तीचे अस्तित्वही नष्ट होईल. या द्वारे ते व्यक्ती व समाज यांच्या संबंधांबाबत खालील निष्कर्ष काढतात.

१) समाजमुळे व्यक्तीला अस्तित्व प्राप्त होत.

२) व्यक्ती समाजाशिवाय जगू शकत नाही.

३) व्यक्ती समाजावर सर्वस्वी अवलंबून असल्यामुळे व्यक्तीपेक्षा समाज हा श्रेष्ठ आहे.

४) व्यक्तीच्या उपयुक्ततेमुळे व्यक्तीला समाजात मूल्य प्राप्त होते. या अर्थाने व्यक्ती समाजाच्या गरजा पूर्ण करणारे एक साधन आहे.

सारांशरूपात असे म्हणता येईल की समन्वयात्मक किंवा जीवसेंद्रिय संप्रदायातील विचारवंतांनी समाजाला व्यक्तींपेक्षा श्रेष्ठ स्थान देऊन, व्यक्तीने सर्व सामाजिक क्षेत्रांत सामाजिक संबंध प्रस्थापित करताना समाज हितसंबंधाशी समन्वय साधूनच आपल्या वर्तनाची दिशा ठरविली पाहिजे. थोडक्यात, समाजशास्त्रज्ञाने सामाजिक संबंधाचा अभ्यास करताना कोणता दृष्टिकोन स्वीकारावा याचे मार्गदर्शन करणारा विचार म्हणजे समन्वयात्मक संप्रदाय होय.

ब) स्वरूपप्रधान किंवा विशेषात्मक संप्रदाय (Formal or Specific School) : समाजशास्त्राच्या अभ्यासाचा दुसरा संप्रदाय आहे- स्वरूपप्रधान अथवा विशेषात्मक संप्रदाय (Formal or Specific School) या संप्रदायाचा प्रणेता आहे जर्मनीतील समाजशास्त्रज्ञ जॉर्ज सिमेल (मूळ जर्मन उच्चार आहे गॉर्ग झिमेल) आणि त्यांचे अनुयायी एफ्. टोनिज, रॉस, मॅक्स वेबर इत्यादी. या संप्रदायाच्या विचारवंतांच्या विचारानुसार समाजाची निर्मिती ही जीवशास्त्रीय प्रक्रियेतून होत नाही, त्याचप्रमाणे समाज ही विविध अवयव असलेली शरीरासारखी एखादी सेंद्रिय वस्तूपण नाही. म्हणून समाज रचनेची तुलना शरीररचनेशी करणे योग्य नाही. जॉर्ज सिमेल यांनी प्रथमत: समाजशास्त्रीय विश्वात त्याकाळी प्रचलित असलेल्या जीवसेंद्रिय (Bio-organic) समाजरचनेच्या कल्पनेला विरोध केला होता. त्यांच्या मताने समाज हा जीवसेंद्रिय प्रक्रियेतून जन्माला येत नसून तो व्यक्ती व्यक्तींच्यात प्रस्थापित झालेल्या आंतरक्रिया व त्यातून निर्माण होणारे सामाजिक संबंध यातून आकाराला येतो. या संप्रदायाचे समर्थक असे मानतात, की व्यक्तींच्या किंवा मानवाच्या गरजा विविध प्रकारच्या (अर्थशास्त्रज्ञांच्या भाषेत अमर्यादित स्वरूपांच्या) असतात. या सर्व प्रकारच्या गरजा स्वसामर्थ्यावर पूर्ण करणे हे मानवाच्या शक्तीच्या पलीकडचे आहे. आपल्या या विविध प्रकारच्या गरजा पूर्ण करण्यासाठी मानवाला इतर मानवांची मदत घ्यावीच लागते व त्यासाठीच मानवामानवात आंतरक्रियात्मक संबंध प्रस्थापित करावे लागतात.

व्यक्ती-व्यक्तीतील आंतरक्रिया या जर दीर्घ काळ चालल्या तर त्यातून सामाजिक संबंध जन्माला येतात. नंतर या सामाजिक संबंधातूनच पुढे सामाजिक गट, सामाजिक संस्था व समाज यांचा उदय होतो, म्हणून या स्वरूपप्रधान संप्रदायाचे समाजशास्त्रज्ञ असे मानतात की व्यक्ती-व्यक्तीतील आंतरक्रियांच्या जाळ्यातून समाजाचा उदय होतो. आपल्या या मताचे समर्थन करताना हे विचारवंत असे मानतात की मानवी मुलाच्या परावलंबनाचा कालावधी (म्हणजे माता पित्यावर अवलंबून राहण्याचा) इतर प्राण्यांच्या पिलांच्या तुलनेने खूपच जास्त असतो. या परावलंबनाच्या कालावधीत मानवी मुलाला आपल्या मातापित्यांवर अवलबूंन राहावेच लागते. मुलांचे मातापित्यांवरचे अवलंबन म्हणजे एक प्रकारची आंतरक्रियाच होय. दुसऱ्या शब्दात असे म्हणता

येईल, की मनुष्याने आपल्या विविध गरजा पूर्ण करण्यासाठीच समाजाची निर्मिती केली होती. या दृष्टीने व्यक्तींच्या विविध गरजांवर चर्चा होणे गरजेचे आहे. व्यक्तींच्या गरजांचा विचार करता या गरजांचे दोन प्रमुख विभागांत विभाजन करता येते. (कृपया खालील आकृती पाहा.)

मानवाच्या गरजा दर्शविणारी आकृती

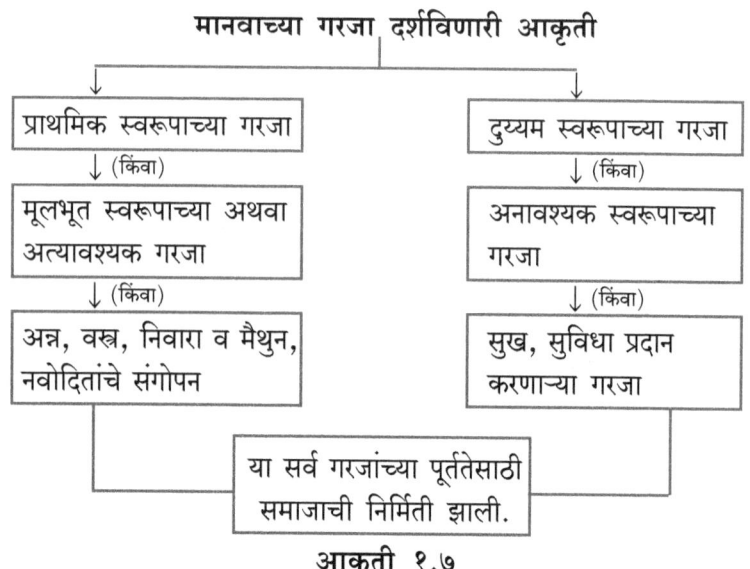

आकृती १.७

वरील आकृतीवरून तुम्हास मानवी गरजांच्या विस्तृततेची कल्पना येईल. विविध सुखसुविधा पुरविणाऱ्या गरजांत प्रामुख्याने मानवी जीवन सुखी करणाऱ्या वस्तूंचा समावेश होतो. यात प्रामुख्याने विजेचे पंखे, पलंग, गाद्या, उशा, रेडिओ संच, दूरदर्शन संच, टेपरेकॉर्डर, सोफा सेट्स, टेबल, खुर्च्या, दुचाकी स्वयंचलित वाहन, कार, संगणक, भ्रमणध्वनी, सौंदर्य प्रसाधनाची विविध साधने इत्यादींचा समावेश होतो. या दोन्ही स्वरूपाच्या पण प्रामुख्याने मानवाच्या मूलभूत स्वरूपाच्या गरजांच्या पूर्ततेसाठी समाजात ज्या विविध यंत्रणा आकाराला येतात, त्यातूनच समाजाची रचना तयार होते.

वरील विवेचनाचा अर्थ असा, की माणसाला त्याच्या विविध प्रकारच्या गरजांच्या पूर्ततेसाठी इतर माणसांशी ज्या असंख्य प्रकारच्या आंतरक्रिया प्रस्थापित कराव्या लागतात या मानवी आंतरक्रियांच्या स्वरूपाचा अभ्यास हा समाजशास्त्राच्या कार्यकक्षेत येतो. समाजशास्त्राने आंतरक्रियांच्या स्वरूपाचे अध्ययन फक्त करावे, त्याच्या आशयाचा शोध घेण्याचा प्रयत्न करू नये असे जॉर्ज सिमेल म्हणतात, म्हणून हा संप्रदाय स्वरूपप्रधान संप्रदाय म्हणून ओळखला जातो. मानवी आंतरक्रियांच्या स्वरूपाचा अभ्यास हे समाजशास्त्राच्या अभ्यासाचे विशेष क्षेत्र असल्यामुळेही या

संप्रदायाला विशेषात्मक संप्रदाय हे नाव दिले गेले असावे. वरील विवेचनाच्या आधाराने समाजशास्त्राची व्याप्ती स्पष्ट करताना प्रा. सिमेल असे म्हणतात, की समाजशास्त्राने केवळ सामाजिक आंतरक्रिया, त्यातून निर्माण होणारे सामाजिक संबंध यांच्या स्वरूपाचेच फक्त अध्ययन करावे. जॉर्ज सिमेल म्हणतात की प्रत्येक वस्तूला दोन स्वरूपे असतात. एक बाह्य स्वरूप व दुसरे आंतर स्वरूप. या पैकी समाजशास्त्राने केवळ त्या वस्तूंच्या वा घटकाच्या बाह्य स्वरूपाचे अध्ययन करावे, त्याच्या आंतरस्वरूपाकडे म्हणजे आशयाच्या अध्ययनात लक्ष देऊ नये. स्पर्धा, संघर्ष, सहकार्य, देशभक्ती, श्रमविभाजन ही प्रत्येक समाजात अस्तित्वात असलेली सामाजिक आंतरक्रियांची अमूर्त रूपे होत. त्यांच्या मूर्त स्वरूपाचे प्रत्यंतर आपल्याला जीवनाच्या विविध क्षेत्रांत येते. दोन शेतकरी, दोन वा अधिक व्यापारी यांच्यात स्पर्धा राहील. दोन वेगवेगळी तत्त्वज्ञाने (लोकशाही/हुकूमशाही) जोपासणारी राष्ट्रे परस्परात स्पर्धा करतील, पण या स्पर्धा जेव्हा एकत्र स्वरूपात प्रकट होतात तेव्हा त्या स्पर्धेचे बाह्यरूप व बाह्य आशय याच्या स्वरूपाचा अभ्यास समाजशास्त्र करेल, परंतु समाजशास्त्राने स्पर्धेच्या तपशिलात शिरण्याची गरज नाही. ‘युद्ध’ ही प्रत्येक समाजातील संघर्षात्मक प्रक्रिया होय. इतिहासकार जेव्हा युद्धाचा अभ्यास करतात तेव्हा ते युद्ध कोणाकोणात व केव्हा लढले गेले, युद्धात दोन्ही पक्षांकडून कोणकोणते डावपेच लढविले गेले, युद्ध कोणते राष्ट्र जिंकले व का जिंकले इत्यादी बारीक सारीक तपशिलाचे अध्ययन करतात. युद्धाचा अभ्यास करताना समाजशास्त्राला या बारीक-सारीक तपशिलाची आवश्यकता नाही. युद्धाचे बाह्यस्वरूप हे संघर्ष असून, संघर्ष ही एक विघटनात्मक प्रक्रिया आहे, या तथ्यावर समाजशास्त्रज्ञ भर देतील. तसेच ही अन्य प्राण्यांप्रमाणेच मानवातील मूलभूत अशी प्रवृत्ती असून अन्य कोणत्या सामाजिक संबंधातून ही संघर्षात्मक प्रवृत्ती आकाराला येते यावर समाजशास्त्रज्ञ त्यांच्या अध्ययनात भर देतील. थोडक्यात, स्पर्धा, संघर्ष या सारख्या आंतरक्रियांचे बाह्य स्वरूप समाजशास्त्र अभ्यासेल तर त्यांच्या आंतरस्वरूपाचा अभ्यास अन्य सामाजिक शास्त्राचे शास्त्रज्ञ करतील. या अन्य शास्त्रज्ञांत इतिहासतज्ज्ञ अर्थशास्त्रज्ञ, राज्यशास्त्रज्ञ इत्यादींचा अंतर्भाव होतो. यावर अधिक स्पष्टीकरण करताना जॉर्ज सिमेल यांनी दिलेले उदाहरण आपण पाहू. ते म्हणतात की कोणत्याही घटकाचे किंवा वस्तूचे बाह्य स्वरूप व आंतर स्वरूप ही भिन्न रूपे आहेत. वेगवेगळ्या आकारांच्या ग्लासात एकच द्रव पदार्थ घेतला तरी त्या द्रवपदार्थाचे गुणधर्म बदलत नाहीत किंवा एकाच आकाराच्या ग्लासात वेगवेगळे द्रवपदार्थ घेतले तर त्यांचा ग्लासांवर परिणाम होत नाही. समाजशास्त्रज्ञ सामाजिक आंतरक्रियांचा व त्यातून आकाराला येणाऱ्या सामाजिक संबंधाच्या बाह्य स्वरूपाचाच अथवा बाह्य आशयाचाच अभ्यास करेल. आतंरक्रियांच्या आंतरस्वरूपात समाजशास्त्राला रस नाही.

स्वरूपप्रधान वा विशेषात्मक संप्रदायावरची टीका :

स्वरूपप्रधान संप्रदायाच्या दृष्टिकोनावर अनेक समाजशास्त्रज्ञांनी टीका केली होती. प्रातिनिधिक स्वरूपात प्रा. सॉरोकिन यांनी या संप्रदायावर जी टीका केली ती आपण पाहू. या संप्रदायावर टीका करताना प्रा. सॉरोकिन म्हणतात की एखाद्या निर्जीव वस्तूप्रमाणे समाजाच्या बाबतीत बाह्यवस्तू व आंतरवस्तू असा भेद करता येणार नाही. उदा. ग्लासात पाणी ठेवले काय किंवा दूध ठेवले काय, त्याचा ग्लासाच्या आकारावर परिणाम होणार नाही हे सत्य आहे, पण हेच तत्त्व सामाजिक संबंधांसाठी वापरता येणार नाही. एखाद्या सामाजिक गटातील किंवा एखाद्या मंडळातील सभासद जर बदलले तर त्या सामाजिक गटातील वा मंडळातील सभासदांच्या सामाजिक संबंधात बदलच होणार नाही असे म्हणता येणार नाही. विविध राजकीय पक्ष हे समाजशास्त्राच्या भाषेत एक मंडळ आहे. अखिल भारतीय काँग्रेसचे स्वरूप गेल्या काही वर्षांत बदलल्याचे आपल्या लक्षात येते. याचे कारण या पक्षाच्या सभासदांत झालेले बदल होत. या काँग्रेस पक्षातील निःस्वार्थी सभासदांची जागा स्वार्थी सभासदांनी घेतल्यामुळे या पक्षाची प्रतिमा गेल्या काही वर्षांत मोठ्या प्रमाणात डागाळली गेली ही वास्तवता होय. शेवटी या संदर्भात असे म्हणता येईल की मंडळातील किंवा सामाजिक गटातील सभासद बदलले (बाह्य स्वरूप) तर सामाजिक संबंधाचे स्वरूपही (आंतरस्वरूप) परिवर्तित होते, सारोकिन यांच्या या विचारात वास्तवता आहे.

वरील दोन संप्रदायांच्या व्यक्ती-समाज संबंधाबाबतच्या दृष्टिकोनात फार मोठा भेद आहे असे नाही. या स्वरूपप्रधान किंवा विशेषात्मक संप्रदायानुसार व्यक्ती व समाज यांच्या संबंधाबाबत खालील निष्कर्ष काढले आहेत.

१) व्यक्तींनी स्वतःच्या गरजांच्या पूर्ततेसाठी आंतरक्रियात्मकतेतून समाजाची निर्मिती केली.

२) म्हणून व्यक्तीमुळे समाजाला अस्तित्व प्राप्त होते.

३) आपल्या गरजांच्या पूर्ततेसाठी व्यक्तींनी समाज निर्माण केल्यामुळे समाजापेक्षा व्यक्ती श्रेष्ठ आहे.

४) समाजाच्या गरजपूर्ततेच्या क्रियेमुळे समाज व्यक्तींच्या दृष्टीने उपयुक्त आहे, म्हणजेच समाज व्यक्तीच्या गरजपूर्ततेचे एक साधन होय.

या निष्कर्षांच्या आधारे आपण असे म्हणू शकतो की, कोणताही संप्रदाय हा पूर्णपणे सामान्य समन्वयात्मक जसा असू शकत नाही, त्याचप्रमाणे कोणताही संप्रदाय हा पूर्णपणे स्वरूपप्रधान किंवा विशेषात्मक असू शकत नाही, म्हणून या दोन्ही संप्रदायांत योग्य तो मेळ घालून प्रसंगानुरूप सामाजिक घटनांच्या अभ्यासासाठी वापर करणे श्रेयस्कर ठरेल.

एक विज्ञान म्हणून समाजशास्त्राचे स्वरूप (Nature of Sociology as a Science) :

समाजशास्त्र विज्ञान आहे की नाही याबाबतच्या चर्चा, समाजशास्त्राला स्वतंत्र अभ्यासाविषयाचा दर्जा मिळाल्यापासून चालू आहेत. जगातील सर्वच राष्ट्रांतील बहुसंख्य संस्थापक समाजशास्त्रज्ञांनी त्यांचा बहुमूल्य वेळ समाजशास्त्र हे विज्ञान कसे या संबंधीच्या विवेचनासाठी खर्च केल्याचे दिसून येते. समाजशास्त्र हे विज्ञान आहे का हे पाहण्याअगोदर विज्ञान म्हणजे काय ? विज्ञानाच्या कसोट्या कोणत्या ? या प्रश्नांच्या संदर्भात विविध तज्ज्ञांनी जी चर्चा केली त्या चर्चेचा आढावा घेऊ.

विज्ञान म्हणजे काय ? (What is Science) :

विज्ञान म्हणजे काय ? या प्रश्नाचे उत्तर देणे फारसे सोपे नाही. वेगवेगळ्या विचारवंतांनी विज्ञानाची व्याख्या विविध प्रकारे केली आहे. त्यातील काही निवडक तज्ज्ञांच्या व्याख्यांचा आपण या ठिकाणी विचार करू.

१) ऑगबर्न आणि निमकॉफ (Ogburn and Nimkoff) : या उभयतांनी विज्ञानाची छोट्यात छोटी व्याख्या केली होती. त्यांच्या मताने **विज्ञान म्हणजे ज्ञान** हे उभयता त्यांच्या या व्याख्येवर स्पष्टीकरण करताना म्हणतात, की श्रद्धा, भोळेपणा, चुकीची माहिती यांच्या तुलनेने विचार करता विज्ञानाचे महत्त्व हे ज्ञानाच्या महत्त्वात सामावलेले आहे. मानवाचे ज्ञान श्रद्धा, धर्मभोळेपणा इत्यादी समजुतींच्या आधाराने तपासून त्यातील वास्तवता जेव्हा पुढे येते तेव्हा त्या वास्तव ज्ञानास विज्ञान म्हणतात. सर्वच पारंपरिक समाजात स्त्रिया या पुरुषांपेक्षा बुद्धिमत्तेने कमी असतात अशी श्रद्धा होती, परंतु स्त्रियांना जेव्हा शिक्षणाची संधी मिळाली तेव्हा त्यांनी आपली बुद्धिमत्ता पुरुषांच्या तोडीचीच आहे. हे अनेक प्रकारच्या बुद्ध्यांक चाचण्यांतून सिद्ध केले व पारंपरिक ज्ञानश्रद्धेला तडा दिला. वास्तवतेच्या साहाय्याने एखादी गोष्ट सिद्ध करणे म्हणजेच विज्ञान होय.

२) किंबॉल यंग आणि रेमण्ड डब्ल्यू. मॅक (Kimball Young and Raymond W. Mack) : या दोन समाजशास्त्रज्ञांनी विज्ञान या संकल्पनेची व्याख्या पुढील शब्दात केली आहे. **ज्ञानाचा संच किंवा साठा म्हणजे विज्ञान होय.** यावर स्पष्टीकरण करताना ते उभयता म्हणतात, की ज्ञानाच्या आकलनाच्या विशिष्ट अपरिवर्तनीय पद्धती असतात, परंतु ज्ञानाचा साठा मात्र सतत परिवर्तनशील असतो, परंतु विज्ञानाची ही व्याख्या सुद्धा अपूर्ण आहे, कारण इंग्रजी, मराठी, हिंदी वा अन्य भाषेतील साहित्य, तत्त्वज्ञान, १९ व्या शतकातील चित्रकला यांचा समावेश सुद्धा ज्ञानाच्या साठ्यात केला जाऊ शकतो, पण त्यांना विज्ञान ही संज्ञा दिली जात नाही.

अनेक विचारवंत असे मानतात की विज्ञान हा प्रयोगशाळेतील अभ्यासविषय आहे, परंतु ज्ञानाचा साठा असा प्रयोगशाळेतील परीक्षानळीत बंद करता येत नाही किंवा प्रयोगशाळेतील दिव्याच्या ज्योतीद्वारे तो वितळविताही येत नाही. मग अशा ज्ञानसाठ्यास विज्ञान ही संज्ञा कशी लावता येईल ? म्हणून त्यांच्या विज्ञानाच्या व्याख्येवर स्पष्टीकरण करताना किंबॉल यंग व रेमण्ड डब्ल्यू मॅक असे म्हणतात की कोणत्याही ज्ञानसाठ्यात तथ्ये अमान्य केली जात नाहीत, तर त्यात एकतर भर घातली जाते किंवा त्यात सुधारणा केली जाते, म्हणून ज्ञानाचा साठा सतत वाढत जातो. ज्यात सतत भर पडते असा ज्ञानसाठा हा विज्ञान म्हणून स्वीकारला जाईल. उदा. आईस्टाईनचा सापेक्षवादाचा सिद्धान्त असे सांगत नाही की 'न्यूटन' यांची वैज्ञानिक तथ्ये चुकीची होती, पण तो त्या सिद्धान्तात भर घालून त्यासंबंधी अधिक स्पष्टीकरण करतो. सारांशरूपात बोलावयाचे झाल्यास असे म्हणता येईल, की ज्या ज्ञानसाठ्यात संशोधनाच्या माध्यमाच्या साहाय्याने सतत भर पडते, जुने ज्ञान किंवा सिद्धान्त एक तर सुधारले जातात किंवा नवीन स्वरूपात ते प्रतिपादन करताना अवास्तवतेला दूर सारून वास्तवतेचाच स्वीकार करतात, तो 'ज्ञानसाठा' व त्यावर आधारित ज्ञानशाखा म्हणजे विज्ञान होय.

३) अल्विन एल बरट्रांड (Alvin L. Bertrand) : बरट्रांड या समाजशास्त्रज्ञाच्या मताने **एखादी कोणतीही गोष्ट सत्य अथवा बरोबर आहे की नाही हे जाणून घेण्याच्या पद्धतीला विज्ञान असे म्हणतात**. या व्याख्येशिवाय समाजशास्त्राच्या अभ्यासपद्धतीवर विवेचन करताना बरट्रांड यांनी विज्ञान या संकल्पनेची आणखी एक व्याख्या केली आहे ती पुढीलप्रमाणे **ज्ञान आणि सिद्धान्त यांचे सुव्यवस्थित संघटन करणारी ज्ञानशाखा म्हणजे विज्ञान होय**. या दोन्हीही व्याक्यांचा मथितार्थ असा, की विशिष्ट पद्धतीचा वापर करून ज्या ज्ञानशाखेत विविध घटनांचा अभ्यास केला जातो त्या ज्ञानशाखेला विज्ञान ही संज्ञा प्रदान करता येते.

४) डेव्हिड नॅकमिआस आणि चाव्हा नॅकमिआस (David Nachmias and Chava Nachmias) : या दोन संशोधक समाजशास्त्रज्ञांनी त्यांच्या सामाजिक शास्त्रातील संशोधन पद्धती (Research Methods in the Social Sciences) या ग्रंथात विज्ञान या संकल्पनेवर चर्चा करताना असे म्हटले होते, की विज्ञानाची व्याख्या करणे सोपे नाही. प्रत्येक अभ्यासकाने विज्ञान ही संज्ञा वेगवेगळ्या संदर्भांत वेगवेगळ्या अर्थांनी वापरली आहे. या समाजशास्त्रज्ञांनी विज्ञानाची व्याख्या करणाऱ्या विद्वानांचे तीन गटांत विभाजन केले असून प्रत्येक गटाने केलेली व्याख्या आपण तपासून पाहू.

अ) **पहिल्या गटातील** विद्वानांच्या मतानुसार प्रतिष्ठा प्राप्त झालेले अध्ययन कार्य म्हणजे विज्ञान होय.

ब) **दुसऱ्या गटातील** विद्वानांच्या विचारानुसार विज्ञान म्हणजे सत्यज्ञानाचा संचय होय.

क) **तिसऱ्या गटातील** विद्वनांच्या प्रतिपादनाप्रमाणे अनुभवजन्य घटकांचे वस्तुनिष्ठ संशोधन म्हणजे विज्ञान होय.

या तिन्ही व्याख्यांचा एकत्रित विचार करता कोणत्याही ज्ञानशाखेला विज्ञान हा दर्जा प्राप्त होण्यासाठी खालील निकष गरजेचे आहेत. (I) वस्तुनिष्ठ संशोधन (II) सत्याधारित ज्ञान (III) प्रतिष्ठाप्राप्त अध्ययन कार्य इत्यादी

या तिन्ही विचारवंतांच्या विचारांच्या आधाराने आपण असे म्हणू शकतो, की विज्ञान ही संकल्पना खूपच व्यापक आहे :- विविध घटकांचा वास्तवतेच्या आधारे अनुभवजन्य संशोधनप्रक्रियेद्वारे केलेला सुव्यवस्थित अभ्यास म्हणजे विज्ञान होय.

विज्ञानाचे प्रकार (Types of Science) :

विज्ञानाच्या व्याख्येप्रमाणेच विज्ञानाचे प्रकार पाडणे अवघड आहे, परंतु त्या त्या ज्ञानशाखेच्या अभ्यासविषयावरून विज्ञानाचे तीन गटांत वर्गीकरण करता येते. खालील आकृती पाहा.

विज्ञानाचे वर्गीकरण दर्शविणारी आकृती (Classification of Science)

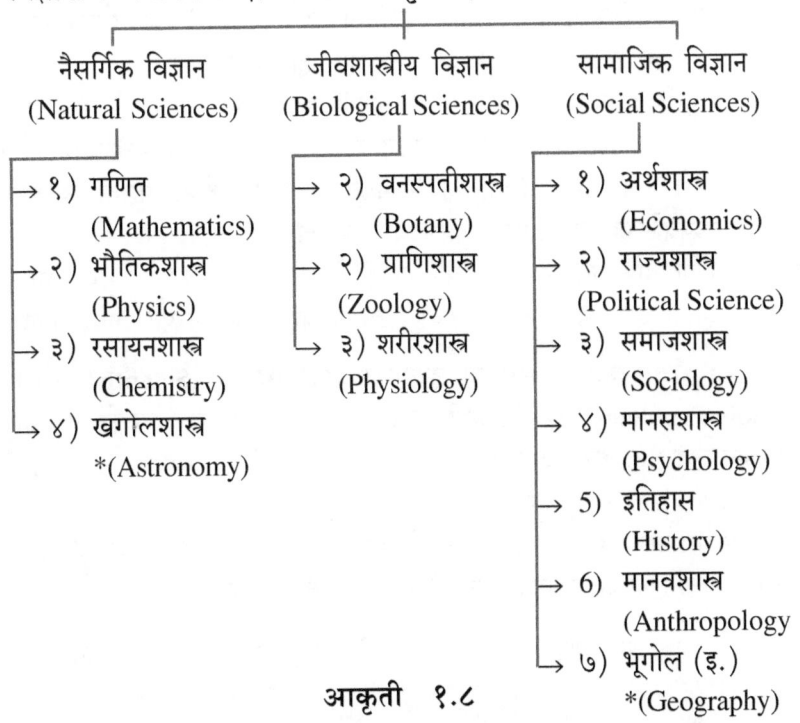

नैसर्गिक विज्ञान (Natural Sciences)
- १) गणित (Mathematics)
- २) भौतिकशास्त्र (Physics)
- ३) रसायनशास्त्र (Chemistry)
- ४) खगोलशास्त्र *(Astronomy)

जीवशास्त्रीय विज्ञान (Biological Sciences)
- २) वनस्पतीशास्त्र (Botany)
- २) प्राणिशास्त्र (Zoology)
- ३) शरीरशास्त्र (Physiology)

सामाजिक विज्ञान (Social Sciences)
- १) अर्थशास्त्र (Economics)
- २) राज्यशास्त्र (Political Science)
- ३) समाजशास्त्र (Sociology)
- ४) मानसशास्त्र (Psychology)
- 5) इतिहास (History)
- 6) मानवशास्त्र (Anthropology
- ७) भूगोल (इ.) *(Geography)

आकृती १.८

(पूर्वीच्या काळी खगोलशास्त्र आणि सर्व सामाजिकशास्त्रे यांचा समावेश विज्ञान या संकल्पनेत केला जात नव्हता. आज मात्र या सर्वांना विज्ञान मानले जाते.)

विज्ञानाच्या कसोट्या किंवा विज्ञानाचे निकष (Criteria of Science) :

कोणत्याही ज्ञानशाखेला विज्ञान ही संज्ञा लावावयाची असेल तर त्याच्या कसोट्या ठरविणे किंवा निर्धारित करणे हे पण एक अवघड काम आहे, परंतु तशा प्रकारचे प्रयत्न अनेक समाजशास्त्रज्ञांनी केले असून त्याचा आपण प्रथम विचार करणार आहोत व नंतर त्या आधारे समाजशास्त्र हे विज्ञान आहे का हे तपासणार आहोत.

अ) रॉबर्ट एल्. सुथरलँड, ज्युलिअमन एल् वूडवार्ड आणि मिल्टन ए. मॅक्सवेल (Robert L. Sutherland, Julian L. Woodward and Milton A. Maxwell) :

या तीन समाजशास्त्रज्ञांनी विज्ञानाच्या कसोट्यांवर किंवा निकषांवर सविस्तर विवेचन केले असून त्यातील काही प्रमुख मुद्दे आपण तपासून पाहणार आहोत. विज्ञानाच्या प्रामुख्याने दोन कसोट्या आहेत. अ) काही गृहीत तत्त्वे ब) पद्धती यावर थोडक्यात विचार करू.

अ) **काही गृहीत तत्त्वे :** यातील काही प्रमुख गृहीत तत्त्वे म्हणजे प्रघटना या सुव्यवस्थित व नैसर्गिक पद्धतीने घडतात. हा विश्वास होय.

ब) **पद्धती :** पद्धतींत सर्वात प्रमुख पद्धती म्हणजे निरीक्षणपद्धती होय. यात मानवांच्या पाच संवेदनांपैकी* कोणत्याही एका वा अधिक संवेदनांचा वापर करणे होय. दुसरी पद्धती म्हणजे पडताळा पाहणे. दोन्ही पद्धतींत शक्यतो सुव्यवस्थितपणा आणि नियंत्रण यांना महत्त्व दिले जाते.

एकत्रित दृष्टिने विचार करता, कोणत्याही क्षेत्रातील वैज्ञानिकाला त्याचे संशोधन कार्य करताना खालील बाजूंच्या किंवा अवस्थांच्या साहाय्याने पुढे जावे लागते.

१) वैज्ञानिकाला समस्या हाताळाव्या लागतात (Scientist has to handle Problems) : या ठिकाणी समस्या म्हणजे ज्ञानातील अंतर किंवा उणीव होय की ज्याचे आकलन आजपर्यंत कोणालाच झाले नाही. ही समस्या अगदी साधी किंवा अतिजटिल असू शकते.

साध्या समस्येचे उदाहरण द्यावयाचे झाल्यास सैन्यदलात संरक्षणासाठी जे चर वा खंदक खोदले जातात त्याचे देता येईल. अमेरिकेत दुसऱ्या महायुद्धाच्या काळात

---

* मानवाच्या पाच संवेदना म्हणजे नाक, कान, डोळे, त्वचा आणि जीभ या द्वारे येणारी अनुभूती होय.

स्टाऊफर (Stouffer) आणि त्यांच्या सहकाऱ्यांनी ही समस्या हाताळली होती. ही समस्या हाताळण्याचा त्यांचा उद्देश होता की संरक्षक चर वा खंदक खणण्याची प्रथा कितपत योग्य आहे ? या प्रथेमागचा सैन्याचा दृष्टिकोन कसा आहे ? यात केवळ संरक्षक चर किंवा खंदक यांची युद्धातील उपयुक्तता अभ्यासणे व त्यासंबंधी सैनिकांचा दृष्टिकोन समजावून घेणे एवढाच साधा हेतू या संशोधनाचा होता. या उलट जगात आज सर्वत्र पसरत चाललेला एड्स (AIDS) सारखा जीवघेणा रोग यांचा अभ्यास करणे अत्यंत जटिल काम असून आज एड्सच्या अभ्यासाकडे अनेक संशोधकांचे लक्ष वेधले गेले आहे, परंतु या संशोधकांसमोरची सर्वात जटिल समस्या म्हणजे प्रथम एड्सचा रोगी शोधणे, तो कोणत्या कारणाने या रोगाचा बळी ठरला इत्यादी विविध बाजूंचा विचार करणे संशोधकाला अत्यावश्यक असून ते काम अत्यंत अवघड आहे. थोडक्यात, प्रत्येक संशोधनात वैज्ञानिकाला प्रथम कोणती समस्या हाताळावयाची हे निश्चित करावे लागते.

२) वैज्ञानिकाला विशिष्ट समस्येची व्याख्या करावी लागते किंवा समस्येच्या मर्यादा निश्चित कराव्या लागतात : या विज्ञानाचा अर्थ असा की समस्या ही अधिक तीव्र केली जाते व असे करताना एक प्रश्न हमखास विचारला जातो, तो हा की नेमकी कोणती समस्या आपल्याला हाताळवयाची आहे आणि त्यासाठी मूलभूत ज्ञानावर आधारित माहिती कोठे उपलब्ध होईल ? या प्रश्नाचे उत्तर शोधल्याशिवाय तुमचे प्रयत्न यशस्वी होणार नाहीत व तुम्ही चुकीच्या मार्गाने वाटचाल कराल. हे टाळावयाचे असेल तर वैज्ञानिकांनी प्रथमच आपल्या संशोधनाविषयीच्या मर्यादा निश्चित करून मगच त्या संबंधी पुढे पाऊल टाकावे. असे झाले तरच संशोधकाला तो अभ्यासत असलेल्या समस्येच्या संदर्भात अपयशाचा सामना करावा लागणार नाही. उदा. कामगारांच्या समस्येचा अभ्यास करणाऱ्या संशोधकाने कोणत्या क्षेत्रातील कामगारांचा व त्यांच्या कोणत्या विशिष्ट समस्येचा अभ्यास करणार आहे हे निर्धारित करूनच मग आपल्या संशोधन मार्गाकडे वाटचाल करावी.

३) वैज्ञानिकाने सुयोग्य माहिती जमा करावी व त्याची योग्य तिथे नोंद करावी : कोणत्याही विज्ञानाच्या प्रथम अवस्थेत त्या विज्ञानाचा महत्त्वाचा उद्देश हा त्या विज्ञानविषयाचे बिनचूक वर्णन करणे जरुरीचे आहे. तसेच एकदा अभ्यासविषय निवडला की त्या विषयाचा गतकालीन अशा वैज्ञानिक विषयाशी त्याचा संदर्भ जोडला गेला पाहिजे. विज्ञानाच्या दुसऱ्या अवस्थेत समस्येसंबंधी अशी माहिती गोळा करावी, की जी प्रामुख्याने सिद्धान्त कल्पनेची चाचणी घेण्याच्या दृष्टीने उपयुक्त ठरावी, परंतु संशोधनाच्या कोणत्याही अवस्थेत माहिती गोळा करताना व गोळा

केलेल्या माहितीची नोंदणी करताना एक गोष्ट लक्षात ठेवणे अत्यावश्यक आहे की ही जी जमा करण्यात आलेली माहिती वस्तुनिष्ठ स्वरूपाची असावी आणि सुव्यवस्थित मापनदण्डाचा किंवा मापनतंत्राचा वापर करून विशिष्ट संशोधनात्मक अभ्यासाशी निगडित अशी ती माहिती जमा केलेली असावी. सारांशरूपात असे म्हणता येईल की जमा केलेली माहिती ही वस्तुनिष्ठ, उपयुक्त अशीच असावी.

४) जमा केलेल्या माहितीचे विश्लेषण व संघटन वैज्ञानिकाने करावे :

कोणत्याही विज्ञान विषयाच्या विकासाच्या प्रत्येक अवस्थेत विश्लेषण आणि संघटन या दोन घटकांना आत्यंतिक महत्त्व आहे. कोणत्याही जमा केलेल्या माहितीचे विश्लेषण करण्यासाठी त्या माहितीचे प्रथम वर्गीकरण करावे लागते. समजा परित्यक्ता स्त्रियांच्या समस्येचा अभ्यास करणाऱ्या अभ्यासकाला त्याने जमा केलेल्या माहितीचे वर्गीकरण करावयाचे झाल्यास वयोगट, आर्थिक दर्जा, सामाजिक दर्जा, जात, धर्म, शिक्षण इत्यादी निकषांच्या आधाराने करावे लागते. यानंतर ही जमा केलेली माहिती अर्थपूर्ण रीतीने सुव्यवस्थितपणे संघटित करावी लागते. हे संघटन संकल्पना, संकल्पनात्मक योजना, सिद्धान्तकल्पना, नियम आणि सिद्धान्त या क्रमाने करावे लागते. याशिवाय कोणत्याही ज्ञानशाखेला विज्ञानाचा दर्जा प्राप्त होणार नाही.

५) संशोधकाने सिद्धान्तकल्पना तयार करावी :

सिद्धान्तकल्पना म्हणजे दोन किंवा अधिक घटकांतील (चलांतील-Variables) संबंधासंबधी केलेले विधान होय. सिद्धान्तकल्पना अशा रीतीने तयार केली जाते, की नंतर कोणत्याही चाचणीत ती सिद्ध व्हावी. या संदर्भात अमेरिकेत काविळीच्या रोगावर जे संशोधन झाले त्याचा दाखला या ठिकाणी देणे योग्य ठरेल. हे संशोधन होण्यापूर्वी कावीळ हा संसर्गजन्य रोग आहे या विचाराचा पगडा सर्वत्र होता आणि त्या संदर्भात जमा झालेल्या माहितीच्या आधारे असे लक्षात आले की काविळीचा ताप हा 'एडेस कॅलोपस' (Aedes Calopus) नावाच्या डासामार्फत हस्तांतरित होणाऱ्या विषाणूद्वारे होतो. काविळीच्या रोग्याच्या सान्निध्यात आल्यामुळे हा रोग होतो, या पारंपरिक समजुतीला या संशोधनामुळे धक्का बसला. यावरून असे अनुमान काढता येईल की सिद्धान्तकल्पना (Hypothesis) म्हणजे संशोधनाच्या निष्कर्षासंबंधी वर्तविलेला अंदाज होय.

६) वैज्ञानिकाला सिद्धान्तकल्पना सिद्ध करण्यासाठी आराखडा तयार करावा लागतो :

सिद्धान्तकल्पना (Hypothesis) सिद्ध करण्याच्या अनेक पद्धती आहेत. त्यातील योग्य पद्धतीची निवड, तुम्ही तुमचा संशोधनाचा विषय कोणता आहे हे पाहून, करू

शकता, परंतु प्राक्कथन करण्यासाठी सिद्धान्तकल्पना सिद्ध करणे अत्यावश्यक आहे आणि नंतर परत नवीन माहिती गोळा करून ही माहिती पूर्वी गोळा केलेल्या माहितीच्या आधारे केलेले प्राक्कथन व निरीक्षण यांची तुलना करून ही सिद्धान्तकल्पना तपासून पाहता येते. या पूर्वीच्या मुद्दा क्रमांक ५ मध्ये प्रतिपादन केल्याप्रमाणे जी सिद्धान्तकल्पना विकसित केली ती ही, की काविळीचा ताप हा संसर्गजन्य रोग नसून तो 'एडेस कॅलोपस' नावाच्या डासापासून फैलावतो. या सिद्धान्तकल्पनेला सिद्ध करावयाचे असेल तर संशोधकाला खालील प्रश्नांचा शोध घेणे अत्यावश्यक ठरेल. जर काविळीचा ताप हा संसर्गजन्य नसेल आणि जर तो ताप 'एडेस कॅलोपस' डासांच्या द्वारेच हस्तांतरित होत असेल तर मग या 'एडेस कॉलोपस' डासांपासून पूर्ण संरक्षण काही माणसांना दिले, परंतु काविळीच्या तापाची बाधा झालेल्या रोग्यांच्या सान्निध्यात त्यांना ठेवले, रोग्यांचे कपडे, बिछाना यांच्याशी या माणसांचा संपर्क आल्यावरही ही सर्व माणसे रोगमुक्त राहात असतील तर वरील सिद्धान्तकल्पना सिद्ध झाली असे म्हणावे लागेल.

७) वैज्ञानिक नवीन निरीक्षण करून (म्हणजेच नवीन माहिती जमा करून) सिद्धान्तकल्पना सिद्ध करू शकातात :

यालाच विज्ञानाच्या भाषेत पडताळा पाहणे असे म्हणतात. याचा अर्थ ज्या विषयावर संशोधन करून सिद्धान्त कल्पना मांडण्यात आली आहे त्या विषयावरच परत नवीन माहिती संकलित करून त्या आधारे नव्या स्वरूपात सिद्धान्तकल्पना मांडावयाची. जर पहिल्या सिद्धान्तकल्पनेशी दुसरी सिद्धान्तकल्पना तंतोतंत जुळणारी असेल किंवा दुसरी सिद्धान्तकल्पना ही जवळ जवळ पहिल्या सिद्धान्तकल्पनेशी मिळती जुळती असेल तर सिद्धान्तकल्पना सिद्ध होऊन पडताळा पाहणे प्रक्रिया पूर्ण झाली असे ठामपणे म्हणता येते. जोपर्यंत सिद्धान्तकल्पना (Hypothesis) सिद्ध होत नाही तो पर्यंत सिद्धान्तकल्पनेचे रूपांतर सिद्धान्तात होणार नाही.

८) वैज्ञानिक, आपले निष्कर्ष प्रकाशित करू शकतात :

बऱ्याच वेळा वैज्ञानिक आपले संशोधन कार्य एकट्यानेच करीत असतो, परंतु हे वैज्ञानिक जरी स्वतंत्रपणे संशोधन करीत असले तरी ते सतत त्यांच्या विषयाच्या वैज्ञानिक परिषदेत अन्य ज्येष्ठ वैज्ञानिकांशी संपर्क प्रस्थापित करतात किंवा आपल्या संशोधनाचे निष्कर्ष संबंधित विषयाला वाहिलेल्या एखाद्या नियतकालिकात (Journal) प्रकाशित करून त्यावर टीकाटिपण्णीची अपेक्षा करतात, त्यामुळे संशोधनातील उणिवा संबंधित संशोधकांच्या लक्षात आणून दिल्या जातात, की ज्यामुळे संशोधकाला आपल्या संशोधनात सुधारणा क ाने त्याच्या संशोधन अहवालात ज्या पद्धतीचा वापर

संशोधनासाठी केला होता त्याचे विस्तृत वर्णन त्याने करावे अशी अपेक्षा असते, कारण त्यामुळे अन्य वैज्ञानिकांना त्याच पद्धतीचा वापर त्यांच्याही संशोधनात करता येईल. तसेच संशोधकांनी परस्परांचे निष्कर्ष तपासल्यामुळे, एकाच प्रकारचा संशोधनात्मक प्रयोग अनेकांनी केल्यामुळे, संशोधनातील चुका व उणिवा परस्परांच्या लक्षात आल्यामुळे त्यांना त्यांच्या संशोधनात योग्य त्या सुधारणा करण्यास योग्य वाव मिळतो, यालाच पडताळा पाहणे असे म्हणतात. या अर्थाने विज्ञान स्वतःच्या चुका स्वतःच दुरुस्त करते असे म्हणता येईल.

१०) वैज्ञानिक एकमेकांच्या संशोधन कार्याच्या आधारे किंवा साहाय्याने सिद्धान्त बांधणी करतात :

यापूर्वी सूचित केल्याप्रमाणे वैज्ञानिक परिश्रम किंवा प्रयत्न हे एक सहकारी कार्यक्षेत्र आहे. सोप्या शब्दात असे म्हणता येईल की वैज्ञानिक संशोधन कार्य परस्पर सहकार्यातून आकाराला येते. उदा. रसायनशास्त्रातील वास्तव ज्ञानाचे ज्ञानभांडार हे त्या त्या संयुक्त उत्पादनक्षेत्रातील हजारो संशोधकांनी केलेले संशोधन, केवळ एका राष्ट्रापुरते मर्यादित न राहता सर्व जगातील रसायनशास्त्रज्ञांना, ते खुले आहे. या क्षेत्रात केलेले भूतकालीन संशोधन, समकालीन संशोधन हे भविष्यकालीन जगातील सर्व संशोधकांना मार्गदर्शक ठरेल. रसायनशास्त्रात जगातील विविध राष्ट्रांतील संशोधकांनी संशोधन करून सादर केलेले अहवाल, संशोधन प्रबंध, विविध शाखांत (रसायन शास्त्राच्या) झालेले विपुल संशोधन म्हणजेच रसायन शास्त्राचे ज्ञानभांडार (Stock of the Knowledge) होय. अन्य विषयांच्या संदर्भात वेगळी स्थिती नाही. याचा अर्थ असा की विज्ञान क्षेत्रात (मग ते कोणतेही विज्ञान) सहकार्याशिवाय किंवा एकत्र प्रयत्न केल्याशिवाय वैज्ञानिक संशोधन व वैज्ञानिक उत्पादन केवळ अशक्य होय.

विज्ञानाच्या या कसोट्यांच्या संदर्भात एक गोष्ट सर्व वैज्ञानिकांनी लक्षात ठेवणे गरजेचे आहे, की विज्ञानाच्या या कसोट्या या त्याच क्रमाने आल्या पाहिजेत किंवा तपासून पाहिल्या पाहिजेत असे नाही. हे वरील तीन शास्त्रज्ञ यावर भाष्य करताना म्हणतात की वैज्ञानिक अभ्यासपद्धती म्हणजे एखादा खाद्यपदार्थ तयार करण्याची पाककृती नाही की ज्यात विशिष्ट क्रमानेच कृती करावी लागते. या उलट वैज्ञानिक अभ्यासपद्धतीला एक चक्रांकित बाजू आहे. एक वैज्ञानिक कसोटी दुसऱ्या चाचणी केलेल्या संचयित ज्ञानाचे सिंहावलोकन करते व त्यात योग्य त्या सुधारणा आवश्यक असल्यास सुचविते.

म्हणून वैज्ञानिक संशोधनाची प्रत्येक कसोटी वा प्रत्येक अवस्था महत्त्वाची आहे.

समाजशास्त्र हे शास्त्र किंवा विज्ञान आहे काय ? (Is Sociology Science?):

आतापर्यंतच्या विवेचनात आपण कोणत्याही ज्ञानशाखेला विज्ञान ही संज्ञा द्यावयाची असेल तर कोणकोणते निकष किंवा कसोट्या आहेत यावर सविस्तर असे विवेचन केले. या पुढे आपण विज्ञान किंवा शास्त्र ही संज्ञा 'समाजशास्त्र' या ज्ञानशाखेला लावता येते का, या प्रश्नाचा शोध घेण्याचा प्रयत्न करणार आहोत. समाजशास्त्र ही ज्ञानशाखा सुरू होऊन, तिला प्रतिष्ठा प्राप्त होऊन, तिला स्वत:ला स्वतंत्र ज्ञानशाखा म्हणून विद्वत् मान्यता मिळून आज (२०१३ साली) सुमारे १७५ वर्षांचा कालावधी लोटला आहे. सुरुवातीला या समाजशास्त्ररूपी ज्ञानशाखेला शास्त्र किंवा विज्ञान हा दर्जा देण्यास नैसर्गिक आणि जीवनशास्त्राचे शास्त्रज्ञ यांचा विरोध होता, परंतु प्रथमत: अग्युस्त कान्त (Auguste Comte) यांनी प्रत्यक्षवादी तत्त्वज्ञानाच्या आधारे समाजशास्त्राचा अभ्यास कोणत्या पद्धतीने करावा हे विशद करून समाजशास्त्रात प्रथमच एका विशिष्ट अभ्यासपद्धतीचा अवलंब केला व इतर समाजशास्त्रज्ञांना त्यासारख्या अभ्यासपद्धतीच्या वापराचे किंवा वापर करण्याचे आव्हान केले. कान्तने (Comte) या संदर्भात असे म्हटले होते, की समाजशास्त्रज्ञांनी सामाजिक घटनांचा अभ्यास करताना सर्व प्रकारच्या आध्यात्मिक कल्पनांना जाणीवपूर्णक दूर ठेऊन वास्तविकतेच्या आधारे त्या घटनांचे निरीक्षण करून नंतर वर्गीकरण आणि कारणमीमांसा या आधाराने निष्कर्ष काढावेत. कान्तचा हा विचार समाजशास्त्र हे शास्त्र वा विज्ञान आहे हे दर्शविते. यानंतर क्रमाने दयुरखेम, स्पेन्सर फ्रेड्रिक ली प्ले, मॅक्स वेबर इत्यादी समाजशास्त्रज्ञांनी समाजशास्त्र विज्ञान किंवा शास्त्र का आहे ? या विषयावर विवेचन करण्यास आणि त्याचबरोबर समाजशास्त्राचा अभ्यास विषय निर्धारित करण्यात, त्यांच्या योगदानात भर दिला होता. समाजशास्त्राच्या अभ्यासाला एका पद्धतिशास्त्रात गुंफून त्यांच्या अभ्यासाला विशिष्ट रूप व दिशा देण्यात या संस्थापक समाजशास्त्राचा वाटा खूप मोठा आहे, याबाबत मतभेद संभवत नाहीत.

आणि म्हणूनच आज समाजशास्त्र हे शास्त्र किंवा विज्ञान आहे का ? हा प्रश्न गैर लागू आहे. एक शास्त्र म्हणून समाजशास्त्र आज प्रस्थापित झाले असून ते एक सामाजिक शास्त्र किंवा विज्ञान आहे, या विचाराला नैसर्गिक व जीवशास्त्रासहित सर्वांची मान्यता मिळाली आहे. सर्व क्षेत्रांतील मानवी सामाजिक संबंधांचा अभ्यास हा समाजशास्त्राचा अभ्यास म्हणून सर्वमान्य झाला आहे, हे जरी खरे असले तरी एक विज्ञान वा शास्त्र म्हणून समाजशास्त्राचे स्वरूप कसे असावे, ते शास्त्र का आहे इत्यादीविषयी मांडलेल्या काही मतांचा आपण आढावा घेऊ.

अ) प्रा. हॅरी जॉन्सन यांचे विचार (Views of Prof. Harry M. Johnson):

कोणत्याही ज्ञानशाखेला विज्ञान हा दर्जा प्राप्त होण्यासाठी जे निकष आवश्यक आहेत ते समाजशास्त्रात आढळतात का ? हा प्रश्न विचारून प्रा. हॅरी जॉन्सन स्पष्टपणे असे प्रतिपादन करतात की समाजशास्त्रात विज्ञानाची पुढील चार वैशिष्ट्ये आढळतात.

(I) समाजशास्त्र हे अनुभविक शास्त्र आहे : या विधानाचा अर्थ असा की समाजशास्त्र हे निरीक्षण आणि कारणमीमांसा यावर आधारलेले शास्त्र आहे. समाजशास्त्र हे दैवी चमत्कारांवर अवलंबून असलेले शास्त्र नसून ते वास्तवतेवर आधारलेले आहे, म्हणून समाजशास्त्राचे निष्कर्ष हे काल्पनिक स्वरूपाचे नसतात. अर्थात समाजशास्त्रनिर्मिती प्रक्रियेच्या प्रारंभिक अवस्थेत कार्य करताना सर्वच वैज्ञानिकांना काही प्रमाणात काल्पनिकतेचा आधार घ्यावा लागतो, परंतु कालांतराने मात्र या काल्पनिकतेला वास्तवतेच्या किंवा वस्तुनिष्ठतेच्या चाचणीद्वारे तपासून पाहिल्यानंतरच नवीन स्वरूपाचे वैज्ञानिक शोध जाहीर करण्यात येतात. थोडक्यात असे म्हणता येईल, की इतर विज्ञानांप्रमाणे समाजशास्त्रज्ञ पण अनुभवांच्याद्वारे विविध कल्पना तपासून पाहतात व त्या वास्तव आहेत असे सिद्ध झाल्यास समाजशास्त्रपण विज्ञान ठरते किंवा त्यास विज्ञानाचा दर्जा प्राप्त होतो.

(II) समाजशास्त्र सैद्धांतिक शास्त्र आहे : या विधानाचा अर्थ असा की समाजशास्त्र हे गुंतागुंतीच्या निरीक्षणाचे सारांशरूपात विवेचन करते. हे विवेचन करताना विविध प्रतिपादनांचे किंवा विधानांचे परस्परांशी असलेले संबंध विशद करून त्याचे अभ्यासविषयाशी कार्यिक स्वरूपाचे संबंध प्रतिपादन करण्याचा प्रयत्न करणे होय. समाजशास्त्रातील अनेक सिद्धान्त हे या प्रकारचे असतात. दुसऱ्या शब्दात असेही म्हणता येईल, की समाजशास्त्रात कोणत्या ना कोणत्या मानवी संबंधाचा अभ्यास केला जातो. मानवी सामाजिक संबंध हे विविधांगी असल्याने सामाजिक संबंधांचे (नि:पक्षपाती) निरीक्षण करणेच अवघड असल्याने समाजशास्त्रीय संशोधनातील गुंतागुंत वाढत जाऊन समाजशास्त्र अधिकाधिक सैद्धांतिक बनते.

(III) समाजशास्त्र हे संचिततेवर आधारलेले शास्त्र आहे : या विधानाचा अर्थ असा, की समाजशास्त्रीय सिद्धान्ताची बांधणी एकमेकांवर आधारलेली असते. दुसऱ्या शब्दात असे म्हणता येईल की जुने सिद्धान्त त्याच प्रकारच्या नवीन सिद्धान्ताद्वारे सुधारले जातात किंवा विस्तारित केले जातात. उदा. कुटुंबसंस्था कुटुंबसंस्थेचे स्वरूप जसजसे बदलत जाईल तसतसे त्यासंबंधी अभ्यास करून नवीन सिद्धान्त मांडताना जुन्या सिद्धान्ताचा आधार घेतला जातो. म्हणून कै. डॉ. इरावती कर्वे यांच्या संयुक्त कुटुंबाच्या अभ्यासातील काही विधानांत डॉ. के. एम्. कापडिया यांनी

काही दुरुस्त्या सुचविल्या होत्या व त्या सर्वांनी मान्य केल्या होत्या. याचा अर्थ असा की नवीन सिद्धान्त हे जुन्या सिद्धान्ताच्या पायावर उभारलेले असतात.

(IV) समाजशास्त्र हे नैतिकशास्त्र नाही : या विधानाचा अर्थ असा की मानवी समाजजीवनाचा अभ्यास करताना समाजशास्त्रज्ञ किंवा संशोधक समाजातील एखादी क्रिया चांगली आहे की वाईट आहे याचे नैतिक दृष्टिकोनातून विश्लेषण करणार नाही तर केवळ त्या सामाजिक क्रियांचे वर्णन क्रिया जशा घडल्या त्यानुसार करेल.

आज जगात सर्वत्र समाजशास्त्रातील विविध क्षेत्रांत संशोधने चालू आहेत, त्याद्वारे विविध सामाजिक प्रश्न अभ्यासले जात आहेत. अजूनही समाजशास्त्रीय संशोधनाला पूर्णत्व प्राप्त झाले नसले तरी त्या मार्गाने समाजशास्त्राची वाटचाल निश्चितच चालू आहे. समाजशास्त्र अभ्यासाचा आवाका इतका प्रचंड आहे, की त्यात होणारे संशोधनकार्य त्या तुलनेने फारच कमी आहे, म्हणूनच समाजशास्त्रीय संशोधनाला पूर्णत्व प्राप्त करण्यास काही कालावधी हा लागणारच.

ब) प्रा. ऑगबर्न आणि प्रा. निमकॉफ यांचे विचार :

समाजशास्त्र विज्ञान किंवा शास्त्र आहे काय? या प्रश्नावर ऑगबर्न आणि निमकॉफ यांनी पण चर्चा केली होती. हे दोन समाजशास्त्रज्ञ विज्ञानाची व्याख्या करताना म्हणतात की कोणतीही ज्ञानशाखा विज्ञान या संज्ञेला पात्र ठरावयाची असेल तर त्या ज्ञानशाखेचे खालील तीन निकषांच्या आधारे परीक्षण करणे जरुरीचे आहे.

I) ज्ञानशाखेच्या प्रमुख विषयाबाबत विश्वसनीयता
II) त्या ज्ञानशाखेचे संघटन
III) त्या ज्ञानशाखेच्या अभ्यासपद्धती

विज्ञानाचे हे निकष समाजशास्त्राच्या अध्ययनात कितपत लागू होतात हे पाहणे आवश्यक असून त्यावर आपण चर्चा करू.

I) ज्ञानशाखेच्या प्रमुख विषयाबाबतची विश्वसनीयता : समाजशास्त्र सामाजिक शास्त्रातील सर्वात तरुण ज्ञानशाखा आहे. या ज्ञानशाखेच्या अभ्यासविषयातील विश्वसनीयता दिवसेंदिवस वाढत आहे, यात शंका नाही. या संदर्भात समाजशास्त्राची सुरुवात खूपच चांगली झाली होती. लोकसंख्या, कुटुंब, सामाजिक समूह वा गट, सामाजिक, संस्था, संस्थांची उत्क्रांती, सामाजिक परिवर्तन प्रक्रिया, असंख्य सामाजिक समस्या या आणि यासारख्या अनेक क्षेत्रांस समाजशास्त्र या ज्ञानशाखेने जी संशोधने केलीत ती नुसतीच वाखणण्यासारखी नव्हती तर समाजशास्त्राच्या अभ्यासाला

विश्वसनीयता प्राप्त करून देणारी ठरली असे म्हणता येईल. समाजशास्त्रज्ञांना समाजशास्त्राच्या मर्यादांचीही माहिती अथवा जाणीव होती. समाजशास्त्राचे ज्ञान आणि संशोधन यांना स्थळाकाळाच्या मर्यादा आहेत, त्यामुळे भौतिकशास्त्रासारख्या ज्ञानशाखेच्या संशोधनातून येणाऱ्या निष्कर्षांसारखे निष्कर्ष निश्चित स्वरूपाचे नसतात, म्हणून समाजशास्त्राच्या नियमनांचे सामान्यीकरण करता येत नाही, हे जरी खरे असले तरी समाजशास्त्राचे अभ्यासक आज अधिकाधिक तटस्थ राहून सामाजिक घटनांचे विश्लेषण करून समाजशास्त्रीय संशोधनाद्वारे प्रतिपादन करण्यात आलेल्या निष्कर्षांचे सामान्यीकरण कसे करता येईल, याच्या प्रयत्नांत आज आहेत. उदा. जगातील विविध देशांत झालेल्या बालगुन्हेगारीच्या अभ्यासावरून असे दिसून आले आहे की बालगुन्हेगारीला कारणीभूत असलेली कारणे सर्वत्र सारखीच आहेत. कोणत्याही ज्ञानशाखेच्या वास्तविकतेच्या अभ्यासाच्या अचूकतेची सर्वात चांगली चाचणी म्हणजे त्या ज्ञानाच्या किंवा ज्ञानशाखेच्या प्राक्कथनाची क्षमता होय. समाजशास्त्रात झालेल्या संशोधनावरून असे आढळून आले आहे, की समाजशास्त्रज्ञांकडून प्राक्कथन करताना जरी काही किरकोळ चुका झाल्या असल्या किंवा होत असल्या तरी या चुका इतक्या कमी प्रमाणात असतात की त्या क्षम्य ठराव्यात. नैसर्गिक शास्त्राप्रमाणे समाजशास्त्राने केलेले प्राक्कथन हे जरी १००% सत्य नसले तरी ते ८०% बरोबर असेल तर मग समाजशास्त्राच्या शास्त्र वा विज्ञान या दर्जाला त्यामुळे बाधा येऊ नये. तसे म्हटले तर काही नैसर्गिक शास्त्रांचे प्राक्कथन १००% बरोबर असतेच असे नाही. उदा. हवामानशास्त्रज्ञांनी (Meterologist) यांनी पावसासंबंधी किंवा वादळासंबंधीचे अंदाज किंवा प्राक्कथने (अगदी उपग्रहाद्वारे पाठविलेल्या चित्राद्वारे व्यक्त केलेली प्राक्कथने) १००% बरोबर ठरतातच असे नाही. असे असूनही जर हवामानशास्त्र (Meterology) हे शास्त्र म्हणून मान्यता पावत असेल तर मग समाजशास्त्रालाच शास्त्र किंवा विज्ञान म्हणून का संबोधू नये ? असा प्रश्न निर्माण होतो. समाजशास्त्रीय संशोधनाद्वारे अभ्यासलेले अनेक निष्कर्ष हे वास्तवतेवर आधारलेले आणि विश्वसनीय असतात यात शंका नाही. या सर्व चर्चेचा मथितार्थ हा की 'समाजशास्त्र हे पण शास्त्र वा विज्ञान आहे.'

II) ज्ञानशाखेचे संघटन : तथ्यांचा विविध प्रकारचा संग्रह विज्ञान किंवा शास्त्र या संज्ञेस पात्र ठरत नाही. उदा. जागतिक पंचांग हे शास्त्र कसे ठरणार ? परंतु दुसरीकडे रसायनशास्त्रातील सेंद्रिय व असेंद्रिय या संयुगांचे परस्परसंबंध हे मात्र विज्ञान या संज्ञेस पात्र ठरतात. यावर भाष्य करताना ऑगबर्न आणि निमकॉफ हे दोन समाजशास्त्रज्ञ म्हणतात, की कोणत्याही ज्ञानशाखेच्या संघटनेचे मूल्य हे प्रमाणबद्धतेत किंवा सौंदर्यात्मक घाटात नसून ते, ती विशिष्ट ज्ञानशाखा आपल्या अभ्यासक्षेत्रात किती

मोठ्या प्रमाणात नवीन शोध लावते यावर अवलंबून असते. विज्ञानाचे संघटन हे त्या विज्ञानाच्या विविध भागांतील जमा केलेल्या माहितीतील परस्परसंबंधावर अवलंबून असते. समाजशास्त्रापुरता विचार करावयाचा झाल्यास असे ठामपणे म्हणता येईल, की समाजशास्त्रात समाविष्ट होणाऱ्या विविध सामाजिक अथवा अन्य घटकांतील संबंध इतके मजबूत आहेत की ते नवीन शोधाला नुसतेच मार्गदर्शक ठरतील असे नाही, तर ते नवीन नवीन शोधांचे साधन बनू शकतील, हे जरी खरे असले तरी संपूर्ण समाजशास्त्रीय अभ्यासक्षेत्राचे एकीकरण करण्यास ते पुरेसे नाहीत. समाजशास्त्राच्या या मर्यादा मान्य करूनही समाजशास्त्राच्या समाजशास्त्रीय ज्ञानाचे मोठ्या प्रमाणात संकलन करून या ज्ञानाच्या एकीकरणाला वाट मोकळी करून देते, म्हणून समाजशास्त्रास विज्ञान ही संज्ञा देणे योग्य ठरेल.

(III) ज्ञानशाखेच्या अभ्यासपद्धती : प्राचीन मनुष्याजवळ शस्त्रे, हत्यारे व सापळे वापरण्याचे, कपडे तयार करण्याचे आणि घर बांधण्याचे ज्ञान होते. ते विश्वसनीय पण होते. जे अभ्यासक या ज्ञानाला विज्ञान म्हणत नाहीत, ते असे गृहीत धरतात की प्राचीन मानवाजवळ वैज्ञानिक अभ्यासपद्धती नव्हती; मग असा प्रश्न निर्माण होतो – की वैज्ञानिक अभ्यासपद्धती म्हणजे काय? प्राचीन मानवाला शस्त्रे, हत्यारे इत्यादी साधनांचा शोध लागला तो केवळ अपघाताने. प्रयत्न करताना होणाऱ्या चुकांतून प्राचीन मानव अनेक गोष्टी शिकला. वैज्ञानिक पद्धती ही कमी वेळ खर्च करणारी आणि झटपट निर्णय देणारी असते. वैज्ञानिक पद्धतीची सुरुवात अशा कल्पनेच्या द्वारे होते की ज्यातील विचार हे ५०% पेक्षा जास्त सत्य किंवा वास्तव असण्याची शक्यता असते. ह्या कल्पनांचे विश्लेषण केल्यानंतरच ह्या कल्पना सिद्धान्तकल्पना (Hypothesis) या संज्ञाद्वारे परिभाषित केल्या जातात. नंतर या सिद्धान्तकल्पना (Hypothesis) सिद्ध करण्यासाठी योग्य ते पुरावे (म्हणजे योग्य ती माहिती) गोळा केले जातात.

प्रयोगशाळेतील प्रयोग, नैसर्गिक शास्त्राच्या संशोधनाच्या दृष्टीने जरी आत्यंतिक महत्त्वाचे असले तरी समाजशास्त्रात मात्र प्रयोगपद्धती तितकीशी उपयोगी पडत नाही. समाजशास्त्रात समाजशास्त्राचा अभ्यासक हा प्रयोगशाळेतील प्रयोगापेक्षा संशोधन विषयासंबंधी गोळा केलेल्या आकडेवारीवर अधिक अवलंबून राहतो. समजा, आपणास 'गरीब कुटुंबातील बालमृत्यूचे प्रमाण' यावर संशोधन वा सर्वेक्षण करावयाचे असेल तर ५०% श्रीमंत कुटुंबांतील माता व ५०% गरीब कुटुंबांतील माता यांना प्रयोगशाळा नामक एका खोलीत डांबून बालमृत्यूच्या प्रमाणावर अभ्यास करता येणार नाही, तर त्या संबंधीची आकडेवारी संशोधकाला ज्या ज्या कुटुंबांत बालमृत्यू झाले आहेत त्या त्या कुटुंबांतील मातांकडून त्यासंबंधीची माहिती गोळा करावी

लागते, परंतु नुसती बालमृत्यूची माहिती व आकडेवारी गोळा करून चालत नाही तर त्यासंबंधी अनेक बाबींचा विचार करावा लागतो. त्यात माता-बालकाच्या कुटुंबाचा आर्थिक दर्जा, त्यांच्या भरणपोषणाची अवस्था, संबंधित लोकजीवनपद्धतीतील रूढी, परंपरा, सांस्कृतिक, रीतीरिवाज, वांशिक स्थिती इत्यादी बाबींच्या संदर्भात ही माहिती गोळा करावी लागते व या माहितीचा परस्परसंबंध प्रस्थापित करून त्यासंबंधी निष्कर्ष काढावे लागतात.

शेवटी या संदर्भात सारांशरूपात बोलावयाचे झाल्यास विज्ञान या संज्ञेला पात्र होण्यासाठी लागणारे बरेचसे निकष समाजशास्त्रीय संशोधनात आढळतात, म्हणून समाजशास्त्र हे शास्त्र वा विज्ञान या संज्ञेला पात्र ठरू शकते. समाजशास्त्र हे विज्ञान वा शास्त्र आहे की नाही हे जाणून घेण्यासाठी डॉ. जी. आर. मदन या भारतीय समाजशास्त्रज्ञाचे विचार जाणून घेऊ. ते म्हणतात, संशोधकाने प्रथम विज्ञानाची मूलभूत तत्त्वे जाणून घेतली पाहिजेत. विसाव्या शतकातील विज्ञानविषयक शब्दकोशात विज्ञानाची व्याख्या पुढीलप्रमाणे केली आहे - विज्ञान म्हणजे असे ज्ञान की जे सुव्यवस्थित असते आणि जे सर्वसामान्य तत्त्वांच्या साहाय्याने एकत्र आणता येते. जे ज्ञान निरीक्षण आणि अनुभव याद्वारे निश्चित केले जाते. दुसरे समाजशास्त्रज्ञ किंबॉल यंग (Kimball Young) विज्ञानाची व्याख्या पुढील शब्दात प्रतिपादन करतात. विज्ञान म्हणजे एकंदर विश्व आणि मनुष्य यांच्या संदर्भातील स्थापित झालेले व त्याचा पडताळा पाहिलेले ज्ञान किंवा कोणत्या पद्धतीने हे ज्ञान प्राप्त झाले त्या संबंधीचे ठोकताळे होत. आपल्या या व्याख्येवर स्पष्टीकरण करताना किंबॉल यंग असे प्रतिपादन करतात, की या व्याख्येतील 'पहिला भाग' हा त्या त्या विषयाशी संबंधित आहे तर 'दुसरा भाग' विज्ञान विषयात कोणत्या अभ्यासपद्धतीचा वापर करावयाचा याच्याशी संबंधित आहे. वरील दोन्ही व्याख्यांत विज्ञानाचे जे निकष प्रतिपादन केले आहेत ते समाजशास्त्राच्या अभ्यासातही आढळतात, म्हणून समाजशास्त्र हे शास्त्र अथवा विज्ञान या संज्ञेस पात्र ठरते.

अन्य विज्ञानविषयांचे अध्ययन करण्यासाठी ती विज्ञाने विशिष्ट स्वरूपाच्या अध्ययन पद्धतीचा किंवा अभ्यासपद्धतीचा वापर करतात, त्याचप्रमाणे 'समाजशास्त्र' एखाद्या सामाजिक प्रघटनेचे किंवा सामाजिक समस्येचे अध्ययन करण्यासाठी विशिष्ट अभ्यास पद्धतीचा वापर करीत असल्यामुळे त्या प्रघटनेच्या किंवा समस्येच्या अध्ययनात अधिकाधिक अचूकता येते. या दृष्टीने विचार करता जेव्हा समाजशास्त्राचा एखादा संशोधक संशोधनासाठी एखादा विषय निवडतो, तेव्हा त्याला अंतिम टप्प्यापर्यंत पोहोचण्यासाठी सात एकानंतर एक येणाऱ्या टप्प्यांतून मार्गक्रमण करावे लागते.

समाजशास्त्रीय अभ्यासपद्धतीचे सात टप्पे :

समाजशास्त्रीय प्रघटनांचे नि:पक्षपाती व अचूक निष्कर्ष निघावेत, म्हणून या अभ्यासपद्धतीच्या सात टप्प्यांचे निर्धारण करण्यात आले आहे. या ठिकाणी या सात टप्प्यांचा आपण अगदी धावता आढावा घेणार आहोत.

१) समस्या सूत्रण (Formulation of Problem) : समस्या सूत्रण म्हणजे संशोधकाने वा अभ्यासकाने संशोधनासाठी त्याला आवडेल अशा विषयाची निवड करणे होय. यात अभ्यासाचे स्वरूप, अभ्यासाचे क्षेत्र, नमुना निश्चितीकरण इत्यादी बाबींचा समावेश होतो. संशोधनासाठी योग्य विषयाची निवड करणे ही समाजशास्त्रीय संशोधनाची पहिली पायरी होय.

२) निरीक्षण (Observation) : 'निरीक्षण' म्हणजे निवडलेल्या विषयाशी संबंधित माहिती गोळा करणे. निरीक्षणासाठी योग्य त्या साधनाची निवड करण्याची क्रियाही निरीक्षण या संकल्पनेत येते. निरीक्षण करताना संशोधकाने अत्यंत तटस्थ राहून वास्तव व पूर्वग्रहविरहित माहिती संकलित करणे गरजेचे असते. संशोधनाशी संबंधित माहिती गोळा करण्याच्या क्रियेला तथ्य संकलन (Collection of Data) म्हणतात.

३) वर्गीकरण (Classification) : संशोधकाने 'तथ्य संकलना'च्या साहाय्याने जमा केलेल्या माहितीचे विविध निकषांच्या आधारे विभाजन केलेले असते. माहिती देणारे उत्तरदाते विविध क्षेत्रांतले असल्यामुळे माहितीच्या वर्गीकरणाला महत्त्व येते. वर्गीकरणासाठी पुढील निकष महत्त्वाचे ठरतात – वय, शिक्षण, आर्थिक उत्पन्न, धर्म, जात, परिसर (ग्रामीण/नागरी) इत्यादी. संशोधनाच्या स्वरूपानुसार संशोधकाने वर्गीकरणाचे योग्य ते निकष ठरवावे. संशोधनाच्या योग्य त्या निष्कर्षासाठी संकलित माहितीचे सुयोग्य व काटेकोर वर्गीकरण करणे गरजेचे आहे.

४) सिद्धान्तकल्पना किंवा गृहीततत्त्व (Hypothesis) : सिद्धान्तकल्पना म्हणजे आपल्या संशोधनासंबंधी काढलेले तात्पुरते किंवा कामचलाऊ निष्कर्ष होत. संकलित माहितीच्या वर्गीकरणानंतर संशोधनासंबंधी संशोधकाच्या मनात संशोधनाच्या निष्कर्षासंबंधी जे अस्पष्ट चित्र उभे राहते, त्यासच सिद्धान्तकल्पना किंवा गृहीततत्त्व म्हणतात. वर्गीकरण करताना, संशोधकांच्या हे लक्षात येते की संकलित माहितीपैकी काही माहिती संशोधनाशी असंबंधित आहे, चुकीची आहे, तर काही अतिरंजित आहे, काही माहिती पूर्वग्रहयुक्त आहे. सिद्धान्तकल्पना तयार करताना अशा माहितीकडे संशोधकाने दुर्लक्ष केले पाहिजे अन्यथा त्यात उणिवा राहण्याची शक्यता असते.

५) पडताळा पाहणे (Verification) : एकदा केलेल्या संशोधनानुसार मांडण्यात

आलेली सिद्धान्तकल्पना सिद्धान्त बांधणीत जर रूपांतरित व्हावयाची असेल तर पडताळा प्रक्रियेद्वारे ती सिद्ध व्हावी लागते. पडताळा पाहणे म्हणजे पहिल्या संशोधनानंतर काही विशिष्ट कालखंडानंतर त्याच विषयावर त्याच निकषाच्या आधारे तीच सिद्धान्तकल्पना मांडून तसेच संशोधन त्याच टप्प्यानुसार करावयाचे. पहिल्या संशोधनाचे व दुसऱ्या संशोधनाचे निष्कर्ष जर समान असतील तर मग सिद्धान्तकल्पना सिद्ध झाली असे म्हणावे लागते. पहिल्या संशोधनाच्या निष्कर्षांवर आधारित दुसरे संशोधन काही कालखंडानंतर हातात घेऊन दुसऱ्या संशोधनाचे निष्कर्ष हे पहिल्या संशोधनांसारखेच आले तर या पूर्ण प्रक्रियेस पडताळा पाहणे असे म्हणतात. पडताळा पाहिल्याशिवाय सिद्धान्तबांधणी होत नाही.

६) प्राक्कथन किंवा भविष्यकथन करणे (Prediction) : प्राक्कथन म्हणजे एखादी राजकीय, सामाजिक अथवा अन्य स्वरूपाची घटना घडण्यापूर्वी त्यासंबंधीचा अंदाज व्यक्त करणे. विविध क्षेत्रांतला अनुभव, प्रत्यक्ष त्या क्षेत्री केलेले संशोधन यांच्या आधारे प्राक्कथन शक्य होते. एखाद्या शहरातील राजकीय / सामाजिक महत्त्वाच्या नेत्याच्या पुतळ्याची एखाद्या समाजकंटकाने विटंबना केल्यानंतर झालेल्या दंगलीचे पडसाद इतर शहरांतही उमटण्याची शक्यता व्यक्त करण्याची क्रिया म्हणजे प्राक्कथन होय. विविध क्षेत्रांत संशोधन करून त्या आधाराने विशिष्ट घटनेच्या संदर्भात प्राक्कथन करण्याची क्षमता समाजशास्त्रज्ञादी सामाजिक शास्त्रांत आहे.

७) अहवाललेखन (Report Writing) : संशोधकाने केलेल्या संशोधनांचे निष्कर्ष प्रतिपादन करण्यात आलेला लिखित दस्तऐवज म्हणजे अहवाललेखन होय. काही तज्ज्ञांच्या मताने संशोधनाचा अहवाल हा संशोधनाचे एक प्रकारे प्रतिबिंब असते. तज्ज्ञांप्रमाणे सर्वसामान्यअभ्यासकांसाठी संशोधकाचे हे अहवाललेखन महत्त्वाचे ठरते, म्हणून अहवालाची भाषा सर्वसामान्यांना समजेल अशी सरळ, सोपी व ओघवती असावी. अहवालात दुर्बोध, कठीण व विद्वत्तापूर्ण अशा भाषेचा वापर टाळावा. अहवालात योग्य ठिकाणी आकडेवारीचा आधार देऊन त्यास वास्तवदर्शन घडविण्याच्या प्रयत्नात काल्पनिक कथा, ऐकीव माहिती, संशोधकाचे अथवा उत्तरदात्यांचे पूर्वग्रह इत्यादी बाबींना अहवालात स्थान देण्याचे टाळावे. संशोधकाच्या संशोधनाचे, संकलित माहितीच्या आधारे केलेले वास्तव चित्रण म्हणजे संशोधन अहवाल होय.

समारोप

समाजशास्त्र : उदय आणि विकास या अंतर्गत समाजशास्त्राच्या विकासाचा ऐतिहासिक कालखंडापासून आधुनिक काळापर्यंत आढावा घेतल्यानंतर 'समाजशास्त्र'

या संज्ञेची निर्मिती वा व्युत्पत्ती कशी झाली व त्याचा प्रणेता कोण, यावर विवेचन केले. त्यानंतर समाजशास्त्राचा अर्थ लक्षात येण्यासाठी समाजशास्त्राच्या काही व्याख्या आपण पाहिल्यास समाजशास्त्राचा अभ्यासविषय अथवा समाजशास्त्राचे स्वरूप काय, यावर ११ प्रमुख मुद्द्यांच्या आधाराने सविस्तर चर्चा केली. आपल्या अभ्यासाचा एक भाग म्हणून समाजशास्त्राच्या व्याप्तीवर विवेचन करताना समाजशास्त्राच्या व्याप्तीचे दोन दृष्टिकोन १) समन्वयात्मक किंवा जीवसेंद्रिय २) स्वरूपप्रधान वा विशेषात्मक यावर प्रकाशझोत टाकला.

यानंतर एक विज्ञान म्हणून समाजशास्त्रांच्या स्वरूपावर चर्चा करताना विज्ञान म्हणजे काय, विज्ञानाचे निकष व कसोट्या कोणत्या यावर १० मुद्द्यांच्या आधारे विवेचन केले. समाजशास्त्र हे शास्त्र वा विज्ञान आहे का या संदर्भात प्रा. हॅरी जॉन्सन व प्रा. ऑगबर्न आणि निमकॉफ यांच्या विचारांच्या आधाराने चर्चा केली. एक विज्ञान म्हणून समाजशास्त्रीय संशोधनातही इतर विज्ञानांप्रमाणे स्वतंत्र अभ्यासपद्धती उदयाला आली. या ठिकाणी समाजशास्त्रात संशोधन अभ्यासपद्धतीचे सात टप्पे असून त्या टप्प्यांवर आपण थोडक्यात विवेचन करून या प्रकरणाची सांगता केली आहे.

स्वाध्याय

१) खालीलपैकी कोणत्याही दोन प्रश्नांची उत्तरे प्रत्येकी ५० शब्दांत द्या.

अ) समाजशास्त्राचा उदय

ब) समाजशास्त्र हा शब्द प्रथम कोणी वापरला आणि का?

क) समाजशास्त्राचा जीवसेंद्रिय संप्रदाय

ड) समाजशास्त्राच्या कोणत्याही दोन व्याख्या द्या.

ई) विज्ञान म्हणजे काय?

२) खालीलपैकी कोणत्याही चारवर प्रत्येकी १०० शब्दांत टीपा द्या.

अ) समाजशास्त्राच्या विकासाचा धावता आढावा

ब) भारतातील समाजशास्त्राचा विकास

क) विज्ञानाचे निकष

ड) समाजशास्त्राचा स्वरूपप्रधान संप्रदाय जॉर्ज सिमेलचे (गॉर्ग झिमेर) विचार

इ) समाजशास्त्राच्या अभ्यासविषयाचे कोणतेही दोन मुद्दे स्पष्ट करा.

फ) सामाजिक आंतरक्रिया

३) **खालीलपैकी कोणत्याही तीन प्रश्नांची उत्तरे प्रत्येकी २०० ते २५० शब्दात लिहा.**

अ) हर्बर्ट स्पेन्सर यांच्या जीव सेंद्रिय संकल्पनेवर चर्चा करा.

ब) समाजशास्त्र हे शास्त्र आहे काय? हॅरी जॉन्सन विचाराचा थोडक्यात आढावा घ्या.

क) एक विज्ञान म्हणून समाजशास्त्राचे स्वरूप स्पष्ट करा.

ड) 'समाजशास्त्र' या मराठी संज्ञेची व्युत्पत्ती कशी झाली ते स्पष्ट करा.

इ) समाजशास्त्राच्या अभ्यासविषयाचे कोणतेही चार मुद्दे विशद करा.

फ) 'समाजशास्त्र' हे शास्त्र का? याबाबत हॅरी जॉन्सन याचे विचार स्पष्ट करा.

ग) समाजशास्त्राच्या वैज्ञानिक अभ्यास पद्धती.

४) **खालीलपैकी कोणत्याही एक प्रश्नाचे उत्तर ५०० शब्दांत लिहा.**

अ) समाजशास्त्राची व्याख्या सांगा. समाजशास्त्राच्या अभ्यासविषयाची चर्चा करा.

ब) समाजशास्त्राच्या व्याप्तीसंबंधातील दृष्टिकोनाचा सविस्तर आढावा घ्या.

क) विज्ञानाच्या व्याख्या द्या. विज्ञानाचे निकष समाजशास्त्राला लागू होतात का ते स्पष्ट करा.

प्रकरण : २
समाजशास्त्रातील मूलभूत संकल्पना

अध्यायनाची उद्दिष्टे :

१) मूलभूत संकल्पना या संज्ञेचा अर्थ विद्यार्थ्यांना माहिती होण्यासाठी

२) 'समाज' या संकल्पनेचा समाजशास्त्रीय अर्थ विद्यार्थ्यांच्या मनावर ठसविण्यासाठी

३) समाजाचे अस्तित्व समाजसंरचनेवर आधारित असते. समाजरचनेचा किंवा समाजसंरचनेचा अर्थ व त्याचे मूलभूत घटक विद्यार्थ्यांना माहिती व्हावेत म्हणून

४) सामाजिक संस्था या संकल्पनेचा अर्थ आणि वैशिष्ट्ये याचे आकलन विद्यार्थ्यांना व्हावे म्हणून

प्रस्तावना

या प्रकरणात आपण समाजशास्त्रात सातत्याने ज्या मूलभूत संकल्पना वापरल्या जातात त्यावर चर्चा करणार आहोत. परंतु, ही चर्चा सुरू करण्यापूर्वी आपण 'मूलभूत संकल्पना' (Basic Concept) ही संज्ञा समजून घेणार आहोत; तसेच विविध विचारवंतांनी मूलभूत संकल्पनेच्या संदर्भात जे विवेचन केले ते पाहणार आहोत. यानंतर मग आपल्या अभ्यासक्रमात प्रतिपादन केल्याप्रमाणे आपण समाज, सामाजिक संरचना आणि सामाजिक संस्था या संकल्पना समजून घेताना या प्रत्येक संकल्पनेच्या व्याख्या, त्यांची वैशिष्ट्ये किंवा मूलभूत घटक यावर प्रसंगानुरूप किंवा संकल्पनानुरूप सविस्तर चर्चा करणार आहोत. सुरुवातीला म्हटल्याप्रमाणे 'संकल्पना' म्हणजे नेमके काय व त्यांना त्या त्या शास्त्रात काय महत्त्व आहे हे जाणून घेण्याचा प्रयत्न आपण या ठिकाणी करणार आहोत. त्याची सुरुवात आपण संकल्पनेच्या व्याख्या आणि स्वरूप यांच्यावर सविस्तर चर्चा करू.

मूलभूत संकल्पना – अर्थ व स्वरूप (Basic Concepts - Meaning and Nature) :

प्रत्येक शास्त्राची स्वत:ची अशी एक स्वतंत्र भाषा असते. सामाजिक शास्त्रे पण त्याला अपवाद नाहीत. प्रत्येक शास्त्राची ही जी स्वतंत्र भाषा असते, त्यास परिभाषा या संज्ञेने संबोधले जाते. या परिभाषेतील शब्द 'पारिभाषिक शब्द' म्हणून ओळखले जातात. पारिभाषिक शब्दांचा त्या त्या शास्त्रातील अर्थ आणि सर्वसामान्य जनता तो शब्द ज्या अर्थाने वापरते तो अर्थ यात भिन्नता असते. तसेच त्या शब्दाचा त्या त्या भाषेतील शब्दकोशात दिलेला अर्थ आणि त्या त्या शास्त्रातील अभ्यासकांना, संशोधकांना व शास्त्रज्ञांना अभिप्रेत असलेला अर्थ यातही भिन्नता आढळते. सर्वसामान्यपणे त्या त्या शास्त्रातील शास्त्रज्ञ त्या विशिष्ट पारिभाषिक शब्दाला एक विशिष्ट अर्थ चिकटवितात किंवा विशिष्ट अर्थ प्रदान करतात तेव्हा त्या विशिष्ट अर्थाच्या पारिभाषिक संज्ञेला किंवा शब्दाला संकल्पना (Concept) असे म्हणतात. हे विधान काही उदाहरणांच्या साहाय्याने आपण तपासून पाहू. 'समाज' हा समाजशास्त्राच्या अभ्यासाचा विषय समाजशास्त्रीय भाषेत सामाजिक संबंधांचे जाळे म्हणजे समाज होय असे अभिप्रेत आहे. परंतु, सर्वसामान्य लोक जेव्हा 'समाज' हा शब्द वापरतात तेव्हा तो वरील अर्थाने न वापरता वेगवेगळ्या अर्थांनी वापरतात. सर्वसामान्य व्यक्ती जेव्हा हिंदू समाज, मुस्लीम समाज असा समाज या शब्दाचा वापर करते तेव्हा तिला विशिष्ट धार्मिक विचारप्रणालीवर विश्वास किंवा श्रद्धा ठेवणाऱ्या व्यक्तीचा गट किंवा समूह असा त्याचा अर्थ अपेक्षित असतो. एखाद्या विशिष्ट जातीची व्यक्ती जेव्हा म्हणते की 'आज आमच्या समाजाची सभा आहे' तेव्हा त्या ठिकाणी तिच्या डोळ्यांसमोर तिच्या जातीची सभा असा त्याचा अर्थ होतो. लोक जेव्हा दुसऱ्या देशातून किंवा प्रांतातून आपल्या देशात वा प्रांतात येऊन वस्ती करतात तेव्हा या परदेशीय किंवा परप्रांतीय लोकसमूहासाठी पण 'समाज' या शब्दाचा वापर करतात. उदा. बांगलादेशी समाज, चिनी समाज, मारवाडी समाज, बिहारी समाज अथवा कानडी समाज. या ठिकाणी परदेशीय वा परप्रांतीय लोक समूहासाठी समाज हा शब्द वापरतात. आत्तापर्यंत सर्वसामान्यांनी जिथे जिथे 'समाज' या शब्दाचा वापर केला तो एक सामाजिक गट म्हणून. या ठिकाणी सामाजिक गट वा समूह म्हणून जेव्हा समाजाचा म्हणजे समाज या शब्दाचा वापर केला जातो त्याचे स्वरूप मूर्त असते. परंतु, समाजशास्त्रज्ञ समाजशास्त्रीय अर्थाने जेव्हा 'समाज' या शब्दाचा वापर करतात तेव्हा समाजाचे स्वरूप हे अमूर्त असते. समाजशास्त्रज्ञांच्या मताने समाज ही एक प्रक्रिया असून ती अनेक घटकांच्या एकीकरणातून आकाराला

येते. 'समाज' म्हटले की, खालील बाबी समाजशास्त्राच्या अभ्यासकांसमोर उभ्या राहतात. (पुढील आकृती पाहा.)

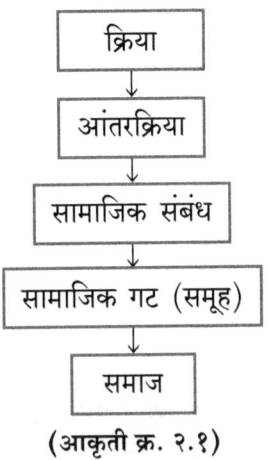

(आकृती क्र. २.१)

आकृती क्र. २.१ वरून तुमच्या एक लक्षात येईल की, समाजशास्त्रीय भाषेत 'समाज' ही काही एखादी वस्तू नसून ती एक सामाजिक प्रक्रिया असून त्याचे स्वरूप अमूर्त असते.

'समाज' या शब्दाप्रमाणेच 'समुदाय' या संज्ञेचा 'समाजशास्त्रीय अर्थ' व सर्वसामान्य जनता वापरते तो अर्थ यातही फरक असल्याचे निदर्शनास येते. उदा. एखाद्या ठिकाणी एखाद्या देवतेची यात्रा भरली असेल व यात्रेला येणाऱ्या भाविकांत स्त्री भाविकांची संख्या जास्त असेल तर सर्वसामान्य मनुष्य म्हणतो की, 'यात्रेला स्त्रियांचा प्रचंड समुदाय जमला होता.' किंवा एखाद्या प्रदर्शनाला जर विद्यार्थ्यांची खूप गर्दी असेल तर सर्वसामान्य मनुष्य सहजपणे म्हणून जातो की 'प्रदर्शनाला विद्यार्थी समुदाय प्रचंड प्रमाणात उपस्थित होता.' एखाद्या धार्मिक प्रवचनाला उपस्थित राहणाऱ्या वृद्धांची संख्या जास्त असेल तर सर्वसामान्य मनुष्य म्हणतो की, प्रवचनाला अपेक्षेपेक्षा जास्त 'वृद्धांचा समुदाय' जमला होता. या तिन्ही उदाहरणांत विशिष्ट स्वरूपाच्या व्यक्तींच्या 'एकत्रीकरणासाठी' सर्वसामान्य मनुष्य समुदाय या शब्दाचा वापर करतो. परंतु, समाजशास्त्रात मात्र 'समुदाय' या संज्ञेचा अर्थ वरील सर्व अर्थांपेक्षा वेगळा आहे. समाजशास्त्रीय परिभाषेत समुदाय ही पारिभाषिक संकल्पना पुढील शब्दांत व्याखित केली जाते.

सामान्य उद्देशाच्या पूर्ततेसाठी एका विशिष्ट अथवा निश्चित भूप्रदेशावर जीवन जगणाऱ्या व्यक्तींच्या समूहास समुदाय या संज्ञेने संबोधले जाते. समाजशास्त्रज्ञांच्या मताने समुदाय हा प्रादेशिक स्वरूपाचा गट असून काही समाजशास्त्रज्ञांच्या मताने

'भूप्रदेश' हे समुदायाचे अत्यावश्यक अंग असल्याचे समाजशास्त्रज्ञ मानतात. एखाद्या छोट्या समुदायातून मोठे समुदाय आकाराला येतात किंवा एका मोठ्या समुदायात अनेक छोटे समुदाय समाविष्ट असतात. (पुढील आकृती पाहा.)

खेडेगाव → सर्वात छोटा समुदाय
↓
शहर
↓
तालुका
↓
जिल्हा
↓
विभाग → कोकण, मराठवाडा इत्यादी
↓
प्रांत → महाराष्ट्र, कर्नाटक, गुजरात (इत्यादी)
↓
राष्ट्र → भारत, ब्रिटन, रशिया, जपान इत्यादी
↓
विश्व (जग) → सर्वात मोठा समुदाय

(आकृती २.२)

या प्रकारची अनेक उदाहरणे देता येतील, परंतु विस्तारभयास्तव तो मोह आवरतो.

संकल्पनांच्या स्वरूप निर्देशित व्याख्या (Nature Indicated Definitions of Concepts) :

संकल्पना या संज्ञेची व्याख्या करणे अवघड आहे. काही शास्त्रज्ञांनी तशा प्रकारचा प्रयत्न केला असून त्यांच्या प्रयत्नांचा आपण आढावा घेऊ.

अ) विलियम पी स्कॉट (William P. Scott) :

यांनी त्यांच्या समाजशास्त्राच्या शब्दकोशात 'संकल्पना' या पारिभाषिक शब्दावर जे सविस्तर विवेचन केले आहे त्यावरून 'संकल्पना' या शब्दाचा अर्थ व स्वरूप विद्यार्थ्यांच्या सहज लक्षात येईल.

१) संकल्पना म्हणजे असा शब्द किंवा शब्दांचा असा संच की जो कोणत्यातरी (कोणत्याही) वस्तुंच्या स्वरूपासंबंधीच्या सर्वसामान्य कल्पना व्यक्त करतो किंवा दोन वस्तूंतील संबंध प्रकट करतो की ज्यामुळे दोन प्रघटनांतील वर्गीकरणात्मक श्रेणी तयार करण्यास पार्श्वभूमी प्राप्त होते.

२) 'संकल्पना' या (त्या त्या शास्त्राला) अनुभाविक प्रघटनांच्या प्रचंड (विस्तृत) विभिन्नतेला योग्य व्यवस्थेत आणण्यासाठी साधनांचा पुरवठा करतात.

३) तसेच 'संकल्पना' या अत्यावश्यक प्रक्रियेचे सामान्यीकरण करून शास्त्राच्या परिभाषेचा आधार तयार करतात.

४) 'संकल्पना' या (शास्त्रात) स्वाभाविक स्वरूपात आढळत नसून त्यांचा शोध घ्यावा लागतो.

५) 'संकल्पना' की ज्यात वैज्ञानिक संकल्पनांचाही समावेश होतो. या प्रकटनांच्या काही पैलूंवर प्रकाशझोत टाकताना इतर पैलूंकडे दुर्लक्ष करतात, कारण ते अध्ययनाच्या दृष्टीने क्षुल्लक असतात.

६) म्हणून व्यक्ती ज्या संकल्पनांचा वापर करते त्यावर वास्तवतेसंबंधीच्या तिच्या ज्ञानाचा महत्त्वपूर्ण परिणाम होतो.

७) 'वैज्ञानिक संकल्पना' वैज्ञानिक ज्ञानाचा किंवा वैज्ञानिक सिद्धान्ताचा एक भाग बनतात किंवा तयार करतात.

ब) एच. पी. फेअरचाईल्ड (H. P. Fairchild) :

यांनी संपादित केलेल्या समाजशास्त्राच्या शब्दकोशात 'समाजशास्त्रीय संकल्पना' हा शब्दसंच वापरला असून त्याचा अर्थ पुढीलप्रमाणे प्रतिपादन केला आहे.

समाजशास्त्रीय संकल्पना म्हणजे अक्षरश: अशी विशेष प्रतीके की ज्यातून समाजशास्त्राचा अभ्यासक किंवा संशोधक समाजाच्या वैज्ञानिक ज्ञानाच्या आधाराने काही सर्वसामान्य संकल्पना काढू शकतो.

या व्याख्येचा अर्थ असा की, समाजाचा वैज्ञानिक दृष्टिकोनातून अभ्यास केल्यानंतर जे ज्ञान संशोधकाला किंवा अभ्यासकाला प्राप्त होते त्या ज्ञानाच्या आधारे तो सर्वसामान्यांसाठी ज्या कल्पना (Idea) प्रतिपादन करतो त्यास 'संकल्पना' असे म्हणतात. थोडक्यात, संकल्पनांच्या साहाय्याने ते ते शास्त्र आपली स्वत:ची अशी पारिभाषिक शब्दांच्या आधारे परिभाषा तयार करते. त्या-त्या शास्त्रातील पारिभाषिक शब्दांचा म्हणजेच संकल्पनांचा अर्थ लक्षात आल्याशिवाय त्या शास्त्राचा अभ्यास पूर्ण होणार नाही. बऱ्याच वेळा पारिभाषिक शब्द एकच असतो पण त्याचा अर्थ वेगवेगळ्या शास्त्रांत वेगवेगळा असतो. उदा. आपण इंग्रजीतील Constitution

(कॉन्स्टिट्यूशन) हा शब्द घेऊ. हा शब्द राज्यशास्त्राच्या (Political Science) परिभाषेत व त्याचप्रमाणे वैद्यकशास्त्राच्या (Medical Science) परिभाषेत पण वापरला जातो. राज्यशास्त्रात 'कॉन्स्टिट्यूशन' या इंग्रजी पारिभाषिक शब्दाचा अर्थ राज्यघटना किंवा संविधान असा घेतला जातो तर वैद्यकशास्त्रात मात्र कॉन्स्टिट्यूशन म्हणजे शरीररचना होय. शब्द एकच पण त्याचा त्या-त्या शास्त्रातील अर्थ वेगवेगळा म्हणून कोणत्याही शास्त्राच्या ज्ञानप्राप्तीसाठी त्या-त्या शास्त्राची परिभाषा व त्या अंतर्गत असलेले पारिभाषिक शब्द किंवा संकल्पना यांची माहिती असणे अभ्यासकांच्या दृष्टीने महत्त्वाचे मानले जाते. त्या त्या शास्त्राच्या पारिभाषिक शब्दातील जास्तीतजास्त संकल्पनांची माहिती असणे त्या शास्त्राच्या सखोल अध्ययनासाठी अत्यावश्यक आहे. या प्रकरणात आपण प्रामुख्याने समाज (Society), सामाजिक संरचना (Social Structure) आणि सामाजिक संस्था (Social Institutions) या तीन पारिभाषिक संकल्पनांवर सविस्तर चर्चा करणार आहे.

समाज (Society) :

'समाज'ही संकल्पना समाजशास्त्रामध्ये वारंवार वापरली जाते; कारण काही समाजशास्त्रज्ञांच्या मताने समाजाचा अभ्यास म्हणजेच समाजशास्त्राचा अभ्यास होय. म्हणून 'समाज' ही संकल्पना समाजशास्त्रीय दृष्टिकोनातून तपासणे समाजशास्त्राचे अभ्यासक म्हणून आपले कर्तव्य होय; कारण समाजशास्त्र वगळता अन्यत्र हा शब्द विविध अर्थांनी वापरला जातो. विशेषत: एखादा समूह, एखादे मंडळ किंवा एखादी संघटना या अर्थाने या शब्दाचा वापर केला जातो. उदा. कृषक समाज : म्हणजे शेती करणाऱ्या शेतकऱ्यांचा समूह असा त्याचा अर्थ. 'जाती' साठी पण समाज या शब्दाचा वापर करण्यात येतो. उदा. मराठा समाज, ब्राह्मणसमाज, माळी समाज वा शिंपीसमाज इत्यादी. धार्मिक संघटना किंवा धर्म यासाठी पण समाज या शब्दाचा वापर करण्यात येत असल्याचे आढळून येते. उदा. महाराष्ट्रातील वारकरी समाज, आर्य समाज, हिंदू समाज, मुस्लीम समाज इत्यादी. त्यामुळे 'समाज' या शब्दाच्या नेमक्या अर्थाबद्दल गोंधळ निर्माण होण्याची शक्यता असते. हे टाळण्यासाठी समाजशास्त्राच्या अभ्यासकांनी 'समाज' या संकल्पनेचा समाजशास्त्रीय अर्थ समजून घेणे आवश्यक आहे.

'समाज' या संकल्पनेचा नेमका अर्थ जर समजून घ्यावयाचा असेल तर समाजशास्त्रातील काही संकल्पनांचा अर्थ समजून घ्यावा लागेल. या संकल्पनांतील आपल्या दृष्टीने महत्त्वाची संकल्पना म्हणजे 'संबंध' (Relationship) होय. या संकल्पनेचा अर्थ आपण जाणून घेण्याचा प्रयत्न करू.

संबंध (Relationship) :

दोन निर्जीव अथवा सजीव घटकांत होणारी परस्परक्रिया म्हणजे संबंध होत. संबंध हे सर्वसामान्यपणे दोन प्रकारचे असतात – (१) भौतिक संबंध (Physical or Material Relationship) (२) सामाजिक संबंध (Social Relationship) या दोन्ही संकल्पना आपण समजून घेऊ.

१) भौतिक संबंध (Physical or Material Relationships) : जेव्हा दोन किंवा दोनपेक्षा अधिक निर्जीव वस्तुंमध्ये परस्परक्रिया प्रस्थापित होते तेव्हा त्यास भौतिक संबंध म्हणतात. उदा. फळा, खडू व डस्टर किंवा पुस्तके, कपाट, कागद, शाई, टेबल खुर्ची, भोपळा इत्यादी. या सर्व घटकांत परस्परक्रिया होते पण त्या क्रियेची त्यांना जाणीव नसते. या प्रकारच्या परस्परक्रियेत कोणत्याही प्रकारच्या भावना गुंतलेल्या नसतात. तसेच या भौतिक संबंधात उत्स्फूर्तपणा नसतो. अशा भौतिक स्वरूपाच्या संबंधाचा अभ्यास समाजशास्त्रात केला जात नाही.

२) सामाजिक संबंध (Social Relationship) : जेव्हा दोन किंवा दोनपेक्षा जास्त सजीव घटकांमध्ये म्हणजेच व्यक्तींमध्ये परस्परक्रिया प्रस्थापित होतात तेव्हा त्यास सामाजिक संबंध म्हणतात. वडील-मुलगा, पती-पत्नी, दोन वा अधिक मित्र, शिक्षक- विद्यार्थी, नेते-अनुयायी इत्यादींत प्रस्थापित होणाऱ्या परस्परक्रिया या सामाजिक संबंध या संज्ञेस पात्र ठरतात. ज्या दोन किंवा दोनपेक्षा अधिक व्यक्तींत परस्परक्रिया प्रस्थापित होतात व त्यांचे जेव्हा सामाजिक संबंधात रूपांतर होते तेव्हा त्यात समाविष्ट झालेल्या सर्व व्यक्तींना त्या सामाजिक संबंधांची, त्यांच्या मर्यादेची पूर्ण जाणीव असते. काही तज्ज्ञांच्या मताने वरील विधानाचा अर्थ असा की, सामाजिक संबंध हे जाणीवपूर्वकच निर्माण केले जातात, त्यामुळे सामाजिक संबंध कोणाशी प्रस्थापित करावयाचे व कोणाशी करावयाचे नाहीत याचा निर्णय घेण्याचे स्वातंत्र्य काही प्रमाणात व्यक्तींना असते. तसेच सामाजिक संबंधात अनेक प्रकारच्या भावना समाविष्ट असल्यामुळे हे संबंध टिकण्यास मदत होते. आई-वडील व त्यांची मुले या संबंधात वात्सल्य ही भावना महत्त्वाची असते तर पती-पत्नी किंवा प्रियकर-प्रेयसी यांच्या संबंधात शृंगार ही भावना महत्त्वाची ठरते. शिक्षक-विद्यार्थी या सामाजिक संबंधात आदराच्या भावनेला प्राधान्य दिले जाते ; तर अन्य काही सामाजिक संबंधात द्वेषाची भावनाही प्रभावी ठरते. उदा. भारत-पाकिस्तान, अथवा अमेरिका-इराण इत्यादी देशांतील नागरिकांत प्रस्थापित होणाऱ्या सामाजिक संबंधात द्वेषाला प्राधान्य मिळते. तसेच सामाजिक संबंध हे विविध प्रकारचे असतात. उदा. आर्थिक, राजकीय, शैक्षणिक, धार्मिक आणि कौटुंबिक हे जरी खरे असले तरी

समाजशास्त्रीय दृष्टीने विचार करता सामाजिक संबंधाच्या स्वरूपाचे प्रामुख्याने दोन प्रकारांत विभाजन केले जाते -

अ) दीर्घकाळ टिकणारे सामाजिक संबंध

ब) तात्पुरत्या स्वरूपाचे सामाजिक संबंध

या दोन्ही प्रकारच्या सामाजिक संबंधांवर आपण थोडक्यात चर्चा करू.

अ) दीर्घकाळ टिकणारे सामाजिक संबंध :

या संबंधांचा उल्लेख जैविक सामाजिक संबंध किंवा कायम स्वरूपाचे सामाजिक संबंध असाही केला जातो. आई-वडील-मुले, भाऊ-बहीण, आजोबा-आजी इत्यादी संबंध हे जैविक स्वरूपाचे असून जोपर्यंत त्या-त्या व्यक्ती आहेत तोपर्यंत हे संबंध कायम टिकणारे असतात. सर्वसाधारणपणे कुटुंबातील व्यक्तींचे परस्परसंबंध या प्रकारात मोडतात. कुटुंबातील पती-पत्नी यांचे संबंध हे जरी जैविक सामाजिक संबंधांवर आधारलेले नसले तरी अपत्यप्राप्तीसारख्या मूलभूत भावनेवर आधारलेले असल्याने हे सामाजिक संबंध या अंतर्गत येतात. थोडक्यात, असे म्हणता येईल की मूलभूत भावनांवर आधारित व मूलभूत गरजांच्या पूर्ततेसाठी व्यक्तीव्यक्तीत प्रस्थापित होणाऱ्या सामाजिक संबंधांचा समावेश या प्रकारात करण्यात येतो.

ब) तात्पुरत्या स्वरूपाचे सामाजिक संबंध :

या प्रकारच्या संबंधांना कारणपरत्वे निर्माण झालेले किंवा प्रसंगोपात निर्माण झालेले सामाजिक संबंध असे म्हणतात. दुकानदार-गिऱ्हाईक, रेल्वे किंवा बसमधील सहप्रवासी वेगवेगळ्या प्रसंगी एकत्र आल्याने निर्माण होणारे संबंध (उदा. धार्मिक सण-उत्सव, राजकीय नेत्याचे भाषण, एखादा सांस्कृतिक वा सामाजिक समारंभ) हे या प्रकारात येतात. दुकानदार-गिऱ्हाईक यांचे संबंध हे एखाद्या वस्तुच्या खरेदी-विक्रीपुरतेच मर्यादित असतात. तो व्यवहार संपला की हे सामाजिक संबंध पण संपुष्टात येतात. व्यक्तींच्या सामाजिक वर्तनाचे विश्लेषण करण्यासाठी या प्रकारच्या सामाजिक संबंधांचे अध्ययन समाजशास्त्राच्या अध्ययनाचा एक भाग बनतात.

या दोन्ही प्रकारच्या सामाजिक संबंधात विचारांचे, आचारांचे, परंपरांचे आदानप्रदान अपेक्षित आहे. त्याचबरोबर सामाजिक संबंधांत सहभागी होणाऱ्या दोन व्यक्तींत, परस्परांच्या अस्तित्वाची जाणीव असणे आवश्यक असते. त्याशिवाय सामाजिक संबंधांना पूर्तता येणार नाही. या दृष्टीने विचार करता सामाजिक संबंधांचे खालील मुद्दे लक्षात ठेवणे अत्यावश्यक आहे.

१) सामाजिक संबंध प्रस्थापित होण्यासाठी कमीतकमी दोन व्यक्तींची आवश्यकता असते.

२) त्या उभयतांना परस्परांच्या अस्तित्वाची जाणीव असणे अत्यावश्यक आहे.

३) सामाजिक संबंधात भावनांची, विचारांची देवाणघेवाण आवश्यक आहे. त्यासाठी दोन वा अधिक व्यक्तींत साद–प्रतिसाद (Stimulation-Response) निर्माण होण्याची गरज आहे.

४) विचारांची किंवा भावनांची देवाणघेवाण करण्यासाठी भाषेचा किंवा संकेतांचा माध्यम म्हणून वापर करणे गरजेचे आहे.

सर्व प्रकारचे सामाजिक संबंध हे समाजाच्या निर्मितीसाठी आवश्यक मानले जातात. तसेच समाजाचे स्वरूप समजण्यासाठीही सामाजिक संबंधांचा अभ्यास गरजेचा मानला जातो. समाज या संकल्पनेचा अर्थ समजण्यासाठी समाजाच्या काही समाजशास्त्रज्ञांनी केलेल्या व्याख्या आपण पाहू.

समाज या संकल्पनेच्या व्याख्या (Definitions of the Concept : Society):

समाज या संकल्पनेच्या काही व्याख्या खालीलप्रमाणे–

१) प्रा. मॅक आयव्हर आणि पेज (Prof. Mac Iver and Page) : समाजाची अत्यंत सोपी व्याख्या या दोन शास्त्रज्ञांनी फक्त एका वाक्यात केली ती पुढीलप्रमाणे – 'समाज म्हणजे सामाजिक संबंधांचे जाळे होय.'

२) राईट एफ्. जे. (Wright F. J.) : यांच्या विचारानुसार, 'समाज म्हणजे केवळ व्यक्तींचा समुच्चय नाही तर एकत्रित राहणाऱ्या व्यक्तींच्या संबंधांची व्यवस्था होय.'

३) युटर (Reuter) : या समाजशास्त्रज्ञाच्या मतानुसार, 'समाज ही एक अमूर्त अशी संज्ञा आहे की जी समुच्चयातील सभासदांत प्रस्थापित झालेल्या किंवा अस्तित्वात असणाऱ्या गुंतागुंतीच्या सामाजिक संबंधांचा बोध करून देते.'

४) जे. एफ. गिलिन (J. F. Gillin) : या विचारवंताच्या प्रतिपादनानुसार, 'समाज म्हणजे ज्यांचे हेतू समान आहेत, जे एकाच प्रदेशात एकत्र वास्तव्य करतात, ज्यांची जीवनपद्धती समान आहे, ज्यांच्या मनात एकात्मतेची जाणीव आहे व या सर्वांमुळे आपण इतरांपेक्षा वेगळे आहोत असे मानणाऱ्या व्यक्तींचा मोठ्यातमोठा व तुलनात्मक दृष्ट्या कायम स्वरूपाचा गट होय.'

५) गिन्सबर्ग मॉरिस (Ginsberg Morris) : यांच्या विचारानुसार' 'विशिष्ट सामाजिक संबंध आणि वर्तनाचे प्रकार यांनी एकत्रित बांधल्या गेलेल्या व्यक्तींचा गट म्हणजे समाज होय.'

या सर्व व्याख्यांकडे जर दृष्टिक्षेप टाकला तर समाजासंबंधी खालील बाबी आपल्या लक्षात येतात.

- समाजाच्या निर्मितीसाठी सामाजिक संबंध आवश्यक आहेत.
- समाज म्हणजे सामाजिक संबंधांची व्यवस्था होय.
- समाजाच्या निर्मितीसाठी, समान हेतू, समान जीवनपद्धती, स्वसमूह अस्तित्वाची जाणीव व जीवन जगण्यासाठी भूप्रदेश जरुरीचे आहे.
- विशिष्ट सामाजिक संबंध व विशिष्ट वर्तनाचे प्रकार यातून समाज आकारला जातो.
- समाजातील 'सामाजिक संबंध' हे जरी दृश्य असले तरी 'समाज' हा अमूर्त असतो. समाजाचे अस्तित्व दाखविता येत नाही तर ते व्यक्तींच्या मनात वसलेले असते.

समाजाची वैशिष्ट्ये (Characteristics of Society) :

'समाज' या संकल्पनेच्या स्वरूपाची कल्पना 'समाज' या संकल्पनेच्या ज्या ज्या व्याख्या आपण पाहिल्यात त्यावरून येऊ शकेल. समाजाच्या स्वरूपाचे सखोल ज्ञान प्राप्त होण्यासाठी समाजाच्या काही महत्त्वपूर्ण वैशिष्ट्यांचा आपण या ठिकाणी आढावा घेणार आहोत. मॅक्आयव्हर आणि पेज (Mac Iver and Page) यांनी त्यांच्या 'सोसायटी' (Society समाज) या पुस्तकात समाजाची खालील वैशिष्ट्ये प्रतिपादन केली असून ती आपण पाहू.

१) समाज म्हणजे समानता/सारखेपणा (Society Means Likeness) :

समाज हा व्यक्ती-व्यक्तींतील साधर्म्यावर किंवा समानतेवर आधारलेला असतो. व्यक्ती व्यक्तींतील हे साधर्म्य हे शारीरिक व मानसिक अशा दोन्ही प्रकारच्या गुणधर्मांबाबत असते. शरीराने व मनाने सारख्या असणाऱ्या व्यक्ती समाज निर्माण करून एकत्र राहू शकतात. समाजातील ही समानता अनेक प्रकारची असते; म्हणून एकाच प्रकारच्या रूढी, परंपरा, ध्येये, धर्म समान असणाऱ्या व्यक्ती एकत्र येऊन समाज निर्माण करू शकतात; म्हणून समान भाषा, समान धर्म, समान संस्कृती, समान आचार-विचार असणाऱ्या व्यक्तींचा 'समाज' सहजपणे तयार होऊ शकतो.

उदा. समान भाषा असणाऱ्या व्यक्तींमध्ये विचारांची देवाणघेवाण सहजपणे होऊ शकते. समान भाषेमुळे एक प्रकारची आत्मीयता व आपुलकी समाजात निर्माण होते. भाषा हे व्यक्तींच्या भावभावना व्यक्त करण्याचे साधन असते वा आहे. जर समाजातील लोकांची भाषा समान असेल तर एकमेकांचे विचार, एकमेकांचे प्रश्न समजणे व सोडविणे हे सोपे जाते. तीच गोष्ट समान धर्म, समान संकृती यांना लागू होते. समाजातील समान घटक समाजातील सभासदांत आपुलकी निर्माण करण्यास

कारणीभूत होतात व त्यातून समाज एकात्म होतो. समाज जर एकात्म असेल तर तो दीर्घकाळ टिकतो; म्हणून समानता अथवा साधर्म्य हे समाजाचे महत्त्वाचे लक्षण होय.

२) समाज म्हणजे वैधर्म्य किंवा विषमता (Society Means Differences) :

समाजात काही बाबतींत समानता जशी आवश्यक आहे तशी समाजात काही बाबतीत विषमतेची पण जरुरी आहे. समाज हा असंख्य व्यक्तींच्या आंतरक्रियात्मक संबंधातून उदयाला येतो. काही समाजशास्त्रज्ञांच्या मताने समाजातील व्यक्तींच्या विविध गरजांच्या पूर्ततेसाठी समाजाची निर्मिती करण्यात आली. समाजातील व्यक्तींच्या या विविध प्रकारच्या गरजा पूर्ण करण्यासाठी समाजात विविध यंत्रणा निर्माण करण्यात आल्यात. या गरजा पूर्ततेच्या यंत्रणेत काम करण्यासाठी विविध क्षमता, पात्रता, कौशल्य असणाऱ्या व्यक्तींची आवश्यकता भासू लागली. समाजातील व्यक्तींच्या सवयी, आवडी-निवडी, विचार यात भेद असल्याचे समाजशास्त्रज्ञांच्या लक्षात आले. तसेच समाजातील प्रत्येक सभासदाची बौद्धिक व शारीरिक क्षमता यातही भेद असल्याचे आढळून आले. तसेच सर्वच समाजांतील सभासदांची कार्यकुशलता वेगवेगळी असल्याचे लक्षात आले. प्रत्येक व्यक्तीला तिच्या क्षमतेनुसार, पात्रतेनुसार, कौशल्यानुसार काम मिळणे आवश्यक असते. श्रेष्ठ बुद्धिच्या, उच्च पात्रता व उच्च कौशल्य असणाऱ्या सभासद व्यक्तींकडे जास्त जबाबदारीचे काम सोपविले जाते, तर कमी बुद्धी, क्षमता, कौशल्य असणाऱ्या व्यक्तींकडे कमी जबाबदारीचे काम दिले जाते. यातूनच समाजात विषमता निर्माण होते. लायकीनुसार काम प्रत्येक समाजातील सभासदांना प्रदान करणे ही त्या-त्या समाजाची जबाबदारी असते. लायकीनुसार काम हे ही प्रत्येक समाजाचे ध्येय असते. समाजाच्या याच धोरणामुळे समाजाची सर्व प्रकारची कामे विनातक्रार पार पाडली जातात. यातूनच समाज प्रगतीकडे वाटचाल करतो. लायकीनुसार कामवाटप करण्याच्या क्रियेला 'श्रमविभाजन' (Division of Labour) असे म्हणतात. श्रमविभाजनामुळे योग्य व्यक्तीला योग्य काम मिळते. काही समाजशास्त्राज्ञांच्या मतानुसार समाजधारणेस व समाजप्रगतीस उपयुक्त ठरू शकेल अशा विषमतेचे पोषण समाजातर्फे केले जाते; म्हणून विषमता किंवा विभेदीकरण हे पण समाजाचे एक वैशिष्ट्य होय.

३) समाज म्हणजे परस्परावलंबन (Society Means Interdependence) :

परस्परावलंबन म्हणजे आपल्या विविध प्रकारच्या गरजांच्या पूर्ततेसाठी समाजातील अन्य व्यक्तींवर अवलंबून राहण्याची क्रिया होय. स्वयंपूर्णता हे प्रत्येक समाजाचे ध्येय असले तरी ते साध्य करण्याचे प्रयत्न हे आजपर्यंत तरी साध्य झाल्याचे

दिसत नाही; कारण दुसऱ्या वैशिष्ट्यात म्हटल्याप्रमाणे मनुष्यामनुष्याच्या बौद्धिक, आर्थिक, शारीरिक, शैक्षणिक क्षमतेत भेद असतो. समाजातील काही लोकांकडे भरपूर संपत्ती आहे तर काही लोकांकडे शारीरिक ताकद. ज्यांच्याकडे भरपूर संपत्ती आहे ते त्या संपत्तीद्वारे उत्पादनाची साधने (विविध यंत्रसामग्री) खरेदी करतात. परंतु, यंत्र चालविण्यासाठी लागणारे ज्ञान व कौशल्य त्यांच्याजवळ नाही. मग ही भांडवलदार मंडळी यंत्र चालविण्याचे ज्ञान व कौशल्य ज्यांच्याकडे आहे, त्यांचे ते ज्ञान आणि कौशल्य विकत घेऊन त्यांच्याकडून त्यांच्या मदतीने विविध समाजाच्या उपयोगी वस्तूंचे उत्पादन करतात. यंत्रावर तयार होणाऱ्या वस्तूंसाठी आवश्यक असणारा कच्चा माल भांडवलदारांना पुरविण्याचे काम शेतकरी करतात. अशा रीतीने भांडवलदार, कौशल्यधारक उत्पादक, कामगार व शेतकरी हे परस्परांवर अवलंबून असतात. त्याचप्रमाणे समाजाला आवश्यक असणाऱ्या अन्नधान्य, फळफळावळ, भाजीपाला यांचीही निर्मिती शेतकरी करतो, तर शेतकऱ्याला त्याच्या शेतातील विविध साधन सामग्रीसाठी ग्रमोद्योगावर अवलंबून राहावे लागते. या सर्व बाबी परस्परावलंबन या प्रक्रियेत मोडतात. समाजशास्त्रज्ञांच्या मताने, प्रत्येक व्यक्तीच्या काही मानसिक, शारीरिक, सामाजिक गरजा असतात व त्यांच्या पूर्ततेसाठी व्यक्तींना अन्य व्यक्तींवर, अन्य समूहांवर आणि अंतिमत: समाजावर अवलंबून राहावे लागते. या दृष्टीने विचार करता परस्परावलंबन हा प्रत्येक समाजाचा स्थायिभाव असल्यामुळेच परस्परावलंबनाचा समावेश समाजाच्या वैशिष्ट्यांत केला आहे.

४) समाज म्हणजे सहकार्य आणि काटकसर (Society Means Co-Operation and Economy) :

परस्परावलंबनाची पुढची पायरी म्हणजे सहकार्य होय. सहकार्य म्हणजे दुसऱ्या व्यक्तीला तिच्या कामात मदत करणे होय. सहकार्य या संज्ञेचा अर्थ असा की, दुसऱ्या व्यक्तीच्या वर्तनास अनुरूप असे वर्तन करणे होय. उत्पादनक्षेत्रात कारखानदार व मजूर यांच्यात सहकार्य असल्याशिवाय उत्पादन करणे शक्य नसते. शिक्षणक्षेत्रात विद्यार्थी व शिक्षक यांच्यात सहकार्य असल्याशिवाय शिक्षणप्रक्रियेला गती प्राप्त होणार नाही. अगदी कौटुंबिक क्षेत्रातही पती-पत्नीत जर योग्य सहकार्य नसेल तर कुटुंबाचा गाडा प्रगतीकडे वाटचाल करणार नाही. समाजाची कार्यक्षमता सभासदांमध्ये असलेल्या सहकार्यावर अवलंबून असते. सहकार्यामुळे सामाजिक संबंधात एकी निर्माण होते. सहकार्यामुळे कमी खर्चात चांगले काम होते. सैन्य दलातील सैनिकांमध्ये शंभर टक्के सहकार्य असणे जरुरीचे आहे. त्याशिवाय युद्ध जिंकता येत नाही. महाराष्ट्र व भारतातील अन्य प्रांतांत निर्माण झालेले सहकारी साखर कारखाने, सहकारी

दुग्धनिर्माण संस्था, सहकारी बँका, सहकारी खरेदी-विक्री संघ इत्यादी संघटना सहकार्याचे उदात्त स्वरूप असून, त्यामुळे ग्रामीण भागातील आर्थिक विकासाला चालना मिळाली हे सत्य नाकारता येत नाही. सहकार्यामुळेच समाजात एकता टिकण्यास मदत होते व म्हणूनच सहकार्याचा समावेश समाजाच्या वैशिष्ट्यांत करण्यात आला आहे.

समाजाची अन्य काही वैशिष्ट्ये (Some Other Characteristics of Society) :

मॅक् आयव्हर आणि पेज यांनी प्रतिपादन केलेल्या चार वैशिष्ट्यांव्यतिरिक्त प्रा. हॅरी जॉन्सस (Harry Johnson) यांनी त्यांच्या 'समाजशास्त्र : सुव्यवस्थित परिचय' या ग्रंथात समाजाची अन्य चार वैशिष्ट्ये प्रतिपादन केली असून ती खालीलप्रमाणे -

(I) भूप्रदेश (Territory) : प्रत्येक समाजातील व्यक्ती विशिष्ट अशा भूप्रदेशावर वस्ती करून राहतात. जे.एफ. गिलिन यांनी त्यांच्या समाजाच्या व्याख्येत भूप्रदेशाचा उल्लेख केला आहे. सामाजिक संबंध निर्माण होण्यासाठी समाजातील व्यक्तींमध्ये सातत्याने क्रिया-आंतरक्रिया घडून येणे अत्यावश्यक असते व ते विशिष्ट भूप्रदेशामुळे शक्य होते. सतत एकाच भूप्रदेशावर वास्तव्य केल्यामुळे त्या भूप्रदेशाबद्दल म्हणजेच पर्यायाने त्या भूप्रदेशावरील समाजाबद्दल व्यक्तींच्या मनात आत्मीयता, प्रेम, स्वाभिमान निर्माण होतो व परिणामत: समाज अधिक एकात्म होतो, तसेच भूप्रदेशामुळे एक समाज दुसऱ्या समाजापासून स्पष्टपणे वेगळा करता येतो. (उदा. ब्रिटिशांचा समाज, भारतीय समाज, रशियन वा चिनी समाज इत्यादी) म्हणूनच भूप्रदेश हे समाजाचे वैशिष्ट्य मानले जाते.

(II) प्रजोत्पादन (Reproduction) : समाजाचे सातत्य टिकविण्यासाठी समाजाला नवीन सभासदांचा पुरवठा करणे आवश्यक असते. समाजातील मानवी जीवनात दोन प्रक्रिया सतत चालू असतात - मृत्यू-जन्म. समाजातील काही माणसे वयोमानानुसार वा अन्य कारणाने मृत्युमुखी पडतात. या मृत्युमुखी पडलेल्या सभासदांच्या जागी नवीन सभासद जन्माला घालण्याचे कार्य प्रजोत्पादन प्रक्रिया करते. प्रजोत्पादनासाठी स्त्री-पुरुषात शारीरिक संबंध प्रस्थापित व्हावे लागतात. कोणत्या स्त्री-पुरुषांमध्ये शारीरिक संबंध प्रस्थापित व्हावेत याचे निर्धारण करण्यासाठी सर्वच समाजांत विवाहसंस्था व कुटुंबसंस्था निर्माण करण्यात आल्या असून फक्त विवाहित स्त्री-पुरुषांनी परस्परांशी शारीरिक संबंध ठेवून प्रजोत्पादन करावे व अशा स्त्री-पुरुषांचीच संतती औरस संतती वा समाजमान्य संतती म्हणून मान्य केली जाईल. थोडक्यात, समाजाचे सातत्य

टिकविण्यासाठी समाजमान्य मार्गाने प्रजोत्पादन करणे महत्त्वाचे असल्यामुळे प्रजोत्पादनाचा समावेश समाजाच्या वैशिष्ट्यांत करण्यात आला आहे.

(III) बहुव्यापक संस्कृती (Comprehensive Culture) : संस्कृती या संज्ञेतच बहुव्यापकता सामावलेली आहे. मानवनिर्मित सर्व भौतिक व अभौतिक घटकांचा समावेश संस्कृतीत होतो. या दृष्टीने विचार करता संस्कृती या संकल्पनेत विविध चालीरीती, प्रथा, रूढी, धर्मनीती, संस्कार, संकेत, भाव भावना, विविध कला, साहित्य इत्यादींचा जसा समावेश होतो, त्याचप्रमाणे जीवन जगण्यासाठी व ते सुखकर होण्यासाठी ज्या साधन सामग्रीचा वापर केला जातो, त्या वस्तूंचाही समावेश होतो. (या साधनसामग्रीत अन्नधान्यापासून दूरदर्शन, संगणकापर्यंत असंख्य वस्तूंचा समावेश होतो.) व्यक्तींच्या मानसिक, सामाजिक, शारीरिक, शैक्षणिक गरजांची पूर्तता संस्कृतीच्या माध्यमातून होते. या दृष्टीने विचार करता संस्कृती व्यापक आहे. संस्कृतीचे ज्ञान लहान मुलांना म्हणजे नवीन पिढीला जुन्या पिढीकडून प्राप्त होते. यालाच संस्कृतीचे हस्तांतरण म्हणतात. काही समाज-शास्त्रज्ञांच्या मताने संस्कृती ही समाजसापेक्ष असते. याचाच अर्थ असा की प्रत्येक समाजाची संस्कृती वेगवेगळी असते. उदा. विवाहाची अमेरिकेतील पद्धत भारतीय विवाहापेक्षा वेगळी असते. समान संस्कृतीमुळे समाजात एकात्मता साधणे सोपे जात असल्यामुळे संस्कृतीचा समावेश समाजाच्या वैशिष्ट्यांत केला गेला असावा.

(IV) स्वातंत्र्य (Liberty) : प्रत्येक समाजाला समाजांतर्गत बाबतीत पूर्ण स्वातंत्र्य असते. समाज हा व्यक्तीव्यक्तींतील सामाजिक संबंधातून आकाराला येतो. कोणत्या व्यक्तींनी कोणत्या व्यक्तीशी सामाजिक संबंध ठेवावयाचे व कोणत्या व्यक्तींशी सामाजिक संबंध ठेवण्याचे टाळावयाचे हे ठरविण्याचे स्वातंत्र्य त्या त्या व्यक्तींना असते. त्यासाठी समाजातर्फे कोणतेही बाह्य दडपण व्यक्तींवर लादले जात नाही. एखादे राष्ट्र राजकीय दृष्ट्या जरी परतंत्र असले तरी त्या अंतर्गत असलेला समाज हा मात्र स्वतंत्र असतो, १५० वर्षे ब्रिटिशांच्या अमलाखाली राहूनही भारतीय समाजाने त्याचे स्वातंत्र्य जपले हे नाकारता येत नाही. विवाह, कुटुंब, शिक्षण इत्यादी क्षेत्रांत योग्य ते निर्णय घेण्याचे स्वातंत्र्य प्रत्येक व्यक्तीला प्रदान केले जाते. तसेच राज्यसंस्थेव्यतिरिक्त अन्य संस्थांनाही संस्थांतर्गत निर्णयाचे स्वातंत्र्य असते. सारांशरूपाने बोलावयाचे झाल्यास स्वातंत्र्य हा समाजजीवनाचा स्थायिभाव असला तरी निरंकुश स्वातंत्र्य मात्र मान्य केले जात नाही हेही लक्षात ठेवले पाहिजे. इतर व्यक्तींच्या कार्यात अडथळे आणणारे व्यक्तींचे वर्तन, इतर व्यक्तींच्या हक्कावर अतिक्रमण करणारे व्यक्तीचे वर्तन हे सामाजिक नियमनांनी नियंत्रित करण्याची कृती हा सुद्धा स्वातंत्र्याचा एक आविष्कार होय.

या शिवाय समाजाची खालील वैशिष्ट्येही काही समाजशास्त्रज्ञ प्रतिपादन करतात.

(V) समाज हा अमूर्त असतो (Society is Abstract) : समाज हा अनेक व्यक्तींचा बनलेला असतो. पण केवळ व्यक्तींचे एकत्रीकरण म्हणजे समाज नव्हे. व्यक्ती व्यक्तींत प्रस्थापित होणाऱ्या सामाजिक संबंधांची व्यवस्था म्हणजे समाज होय. समाजातील व्यक्ती जरी मूर्त असल्या तरी दोन व अधिक व्यक्तींत प्रस्थापित होणाऱ्या सामाजिक संबंधाचे स्वरूप अमूर्त असते. प्रत्येक सामाजिक संबंधात विविध भावनांचा समावेश होतो. व्यक्तीतील या भावना अमूर्त असतात, म्हणूनच त्या भावनांवर आधारलेले सामाजिक संबंध अमूर्त असतात व अशा अमूर्त सामाजिक संबंधांच्यावर आधारलेला समाज हा पण अपरिहार्य, अमूर्त असतो. समाजाचे अस्तित्व व्यक्तीच्या मनात असते व एखाद्या दृश्य वा भौतिक वस्तूसारखे ते डोळ्यांना दिसत नाही. भावना, सामाजिक संबंध हे जरी अमूर्त असले तरी त्याचे अस्तित्व हे वास्तव असते व त्यांची जाणीव व्यक्तींच्या मनात दडलेली असते. स्त्री- पुरुष यांच्यात प्रस्थापित होणाऱ्या सामाजिक संबंधांचे अनेक कंगोरे आहेत. उदा. पती- पत्नी, आई-मुलगा, वडील-मुलगी, भाऊ-बहीण इत्यादी. या प्रत्येक संबंधात समाविष्ट असणाऱ्या भावनांची व त्या त्या सामाजिक संबंधाच्या मर्यादांची जाणीव व्यक्तीच्या मनात खोलवर रुजलेली असते व त्याचे प्रतिबिंब व्यक्तीच्या प्रत्यक्ष वर्तनावर पडते.

(VI) भाषा (Language) : समाजाचे व विशेषत: मानवी समाजाचे एक आगळे वेगळे वैशिष्ट्य म्हणजे भाषा होय. डॉ. इरावती कर्वे यांनी समाजाची व्याख्या करताना भाषा व संस्कृती या दोन घटकांचा उल्लेख केला होता. काही पारंपरिक समाजशास्त्रज्ञ असे मानतात की भाषा केवळ मानवच निर्माण करू शकतो. भाषा हे विचार व भावना व्यक्त करण्याचे साधन मानले जाते. आज प्राणिशास्त्रज्ञ, जीवसमाजशास्त्रज्ञ (Bio-Sociologist) असे मानतात की प्राण्यांतही भाषा असते, पण ती अप्रगत स्वरूपात असते. भीती, शृंगार, वात्सल्य, राग इत्यादी भावना प्रकट करताना प्राणी जे विविध प्रकारचे आवाज करून इतर प्राण्यांना जो संदेश देतात तो भाषेचाच एक भाग होय, परंतु मानवासारखी मानवेतर प्राण्यांना भाषा विकसित करता आली नाही. मानवाने मात्र भाषा लिपीबद्ध करून त्या आधारे विविध शब्दांची निर्मिती करून प्रत्येक शब्दाला एक अर्थ प्रदान केला. मानव हा असा प्राणी आहे की जो आपल्या भावना भाषेच्या माध्यमातून व्यक्त करतो. मानवी समाजाच्या प्रगतीत भाषेचा मोठा वाटा असल्याने भाषेचा समावेश समाजाच्या वैशिष्ट्यांत केला असावा.

(VII) आदर्श (Ideals) : आदर्श हे ही केवळ मानवी समाजाचेच वैशिष्ट्य आहे असे समाजशास्त्रज्ञ मानतात. समाजात व्यक्तीने कसे वर्तन करावे वा करू नये हे सांगणारे तत्त्व म्हणजे आदर्श होय. रामाचे एकपत्नीत्व, कर्णाचे दानशूरत्व हे भारतीय समाजाचे आदर्श होत. सत्य, अहिंसा, प्रामाणिकपणा, न्यायनिष्ठुरता, त्याग

हे काही आदर्श त्या त्या समाजात आढळतात. आदर्शाचे स्वरूप हे समाजसापेक्ष असते. म्हणजे एका समाजाचे आदर्श दुसऱ्या समाजाला मान्य असतीलच असे नाही. आदर्शांच्या साहाय्यानेच त्या त्या समाजात व्यक्तीवर्तनाचे नियम तयार करण्यात येतात व त्यानुसार व्यक्तीने वागावे अशी समाजाची अपेक्षा असते. समाजाच्या आदर्शांचे पालन करणारी व्यक्ती आदरास किंवा प्रशंसेस पात्र ठरते, तर आदर्श पायदळी तुडविणाऱ्या व्यक्तींची निंदा केली जाते. आदर्शांमुळे व्यक्तीच्या वर्तनाला सुव्यवस्थित स्वरूप प्राप्त झाले. सामाजिक संबंधावर मर्यादा पडल्या, म्हणूनच आदर्शाचा समावेश समाजाच्या वैशिष्ट्यांत केला असावा.

(VIII) समाज म्हणजे गुंतागुंत व परिवर्तनशीलता होय. (Socicty Means Complexity and Changibility) : समाज हा व्यक्तीच्या सामाजिक संबंधांची व्यवस्था असल्याचे आपण मान्य करतो. समाजात जीवन जगत असताना व्यक्ती अनेक व्यक्तींशी सामाजिक संबंध प्रस्थापित करते. एका व्यक्तीशी असलेल्या सामाजिक संबंधामुळे दुसऱ्या व्यक्तीच्या सामाजिक संबंधात अडथळा येणार नाही ना याची दखल प्रत्येक व्यक्तीला घ्यावी लागते. व्यक्तीच्या सामाजिक संबंधाच्या अनेक बाजूंचे जतन करताना व्यक्तीला तारेवरची कसरत करावी लागते. उत्तम अधिकारी, उत्तम पिता व पती असेलच असे नाही. यामुळेच सामाजिक संबंधात जटिलता येते व त्यातून या संबंधातील गुंतागुंत वाढते. सामाजिक संबंधातील अनेक कंगोरे सांभाळताना व्यक्तींना तारेवरची कसरत करावी लागते. यावर अधिक चर्चा करताना काही समाजशास्त्रज्ञ असे म्हणतात की प्रत्येक समाजाची स्वत:ची अशी ध्येये असतात व ती गाठताना व्यक्तीला अन्य व्यक्तींशी जसे सहकार्य करावे लागते वा समन्वय साधावा लागतो तसेच प्रसंगी संघर्षही करावा लागतो. शिवाय समाजातील समानतेच्या तत्त्वाचे जतन करताना व्यक्तींना समाजाला उपयोगी ठरणाऱ्या विषमतेचेही पोषण करावे लागते व यातून समाजात गुंतागुंत वाढते.

समाज हा परिवर्तनशील आहे या मुद्यावर चर्चा करताना असे म्हणतात की, समाज ज्या व्यक्तींचा बनतो व ज्या आदर्शांवर तो चालतो त्या व्यक्ती व ते आदर्श सतत बदलत असतात. व्यक्तींचे विचार, आचार, प्रमाणक व आदर्श यात कालानुरूप बदल होतो. जुने विचार, जुने आदर्श, जुन्या पद्धती नंतर कालबाह्य होतात व त्यांची जागा त्या-त्या क्षेत्रातील नवीन घटकांकडून घेतली जाते. बदलत्या परिस्थितीनुसार व्यक्तींनाही बदलावे लागते. स्त्रीविषयक पारंपरिक दृष्टिकोनात झालेला बदल सामाजिक परिवर्तनाचे एक अंग होय. सर्वच क्षेत्रांत हे बदल होत असतात, म्हणून समाज हा परिवर्तनशील आहे.

आत्तापर्यंत मूलभूत संकल्पनांपैकी 'समाज' या संकल्पनेच्या विविध पैलूंवर

आपण सविस्तर चर्चा केली. यानंतर समाजशास्त्रात वापरण्यात येणाऱ्या 'सामाजिक संस्था' या संकल्पनेवर आपण विवेचन करणार आहोत.

सामाजिक संस्था : अर्थ व स्वरूप (Social Institution : Meaning and Nature) :

मनुष्य हा समाजशील प्राणी आहे. संघ वा गट करून राहणे ही त्याची प्रवृत्ती आहे, म्हणून विविध मानवी गरजांच्या पूर्ततेसाठी समाजात विविध प्रकारचे गट वा समूह निर्माण झाल्याचे दिसून येते. समाजाचे अस्तित्व टिकविण्यासाठी, समाजाच्या स्थैर्यासाठी काही कार्य करणे आवश्यक असते. समाजात निर्माण झालेल्या अनेक प्रकारच्या सामाजिक संस्थांमुळे मानवी जीवन सुलभ बनलेले आहे यात शंका नाही. 'सामाजिक संस्था' ही समाजशास्त्रातील एक महत्त्वपूर्ण संकल्पना आहे. व्यावहारिक व अशास्त्रीय भाषेत (Non Scientific Langauge) 'संस्था' या संज्ञेचा अर्थ आहे विशिष्ट हेतुच्या पूर्ततेसाठी निर्माण झालेली संघटना. या प्रकारच्या अशास्त्रीय भाषेतील संस्थेत व्यक्तींचा समुच्चय अभिप्रेत असतो. अनेकदा सार्वजनिक कार्यं ज्या ठिकाणी पार पाडली जातात अशा इमारतींना उद्देशून देखील 'संस्था' हा शब्दप्रयोग केला जातो. शाळा, महाविद्यालये, सांस्कृतिक भवन, साहित्य संघ, मंदिर किंवा एखाद्या विश्वस्त मंडळाचा दवाखाना इत्यादीकडे बोट दाखवून त्या संस्थेच्या इमारती वा संस्था आहेत असेही सांगितले जाते. या सर्व विवेचनाचा मथितार्थ असा की 'सामाजिक संस्था' ही एक मानवी गरज आहे किंवा मानवाच्या गरजपूर्ततेसाठी त्यांची निर्मिती झालेली आहे हे स्पष्ट होते. त्याचप्रमाणे समाजाचे स्थैर्य, अस्तित्व, सातत्य अबाधित राखण्यासाठी सामाजिक संस्था महत्त्वाच्या ठरतात. संस्था ह्या मानवी समाजाच्या गरजेबरोबरच व्यक्तींच्या गरजाही पूर्ण करतात. मानवी जीवन जगत असताना मानवाच्या काही गरजा प्राथमिक स्वरूपाच्या तर काही गरजा दुय्यम स्वरूपाच्या असतात. दोन्ही गरजांची पूर्तता होणे हे मानवी समाजासाठी आवश्यक आहे. सामाजिक संस्था मानवी गरजांच्या पूर्ततेसाठी कार्य करतात. काही तज्ज्ञांच्या मताने मानवासाठी प्राथमिक गरजा अधिक महत्त्वाच्या असून त्यांनाच कायम स्वरूपाच्या किंवा परतपरत निर्माण होणाऱ्या गरजा असे म्हणतात. या प्राथमिक वा कायम स्वरूपाच्या गरजांच्या पूर्ततेसाठी समाजात जी यंत्रणा निर्माण करण्यात आली त्यांना खऱ्या अर्थाने 'सामाजिक संस्था' म्हणतात. प्रत्येक समाजात यासाठी विवाह, कुटुंब, राज्य, धर्म, अर्थ, शिक्षण, शासन इत्यादी सामाजिक संस्था उदयाला आल्यात. सामाजिक संस्था या त्या-त्या समाजाच्या संस्कृतीचे प्रतिनिधित्व करतात. काही तज्ज्ञांच्या मताने समाजात निर्माण झालेल्या सामाजिक संस्था व्यक्तींच्या अथवा

समाजाच्या प्राथमिक गरजांची पूर्तता करतात तर दुय्यम गरजांच्या पूर्ततेसाठी अनेक प्रकारचे सामाजिक गट उदयाला आलेत. या दृष्टीने विचार करता 'एक किंवा अनेक कार्यांच्या भोवती रचल्या गेलेल्या आणि परस्परात गोवल्या गेलेल्या लोकरूढी, लोकनीती, प्रथा आणि कायदे यांचा संच म्हणजे सामाजिक संस्था होय, असे समाजशास्त्रीय विचारवंत मानतात. सामाजिक संस्था एकीकडे व्यक्तीच्या प्राथमिक गरजा पूर्ण करण्याचे कार्य करताना दुसरीकडे त्या व्यक्तीवर्तनावर नियंत्रण ठेवण्याचे कार्यही पार पाडतात.

सामाजिक संस्थांच्या व्याख्या (Definitions of Social Institutions) :

'सामाजिक संस्था' या संकल्पनेचे स्वरूप अधिक स्पष्ट व्हावे म्हणून काही समाजशास्त्रज्ञांनी सामाजिक संस्थेच्या केलेल्या काही व्याख्या आपण पाहू.

१) किंग्जले डेव्हिस (Kingslay Davis) : एक किंवा अनेक कार्यांच्या भोवती रचल्या गेलेल्या आणि परस्परात गोवल्या गेलेल्या लोकरूढी, लोकनीति आणि कायदे यांचा संच म्हणजेच 'सामाजिक संस्था' होत.

२) ई.एस. बोगार्डस (E.S. Bogardus) : 'मानवाच्या गरजा' भागविण्यासाठी व्यवस्थितपणे निर्माण करण्यात आलेली वर्तनप्रकारांची पद्धत म्हणजे सामाजिक संस्था होत.

३) ऑगबर्न आणि निमकॉफ (Ogburn and Nimkoff) : या दोन विचारवंतांच्या मताने सामाजिक संस्था म्हणजे काही मूलभूत मानवी गरजांच्या पूर्ततेसाठी संघटित आणि प्रस्थापित झालेले मार्ग होत.

४) रॉबर्ट मॅक आयव्हर (Robert Mac Iver) : यांच्या विचारानुसार गटाच्या व्यवहाराची प्रस्थापित पद्धती म्हणजे सामाजिक संस्था होय.

५) गिन्सबर्ग (Ginsberg) : या विद्वानाच्या प्रतिपादनानुसार व्यक्तींनी परस्परांशी आणि बाह्य वस्तुंशी कशा प्रकारे संबंध ठेवावयाचे असतात याचे निश्चित व मान्यरूप म्हणजेच सामाजिक संस्था होत.

वरील सर्व व्याख्यांचा एकत्रित विचार केल्यास 'सामाजिक संस्था' या संकल्पनेचा नेमका समाजशास्त्रीय अर्थ स्पष्ट होतो. मानवाच्या तसेच मानवी समाजाच्या काही मूलभूत स्वरूपाच्या गरजा असतात आणि त्या गरजांची पूर्तता करण्यासाठी समाजात ज्या यंत्रणा निर्माण होतात त्यांनाच 'सामाजिक संस्था' या संज्ञेने संबोधले जाते. मानवी गरजा व सामाजिक संस्था किती जवळच्या आहेत हे कुटुंबाच्या उदाहरणावरून स्पष्ट करता येईल. व्यक्तीच्या व समाजाच्या विविध गरजा पूर्ण करण्यासाठीच कुटुंब या संस्थेची निर्मिती झालेली असते. कुटुंब या संस्थेच्या कार्यावरच समाजाचे अस्तित्व व स्थैर्य अवलंबून असते. कुटुंबामध्ये आई-वडील, भाऊ-बहीण, आजोबा-

आजी इत्यादी सामाजिक स्थाने असतात. आई-वडील, आई-मुलगा, आई- मुलगी, वडील-मुलगा, वडील-मुलगी, भाऊ-भाऊ, भाऊ-बहीण, बहिणी-बहिणी अशा प्रकारच्या सामाजिक संबंधांनी या स्थानावरील व्यक्ती परस्परांशी जोडल्या गेलेल्या असतात. या सर्व सामाजिक संबंधांचे स्वरूप निश्चित व स्थिर असे असते. आई-वडील यांना परस्परांशी विशिष्ट प्रकारे वागावे लागते व विशिष्ट कर्तव्यांची पूर्तता करावी लागते. कुटुंबातील इतर प्रकारच्या संबंधांनी जोडल्या गेलेल्या व्यक्तीही परस्परांशी विशिष्ट प्रकारानेच वागताना परस्परांच्या विविध गरजा पूर्ण करतात. आई-मुलाची विविध प्रकारे काळजी घेते व त्यामुळेच मुलाचे पालनपोषण चांगल्या प्रकारे होते. व परिणामतः समाजाला चांगल्या व्यक्ती सदस्य म्हणून मिळतात. कुटुंबात मुलाचे केवळ भरण पोषणच होते असे नाही तर त्याच्यावर चांगले संस्कार करणे, त्यांचे सामाजिकीकरण करून त्यांच्या व्यक्तिमत्त्वाच्या विकासासाठी प्रयत्न करणे, त्याला योग्य शिक्षण देणे इत्यादी कार्ये कुटुंब करते. तसेच कुटुंबातील सर्व सभासदांना एकत्र बांधून ठेवण्याचे काम समाजातील कुटुंब नामक सामाजिक संस्था करते. तात्पर्य, समाजातील सर्व संस्थांच्या बाबतीत कुटुंब, विवाह, धर्म, अर्थ, राज्य वगैरे प्रकारची प्रमाणात्मक प्रतिमाने प्रस्थापित झालेली असतात. या विविध प्रकारच्या प्रमाणात्मक प्रतिमानांमध्ये एक विशिष्ट प्रकारची संगती व परस्परावलंबित्व निर्माण झालेले असते. आधुनिक समाजात राजकीय व आर्थिक संस्थांचे स्वरूप प्रामुख्याने कायद्याच्या स्वरूपात ठरलेले असते. मानवाच्या मूलभूत गरजा, भूक, काम, संरक्षण इत्यादी या जागतिक स्वरूपाच्या असल्यामुळे सर्व ज्ञात असलेल्या मानवी समाजात त्या आढळून येतात. थोडक्यात, सामाजिक संस्था ही जागतिक स्वरूपाची घटना आहे हे सत्य मात्र अबाधित राहील.

सामाजिक संस्थेची प्रभेदक लक्षणे (Salient Features of Social Institution) :

विविध सामाजिक संस्थांचा अभ्यास केल्यानंतर समाजशास्त्रज्ञांनी या सामाजिक संस्थांची खालील वैशिष्ट्ये शोधून काढून प्रतिपादन केलीत, ती पुढीलप्रमाणे -

१) संकल्पना (Concept) : डॉ. विल्यम समनेर यांच्या विचारानुसार कोणत्याही सामाजिक संस्थेचे संकल्पना व रचना असे दोन भाग असतात. प्रत्येक सामाजिक संस्थेच्या उत्पत्तीमागे निश्चित धारणा, भावना, मते व हेतू असतात. संस्थेच्या मुळाशी असलेल्या या भावना, धारणा, हेतू यांचा अंतर्भाव संस्थेच्या संकल्पनेत होतो. त्या त्या संस्थेची धारणा त्या त्या कार्यातून स्पष्ट होते. लैंगिक प्रवृत्तीचे नियमन करण्याच्या धारणेतून विवाहसंस्थेचा उदय झाला. वंशवृद्धी ही कुटुंबसंस्थेच्या निर्मितीमागची धारणा आहे, तर क्षुधा किंवा भूक यांच्या पूर्तता करणे ही अर्थसंस्थेच्या निर्मितीची

धारणा होय. समाजातील विविध सामाजिक संस्था या मानवाच्या गरजपूर्ततेसाठीच अस्तित्वात आलेल्या आहेत. कोणत्याही सामाजिक संस्थेच्या निर्मितीमागे जर काही निश्चित धारणा नसेल तर त्या सामाजिक संस्थेचे अस्तित्व अल्पकाळ असते, परंतु अगदी प्राचीन काळापासून ज्या सामाजिक संस्था अस्तित्वात आहेत त्या केवळ त्यांच्या धारणेच्या तत्त्वामुळेच टिकून आहेत, कारण या धारणा केवळ संस्थेच्या कार्यातून प्रकट होत असतात. याचाच अर्थ असा की कोणत्याही सामाजिक संस्थेची धारणा (Presumption or Assumption) ही अत्यंत महत्त्वाची आहे. मानवी शरीरात जर लैंगिक इच्छा अथवा भूक नसती तर विवाह नामक सामाजिक संस्था विकसितच झाली नसती. सारांशरूपात सामाजिक संस्थेच्या निर्मितीसाठी धारणा हा घटक महत्त्वाची भूमिका बजावतो.

२) रचना (Structure) : सामाजिक संस्थेची धारणा (Presumption) जर मूर्त रूपात आणावयाची असेल तर त्यासाठी 'रचना' आवश्यक ठरते. सामाजिक संस्थेच्या रचनेत संस्थेची मांडणी किंवा विशिष्ट यंत्रणा अभिप्रेत असते. अभ्यासकांच्या मतानुसार सर्वच सामाजिक संस्थांची रचना समान वा सारखी नसते. सामाजिक संस्थांच्या रचनेत व्यक्ती, भौतिक साधने व आचारविधी इत्यादींचा समावेश होतो. उदाहरणार्थ, 'धर्म' या सामाजिक संस्थेच्या रचनेत धर्मगुरू, पुरोहित, भक्त, यजमान इत्यादी व्यक्तींचा आणि ईश्वराची प्रतीके, पूजा पाठाची सामग्री, प्रार्थनास्थळे इत्यादी साधनांचा अंतर्भाव होत असतो.

सामाजिक संस्थांच्या रचनेत संस्थांशी संबंधित असलेल्या विविध स्थानांवरील आंतरसंबंधांचाही अंतर्भाव होतो व ते आंतरसंबंध अत्यंत महत्त्वाचेही असतात. सामाजिक संस्थांच्या रचनेत भौतिक वस्तूंना दुय्यम स्वरूपाचे वा प्रकारचे महत्त्व असते. सामाजिक संस्थांच्या स्थिरतेसाठी सामाजिक संस्थेच्या धारणेस व्यवहारात आणून तिचे कार्य पद्धतशीरपणे चालण्यासाठी विशिष्ट रचनेची आवश्यकता असते, म्हणून या रचनेत व्यक्ती, भौतिक साधने व विशिष्ट विधी यांचा समावेश होतो. सामाजिक संस्थेत जे समूह असतात त्या समूहातील प्रत्येक व्यक्तीला विशिष्ट दर्जा प्रदान करण्यात आलेला असतो व त्या दर्जानुसारच त्यांना भूमिका पार पाडाव्या लागतात. त्या सर्व भूमिका पार पाडताना तेथे एक सामाजिक व्यवस्था निर्माण होते, तीच सामाजिक संस्थेची रचना मानली जाते. त्यानुसार सामाजिक संस्थेच्या धारणेचा विचार करण्यात येतो. थोडक्यात, विशिष्ट कार्य करणे हा प्रत्येक सामाजिक संस्थेचा हेतू असतो. ही कार्ये सातत्याने करावयाची असल्याने सामाजिक संस्थेला विशिष्ट अशी रचना प्राप्त व्हावी लागते. प्रत्येक सामाजिक संस्थेमध्ये निरनिराळी सामाजिक

स्थाने व निरनिराळे सामाजिक संबंध इत्यादींची विशिष्ट प्रकारे रचना निर्माण झालेली असते. विशिष्ट रचना असल्याशिवाय सामाजिक संस्था आपले हेतू पूर्ण करू शकत नाही, म्हणूनच सामाजिक संस्थेच्या प्रभेदक लक्षणांत रचना महत्त्वाची असते. तसेच रचनेला वगळून सामाजिक संस्थेला स्वत:चे अस्तित्व टिकविता येत नाही.

३) **निश्चित उद्देश (Definate Aim) :** प्रत्येक सामाजिक संस्थेचा एक निश्चित उद्देश असतो. सामान्यपणे सामुदायिक इच्छेनुसार संस्थेचे उद्दिष्ट ठरविलेले असते. संस्थेचे प्रमुख उद्दिष्ट जरी एक असले तरीही सामाजिक संस्था अनेक सामाजिक गरजांची पूर्तता करण्याचे कार्य करतात. प्रत्येक सामाजिक संस्थेची वेगवेगळी उद्दिष्टे असतात. उदा. कुटुंबाचे उद्दिष्ट वंशवृद्धी, राज्यसंस्थेचे उद्दिष्ट राज्याचे संरक्षण करणे व राज्यात सुव्यवस्था राखणे, अर्थसंस्थेचे उद्दिष्ट लोकांच्या अन्न, निवारा इत्यादी मूलभूत गरजांची पूर्तता करणे इत्यादी असते. समाजातील सामाजिक संस्थांच्या कार्याचे मूल्यमापन हे तिच्याकडून उद्देश सफल होतो किंवा नाही या संदर्भात केले जाते. समाजाचे स्थैर्य, अस्तित्व व सातत्य टिकविण्यासाठी काही कार्ये सामाजिक संस्थांनी पार पाडावीत. सामाजिक संस्थांची निर्मिती होण्यासाठी काही विशिष्ट धारणेची गरज असते. सामाजिक संस्थांच्या निर्मितीच्या ठिकाणी जर विशिष्ट धारणा (Presumption) नसेल तर सामाजिक संस्था निर्माण होते, पण ती अल्पकाळ टिकते. सामाजिक संस्थेची उद्दिष्टे निश्चित करण्यात काही ठरावीक लोकांचाच सहभाग असतो असे नव्हे तर येथेही सामुदायिक विचारांची आवश्यकता असते. समाजातील सर्वांच्या इच्छेनुसार सामाजिक संस्थांची उद्दिष्टे निश्चित केली जातात, कारण सामाजिक संस्था अनेकविध सामाजिक गरजांची पूर्तता करीत असते. थोडक्यात असे प्रतिपादन करता येईल की सामाजिक संस्थेच्या कार्याचे मूल्यमापन, संस्थेने आपले उद्दिष्ट किती प्रमाणात पूर्ण केले यावर अवलंबून असते. सामाजिक संस्था व्यक्तींच्या व समाजाच्या गरजांची पूर्तता करतात, परंतु सामाजिक गरजांचे स्वरूप बदलले तर या गरजा पूर्ण करणाऱ्या सामाजिक संस्थांच्या स्वरूपात पण बदल घडून येतो. उदा. पारंपरिक हिंदू समाजात संयुक्त कुटुंबपद्धती अस्तित्वात होती. आधुनिकीकरणामुळे भारतीय समाजरचनेत अनेक बदल झाले. विशेषत: अर्थव्यवस्थेचे स्वरूप बदलल्याने नवीन प्रकारच्या गरजा निर्माण झाल्या. कृषीप्रधान अर्थव्यवस्थेची सुसंगत असलेली कुटुंबपद्धती नवीन अर्थविषयक गरज पूर्ण करण्यात अकार्यक्षम ठरली. परिणामत: संयुक्त कुटुंबाची जागा केंद्र कुटुंबपद्धतीने घेतली. याचा थोडक्यात अर्थ असा की सामाजिक संस्थेची गरज बदलली की सामाजिक संस्था परिस्थितीसापेक्ष म्हणून निश्चित उद्देशात योग्य ते बदल करू शकते.

४) **स्थिरता (Stability)** : सामाजिक संस्था या सापेक्षत: स्थिर असतात. सामाजिक संस्थेच्या रचनेत स्थिरता असल्याशिवाय सामाजिक संस्था आपली कार्ये चांगल्या प्रकारे पार पाडू शकणार नाही. त्यामुळे संस्थाअंतर्गत सामाजिक संबंध हे पण स्थिर स्वरूपाचे असतात. सामाजिक संस्थांतर्गत सामाजिक संबंधाच्या स्वरूपात वा संघटनेत चटकन अथवा सहजरित्या बदल घडून येत नाहीत. सामाजिक संस्थेमध्ये जर अस्थिरता निर्माण झाली तर तिचा परिणाम एकंदर समाजावर होतो. अस्थिर सामाजिक संस्था आपली कार्ये चांगल्या प्रकारे पार पाडू शकत नाहीत. त्यामुळे अनेक सामाजिक समस्या निर्माण होतात व त्याचा परिणाम समाज पण अस्थिर बनण्यात होतो. समाज स्थिर राहूनच सभासदांच्या गरजा पूर्ण करू शकतो. सामाजिक संस्थेच्या दोन बाबी परस्पर संबंधित आहेत. आज बदलत्या काळात कुटुंब व विवाह या दोन संस्थांत गेल्या काही वर्षांत झालेले बदल आपल्या लक्षात येतात. या दोन सामाजिक संस्थांच्या स्वरूपात बराच बदल झाल्याचे दिसून येत असले तरी या बदलाकडे पाहताना एक बाब आपल्या लक्षात येते ती ही की सामाजिक संस्थेच्या अंतर्गत मूळ रूपात परिवर्तन होत नाही. सामाजिक संस्थेच्या बाह्य स्वरूपात फक्त बदल झाल्याचे आढळून येते. उदा. कुटुंबसंस्थेचा मूळ गाभा तोच आहे परंतु काही कौटुंबिक-सामाजिक संबंधाच्या स्वरूपात बदल झाला. पती-पत्नी सामाजिक संबंधात पूर्वी भारतीय समाजात पतीला परमेश्वर मानले जात होते; आज मात्र पतीला पत्नी परमेश्वर न मानता स्वत:चा मित्र मानते. परिस्थितीनुसार हा बदल आपण स्वीकारला असला तरी कुटुंबसंस्थेचा मूळ गाभा मात्र कायम व स्थिर आहे. या दृष्टीने तज्ज्ञ असे म्हणतात की सामाजिक संस्थेत सापेक्ष स्थैर्य अभिप्रेत असते. एखादा समाज कधी अधोगतीकडे तर कधी प्रगतीकडे झुकत असेल तर त्याचा अर्थ समाजात संस्थात्मक परिवर्तन घडून आले आहे. परंतु हे बदल वा हे परिवर्तन अत्यंत हळुवार स्वरूपाचे असून सामाजिक संस्थेच्या रचनेत आणि उद्देशात फारसा फरक जाणवत नाही. एका सामाजिक संस्थेचा दुसऱ्या सामाजिक संस्थेवर निश्चित परिणाम होतो, परंतु पहिल्या सामाजिक संस्थेत घडून आलेल्या बदलाचा वेग दुसऱ्या संस्थेत तसाच राहील असे नाही. या दृष्टीने विचार करता सामाजिक संस्था ही सापेक्षत: स्थिर असते. भारतातील जातीसंस्था हे या स्थिरतेचे उदाहरण होय.

५) **तत्त्वज्ञान (Philosophy)** : समाजातील प्रत्येक सामाजिक संस्थेत स्वत:चे असे स्वतंत्र तत्त्वज्ञान असते. तत्त्वज्ञानामुळेच सामाजिक संस्था मानवाच्या किंवा समाजाच्या स्वीकृतीस मान्य होतात. सामाजिक संस्था स्थिर राहण्यासाठी संस्थांतर्गत सामाजिक संबंधांना कोणत्यातरी तत्त्वज्ञानाचा आधार असणे आवश्यक असते. भारतात आजपर्यंत जातीव्यवस्था किंवा जातीसंस्था का टिकून आहे? या प्रश्नाचे मूळ कारण

आहे जातीव्यवस्थेचे तत्त्वज्ञान. जातीव्यवस्था पारंपरिक वर्णव्यवस्थेचे सुधारित रूप आहे. जातीव्यस्थेचे मूळ कर्मसिद्धान्तावर आधारित भारतीय समाजव्यवस्थेत खोलवर रुजले असल्याचे आढळून येते. जन्मानुसार जात व जातीनुसार व्यवसाय हा विचार जातीसंस्थेच्या तत्त्वज्ञानाचा गाभा असून त्यामुळेच जातीसंस्था आजही टिकून आहे. या संदर्भात दुसरे उदाहरण हे विवाहसंस्थेचे देता येईल. भारतातील हिंदू धर्माच्या विवाहसंस्थेच्या तत्त्वज्ञानानुसार 'हिंदू विवाह हा एक पवित्र संस्कार आहे.' हा विचार जनमानसात इतका खोलवर रुजला असल्यामुळे विवाहाचे बाह्य स्वरूप, विवाहाचे प्रकार यात कालक्रमानुसार अनेक बदल झाले असले तरी विवाहाचा गाभा असलेल्या विवाहविषयक संस्कारात्मक दृष्टिकोनात बदल झाल्याचे आढळत नाही. या तत्त्वज्ञानामुळे हिंदू विवाहसंस्था स्थिर राहण्यास मदत झाली. सारांशरूपात असे म्हणता येईल की कोणत्याही सामाजिक संस्थेच्या तत्त्वज्ञानामुळे सामाजिक संस्था स्थिर राहण्यास मदत झाली.

६) सामाजिक अभिमत व अधिसत्ता (Social Approval and Authority) : सामाजिक संस्था व्यक्तीव्यक्तींतील सामाजिक संबंधांचे प्रतिमान किंवा अनुबंध (Pattern) प्रकट करतात. या प्रतिमानास किंवा अनुबंधास समाजाचे अभिमत प्राप्त झालेले असते. म्हणजेच समाजाची मान्यता मिळालेली असते. कोणत्याही सामाजिक संस्थेस अभिमत (Approval) आणि अधिसत्ता (Authority) विविध विधींद्वारे देण्यात येते. उदा. हिंदू धर्मात विवाहसंस्था ही समाजमान्य आहे, कारण हिंदू विवाहातील कन्यादान, पाणिग्रहण, लज्जाहोम, अश्मारोहन आणि सप्तपदी इत्यादी धार्मिक विवाहविधींद्वारेच विवाह पूर्ण होतो. कालक्रमानुसार काही विधींत बदल झाले असले तरी काही विधी आजही महत्त्वाचे मानले जातात. यात 'सप्तपदी' हा विधी महत्त्वाचा असून त्याची परिपूर्ती झाल्याशिवाय विवाहाची परिपूर्ती होत नाही व त्यास कायद्याची व तसेच समाजाची मान्यता मिळत नाही. काही भारतीय समाजशास्त्रज्ञांच्या मताने हिंदूंच्या वैवाहिक विधीद्वारे हिंदू स्त्री-पुरुषांच्या वैवाहिक संबंधांना प्रदान करण्यात येते व स्त्री पुरुषांना पती-पत्नी म्हणून शारीरिक संबंध ठेवण्याचा अधिकार प्राप्त होतो. राज्यसंस्थेचा जर आपण विचार केला तर हाच आशय स्पष्ट होतो. एखाद्या विधेयकाबाबत विशिष्ट घटनात्मक विधी झाल्यानंतरच त्या विधेयकाचे कायद्यात रूपांतर होते. अधिसत्तेच्या (Authority) साहाय्याने सामाजिक संस्था दुहेरी स्वरूपाचे कार्य करते. (१) सामाजिक संस्थेचे केंद्रीभूत उद्दिष्ट साध्य होण्याच्या दृष्टीने यंत्रणेस गतिमान ठेवणे (२) संस्थांतर्गत सामाजिक संबंधांचे नियमन व नियंत्रण ठेवणे. कुटुंबसंस्थेचे अधिकार वंशवृद्धी या हेतूंच्या संदर्भात असल्यामुळे ते मर्यादित स्वरूपाचे आहेत, तर राज्यसंस्थेचे अधिकार जनकल्याण करणे हे

असल्यामुळे ते व्यापक स्वरूपाचे आहेत. कोणत्याही सामाजिक संस्थेला अभिमत (मान्यता Approval) व अधिसत्ता (Authority) नसेल तर स्वत:चे कार्य करणे शक्य होत नाही. सामाजिक संस्थेचा विचार करता धर्मसंस्था मानवाने का स्वीकारली, त्याचे तत्त्व मानवाने का अंगीकारले किंबहुना आधुनिक काळात देखील धर्म इतका व्यापक का बनला याचा शोध घेतल्यास आपल्या हे ही लक्षात येईल की धर्माला सामाजिक मान्यता मिळाली होती. व्यक्तींच्या भौतिक व अभौतिक जीवनाच्या भोवती धर्मसंस्था होती. त्याला समाजाची स्वीकृती होती हे आपल्याला मान्यच करावे लागेल.

७) प्रतीके (Symbols) : सामाजिक संस्थेचे बाह्य व प्रभेदक लक्षण म्हणजे संस्थेचे प्रतीकात्मक स्वरूप होय. काही तज्ज्ञांच्या मताने प्रतीकावरूनच सामाजिक संस्थेची ओळख होते. प्रतीके हे सामाजिक संस्थेच्या कार्याचे प्रतिनिधित्व करतात. प्रतीकामुळे व्यक्तीस संस्थेच्या गटरूपाशी एकरूप होण्यास मदत मिळते. कुटुंबसंस्था, विवाहसंस्था, धर्मसंस्था, राज्यसंस्था, शिक्षणसंस्था इत्यादी सामाजिक संस्था प्रतीकाद्वारेच ओळखल्या जातात. आधुनिक काळातील भारतीय राज्यसंस्थेतील राजकीय पक्षाची प्रतीके काळानुसार कशी बदलत गेली ते आपण पाहू. चरखा, बैलजोडी, गायवासरू हाताचा पंजा, कमळाचे फूल, हत्ती, विळाहातोडा, घड्याळ, धनुष्यबाण, रेल्वेइंजिन इत्यादी निवडणूक चिन्हे त्या त्या पक्षाची प्रतीके होत. प्रत्येक राष्ट्राचा राष्ट्रध्वज हा त्या राष्ट्राच्या राज्यसंस्थेचे महत्त्वाचे प्रतीक होय. प्रतीकाचा अपमान म्हणजे राष्ट्राचा अपमान समजला जातो. निरक्षर समाजातही ही प्रतीके महत्त्वाची ठरतात. प्रतीकामुळे व्यक्तीला त्या त्या सामाजिक संस्थेची ओळख होते. धर्मसंस्थेच्या प्रतीकांचा विचार केल्यास धर्मसंस्थेची प्रतीके ही भौतिक व अभौतिक स्वरूपाची आहेत. प्रत्येक धर्म हा ईश्वराच्या श्रद्धेवर आधारित असून प्रत्यक्ष ईश्वर ही संकल्पना अभौतिक आहे. तो भक्तांवर प्रसन्न होतो ही संकल्पनापण अभौतिक आहे, परंतु ईश्वराची आराधना करण्यासाठी मानवाने जी साधने निर्माण केलीत ती सर्व भौतिक आहेत. यात प्रार्थनास्थळ (मंदिर, मशीद, चर्च इत्यादी), ईश्वराची मूर्ती, जपमाळ, विविध मंत्रांचे उच्चारण, कपाळावर लावावयाचे गंध, स्वस्तिक, क्रॉस, नैवैद्य इत्यादी गोष्टी येतात. काही तज्ज्ञांच्या मताने धर्म व प्रतीके इतकी जवळची असतात की ती परस्परांपासून वेगळी करता येत नाहीत. आपणास परिचित असलेली हिंदूंची विवाहसंस्था प्रतीकांच्या बाबतीत बोलक्या स्वरूपाची आहे. मंगळसूत्र, पायातील बोटात घालावयाची जोडवी, स्त्रीच्या कपाळावरचे कुंकू इत्यादी विवाहासंबंधीची प्रतीके आहेत. थोडक्यात, सामाजिक संस्थांची प्रतीके त्या त्या संस्थेतील गटांच्या प्रतिनिधित्वाची भूमिका पार पाडतात. सामाजिक संस्थासुद्धा प्रतीकाद्वारे आपला परिचय लोकांना करून देतात. या संदर्भात शिक्षणसंस्थेचे उदाहरण देता येईल. भव्य इमारत, इमारतीच्या प्रवेशदारावर त्या शिक्षणसंस्थेच्या नावाचा

डोळ्यात भरेल असा नामफलक, त्यावर चितारलेले संस्थेचे बोधचिन्ह, विद्यार्थी-विद्यार्थिनीचे जमाव इत्यादीद्वारे ती इमारत एखाद्या महाविद्यालयाची आहे हे सहजच लक्षात येते. ही सर्व प्रतीके होत. थोडक्यात, सामाजिक संस्था व प्रतीके समाजाला संस्थेजवळ आणण्याचा प्रयत्न करतात, म्हणूनच प्रतीकांचा अंतर्भाव सामाजिक संस्थांच्या प्रभेदक लक्षणांत करण्यात आला आहे.

८) समूह किंवा गट (Groups) : तज्ज्ञ असे मानतात की सामाजिक संस्था या अमूर्त असतात. सामाजिक संस्था म्हणजे विविध नियमांचा किंवा प्रमाणकांचा संच होय. या अमूर्त सामाजिक संस्थांना कार्यशील व गतिमान करण्याचे कार्य त्या-त्या सामाजिक संस्थांतर्गत सामाजिक गट करतात. सामाजिक समूह किंवा गट म्हणजे संस्थांतर्गत सामाजिक संबंधांनी जोडलेल्या व्यक्ती होत. उदा. कुटुंब ही एक सामाजिक संस्था आहे. या संस्थेअंतर्गत अनेक कुटुंब गट कार्यरत असतात. कुटुंब या गटात माता, पिता, मुले, भाऊ, बहीण इत्यादी स्थानांवर कार्यरत असलेल्यांचा समावेश होतो. या समूहातील सर्व व्यक्ती आपल्या वर्तनाद्वारे समाजाच्या गरजा पूर्ण करतात. समाजाच्या सातत्यासाठी वंशवृद्धी, नवोदितांचे सामाजिकीकरण, वारसाहक्कांचे हस्तांतरण इत्यादी गरजांची पूर्तता करत असतात. कुटुंब हा गट कुटुंब या सामाजिक संस्थेच्या प्रमाणकांचे पालन करून गरजपूर्तता करीत असतो. सामाजिक संस्थांची धारणा (Presumption) पूर्ण करण्यासाठी समूह वा गट अत्यावश्यक असतात. राज्यसंस्था कोणत्या प्रकारचे कार्य करते हे पाहताना राज्यसंस्थेतील विविध गट हे किती कार्यरत व सामर्थ्यशाली आहेत यावरच राज्यसंस्थेचे भवितव्य अवलंबून आहे. गटातील व्यक्ती स्वत:च्या आचरणाद्वारे समाजाच्या गरजा भागवितात. एखाद्या कुटुंबाचे उदाहरण द्यावयाचे असल्यास आपणास असे म्हणता येईल की श्री. सोनवणे, सौ. सोनवणे व त्यांची मुले या सर्वांचा मिळून कुटुंब हा गट तयार होतो. प्रत्येक सामाजिक संस्थेचे कार्य करणारे असे विविध गट असतात. सामाजिक संस्थेत दर्जे व भूमिका महत्त्वाच्या असतात, तर विशिष्ट कुटुंबातील पती, पतीची भूमिका किती प्रामाणिकपणे व संस्थेच्या सामाजिक नियमनांच्या चौकटीत राहून पार पाडतो यावर या कुटुंब या गटाचे व संस्थेचे कार्य समाधानकारक आहे असेच म्हणावे लागेल. प्रत्येक सामाजिक संस्थेचे कार्य करणारे अनेक गट असतात. या गटातील व्यक्ती-व्यक्तींत आंतरक्रियात्मक संबंध प्रस्थापित झालेले असतात, परंतु या आंतरक्रियात्मक संबंधांचे मूल्यमापन करता येत नाही, कारण हे सामाजिक संबंध अमूर्त स्वरूपाचे असतात. सामाजिक संस्थांच्या अमूर्त कार्याच्या पूर्ततेसाठी सामाजिक गटांची आवश्यकता असते. सामाजिक संस्थेची धारणा (Presumptions) आणि

व्यवहार (Practice) सामाजिक गटामुळेच सुलभ होतात. तात्पर्य, सामाजिक संस्थेत समूह असणे अपरिहार्य असते.

९) संस्कृतीचा अंश (Part of Culture) : प्रत्येक सामाजिक संस्थेला संस्कृतीचा आधार असतो. रॉबर्ट मॅक आयव्हरच्या मताने सामूहिक कार्याचे प्रस्थापित साचे म्हणजे सामाजिक संस्था होत. चार्लस् कूले यांच्या मताने मानवी संस्कृतीत प्रस्थापित झालेल्या व सातत्याने निर्माण होणाऱ्या मानवी गरजा पूर्ण करणाऱ्या सामूहिक वर्तनाच्या जटिल संघटनास सामाजिक संस्था असे म्हणतात. विवाहसंस्थेला संस्कारांची जोड असल्यामुळे विवाहाला आपोआपच संस्कृती मिळालेली आहे. धर्मसंस्था आपण आपल्या संस्कृतीतूनच निर्माण केलेली आहे. एवढेच नव्हे, तर धर्मसंस्थेतील सर्व विधी मानव निर्मितच आहेत. धर्मातील सामुदायिक कार्ये वास्तवत: संस्कृतीच आहे. म्हणूनच रॉबर्ट मॅक आयव्हर यांच्या मताने सामूहिक कार्याचे प्रस्थापित साचे म्हणजेच सामाजिक संस्था होत. कुटुंबसंस्थेलाही संस्कृती असते, हे कुटुंबाच्या विविध कार्यांवरून सिद्ध करता येते. कुटुंबात होणारे संस्कृतीसंवर्धनाचे कार्य धर्मसंस्थेच्या साहाय्याने साकार होते. धर्माच्या विविध विधींची पूर्तता व सांगता कुटुंबातच होते. त्यावरून धर्मसंस्था, विवाहसंस्था, राज्यसंस्था व अर्थसंस्था इत्यादीत संस्कृतीचा अंश असतो, हे लक्षात येते; संस्कृतीमुळेच सामाजिक संस्था अधिक काळ समाजात टिकून राहतात. थोडक्यात, मानवी जीवन आणि समाजाच्या संस्थेद्वारे पूर्ण होणाऱ्या गरजा लक्षात घेता संस्कृतीशिवाय सामाजिक संस्था आपले कार्य यशस्वीपणे करू शकत नाही. सामाजिक संस्थांकडून समाजाच्या चिरंतन गरजा संस्कृतीला अनुसरूनच परिपूर्ण केल्या जातात हे सत्य आपणास नाकारता येत नाही.

१०) सामाजिक संस्थांचे अमूर्त स्वरूप (Abstract Nature of Social Institutions) : सामाजिक संस्था या अमूर्त स्वरूपाच्या असतात. याचा अर्थ सामाजिक संस्थेतील सामाजिक संबंधांचे मूल्यमापन करता येत नाही. पती-पत्नी, भाऊ-बहीण, भाऊ-भाऊ, बहिणी-बहिणी, आई-मुलगा, आई-मुलगी यांचे सामाजिक संबंध अमूर्त स्वरूपाचे असतात. राज्यसंस्था, धर्मसंस्था, अर्थसंस्था इत्यादीतील सामाजिक संबंध सापेक्षत: स्थिर स्वरूपाचे असतात. सामाजिक संस्था अमूर्त असतात, याचा अर्थ असा की संस्था प्रत्यक्ष कार्य न करता संस्थांतर्गत विविध गट किंवा समूह त्या त्या सामाजिक संस्थांचे कार्य करतात. उदा. शिक्षणसंस्था प्रत्येक समाजातील एक अमूर्त सामाजिक संस्था आहे. या शिक्षणसंस्थेत शिक्षकांचा गट, विद्यार्थ्यांचा गट, कार्यालयीन कर्मचाऱ्यांचा गट, सेवकांचा गट, ग्रंथालयीन कर्मचाऱ्यांचा गट इत्यादींचा समावेश होतो. या सर्व गटांनी एकत्रपणे केलेले कार्य म्हणजेच शिक्षणसंस्था होय. कुटुंब या सामाजिक

संस्थेचे स्वरूपही अमूर्त असते, कारण या कुटुंबातही अनेक कुटुंबांचा समावेश असतो आणि या कुटुंबरूपी गटात अनेक उपगट समाविष्ट असतात. या उपगटात लहान मुलाचा, समवयस्क व्यक्तीचा, स्त्रियांचा व पुरुषांचा असे स्वतंत्र गट असतात. हे गट कुटुंबसंस्थेची कार्ये पार पाडतात. प्रत्येक समाजातील सर्वच सामाजिक संस्था अमूर्त असतात व त्या संस्थांचे कार्य त्या सामाजिक संस्थेतील सामाजिक गट पार पाडतात.

सामाजिक संस्थांचे स्वरूप (Nature of Social Institutions) :

सामान्यत: व्यवहारात अमुक एखादी गृहनिर्माण संस्था, एखादी सहकारी पतसंस्था, शिक्षणप्रसारक संस्था, विवाह मार्गदर्शन संस्था, रोजगार मार्गदर्शन संस्था यांचा उल्लेख आपण वारंवार आपल्या दैनिक जीवनात ऐकतो. या सर्व तथाकथित संस्था म्हणजे त्या त्या क्षेत्रांत कार्य करणाऱ्या सामाजिक संघटना होत. परंतु समाजशास्त्रात 'सामाजिक संस्था' ही संज्ञा एका वेगळ्या पण निश्चित अर्थाने वापरली जाते. समाजातील विशिष्ट कार्याभोवती संघटित झालेल्या लोकरूढी, लोकनीति, प्रथा व कायदा यांच्या परस्पर संबंधाच्या व्यवस्थेला सामाजिक संस्था म्हणतात. खालील सहा मुद्यांच्या आधाराने सामाजिक संस्थेचे स्वरूप उलगडण्याचा प्रयत्न करू.

१) सामाजिक संस्थांची निर्मिती योजनापूर्वक केली जात नाही. समाजाच्या निर्मिती प्रक्रियेतच सामाजिक संस्था आकाराला येतात. संस्था स्थिर झाल्यानंतर लोक आपल्या गरजपूर्ततेचे विविध मार्ग शोधीत असतात. विशिष्ट गरजांची पूर्तता करू शकणाऱ्या पर्यायी मार्गांपैकी गरजपूर्तीचा अधिक समाधानकारक मार्ग अवलंबिला जातो. हा अवलंबिलेला मार्ग एका पिढीकडून दुसऱ्या पिढीकडे हस्तांतरित होतो व कालांतराने त्याला प्रमाणीकृत सामाजिक संस्थेचे स्वरूप प्राप्त होते. थोडक्यात असे म्हणता येईल की मानवी गरजांची पूर्तता करण्याच्या प्रक्रियेतून सामाजिक संस्था अस्तित्वात आलेल्या असतात.

२) सामाजिक संस्थांतर्गत सामाजिक संबंधांचे स्वरूप स्थिर व निश्चित राहावे म्हणून समाजात त्यासंबंधी काही लोकरूढी, लोकनीति, प्रथा इत्यादी सामाजिक प्रमाणकांचा किंवा नियमनांचा हेतू व्यक्तींच्या वर्तनावर नियंत्रण ठेऊन त्यांना परस्परांशी विशिष्ट प्रकारे वर्तन करण्यास भाग पाडणे हा असतो. सर्वच संस्थात्मक सामाजिक संबंधांचे व त्यासंबंधी प्रमाणकांचे अथवा नियमनाचे स्वरूप समान असते, म्हणून त्यांचाही समावेश सामाजिक संस्थांमध्ये केला जातो. मानवी गरजांच्या पूर्ततेच्या संदर्भानी काही वर्तन प्रतिमाने विकसित होतात. सामाजिक प्रमाणकांचा सामाजिक संस्थेत अधिक प्रभाव असतो, म्हणूनच सामाजिक संस्थेचे स्वरूप अमूर्त असले तरी संस्थांतर्गत कार्य कशा

प्रकारे पार पाडले जावे, त्या कार्यामागील हेतू कोणता असावा हे पाहणे म्हणजेच संस्थेचे खरे स्वरूप आपल्या लक्षात येणे होय.

३) सामाजिक संस्थेचे स्वरूप व्यक्तीच्या वर्तनविषयक संकेतांच्या आधारावरच अवलंबून असते. सामाजिक संस्था विविध भूमिकांच्या एकत्रीकरणातून आकाराला येते व त्या त्या भूमिका वठविण्यासाठी व्यक्तींना प्रेरित करावे लागते. भूमिका पूर्ण करण्यासाठी व्यक्तींसाठी औपचारिक व अनौपचारिक संकेत अस्तित्वात आलेले असतात. अशा प्रकारचे भूमिकाविषयक संकेत म्हणजेच सामाजिक नियमने किंवा प्रमाणके होत. उदा. विवाहप्रसंगी पती वा पत्नीने कर्तव्यपालनाबाबत घेतलेली प्रतिज्ञा, राष्ट्रपती, पंतप्रधान, मुख्यमंत्री, राज्यपाल अथवा कोणत्याही मंत्र्याने पदभार स्वीकारताना घेतलेली शपथ, डॉक्टरांना त्यांच्या व्यवसायात पदार्पण करताना घ्यावी लागणारी शपथ, सामाजिक संस्थांतर्गत भूमिकासंबंधीचे औपचारिक संकेत होत. सामाजिक संस्थेत अनेक भूमिकांचा मुख्य आशय, परंपरागत अथवा अनौपचारिक लोकरूढी, लोकनीति वा प्रथा; यांनी व्यापलेला असतो. थोडक्यात, सामाजिकीकरणात व्यक्तींकडून या भूमिकाविषयक संकेतांचे संपादन केले जाते व यातूनच सामाजिक संस्थेचे स्वरूप स्पष्ट होते.

४) सामाजिक संस्था ही जागतिक स्वरूपाची घटना आहे. मानवी समाजाच्या सर्वच क्षेत्रांत सामाजिक संस्था आढळतात. याच प्रकरणात वेळोवेळी विविध सामाजिक संस्थांच्या नावाचा उल्लेख केलेला असल्यामुळे त्या सर्वांचा या ठिकाणी उल्लेख न करता उदाहरण म्हणून विवाहसंस्थेचा विचार करणार आहोत. विवाहाचे स्वरूप इतके व्यापक आहे की जवळजवळ सर्वच समाजांत विवाहाला प्राधान्य प्राप्त झाले आहे. अगदी आदिवासी टोळ्यांपासून ते अद्ययावत आधुनिक समाजापर्यंत विवाहाला महत्त्व प्राप्त झाले आहे. कामभावनांची पूर्तता व संततीची निर्मिती व निर्माण केलेल्या संततीचे संगोपन व संरक्षण यांना महत्त्व देऊन या विषयक मानवी गरजांच्या पूर्ततेसाठी विवाहसंस्था जन्माला आली. रॉबर्ट मॅक आयव्हर या अमेरिकेतील समाजशास्त्रज्ञाच्या मतानुसार मानवी गरजा व मानवी संघ यांच्या जीवन जगण्याच्या प्रवृत्तीतून सामाजिक संस्था निर्माण झाल्यात. थोडक्यात असे म्हणता येईल, की सर्व जगाला व्यापून जे कार्य शिल्लक राहते ते कार्य सामाजिक संस्था करतात. या दृष्टीने विचार करता वर निर्देशित केलेल्या विवाहसंस्थेच्या स्वरूपात धार्मिक, मानसिक, सामाजिक कार्यपूर्ततेच्या स्वरूपाचा पण समावेश असतो.

५) सामाजिक संस्था ह्या समाजाच्या जटिल सांस्कृतिक समष्टीचे अविभाज्य

अंग असतात. याचाच अर्थ असा की समाजव्यवस्था ही एक जटिल अथवा संमिश्र (Complex) स्वरूपाची प्रक्रिया आहे. समाजातील सर्वच सामाजिक संस्थांचे स्वरूप कठीण असले तरी या सर्व सामाजिक संस्था मानवी समाजाच्या गरजा पूर्ण करण्यासाठी प्रयत्न करताना आढळतात. सामाजिक संस्था ही एक विचार धारणा आहे की, जी मंडळाच्या रूपाने प्रकट होत असते. धारणेशिवाय अथवा तर्काशिवाय (Presumption) सामाजिक संस्थेचे स्वरूप स्पष्ट होत नाही. शिक्षण संस्थेची धारणा पूर्ण करण्यासाठी या संस्थेचे स्वरूप काय आहे व हेतू कोणता आहे हे पाहणे महत्त्वाचे ठरते. प्रत्येक सामाजिक संस्था स्वतःचा अंतिम हेतू पूर्ण करण्यासाठी सतत कार्यरत असताना दिसतात. जटिल म्हणजे कठीण व सांस्कृतिक म्हणजे संस्कृतीला धरून आणि समष्टी म्हणजे समाजातील सर्वांचा विचार सामाजिक संस्थेच्या स्वरूपात होतो.

६) सामाजिक संस्था या परस्पर संबंधित आणि परस्परावलंबी असतात. याचाच अर्थ असा की, समाजातील कोणतीही सामाजिक संस्था इतर सामाजिक संस्थांशी संबंधित असते. कुटुंब, धर्म, शिक्षण, राज्य इत्यादी सामाजिक संस्थांमध्ये परस्परसंबंध असतात व समाज अशा परस्पर संबंधित संस्थांनी मिळून बनलेला असतो, त्यामुळे समाजातील कोणत्याही एका सामाजिक संस्थेत बदल झाला किंवा परिवर्तन घडून आले तर पर्यायाने इतर सामाजिक संस्थांत आणि समग्र समाजातही परिवर्तन घडून येते. उदा. विवाहसंस्थेच्या स्वरूपात जर बदल झाला तर त्याचा परिणाम कुटुंबसंस्था बदलण्यात होतो. शिक्षणामुळे पारंपरिक अभिवृत्तीत बदल घडून आल्यावर धार्मिक श्रद्धा तितक्याशा प्रभावी राहात नाहीत. तसेच एखाद्या समाजातील धार्मिक मूल्ये व कल्पना समाजाच्या आर्थिक विकासाला पोषक किंवा मारक ठरू शकतात. कुटुंबात नवोदित बालकावर चांगल्या प्रकारचे सामाजिकीकरण झाले तर मूल शाळेतील त्याच्या भूमिका चांगल्या प्रकारे पार पाडू शकेल. सारांशरूपात असे म्हणता येईल की एका सामाजिक संस्थेचा प्रभाव दुसऱ्या सामाजिक संस्थेवर पडत असतो.

सामाजिक संस्थांची कार्ये किंवा महत्त्व (Functions or Significanec of Social Institutions) :

आत्तापर्यंत आपण सामाजिक संस्थेचा अर्थ, व्याख्या, वैशिष्ट्ये व स्वरूप यावर सविस्तर विवेचन केले आहे, परंतु समाजातील सामाजिक संस्थांचे कार्य काय आहे किंवा त्यांना समाजात काय महत्त्व आहे याचे परीक्षण केल्याशिवाय सामाजिक संस्था ही संकल्पनाच आपल्याला समजणार नाही. त्यामुळे सामाजिक संस्था समाजासाठी आणि व्यक्तीसाठी कोणते काम करतात याची उकल होणे महत्त्वाचे आहे. प्रत्येक

सामाजिक संस्था ही समाजाच्या सामाजिक, आर्थिक, राजकीय, शैक्षणिक इत्यादी क्षेत्रांतील विविध गरजांशी संबंधित कार्ये पार पाडते. विविध प्रकारच्या सामाजिक संस्थांची प्रमुख उद्दिष्टे सामाजिक गरजांची पूर्तता करणे ही असली तरी त्या सामाजिक संस्थांनी समाजविषयक कार्याचे सर्वांगीण आकलन करूनच कार्य करणे समाजाच्या दृष्टीने महत्त्वाचे असते. समाजशास्त्रज्ञांच्या विचारानुसार सामाजिक संस्थांना समाजासाठी खालील कार्ये पार पाडावी लागतात.

१) व्यक्तीच्या व्यक्तिमत्त्वाचा विकास करणे (Development of Individual's Personality) : व्यक्तींच्या व्यक्तिमत्त्व विकासात सामाजिक संस्थांचा वाटा फार मोठा आहे. व्यक्तीस समाजाचा सभासद म्हणून जी निरनिराळी स्थाने समाजात प्राप्त होतात त्या स्थानांशी निगडित अशा भूमिका त्या स्थानावरील व्यक्तींना पार पाडाव्या लागतात. उदा. पती, पत्नी, माता, पिता, पुत्र, कन्या, शिक्षक, अधिकारी, सेवक इत्यादी. व्यक्तीला तिची ही स्थाने संस्कृतीकडून प्राप्त होतात. या विविध दर्जा व भूमिकांतून व्यक्तीच्या व्यक्तिमत्त्वाचे स्वरूप स्पष्ट होत असते, म्हणूनच सामाजिक संस्था व्यक्तीच्या व्यक्तिमत्त्व विकासासाठी कार्य करतात. तज्ज्ञांच्या मताने कुटुंब ही व्यक्तिमत्त्व विकासास मदत करणारी पहिली सामाजिक संस्था होय. भाषा, सामाजिक नियमने, आचार-विचार इत्यादी गोष्टी कुटुंब या सामाजिक संस्थेद्वारेच व्यक्तिस शिकविल्या जातात. उदा. एखादा सोनाराचा मुलगा जेव्हा डॉक्टर होतो तेव्हा त्यावर कोणते संस्कार झाले होते त्याचा तपास घ्यावा लागतो. हा तपास करताना असे लक्षात येते की तो मुलगा जरी सोनार जातीत जन्माला असला तरी त्या मुलाचे आई-वडील दोघेही डॉक्टर आहेत म्हणून तो मुलगा डॉक्टर झाला असे म्हणावे लागेल. डॉक्टर होण्यासाठी आवश्यक अशा प्रेरणा, अभिवृत्ती त्यांच्या कुटुंबातच तयार झाल्यामुळे तो मुलगा डॉक्टर होऊ शकला. सामाजिक संस्थांच्या संदर्भातच विचार करावयाचा झाल्यास व्यक्तीच्या ठिकाणी अशा अनेकविध सामाजिक गुणांचा विकास होतो की, जे गुण सामाजिक जीवन जगण्यासाठी अत्यावश्यक असतात. सहकार्य, प्रेम, त्याग इत्यादी सामाजिक गुणांचा तर समायोजन, स्पर्धा, संघर्ष इत्यादी प्रवृत्तींचा विकास व त्यासंबंधीचे सर्व ज्ञान कुटुंबसंस्थेत प्राप्त होते, तर धर्मसंस्थांद्वारा सदाचरण, विवेक, निष्ठा, त्याग इत्यादी गुणधर्मांची शिकवण दिली जाते. शिक्षणसंस्था विविध विषयांचे ज्ञान प्रदान करताना व्यक्तीचे चारित्र्य घडवून तिच्या व्यक्तिमत्त्व विकासास योग्य दिशा देतात. सारांश स्वरूपात असे म्हणता येईल की व्यक्तींच्या व्यक्तिमत्त्व विकासात सामाजिक संस्था महत्त्वपूर्ण कार्य करतात. कुटुंबात पुत्राची भूमिका वठवीत असताना प्रत्यक्ष पिता बनण्यापूर्वीच पित्याच्या भूमिकेचे सामान्य ज्ञान व्यक्तीला प्राप्त झालेले असते.

२) सामाजिक वारसा प्राप्त करणे (Acquirement of Social Heritage) : समाजाचे सातत्य टिकविण्यासाठी सामाजिक संस्थांचे कार्य अखंडितपणे चालू असते. प्रथा, तत्त्वज्ञान, मूल्ये, विज्ञान, साहित्य, कला इत्यादी सामाजिक वारशाच्या संदर्भात सतत सामाजिक संस्थांचे कार्य सातत्याने चालू असते. व्यक्तिमत्त्वाच्या वारशाच्या संदर्भात कुटुंबसंस्थेचे योगदान इतर संस्थांच्या संदर्भात अधिक आहे. प्रत्येक समाजातील सामाजिक वारशाचे संरक्षण आणि हस्तांतरण करणारी कुटुंब ही प्रभावी स्वरूपाची सामाजिक संस्था आहे. व्यापक अर्थाने विचार करता कोणत्याही समाजाचा वारसा पिढ्यानूपिढ्या चालू असतो. प्रत्येक पिढी सामाजिक वारशात भर घालते. सामाजिक संस्थांचे स्वरूप सापेक्षत: स्थिर असते. त्यांच्यातील बदल हळुवारपणे होतात. परंतु समाजात क्रांती झाली तर मात्र सामाजिक परिवर्तन जलद गतीनेही होऊ शकते. व्यक्तिमत्त्व विकासाद्वारेच व्यक्ती सामाजिक वारशाचे आत्मसातीकरण करून घेते. सामाजिक वारशाचे संरक्षण व आणि हस्तांतरण करणारी आणखी एक महत्त्वाची संस्था म्हणजे धर्मसंस्था होय. पारंपरिक समाजात एक सामाजिक संस्था म्हणूनच धर्मसंस्थेवर लोकांनी विश्वास ठेवला होता. समाजातील शैक्षणिक संस्थांनी देखील सामाजिक वारसा एका पिढीकडून दुसऱ्या पिढीकडे नेण्याचे कार्य केलेले आहे. मध्ययुगीन काळात जातीव्यवस्था, पुराणे, संत वाङ्मय, विविध धर्म संप्रदाय, पारंपरिक कर्मकांड यांचे महत्त्व दिसून येते, तर स्वातंत्र्योत्तर काळात आर्थिक नियोजन, भारतीय राज्यघटना, लोकशाही स्वातंत्र्य, समता, न्याय इत्यादी नवीन सांस्कृतिक गोष्टींची भर भारतीय सामाजिक वारशात पडलेली आढळते. सारांश रूपाने बोलावयाचे झाल्यास भारतात आधुनिकीकरणाची प्रक्रिया सुरू झालेली आहे. सामाजिक वारशात नव्याने भर पडलेल्या गोष्टींना टिकविण्यासाठी नवीन सामाजिक संस्था विकसित होत आहेत. नवीन सामाजिक संस्था निर्माण झाल्या तरी त्यांच्या फक्त स्वरूपात बदल दिसणार आहे, पण त्यांची कार्ये मात्र अखंडितपणे चालू आहेत हे आपल्याला विसरता येणार नाही.

३) सामाजिक नियंत्रण (Social Control) : सामाजिक संस्था ह्या सामाजिक नियंत्रणाचे पण कार्य करतात. प्रस्थापित सामाजिक सांस्कृतिक चौकटीतच समाजातील सभासदांनी वर्तन करावे अशी अपेक्षा व्यापक सामाजिक हितासाठी समाजातर्फे व्यक्त केली जाते. पूर्वी म्हटल्याप्रमाणे प्रत्येक समाजात लोकरूढी, लोकनीति, प्रथा यासारखी सामाजिक नियमने असतात. या सर्व सामाजिक नियमनांचे जर उल्लंघन केले तर ते वर्तन समाजविरोधी ठरते. समाजविरोधी वर्तनामुळे समाजस्वास्थ्य धोक्यात येते. तसे होऊ नये म्हणून समाजसभासदांनी बेशिस्त वा प्रमाणकांविरुद्ध वर्तन करू नये म्हणून प्रत्येक समाजामध्ये सामाजिक नियंत्रणाची व्यवस्था असते. या सामाजिक

नियंत्रण व्यवस्थेलाच सामाजिक संस्थेच्या कार्याची व्यवस्था असे म्हणतात. उदाहरणार्थ, समाजातील कुटुंब, विवाह, धर्म इत्यादी सामाजिक संस्था अनौपचारिक रितीने सभासद वर्तनाचे नियंत्रण करीत असतात. विवाहसंस्थेमुळे मानवी लैंगिक वर्तनाला एक निश्चित दिशा व मार्गदर्शन प्राप्त होते. या वर्तनाला समाजमान्य वर्तनप्रकार म्हणून मान्यता मिळते. पती-पत्नी या नात्याने परस्परांशी जोडल्या गेलेल्या स्त्री पुरुषांनाच फक्त परस्परांशी लैंगिक किंवा शारीरिक संबंध ठेवण्यास समाजाची मान्यता मिळते. याचा परिणाम म्हणून मानवी लैंगिक वर्तन हे नियंत्रित होते. व्यक्तींच्या व्यक्तिमत्त्वास सुसंघटित ठेवणे हा देखील सामाजिक नियंत्रणाचा अप्रत्यक्ष प्रकारच होय.समाजातील सर्व प्रकारच्या सामाजिक संस्थांत परस्पर संबंध असल्यामुळे संस्थांतर्गत होणारे व्यक्तिमत्त्व विघटन टळते व व्यक्तीवर्तन नियंत्रित होते. काही तज्ज्ञांच्या मताने सामाजिक संस्था संकुल (Social Institute Complex) हे समाजातील सामाजिक व्यवहारांचे नियमन व नियंत्रण करणारे प्रमुख अधिष्ठान आहे. विशेषत: समकालीन पारंपरिक समाजात विवाह, जन्म, मृत्यू, विविध सणवार, उत्सव इत्यादी प्रसंगी घडून येणारे मानवी वर्तन धर्म व कुटुंब या संस्थांचे नियंत्रण कार्य राज्यसंस्थेच्या कार्यास पूरक असते. कुटुंब, विवाह, धर्म इत्यादी संस्थांच्या नियंत्रण कार्यामुळेच राज्यासारख्या संस्थांना स्वतःचे कार्य करणे सुलभ झाले किंवा सुलभ होते.

४) सामाजिक परिवर्तन करणे (To Bring Social Change) : सामाजिक संस्था या समाजातील सामाजिक परिवर्तनाचे स्वागत करतात व त्यानुसार आपल्या रचनेत योग्य ते बदल करतात. सामाजिक संस्थांतर्गत सामाजिक संबंधाचे स्वरूप सापेक्षत: स्थिर असते. प्रस्थापित आचारसंहितेवर ते आधारलेले असतात. आधुनिक काळात व्यक्तींच्या वेशभूषाविषयक पद्धती किंवा केशरचना पद्धती चटकन बदलत आहेत. या सर्व बदलास संस्था स्वीकारते, कारण मानवी गरजेतून संस्था निर्माण झालेल्या आहेत आणि मानवी गरजाच जर बदलल्या तर सामाजिक संस्था देखील स्थिरत्व असूनही बदल मान्य करतात, परंतु हे बदल किंवा परिवर्तन होताना काही परिवर्तन प्रक्रिया लवकर होतात तर काहींना त्यासाठी दीर्घ कालावधी लागतो. या संदर्भात भारतीय जातिसंस्थेचे उदाहरण देता येईल. भारतातील ही जातिव्यवस्था, तिचे नियम हे संबंधित जाती सदस्यांच्या मनात इतके खोलवर रुजले आहेत की २१ व्या शतकाच्या प्रारंभीही जातिसंस्था तग धरून आहे. जातिसंस्थेतील अस्पृश्यता ही 'संपर्क' विषयक पारंपरिक नियमनातून विकसित झालेली होती व ग्रामीण परिसरात आजही आहे. जातिभेद व अस्पृश्यता निर्मूलन करण्याचा जाणीवपूर्वक प्रयत्न भारत सरकारने नुसताच केला नाही तर भारतीय राज्यघटनेत तशा प्रकारची तरतूद (कलम १५, १७, २५ इत्यादी) करूनही अद्यापही जातिभेद व अस्पृश्यता ग्रामीण परिसरात

मोठ्या प्रमाणात पाळली जाते. यावरूनच जाती निर्मूलन कार्यात राज्य शिक्षणसंस्था यांना अपयश येऊन या संबंधीची परिवर्तन प्रक्रिया थांबलीच असे म्हणावे लागते. याचाच अर्थ असा की संस्थात्मक संबंधात बदल घडून येण्यास जास्त कालावधी लागतो. संस्थाकृत वर्तन हे सकारात्मक स्वरूपाचे असते. व्यक्तीचे संस्कार बदलण्यास दीर्घकाळ लागतो, याचाच परिणाम म्हणून हे संस्थात्मक बदल मंद गतीने घडून येतात. सारांश, समाजातील निरनिराळ्या सामाजिक संस्थांत घडून येणाऱ्या परिवर्तनाचा वेग हा भिन्न भिन्न असतो. उदा. धर्मसंस्था ही सापेक्षतः मंदगतीने बदलणारी संस्था आहे. या उलट राज्य वा अर्थसंस्थेतील बदल तुलनात्मक दृष्ट्या वेगाने घडून येतात. मानवी गरजा व सामाजिक संस्था इतक्या जवळच्या आहेत की गरजेच्या सभोवती सामाजिक संस्था गुरफटलेल्या असतात तसेच गरजांच्या परिवर्तनाचा विचार सामाजिक संस्था करतात, म्हणूनच सामाजिक परिवर्तन करणे हे सामाजिक संस्थेचे कर्तव्यच आहे असे मानले जाते.

५) सामाजिकीकरण करणे (To Perform Socialization) : व्यक्तींचे सामाजिकीकरण करण्याचे महत्त्वपूर्ण कार्य सामाजिक संस्था करतात. मानवी प्राण्याचे सामाजिक प्राण्यात रूपांतर करण्याची प्रक्रिया म्हणजे सामाजिकीकरण होय. हे सामाजिकीकरण करण्यामध्ये विविध व्यक्ती, समूह व संस्था या सर्वांचा सहभाग असतो. उदाहरणार्थ, व्यक्तींचा संबंध कुटुंबाशी दीर्घकाळ येतो. कुटुंबामध्ये व्यक्तींवर शिस्तीचे मूलभूत संस्कार होतात, पण त्याचबरोबर सार्वजनिक जीवनात विविध भूमिका पार पाडण्यासाठी व्यक्तींना सक्षम बनविण्याचे कामही विविध सामाजिक संस्थांना करावे लागते. उदा. कुटुंब, धर्म, शिक्षण इत्यादी सामाजिक संस्थांमधील सामाजिकीकरणाची प्रक्रिया ही अखेरपर्यंत चालूच असते. सामाजिक संस्था व्यक्तीच्या वर्तनात सहजता आणण्याचे कार्य करतात. व्यक्तींच्या या सहजगत्या होणाऱ्या वर्तनाकरिता सामाजिक संस्था जबाबदार असतात. एका विशिष्ट उद्दिष्टाची पूर्तता कोणत्या पद्धतीने करावी याची निश्चिती सामाजिक संस्थांनी केली असून सामाजिकीकरणाच्या प्रक्रियेत हे नियम व्यक्तीला शिकविले जातात. कुटुंब नामक सामाजिक संस्थेत कुटुंबातील मुलाच्या शारीरिक, मानसिक, सामाजिक, शैक्षणिक इत्यादी क्षेत्रांतील सवयींचा विकास होतो. व्यक्तींचे सामाजिकीकरण म्हणजे समाजात जीवन कसे जगावयाचे यासंबंधी दिलेले एक प्रकारचे शिक्षणच होय. काही समाजशास्त्रज्ञांच्या मतानुसार व्यक्तीच्या जीवनात सामाजिकीकरणाची प्रक्रिया अखंडपणे चालू असते. शाळा, धर्मसंघटना इत्यादी घटक हे व्यक्तीच्या सामाजिकीकरणाच्या प्रकियेत सहभागी होतात. सामाजिकीकरणाची प्रक्रिया सामाजिक संस्थांद्वारे पूर्ण केली जाते. सामाजिकीकरण ही मानवी समाजाची गरज असून त्याची पूर्तता करण्याची जबाबदारी ही सामाजिक संस्थांवर असते. कुटुंबसंस्था

हा व्यक्तीच्या संपूर्ण जीवनाला व्यापणारा घटक असून वर्गमित्र, सवंगडी, शिक्षक इत्यादी समूहांशी व्यक्तीचा संबंध विशिष्ट कुटुंबाचा एक घटक म्हणून येतो. या संदर्भात थोडक्यात असे म्हणता येईल, की समाजातील सर्वच सामाजिक संस्था व्यक्तीच्या विकासासाठी अखंडितपणे प्रयत्न करतात. सामाजिकीकरण ही संकल्पना समाजशास्त्रात महत्त्वाची मानली जाते. सामाजिक संस्था मानवाच्या दृष्टीने किती महत्त्वाच्या आहेत ते सामाजिक संस्थांच्या कार्यावरूनच स्पष्ट होते.

६) सामाजिक संस्था कर्तव्यांचे निर्धारण करतात. (Social Institutions Determine Duties) :

समाजातील विविध सामाजिक संस्था व्यक्तींच्या अनेक कर्तव्यांचे निर्धारण करतात. हे करीत असताना व्यक्तीच्या दर्जा आणि भूमिकेचा विचार सामाजिक संस्थांद्वारे नुसताच होत नाही, तर प्रत्येक क्षेत्रातील व्यक्तीचा दर्जा कोणता व त्यानुसार तिची भूमिका कोणती याचे निर्धारण पण सामाजिक संस्थांमार्फतच होते. या ठिकाणी कर्तव्ये म्हणजे व्यक्तींनी दर्जानुसार पार पाडावयाची भूमिका होय. यासाठी आपण एक उदाहरण घेऊ. विवाहसंस्था व कुटुंबसंस्था व्यक्तीला विविध दर्जे प्रदान करण्याचे महत्त्वाचे कार्य करतात. कसे ते खालील आकृतीवरून लक्षात येईल. एका कुटुंबातील (रत्नपारखी) एक मुलगी काळाच्या ओघात कसे विविध दर्जे प्राप्त करते हे या आकृतीत दर्शविले आहे.

कुटुंब	दर्जा	भूमिका
● सोनाली रत्नपारखी	मुलगी	मुलगी म्हणून करावयाची कर्तव्ये
● सौ. सोनाली पवार	पत्नी	पतीसंबंधात पत्नीच्या कर्तव्याचे पालन
● सौ. सोनाली पवार	आई	आई म्हणून मुलाचे संरक्षण, संगोपन इ.
● सौ. सोनाली पवार	आजी	नातवांची करमणूक करणे, त्यांना गोष्टी सांगणे इ.

(आकृती २.३)

वरील उदाहरणावरून एक गोष्ट लक्षात येईल की व्यक्ती एकच असते, पण परिस्थिती व कालमानानुसार तिचे दर्जे व त्यानुसार तिची भूमिका म्हणजे कर्तव्ये यात फरक पडतो. व्यक्तीच्या दर्जानुसार तिच्या भूमिकांचे निर्धारण वा कर्तव्यांचे निर्धारण सामाजिक संस्था करतात. त्याचप्रमाणे एखादी व्यक्ती शिक्षण घेण्यासाठी एखाद्या शाळेत जेव्हा प्रवेश घेतो तेव्हा विद्यार्थी हा त्या व्यक्तीचा दर्जा असतो व अभ्यास करणे हे तिचे कर्तव्य असते. व्यक्तींना त्यांच्या लायकीनुसार दर्जा प्रदान करून त्यानुसार कर्तव्ये (भूमिका) पार पाडण्याचे शिक्षण देऊन व्यक्तीला सक्षम बनविण्याचे

कार्य सामाजिक संस्था करतात. सारांश, समाजातील व्यक्तींना विविध दर्जे प्रदान करून त्यानुसार कर्तव्याचे पालन कसे करावयाचे याचे ज्ञान प्रदान करण्याचे कार्य सामाजिक संस्थांना करावे लागते.

७) मानवी गरजांची पूर्तता करणे (Fulfilment of Human Needs) : विविध मानवी गरजांची पूर्तता करणे हे सामाजिक संस्थांचे आणखी एक महत्त्वाचे कार्य होय. प्रत्येक सामाजिक संस्था तिच्या क्षेत्राच्या मर्यादेत राहून व्यक्तीच्या अथवा मानवाच्या विविध गरजांच्या पूर्ततेचा भार उचलते. कोणती संस्था मानवाच्या कोणत्या गरजांची पूर्तता करते हे खालील आकृतीवरून लक्षात येईल.

अ. क्र.	सामाजिक संस्थेचे नाव	कोणत्या गरजांची पूर्तता करते त्याचे स्वरूप
१)	विवाहसंस्था	विवाहाच्या माध्यमातून विवाहित स्त्री-पुरुषात शारीरिक संबंधास मान्यता देऊन त्यांच्या लैंगिक इच्छेची पूर्तता करणे
२)	कुटुंबसंसथा	कुटुंबात जन्माला येणाऱ्या मुलाचे पालन पोषण, संगोपन व सामाजिकीकरण करणे
३)	अर्थसंस्था	मानवाच्या अन्न, वस्त्रादी मूलभूत गरजांच्या पूर्ततेबरोबरच अधिकाधिक दुय्यम गरजांच्या पूर्ततेची व्यवस्था करणे
४)	शिक्षणसंस्था	कुटुंबबाह्य औपचारिक शिक्षणाद्वारे व्यक्तीच्या व्यक्तिमत्त्वाचा विकास करणे व व्यक्तीचे कुटुंबबाह्य विषयाच्या संदर्भात सामाजिकीकरण करणे, समाजात जीवन जगण्याची क्षमता निर्माण करणे इत्यादी गरजा
५)	धर्मसंस्था	व्यक्तींना नैतिक मूल्यांचे शिक्षण देऊन त्यांना नैतिक मूल्यानुसार वर्तन करण्यास भाग पाडणे इत्यादी.
६)	राज्यसंस्था	समाजातील वा राज्यातील व्यक्तीच्या हक्कांचे जतन करताना त्यांचे जीवन सुरक्षित होण्यासाठी कायदे निर्माण करून कायद्यानुसार वागण्यास व्यक्तींना भाग पाडणे इत्यादी.

(आकृती २.४)

वरील आकृतीवरून हे लक्षात येईल की प्रत्येक सामाजिक संस्था मानवाच्या विविध गरजांच्या पूर्ततेच्या दृष्टीने कार्य करते.

सामाजिक संरचना (Social Structure) :

समाजशास्त्रातील मूलभूत संकल्पनांपैकी 'समाज' आणि सामाजिक संस्था या दोन मूलभूत संकल्पनांवर सविस्तर चर्चा केल्यानंतर आपण सामाजिक संरचना या तिसऱ्या संकल्पनेवर सविस्तर विवेचन करणार आहोत.

सामाजिक संरचना – अर्थ आणि व्याख्या (Social Structure - Meaning and Defination) :

मानवी समाज व्यक्ती–व्यक्तीतील सामाजिक संबंधातून आकाराला येतो हे आपण यापूर्वी पाहिले. समाजात जीवन जगत असताना व्यक्ती त्यांच्या विविध गरजांच्या पूर्ततेसाठी अनेक भौतिक साधन–सामग्रीचा वापर करतात. याचाच अर्थ मानवी जीवनात भौतिक पर्यावरण आणि भौतिक परिस्थिती महत्त्वाची भूमिका बजावते असेच म्हणावे लागेल. भौतिक परिस्थितीप्रमाणेच मानवी जीवनात मानवाच्या सभोवतालची जीवशास्त्रीय परिस्थिती पण तितकीच महत्त्वाची आहे. जीवशास्त्रीय सृष्टीत विविध वनस्पतींप्रमाणेच विविध मानवी प्राण्यांचा पण समावेश होतो. याप्रकारे मानवी जीवन हे एकीकडे नैसर्गिक सृष्टीवर तर दुसरीकडे मानेवतर प्राण्यासहित सजीव सृष्टीवर अवलंबून असते. संपूर्ण विश्वाचा विचार करता हे विश्व तीन व्यवस्थांमध्ये विभागले गेले आहे.

१) भौतिक घटकांशी निगडित व्यवस्था (System Related to Physical Factores)

२) जीवशास्त्रीय घटकांशी निगडित व्यवस्था (System Related to Biological factors)

३) सामाजिक घटकांशी निगडित व्यवस्था (System Related to Social factors)

या तिन्ही व्यवस्थांवर आपण थोडक्यात चर्चा करू.

१) भौतिक घटकांशी निगडित व्यवस्था : मनुष्य जीवन जगत असताना ज्या निर्जीव व नैसर्गिक घटकांचा वापर करतो त्यास भौतिक घटक म्हणतात. यात नद्या, डोंगर, निवासस्थाने इत्यादींचा अंतर्भाव होतो.

२) जीवशास्त्रीय घटकांशी निगडित व्यवस्था : मनुष्य जीवन जगत असताना ज्या ज्या सजीवांचा उपयोग करतो त्या त्या सजीवांचा समावेश जैविक वा जीवशास्त्रीय घटकांत होतो. विविध वनस्पती आणि प्राणी हे सजीव घटक होत. अन्न–धान्य, फळ फळावळ, भाजीपाला हे वनस्पतिजन्य जैविक घटक होत, तर गायी, म्हशी, शेळ्या, मेंढ्या व जंगली श्वापदे इत्यादींचा समावेश प्राणिजन्य घटकांत होतो. मनुष्य सुद्धा एक सजीव घटक आहे.

३) सामाजिक घटकाशी निगडित व्यवस्था : मनुष्य जीवन जगत असताना ज्या इतर मनुष्यांची मदत घेतो, त्यांच्याशी क्रिया-आंतरक्रियांच्या माध्यमातून जे सामाजिक संबंध प्रस्थापित करतो त्यांचा समावेश आपण सामाजिक घटकांत करू शकतो. या प्रकरणाच्या प्रारंभी आपण 'समाज' या संकल्पनेवर चर्चा केली असून प्रत्येक समाजाची एक स्वतंत्र व्यवस्था, समाजातील व्यक्तींच्या गरजा पूर्ण करण्यासाठी झालेली असते. खालील आकृतीवरून व्यवस्थेचे स्वरूप स्पष्ट होईल.

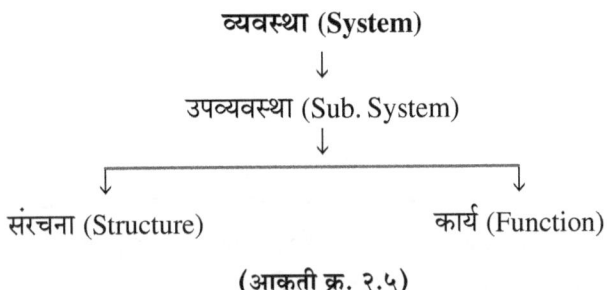

व्यवस्था (System)

↓

उपव्यवस्था (Sub. System)

↓

संरचना (Structure) | कार्य (Function)

(आकृती क्र. २.५)

वरील आकृतीवरून लक्षात येईल, की घटक कोणताही असो, प्रत्येक घटकाची स्वतंत्र व्यवस्था व त्या अंतर्गत काही उपव्यवस्था असते व त्या प्रत्येक व्यवस्थेची व उपव्यवस्थेची स्वतंत्र संरचना तयार होते. या प्रकरणात आपण संरचना, सामाजिक संरचना व सामाजिक संरचनात्मक घटकांचा विचार करणार आहोत.

रचना (Construction) and संरचना (Structure) :

रचना या शब्दाचा अर्थ आहे आकार (Size) किंवा बांधणी (Construction) तर संरचना (Structure) म्हणजे विविध रचनांची विशिष्ट प्रकारे केलेली जुळणी होय. तज्ज्ञांच्या मताने जगातील प्रत्येक भौतिक वस्तूला स्वत:चा आकार असतो किंवा द्यावा लागतो. आकार देणे ही क्रिया बांधणी स्वरूपाची आहे. यासाठी आपण एक भौतिक उदाहरण घेऊ. उदा. एखादा कुंभार इतस्तत: पसरलेली माती गोळा करतो, त्यात पाणी मिसळतो. पाणी आणि माती यांच्या मिश्रणातून जो पदार्थ तयार होतो त्यास आपण चिखल म्हणतो. या चिखलाला विशिष्ट असा चौकोनी आकार दिला की त्याची वीट बनते किंवा विटेची बांधणी केली जाते. हेच विधान समाजशास्त्राच्या भाषेत करावयाचे झाल्यास असे म्हणता येईल की पाणी व माती यांच्या मिश्रणाला योग्य आकार दिला की त्यातून विटेची रचना तयार होते. अशा अनेक विटा, वाळू, सिमेंट, पाणी यांच्या साहाय्याने भिंत बांधली जाते. अनेक विटांच्या रचनेतून जी भिंत बांधली जाते त्यास संरचना (Structare) असे म्हणतात.

कृपया खालील आकृती पाहा.

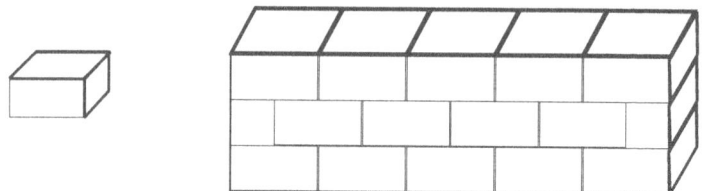

विटेची रचना   अनेक विटांच्या रचनेतून बांधण्यात आलेली भिंत म्हणजे संरचना

(आकृती २.६)

आकृती क्र. २.६ वरून विद्यार्थ्यांच्या हे सहज लक्षात येईल की अनेक विटांच्या एकत्रीकरणातून भिंतीची रचना कशी तयार होते! अशा अनेक भिंती, दारे, खिडक्या यांच्या परस्पर संयोगातून किंवा जुळणीतून खोलीची संरचना तयार होते व अशा अनेक खोल्यांतून जे घर आकाराला येते त्यालाही घराची संरचना असे म्हणतात. 'घर' हे मानवी निवाऱ्याचे ठिकाण असून तो भौतिक संरचनेचे एक अंश होय.

घर या भौतिक संरचनेप्रमाणे जीवशास्त्रीय संरचरनेची कल्पना सुप्रसिद्ध समाजशास्त्रज्ञ हर्बर्ट स्पेन्सर यांनी केली होती. या पृथ्वीतलावर अनेक भौतिक वस्तूंप्रमाणेच अनेक जैविक प्राणीही जीवन जगतात. प्रत्येक प्राण्याची (त्यात मानवी प्राणी पण आला) स्वत:ची अशी स्वतंत्र व्यवस्था असते. सोप्या शब्दात असे म्हणता येईल की प्रत्येक प्राण्याचे शरीर हीच एक व्यवस्था असते. प्राण्याचे संपूर्ण शरीर ही एक व्यवस्था मानली तर शरीराचे विविध अवयव ही उपव्यवस्था म्हणावी लागेल. प्रत्येक अवयवाची स्वतंत्र अशी रचना असते व त्याकडे विशिष्ट कार्य सोपविले जाते. जीवशास्त्रीय आणि सामाजिक व्यवस्थेचा विचार करता या प्रत्येक व्यवस्थेच्या दोन बाजू असतात. (१) संरचना व (२) कार्य परंतु या प्रकरणात आपण केवळ संरचनेचा विचार करणार असलो तरी प्रसंगानुरूप कार्याचा उल्लेख येईल. खालील आकृतीवरून जैविक व्यवस्था व त्या अंतर्गत असलेल्या संरचना कार्याची माहिती विद्यार्थ्यांना होईल.

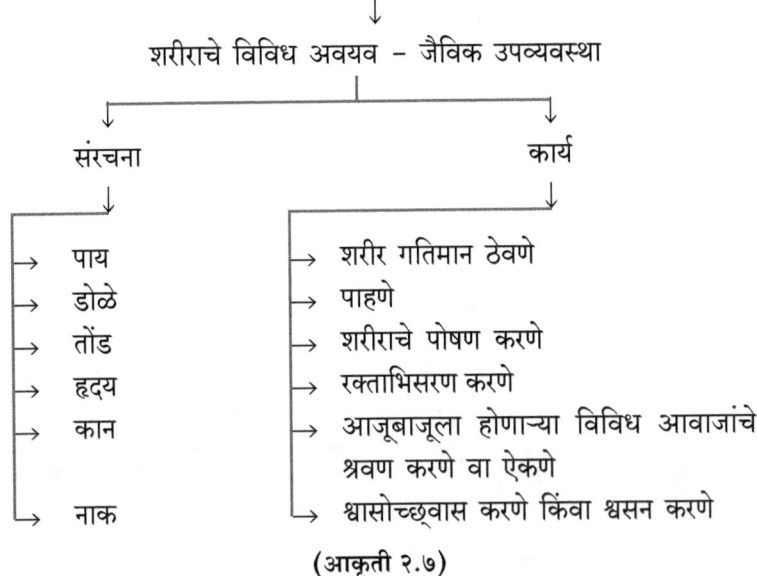

प्राण्याचे शरीर – एक जैविक व्यवस्था

↓

शरीराचे विविध अवयव – जैविक उपव्यवस्था

- संरचना
  - पाय
  - डोळे
  - तोंड
  - हृदय
  - कान
  - नाक
- कार्य
  - शरीर गतिमान ठेवणे
  - पाहणे
  - शरीराचे पोषण करणे
  - रक्ताभिसरण करणे
  - आजूबाजूला होणाऱ्या विविध आवाजांचे श्रवण करणे वा ऐकणे
  - श्वासोच्छ्वास करणे किंवा श्वसन करणे

(आकृती २.७)

भौतिक वस्तुंच्या व्यवस्थेप्रमाणे जैविक प्राण्यांचीही स्वत:ची स्वतंत्र व्यवस्था व त्याच्याशी निगडित संरचना असते. कोणतीही व्यवस्था टिकविण्यासाठी प्रत्येक संरचनेला काही कार्ये पार पाडावी लागतात, परंतु या ठिकाणी एक गोष्ट लक्षात ठेवणे गरजेचे आहे की प्रत्येक संरचनेचे कार्य ठरावीक असते व दुसऱ्या संरचनेला ते पार पाडता येणार नाही. उदा. प्रत्येक जैविक प्राण्याच्या जैविक व्यवस्थेत 'डोळा' ही एक संरचना असून डोळ्याचे कार्य पाहणे हे आहे तर 'नाक' ही दुसरी संरचना असून त्याचे कार्य श्वसन करणे हे आहे. या दोन्ही संरचनांच्या कार्याची अदला बदल करता येणार नाही. याचा अर्थ असा, की प्रत्येक व्यवस्था किंवा उपव्यवस्था या अंतर्गत येणाऱ्या प्रत्येक संरचनेचे कार्य निर्धारित असते व त्यात बदल करता येत नाही.

हर्बर्ट स्पेन्सर हे समाजशास्त्रज्ञ हे त्यांच्या जीवसेंद्रिय विचारांचे पुरस्कर्ते होते. समाजशास्त्राच्या व्याप्तीवर चर्चा करताना आपण त्यांच्या विचारांवर प्रकाशझोत टाकला होता. हर्बर्ट स्पेन्सर यांच्या विचारांचे वेगळेपण असे की त्यांनी जीवशास्त्रीय व्यवस्थेच्या आधाराने समाजव्यवस्थेची कल्पना केली होती. त्यांच्या मताने समाजरचना ही सुद्धा एखाद्या जीवशास्त्रीय संरचनेसारखीच असते. आपल्या या विचाराच्या समर्थनासाठी हर्बर्ट स्पेन्सर यांनी मानवी शरीराची तुलना मानवी समाजाशी केली होती. त्यांची ही तुलना सामाजाचा सेंद्रिय सिद्धान्त (Organismic Theory of Society) या संज्ञेने संबोधला जातो. मानवी शरीराची मानवी समाजाशी तुलना करून

हर्बर्ट स्पेन्सर असे म्हणतात की 'मानवी समाज' हा एखाद्या सेंद्रिय प्राण्याप्रमाणेच असतो. त्यामुळे काही समाजशास्त्रज्ञ हर्बर्ट स्पेन्सरला समाजशास्त्रातील संरचनारत्मक कार्यात्मक सिद्धान्ताचा प्रणेता वा जनक मानतात. हर्बर्ट स्पेन्सर यांनी मानवी शरीराची तुलना मानवी शरीराशी कशी केली याची कल्पना तुम्हाला खालील आकृतीवरून येऊ शकेल.

मानवी शरीर व मानवी समाज यातील तुलना निर्देशित करणारी आकृती

अ.क्र.	स्वरूप	जैविक व्यवस्था	सामाजिक व्यवस्था
१)	व्यवस्था	मानवी शरीर	मानवी समाज
२)	उपव्यवस्था	मानवी शरीराचे विविध अवयव	मानवी समाजातील विविध सामाजिक संस्था
३)	संरचना	मानवी शरीरातील विविध अवयवांची परस्परांशी झालेली जुळणी	समाजातील विविध सामाजिक संस्था व त्या अंतर्गत निर्माण झालेले विभिन्न आंतर-क्रियात्मक सामाजिक संबंध
४)	उपसंरचना	मानवी शरीरातील प्रत्येक अवयवाच्या विविध घटकांची जुळणी वा जोडणी यासाठी मानवी पायाचे उदाहरण घेऊ. पाय हा मानवाच्या कमरेच्या हाडात जोडलेला असतो पुढे मांडी, गुडघा, पोटरी, पायाचा पंजा, पायाची बोटे इत्यादी घटकांच्या जोडणीतून पायाची संरचना तयार होते.	समाजाच्या उपसंरचनेत संस्थांतर्गत विविध सामाजिक गटांचा समावेश होतो. तसेच गटातील विविध व्यक्तींचे परस्पर संबंध यात समाविष्ट होतात. उदा. पती-पत्नी, आई-वडील, मुले, आजोबा-आजी इत्यादी सामाजिक संबंध समाजाच्या उपसंरचनेचे प्रतीक होय.

(आकृती २.८)

प्रत्येक संरचना हा त्या त्या व्यवस्थेचा एक भाग असतो. सामाजिक व्यवस्थेचे व त्या अंतर्गत असलेल्या संरचनेचे स्वरूप स्पष्ट होण्यासाठी आपण भौतिक व्यवस्था

व जीवशास्त्रीय व्यवस्था यांचा आधार घेतला आहे. यानंतर आपण आपले लक्ष सामाजिक संरचनेच्या व्याख्या व संरचनात्मक घटकांकडे वळविणार आहोत.

सामाजिक संरचनेच्या व्याख्या (Definitions of Social Structure) :

सामाजिक व्यवस्थेचे एक अत्यावश्यक अंग किंवा सामाजिक व्यवस्थेची अत्यावश्यक बाजू म्हणूनच सामाजिक संरचनेकडे पाहिले जाते. या दृष्टीने काही समाजशास्त्रज्ञांनी 'सामाजिक संरचने'च्या केलेल्या व्याख्या आपण पाहू.

१) गिन्सबर्ग (Ginsberg) : यांनी पुढील शब्दात सामाजिक संरचनेची व्याख्या केली आहे. कोणत्याही समुदायाच्या सामाजिक संरचनेत लोकांनी तयार केलेल्या विविध प्रकारच्या समूहांचा किंवा गटांचा आणि लोक ज्यात सहभागी झाले आहेत अशा सामाजिक संस्थांचा समावेश होतो.

२) प्रा. हॅरी जॉन्सस (Prof. Harry Johnson) : यांच्या मताने कोणत्याही वस्तूच्या संरचनेत त्या वस्तूच्या विविध विभागांत असलेल्या सर्वसाधारणपणे स्थिर परस्परसंबंधांचा समावेश होतो. या शिवाय या ठिकाणी 'विविध विभाग' या संज्ञेतच काही प्रमाणात संरचना दिसून येते.

३) टॉलकॉट पार्सन्स (Talcott Parsons) : यांच्या विचारानुसार संस्था प्रतिनिधी, कार्यालय आणि सामाजिक वर्तनबंध व शिवाय प्रत्येक व्यक्तीने स्वत:च्या गटात किंवा समूहात गृहीत धरलेले दर्जे व भूमिका यांच्या परस्परसंबंधांवर आधारित विशिष्ट व्यवस्थेसाठी सामाजिक संरचना ही संज्ञा वापरली जाते.

४) प्रा. अल्विन एल बरट्रांड (Prof : Alvin L. Bertrand) : यांच्या प्रतिपादनानुसार संरचना म्हणजे विविध घटकांतील किंवा विभागांतील निश्चित स्वरूपाचे संबंध होत की ज्या द्वारे संपूर्ण वस्तू घडविली जाते.

या चार विचारवंतांपैकी पहिल्या तीन विचारवंतांच्या प्रतिपादनानुसार जेव्हा समाज आपल्या सभासदांच्या गरजापूर्ततेसाठी सामाजिक गट, सामाजिक प्रमाणके, सामाजिक संस्था, त्या अंतर्गत असलेले विविध दर्जे, विविध भूमिका या घटकांच्या साहाय्याने ज्या विभिन्न यंत्रणा निर्माण करतो त्या सर्वांच्या परस्परसंबंधाद्वारे होणाऱ्या एकत्रीकरणाला सामाजिक संरचना ही संज्ञा दिली आहे. अलविन एल बरट्रांड यांनी त्यांच्या व्याख्येत फक्त भौतिक संरचनेचाच उल्लेख केला आहे.

सामाजिक व्यवस्थेचे संरचनात्मक घटक (Structural Elements of Social System) :

या नंतर आपण सामाजिक संरचनेच्या विविध घटकांवर सविस्तर चर्चा करणार आहोत. सामाजिक संरचनेच्या घटकांच्या संदर्भात एक गोष्ट लक्षात ठेवणे अत्यावश्यक

आहे, ती म्हणजे सामाजिक संरचनेचे नेमके घटक कोणते? या संदर्भात विद्वानांमध्ये मतभेद आहेत. काही समाजशास्त्रज्ञांनी सामाजिक व्यवस्थेची एक बाजू म्हणून सामाजिक संरचनेकडे पाहिले असून याची दुसरी बाजू सामाजिक कार्याचा उल्लेख करते. म्हणून हॅरी जॉन्सन, अल्विन बरट्रांड यासारख्या मान्यवर समाजशास्त्रज्ञांनी या घटकांचा उल्लेख 'सामाजिक व्यवस्थेचे संरचनात्मक घटक' असा केला असला तरी या संरचनात्मक घटकांच्या संख्येबाबत मात्र त्यांच्यात मतभेद आहेत.

अल्विन एल बरट्रांड (Alvin L. Bertrand) : यांनी संरचनात्मक घटकांची संख्या दहा असल्याचे म्हटले आहे. हे दहा घटक पुढीलप्रमाणे- (१) विश्वास अथवा श्रद्धा (२) भावना (३) हेतू, ध्येय किंवा उद्देश (४) प्रमाणके (५) दर्जा व भूमिका (६) श्रेणी (७) अधिकार वा सत्ता (८) मान्यता (९) सवलती आणि (१) ताण तणाव.

हॅरी जॉन्सन (Harry Johnson) : यांनी मात्र संरचनात्मक घटकांची संख्या केवळ चार असल्याचे म्हटले असून ते चार घटक पुढीलप्रमाणे – (१) सामाजिक दर्जा आणि भूमिका (२) सामाजिक गट व उपगट (३) प्रमाणके किंवा नियमने आणि (४) मूल्ये.

समाजाच्या संरचनात्मक कार्यात्मक सिद्धान्तकारांनी याच चार संरचनात्मक घटकांना मान्यता दिल्यामुळे या चार घटकांवर आपण सविस्तर चर्चा करू.

सामाजिक दर्जा आणि भूमिका (Social Status and Role) :

सामाजिक संरचनेचा महत्त्वाचा घटक म्हणून दर्जा आणि भूमिका यांच्याकडे पाहिले जाते. दर्जा आणि भूमिका यांना परस्परांपासून वेगळे करता येत नाही. जिथे दर्जा आहे तिथे भूमिका येतेच. समाजात असंख्य व्यक्ती असतात. समाजातील प्रत्येक व्यक्तीला समाजात एक विशिष्ट स्थान (Position) असते. व्यक्तीचे समाजातील विशिष्ट स्थान म्हणजेच त्या व्यक्तीचा दर्जा होय, असे बहुसंख्य समाजशास्त्रज्ञ मानतात, तर अन्य काही समाजशास्त्रज्ञ असे प्रतिपादन करतात की सामाजिक स्थानाची एक बाजू दर्जा आहे तर दुसरी बाजू आहे भूमिका. या दोन संकल्पनांतील दर्जा ही संकल्पना आपण प्रथम समजावून घेऊ.

दर्जाच्या व्याख्या (Definitions of Status) :

'दर्जा' या संकल्पनेच्या अर्थाची जाणीव विद्यार्थ्यांना व्हावी म्हणून काही समाजशास्त्रज्ञांनी प्रतिपादन केलेल्या दर्जाच्या व्याख्या आपण पाहू.

अ) राल्फ लिंटन (Ralph Linton) : यांच्या मताने कोणत्याही व्यक्तीला समाजव्यवस्थेत विवक्षित काळी जे स्थान प्राप्त होते त्या स्थानाला 'दर्जा' असे म्हणतात.

ब) आर टी. लॅपिअर (R.T.Lapier) : यांच्या विचारानुसार समाजात व्यक्तीला जे स्थान प्राप्त होते त्या व्यक्तीच्या स्थानाला 'दर्जा' असे म्हटले जाते.

क) ई.एस.बोगार्डस (E.S.Bogardus) : यांच्या प्रतिपादनानुसार समाजात व्यक्तीला प्राप्त झालेली श्रेणी किंवा सोपान परंपरेतील पायरी म्हणजे व्यक्तीचा दर्जा होय.

ड) ऑगबर्न आणि निमकॉफ (Ogburn and Nimkoff) : या दोन समाजशास्त्रज्ञांनी अगदी मोजक्या शब्दात दर्जा या संज्ञेची व्याख्या केली असून ती पुढीलप्रमाणे – समूहातील व्यक्तींच्या स्थानांचे प्रतिनिधित्व दर्जा करतो.

वरील चारही व्याख्यांकडे जर आपण बारकाईने दृष्टिक्षेप टाकला तर एकच गोष्ट प्रामुख्याने स्पष्ट होते, ती ही की व्यक्तीचे समाजातील स्थान म्हणजे व्यक्तीचा दर्जा होय.

कुटुंबातील पती-पत्नी, माता-पिता व मुले, शिक्षणक्षेत्रातील शिक्षक-विद्यार्थी, व्यापारी क्षेत्रातील दुकानदार-गिऱ्हाईक, औद्योगिक क्षेत्रातील कामगार-मालक हे सर्व त्या त्या दर्जाचे प्रतिनिधित्व करतात. या ठिकाणी प्रथम आपण सामाजिक संरचनेचा घटक म्हणून दर्जा या संकल्पनेवर सविस्तर चर्चा करू.

दर्जाचे प्रकार (Types of Status) :

समाजशास्त्रज्ञांनी प्रतिपादिलेल्या विविध समाजांतील दर्जांचा अभ्यास केल्यानंतर दर्जाच्या दोन प्रकारांवर चर्चा करणार आहोत. खालील आकृतीवरून दर्जाचे प्रकार व ते निर्धारित करणारे घटक यांची कल्पना येऊ शकेल.

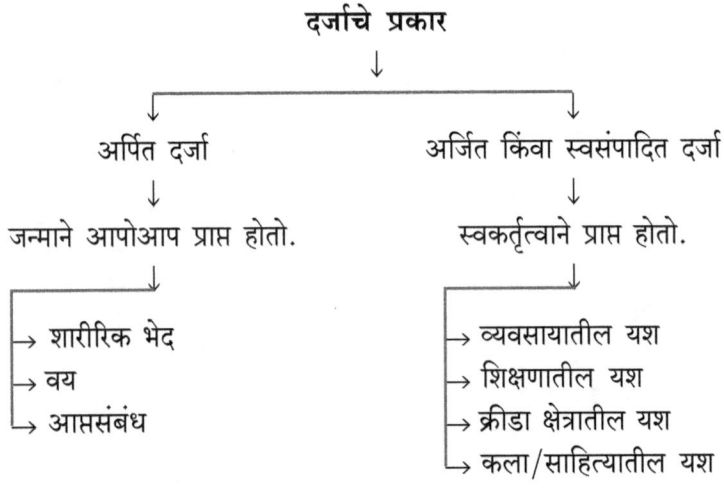

दर्जाचे प्रकार

- अर्पित दर्जा
  - ↓ जन्माने आपोआप प्राप्त होतो.
    - → शारीरिक भेद
    - → वय
    - → आप्तसंबंध
- अर्जित किंवा स्वसंपादित दर्जा
  - ↓ स्वकर्तृत्वाने प्राप्त होतो.
    - → व्यवसायातील यश
    - → शिक्षणातील यश
    - → क्रीडा क्षेत्रातील यश
    - → कला/साहित्यातील यश

आकृती क्र. २.९

दर्जाच्या या दोन प्रकारांवर व ते प्रदान करण्याच्या निकषांवर आपण क्रमाने चर्चा करू.

अ) अर्पित दर्जा (Ascribed Status) :

व्यक्तीच्या जन्माबरोबरच जे दर्जे व्यक्तींना आपोआप मिळतात, त्या दर्जांना अर्पित दर्जा असे म्हणतात. अर्पित दर्जा निर्धारित करणारे तीन महत्त्वाचे घटक असून त्यावर आपण थोडक्यात चर्चा करू.

I) शारीरिक भेद (Physical Differences) : जन्मत: व्यक्ती स्त्री किंवा पुरुष म्हणून जन्माला येते. स्त्री किंवा पुरुष म्हणून जन्माने प्राप्त होणारा दर्जा व्यक्तीला जन्मभर वागवावा लागतो. 'स्त्री' म्हणून जन्माला येणाऱ्या व्यक्तीला आयुष्यभर पुरुष म्हणून जन्माला येणाऱ्या व्यक्तीपेक्षा कनिष्ठ दर्जा प्राप्त होतो, म्हणूनच शारीरिक भेद अर्पित दर्जा प्राप्त करणारा महत्त्वाचा घटक होय.

II) वय (Age) : व्यक्तीचा दर्जा निर्धारित करणारा दुसरा महत्त्वाचा घटक म्हणजे वय होय. व्यक्तीला जन्मत: मुलगा किंवा मुलगी हा दर्जा मिळतो व तो अपरिवर्तनीय असतो. या उलट वय हा परिवर्तनशील घटक आहे. याचाच अर्थ असा की वय हे सतत बदलत राहते व त्यानुसार व्यक्तींच्या दर्जातपण बदल होतात. व्यक्ती एकच असते पण वयोमानानुसार तिचा दर्जा मात्र बदलतो. व्यक्तीच्या दर्जात वयोमानानुसार कसे बदल होतात हे खालील आकृतीवरून लक्षात येईल.

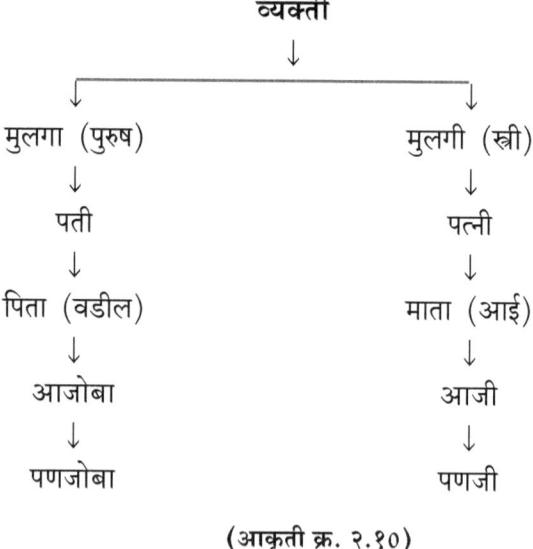

व्यक्ती

↓

↓	↓
मुलगा (पुरुष)	मुलगी (स्त्री)
↓	↓
पती	पत्नी
↓	↓
पिता (वडील)	माता (आई)
↓	↓
आजोबा	आजी
↓	↓
पणजोबा	पणजी

(आकृती क्र. २.१०)

वयानुसार प्राप्त होणारा दर्जा हा देखील शारीरिक भेदाशी निगडित असून त्यानुसार व वयानुसार व्यक्तींच्या भूमिकाही बदलतात.

III) आप्तसंबंध/नातेसंबंध (Kinship Relations) : आप्तसंबंध अथवा नातेसंबंध हा व्यक्तीचा दर्जा निर्धारित करणारा तिसरा महत्त्वपूर्ण घटक होय. व्यक्तीचे सर्वात जवळचे आप्त वा नातेवाईक म्हणजे त्या व्यक्तीचे माता-पिता होत, कारण आई-वडिलांमुळेच व्यक्तीचा जन्म होतो, त्यामुळे जन्मत: मुलांना आई-वडिलांचे काही दर्जे आपोआपच प्राप्त होतात. यात क्रमाने व्यक्तीचा धर्म, तिची जात, तिचा वंश, तिचा वर्ग इत्यादींचा समावेश होतो. व्यक्तीचा धर्म हा माता-पित्यांचाच धर्म असतो. पूर्वीच्या काळी राजकीय सत्ता ही जेव्हा राजाच्या हातात होती तेव्हा त्याच्या पोटी जन्माला येणाऱ्या बालकाल राजपुत्र वा राजकन्या हा दर्जा प्राप्त होऊन आपोआपच उच्च दर्जा मिळे तसेच पूर्वी घराण्यांना खूपच महत्त्व होते. त्या घराण्यात जन्म मिळणे भाग्याचे व उच्च दर्जाचे प्रतीक मानले जाई. आपले आप्त कोण आहेत यावर आपला दर्जा निर्धारित होत असे. पूर्वी भारतात नेहरू व गांधी घराण्यात जन्म मिळणे भाग्याचे मानले जाई. तसेच त्या घराण्याशी संबंध प्रस्थापित करणे हे पण मानाचे लक्षण समजले जात असे. थोडक्यात, आपले आप्त कोण, आई-वडील कोण यावर आपला समाजातील दर्जा ठरतो.

ब) अर्जित किंवा स्वसंपादित दर्जा (Achieved Status) :

व्यक्ती तिच्या जीवनात इतरांच्या कुबड्या न घेता स्व कर्तृत्वाने जो दर्जा प्राप्त करते त्यास अर्जित किंवा स्वसंपादित दर्जा असे म्हणतात. या प्रकारच्या दर्जात अर्पित दर्जाप्रमाणे जन्म महत्त्वाची भूमिका बजावत नाही. व्यक्तीची कार्यक्षमता, कार्यकुशलता, तिची पुढे जाण्याची जिद्द यांना महत्त्व प्राप्त होते. या दर्जात व्यक्तीच्या प्रयत्नांना आत्यंतिक महत्त्व आहे. विविध वैज्ञानिक अभियंते, जिल्हाधिकारी, प्राध्यापक, वकील, डॉक्टर्स, खेळाडू इत्यादी पदांवर कार्यरत असलेल्या व्यक्तींचा समावेश अर्जित दर्जात होतो. राजकीय पक्षात कार्यरत असलेले राजकीय नेते, सैन्यात उच्चपदावर विराजमान झालेले सेनाधिकारी, वैमानिक, अंतराळवीर इत्यादी क्षेत्रांत काम करणाऱ्या व्यक्तींनी त्यांची पदे त्या त्या क्षेत्रात आपले कर्तृत्व गाजवून, मिळविलेली असतात. हा दर्जा व्यक्तींच्या कर्तृत्वावर अवलंबून असल्याने त्यात वारंवार बदल होण्याची शक्यता असते.

सामाजिक दर्जा अर्पित असो की अर्जित, या दोन्हीच्या द्वारे व्यक्तींचे समाजातील वा गटातील स्थान निर्धारित होते.

सामाजिक व्यवस्थेच्या संरचनात्मक घटकांपैकी पहिल्या घटकातील एक बाजू - दर्जावर आपण चर्चा केली. आता या घटकांची दुसरी बाजू भूमिका यावर चर्चा करू.

भूमिका (Role) :

भूमिका ही संकल्पना मूळ नाट्यसृष्टीतील वेबस्टर (Webster) या समाजशास्त्रज्ञानी मांडली. त्यांच्या शब्दकोशात या शब्दाचा अर्थ नाटकात एखाद्या नटाने वा नटीने वठविलेले किंवा केलेले काम म्हणजे भूमिका; असा प्रतिपादन केला होता. परंतु वुडवर्ड (Woodward) या मानसशास्त्रज्ञाने व्यक्तीवर्तनाचे स्पष्टीकरण करण्यासाठी 'भूमिका' या शब्दाचा वापर केला होता. समाजशास्त्रज्ञांनी त्यानंतर विविध दर्जांवर किंवा पदांवर कार्यरत असलेल्या व्यक्तींनी पार पाडावयाच्या कर्तव्यांसाठी भूमिका ही संज्ञा मानसशास्त्रज्ञांकडून उसनी घेतली होती. बर्जेस (Burgess) या समाजशास्त्रज्ञाने दर्जा या संज्ञेशी भूमिकेची सांगड घालून दर्जाशी निगडित कर्तव्ये म्हणजे 'भूमिका' असा या संज्ञेचा अर्थ घेतला व आज तो सर्वमान्य झाला. दर्जाशिवाय भूमिकेला अर्थ नसतो. भूमिका या संज्ञेचा अर्थ अधिक स्पष्ट होण्यासाठी काही समाजशास्त्रज्ञांनी केलेल्या भूमिकेच्या व्याख्या पाहू.

भूमिकेच्या व्याख्या (Definitions of Role) :

I) किंबॉल यंग (Kimball Young) : यांच्या मतानुसार व्यक्ती जे कार्य वा कृती करते त्यास भूमिका असे म्हणतात.

II) लिओनार्ड ब्रूम आणि फिलिप्स (Leonard Broom and Philips) : यांच्या प्रतिपादनानुसार विशिष्ट दर्जाशी अनुरूप असा वर्तनप्रकार म्हणजे भूमिका होय.

III) राल्फ लिंटन (Ralph Linton) : यांच्या विचारानुसार दर्जाचे क्रियाशील स्वरूप म्हणजे भूमिका होय.

IV) बर्नार्ड एस. फिलिप्स (Bernard S. Philips) : यांनी पुढील शब्दात भूमिका या संज्ञेची व्याख्या केली होती. भूमिका वा सामाजिक भूमिका म्हणजे व्यक्तीच्या विशिष्ट दर्जाशी संबंधित अशा प्रमाणके, मूल्ये आणि आंतरक्रिया यांचा वर्तनबंध संच होय.

V) विलियम पी. स्कॉट (William P. Scott) : यांच्या मतानुसार गटातील वा सामाजिक परिस्थितीतील विशिष्ट दर्जात्मक स्थानाशी निगडित असलेल्या विशेष संरचनेतील हक्क आणि कर्तव्ये यांच्याशी संबंधित वर्तनबंध म्हणजे भूमिका होय.

भूमिकांच्या या सर्व व्याख्यांकडे दृष्टिक्षेप टाकल्यावर आपल्या असे लक्षात येते की 'भूमिका' या संज्ञेशी खालील बाबी संबंधित आहेत.

• भूमिका या व्यक्तींच्या दर्जाशी संबंधित आहेत. दर्जाशिवाय भूमिका निरुपयोगी आहे.

- दर्जाशी निगडित अशी भूमिका पार पाडताना व्यक्तीला समाजातील प्रमाणके, मूल्ये, वर्तनबंध यांच्या चौकटीत राहूनच कार्य करावे लागते.

- प्रत्येक दर्जाशी त्या त्या सामाजिक स्वरूपानुसार काही हक्क आणि कर्तव्ये निगडित असतात. या हक्क आणि कर्तव्यांच्या पूर्ततेसाठी व्यक्ती जे कार्य करते त्यास भूमिका वठविणे असे म्हणतात.

प्रा. हॅरी जॉन्सन या संदर्भात असे म्हणतात की व्यक्ती तिचे बरेचसे जीवन हे कोणत्या ना कोणत्या गटात व्यतीत करते. व्यक्तीच्या असंख्य प्रकारच्या गरजा असतात. त्यासाठी व्यक्तीला विविध गटांचे सभासद बनावे लागते. त्या त्या गटात व्यक्तीला विशिष्ट दर्जा प्राप्त होतो व त्या दर्जानुसार व्यक्तीला विशिष्ट भूमिका पार पाडाव्या लागतात. म्हणजे एकाच वेळेला व्यक्तीला अनेक दर्जे प्राप्त होतात व त्या दर्जानुसार व्यक्तीला एकाच वेळी अनेक भूमिकाही निभावाव्या लागतात. खालील आकृतीवरून व्यक्तीचे विविध दर्जे व त्यानुसार पार पाडावयाच्या भूमिका यांचे चित्र स्पष्ट होईल.

- **एकाच व्यक्तीच्या विविध दर्जांचे स्वरूप दर्शविणारी आकृती**

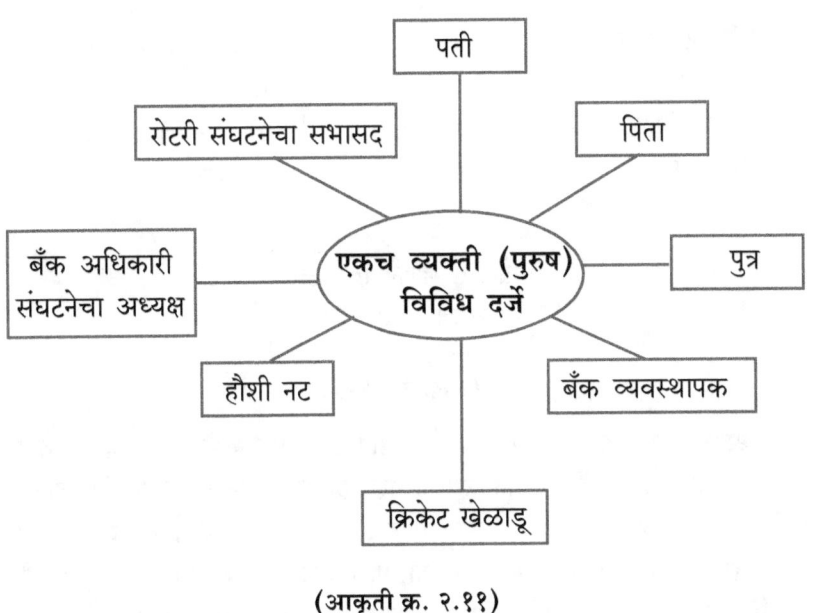

(आकृती क्र. २.११)

● दर्जानुसार एका व्यक्तीला विविध भूमिका कशा पार पाडाव्या लागतात हे दर्शविणारी आकृती

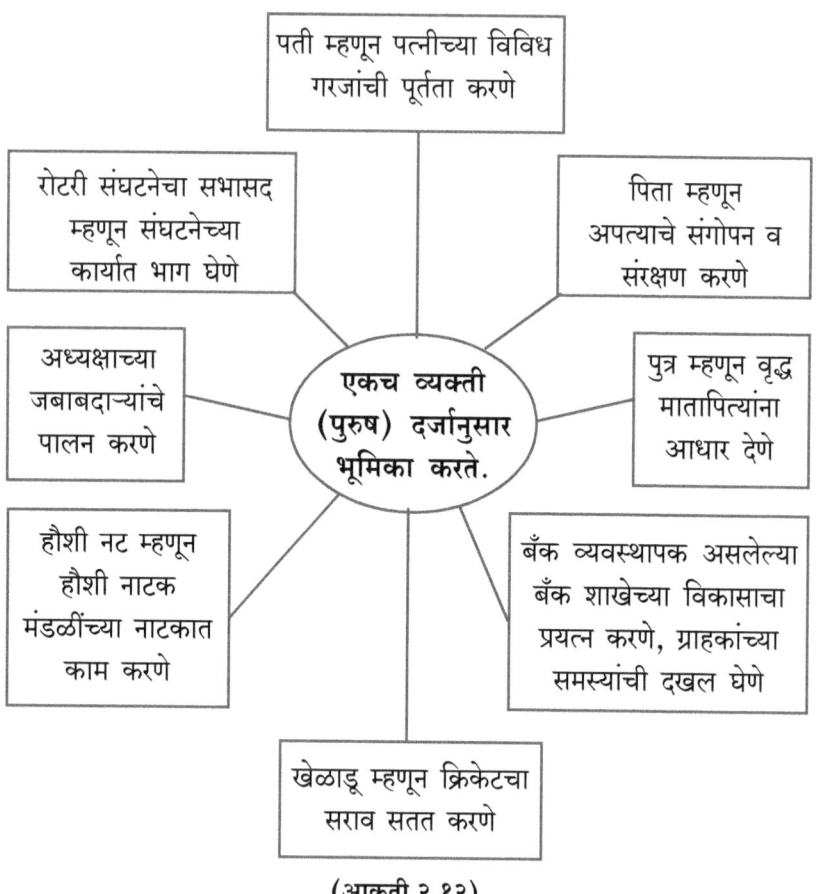

पती म्हणून पत्नीच्या विविध गरजांची पूर्तता करणे

रोटरी संघटनेचा सभासद म्हणून संघटनेच्या कार्यात भाग घेणे

पिता म्हणून अपत्याचे संगोपन व संरक्षण करणे

अध्यक्षाच्या जबाबदाऱ्यांचे पालन करणे

एकच व्यक्ती (पुरुष) दर्जानुसार भूमिका करते.

पुत्र म्हणून वृद्ध मातापित्यांना आधार देणे

हौशी नट म्हणून हौशी नाटक मंडळींच्या नाटकात काम करणे

बँक व्यवस्थापक असलेल्या बँक शाखेच्या विकासाचा प्रयत्न करणे, ग्राहकांच्या समस्यांची दखल घेणे

खेळाडू म्हणून क्रिकेटचा सराव सतत करणे

(आकृती २.१२)

आकृती क्रमांक २.११ मध्ये दर्शविल्याप्रमाणे समाजातील बहुसंख्य व्यक्तींना एकाच वेळी अनेक दर्जे असतात. त्या दर्जाला अनुसरून प्रत्येक व्यक्तीला त्यांच्या भूमिका बजावाव्या लागतात. (आकृती क्र. २.१२) आकृतीत दर्शविल्याप्रमाणे पिता, पती, पुत्र शिवाय पत्नी, माता, कन्या, प्राचार्य, प्राध्यापक, पंतप्रधान, मुख्यमंत्री, सेनाधिकारी, प्रशासनाधिकारी, व्यापारी, दुकानदार इत्यादी असंख्य स्थाने समाजात निर्माण होतात. या प्रत्येक स्थानाला विशिष्ट कार्य पाडावे लागते. याच विशिष्ट कार्याला भूमिका म्हणतात. उदा.एखादा न्यायाधीश न्यायालयात न्यायासनावर बसून न्यायदानाचे कार्य जेव्हा करतो तेव्हा तो न्यायाधीशाची भूमिका बजावतो असे

म्हणता येईल. सामाजिक संरचनेत विविध स्थाने (Positions) असतात. त्या प्रत्येक स्थानात दर्जा आणि भूमिका यांचा समावेश होतो. दर्जा आणि भूमिका या दोन घटकांमुळे सामाजिक संरचना गतिमान बनते, म्हणूनच सामाजिक संरचनेच्या अत्यावश्यक घटकांमध्ये दर्जा आणि भूमिका यांचा अंतर्भाव केला असावा.

२) सामाजिक गट आणि उपगट (Social Group and Sub Group) :

सामाजिक व्यवस्थेचा दुसरा संरचनात्मक घटक म्हणून सामाजिक गट आणि उपगट यांचा उल्लेख करण्यात आला आहे. समाजातील व्यक्तींच्या अनेक गरजा असतात. त्या गरजा पूर्ण करण्यासाठी दोन किंवा अधिक व्यक्ती एकत्र येऊन परस्परांशी सामाजिक संबंध प्रस्थापित करतात, तेव्हा त्यातून सामाजिक गट आकाराला येतात. समाजातील व्यक्तीच्या गरजांचे रूप विभिन्नतेने नटलेले असते. विविध गरजांच्या पूर्ततेसाठी समाजात अनेक गट निर्माण झालेले असतात. उदा. समाजातील उच्चशिक्षणाच्या गरजांच्या पूर्ततेसाठी विविध महाविद्यालयांची स्थापना करण्यात आली. महाविद्यालय हा जर मोठा किंवा प्रमुख गट मानला तर त्या अंतर्गत अनेक उपगट येतात. (१) प्रशासकीय कार्यासाठी कार्यालयीन कर्मचारी (२) विद्यार्थ्यांच्या अभ्यासासाठी लागणाऱ्या पुस्तकांच्या गरजांच्या पूर्ततेसाठी ग्रंथालय (३) विविध विषयांचे विभाग (म्हणजे समाजशास्त्र, राज्यशास्त्र, मराठी, इंग्रजी इत्यादी विभाग) (४) क्रीडा गट वा विभाग (५) महाविद्यालयातील सांस्कृतिक विभाग इ.

महाविद्यालयाप्रमाणेच समाजातील विविध कारखाने, विविध पतपेढ्या इत्यादी मुख्य गटांतर्गत अनेक उपगट तयार होतात.

परस्परसंबंधित असलेल्या दर्जा व भूमिका यांचे संकलन म्हणजे 'सामाजिक गट' होय. पुस्तकाच्या प्रकरण तीनमधील 'सामाजिक गट' या संकल्पनेच्या विविध विद्वानांनी केलेल्या व्याख्या पाहा.

सुरुवातीला म्हटल्याप्रमाणे सामाजिक गटाचा मुख्य उद्देश हा जसा व्यक्तीच्या विविध गरजांची पूर्तता करणे हा असतो तसाच दुसरा उद्देश गटातील सभासदांना विविध दर्जे प्रदान करून त्या दर्जानुसार त्यांना कार्यप्रवण करणे, म्हणजे दर्जानुरूप भूमिका वठविण्यास लावणे हा पण असतो. समाजाच्या गरजांच्या स्वरूपावरून सामाजिक गटाचे स्वरूपही ठरते. व्यक्तींच्या तसेच समाजाच्या कायम स्वरूपाच्या गरजा पूर्ततेसाठी कायम स्वरूपी गट अस्तित्वात येतात, तर तात्पुरत्या गरजांसाठी तात्पुरत्या स्वरूपाचे गट अस्तित्वात येतात. उदा. प्रजोत्पादन व संतती संगोपन या समाजाच्या कायम स्वरूपाच्या गरजा असून त्यांच्या पूर्ततेसाठी प्रत्येक समाजात 'कुटुंब' हा कायमस्वरूपी गट निर्माण करण्यात आला. या उलट करमणूक ही व्यक्तीची तात्पुरती गरज असून स्थल, काल

व परिस्थिती यास अनुसरून भजनी मंडळे, नाट्य मंडळे, चित्रपटगृहे इत्यादी गट अस्तित्वात आले असून त्यांचे स्वरूपही अर्थातच तात्पुरते असते. थोडक्यात, समाजाच्या आणि व्यक्तीच्या सर्व प्रकारच्या गरजा पूर्ण करून त्याप्रमाणे त्यांना भूमिका वठविण्यास लावण्याचे कार्य सामाजिक गट करीत असल्यामुळे सामाजिक संरचनेच्या घटकांत सामाजिक गटांचा समावेश करण्यात आला असावा.

३) प्रमाणके अथवा नियमने (Norms) :

सामाजिक व्यवस्थेचा तिसरा संरचनात्मक घटक म्हणून प्रमाणके अथवा नियमने (Norms) यांचा उल्लेख केला जातो. समाजात अनेक व्यक्ती आणि व्यक्तींचे गट व उपगट असतात. यापूर्वी पाहिल्याप्रमाणे समाजातील गटाचे महत्त्वाचे कार्य म्हणजे व्यक्तींच्या विविध गरजांची पूर्तता करणे हे होय. त्यासाठी समाजात अनेक दर्जे आणि भूमिका यांची निर्मिती झालेली असते. व्यक्तीने आपल्या दर्जाला अनुसरून भूमिका व त्यावर आधारित वर्तन करावे अशी समाजाची अपेक्षा असते. सामाजिक गटातील विशिष्ट दर्जावरील व्यक्तीने कोणत्या प्रकारची भूमिका वठवावी आणि कोणत्या प्रकारची भूमिका करण्याचे टाळावे हे सांगणारे नियम म्हणजेच प्रमाणके अथवा नियमने होत. सोप्या शब्दात समाजातील व्यक्तींनी कसे वागावे किंवा वागू नये हे सांगणारे नियम म्हणजे नियमने किंवा प्रमाणके होत.

प्रमाणकांच्या व्याख्या (Definitions of Norms) :

प्रमाणकांचा निश्चित अर्थ काय आहे हे जाणून घेण्यासाठी प्रमाणकांच्या काही समाजशास्त्रज्ञांनी केलेल्या व्याख्या आपण पाहू.

I) **हॅरी जॉन्सन (Harry Johnson)** : मानवाच्या वर्तनावर काही मर्यादा घालणारा व त्याने मनात बाळगलेला अमूर्त विचार म्हणजे प्रमाणके वा नियमने होत.

II) **थॉमस इलियट (Thomas Elliot)** : सामाजिक प्रमाणके किंवा नियमने म्हणजे अनेक आदेश आणि निषेध यांचा असा संग्रह की जो समाजमान्य असतो व समाजाकडून अमलात आणला जातो.

III) **एच.पी. फेअरचाईल्ड (H.P. Fairchild)** : यांच्या मताने व्यक्ती किंवा समाजाचा कोणताही प्रकार अथवा कार्य यांच्या आचरणासंबंधी किंवा वागणुकीसंबंधी निर्णय देणारे योग्य मापदंड म्हणजेच प्रमाणके किंवा नियमने होत. त्याचप्रमाणे सामाजिक व्यवस्थेच्या सुयोग्य कर्त्याची एकमेव बाजू किंवा पैलू म्हणजे प्रमाणके होत. म्हणजेच सामाजिक प्रमाणके म्हणजे समाजाने मान्य केलेले व्यक्तींच्या वर्तनांचे प्रकार होत.

या तिन्ही व्याख्यांचा एकत्रित विचार केला तर असे दिसून येते की समाजात व्यक्तीने कोणत्या भूमिका पार पाडाव्यात व कोणत्या भूमिका पार पाडू नयेत हे सांगणारे नियम म्हणजे प्रमाणके किंवा नियमने होत. थॉमस इलियट यांनी त्यांच्या व्याख्येत आदेश व निषेध यांचा संग्रह म्हणजे सामाजिक नियमने असे म्हटले आहे. याचा अर्थ, व्यक्तीने समाजात कसे वागावे हे सांगणारी व त्याचप्रमाणे व्यक्तीने वर्तन करावे अशी अपेक्षा करणारी नियमने 'आदेशात्मक नियमने' म्हणून ओळखली जातात. व्यक्तीने समाजात कसे वागू नये हे सांगणारी नियमने निषेधात्मक नियमने ओळखली जातात. उदा. नेहमी सत्य बोला, वडील माणसांच्या आज्ञा पाळा, विद्यार्थ्यांनी नियमित अभ्यास करावा इत्यादी नियमनांचे स्वरूप आदर्शात्मक असते. या उलट चोरी करू नका, खोटे बोलू नका, व्यभिचार करू नका. कोणत्याही मादक पदार्थाचे सेवन करू नका इत्यादी बाबी निषेधात्मक नियमनांचे प्रतीक होय.

नियमनांचे किंवा प्रमाणकांचे प्रकार (Types of Norms) :

प्रमाणके दोन प्रकारची असतात असे काही तज्ज्ञ मानतात. (I) वैयक्तिक स्वरूपाची (II) सामाजिक स्वरूपाची याचा आपण धावता आढावा घेऊ.

I) वैयक्तिक स्वरूपाची प्रमाणके : या स्वरूपाच्या प्रमाणकांचा संबंध व्यक्तीपुरताच मर्यादित असतो. उदा. (अ) परीक्षा जवळ आल्यावर विद्यार्थी स्वतःच्या मनाशी असा निर्धार करतात की परीक्षा संपेपर्यंत ते कोणताही सिनेमा किंवा दूरदर्शनचे कार्यक्रम पाहणार नाहीत. (ब) माझे वजन कमी करण्यासाठी मी रोज पहाटे फिरावयास जाईन. (क) आजपासून मी दारू सोडली, इत्यादी निश्चयांचे स्वरूप संबंधित व्यक्तीपुरतेच मर्यादित असते. त्यामुळे या नियमनांचे त्यांनी जरी उल्लंघन केले तरी समाज त्यांना शिक्षा करू शकत नाही.

II) सामाजिक स्वरूपाची प्रमाणके : या उलट काही नियमनांचे स्वरूप हे समाजातील सर्व व्यक्तींसाठी निर्धारित केलेले असते व त्याप्रमाणे व्यक्तींनी वागावे अशी अपेक्षा असते. ही नियमने समाजातील सर्व सभासदांना लागू असतात व सर्वांनी त्याचे पालन करावे अशी अपेक्षा व्यक्त केली जाते. आजही ग्रामीण परिसरात स्त्रियांनी परपुरुषाशी बोलणे टाळावे, पवित्र ठिकाणी कोणीही असभ्य वर्तन करू नये. भ्रष्टाचार करू नये इत्यादी नियमनांचे स्वरूप सामाजिक असते.

हॅरी जॉन्सन कृत नियमनांचे प्रकार :

सामाजिक नियमनांवर विवेचन करताना प्रा. हॅरी जॉन्सन यांनी नियमनाचे दोन प्रकार प्रतिपादन केले आहेत.

१) निश्चयात्मक प्रमाणके : समाजात विशिष्ट दर्जावर कार्यरत असलेल्या व्यक्तींनी कोणती भूमिका वठवावयाची, त्या भूमिकेच्या मर्यादा कोणत्या हे ज्या नियमनांच्या किंवा प्रमाणकांच्या द्वारे निश्चित केले जाते त्यांना निश्चयात्मक प्रमाणके म्हणतात. म्हणूनच ही प्रमाणके गट व भूमिका यात भेद करतात, त्यामुळे एखाद्या कुटुंबाची निश्चयात्मक प्रमाणके ही एखाद्या व्यापारी संघटनेपेक्षा वेगळी असतात. तसेच पती-पत्नी आणि आई वडील व मुले यांची निश्चयात्मक प्रमाणके वेगळी असतात. म्हणजेच निश्चयात्मक प्रमाणकांचे स्वरूप हे परिस्थितीसापेक्ष असते. त्यामुळेच प्रत्येक कुटुंबाची, जातीची, धर्माची निश्चयात्मक प्रमाणके वेगळी असतात.

२) संमतीदर्शक नियमने किंवा प्रमाणके : समाजरचनेत वावरताना, त्यातील विविध भूमिका पार पाडताना ज्या वर्तनाला वा भूमिकांना समाज मान्यता देतो त्या संबंधीच्या नियमनांना वा प्रमाणकांना संमतीदर्शक नियमने किंवा प्रमाणके म्हणतात. भारतीय समाजात आजही पत्नीने पतीच्या आज्ञेचे किंवा आदेशाचे पालन करावे अशी अपेक्षा समाज करतो व अशा वर्तनास मान्यता देतो. मुलांनी आई-वडिलांच्या आज्ञेचे पालन करावे. विद्यार्थ्यांनी शिक्षकांचा आदर करावा इत्यादीसंबंधीची नियमने वा प्रमाणके संमतीदर्शक प्रमाणके म्हणून समजली जातात.

समाजातील व्यक्तीच्या वर्तनावर नियंत्रण ठेऊन समाजरचना स्थिर आणि अबाधित ठेवण्याचे कार्य सामाजिक नियमने किंवा प्रमाणके करीत असल्यामुळे सामाजिक संरचनेच्या मूलभूत घटकांत सामाजिक प्रमाणके व नियमने यांना स्थान दिले गेले असावे.

४) मूल्य (Value) : मूल्य या संकल्पनेचा निश्चित असा अर्थ सांगणे अवघड असल्याचे विद्वान मंडळी प्रतिपादन करतात. आपण 'मूल्य' ही संकल्पना कोणत्या कारणासाठी वापरणार आहोत यावरून त्या शब्दाचे वेगवेगळे अर्थ घेतले जातात. अर्थशास्त्रात मूल्य म्हणजे कोणत्याही वस्तूची किंमत होय. समाजशास्त्रात मात्र व्यक्ती ज्या दर्जावर कार्य करते त्या दर्जाचे आदर्श म्हणजे मूल्य होय. रामाचे एकपत्नीत्व, कर्णाचे दानशूरत्व, बुद्धाची अहिंसा हे आपले आदर्श असून त्यांनाच समाजशास्त्रात मूल्य या संज्ञेने संबोधले जाते. अल्बिन एल बरट्रांड मूल्य या संकल्पनेवर भाष्य करताना म्हणतात, की जेव्हा आपण समाजशास्त्रात मूल्य ही संकल्पना वापरतो तेव्हा आपल्या डोळ्यासमोर 'सामाजिक मूल्य' हीच संकल्पना असते.

मूल्यांची व्याख्या (Definitions of Values) :

'मूल्य' या संकल्पनेचा समाजशास्त्रीय अर्थ समजावा म्हणून मूल्य या संकल्पनेच्या काही समाजशास्त्रज्ञांनी केलेल्या व्याख्या आपण पाहू.

१) प्रा. अल्विन एल. बरट्रांड (Prof Alvin L. Bertrand) : या समाजशास्त्रज्ञाच्या मताने सामाजिक मूल्ये म्हणजे आपली उद्दिष्टे, आपल्या कल्पना व इतर व्यक्तींच्या संदर्भात आपली जबाबदारी पार पाडणारा भावनात्मक घटक होय.

२) स्टिफन के. सॅण्डरसन (Stephan K. Sanderson) : या तज्ज्ञाने समाजशास्त्रीय दृष्टिकोनातून मूल्य या संकल्पनेची व्याख्या पुढील शब्दात केली आहे. सामाजिक दृष्टीने विचार करता मूल्य म्हणजे चांगल्या किंवा लायक कल्पनांचा साठा होय.

३) विलियम पी. स्कॉट (William P. Scott) : या समाजशास्त्रज्ञाच्या विचारानुसार मूल्य हे वर्तनाचे अमूर्त असे सर्वसामान्य तत्त्व आहे, की ज्यामुळे गटाच्या सभासदात एक सबळ भावना निर्माण होते की जी सकारात्मक वचनबद्धता आणि विशिष्ट क्रिया आणि ध्येय या संबंधी निर्णय घेणाऱ्या दर्जेदार मानदंडाचा पुरवठा करतात.

४) प्रा. अलेक्स इंकलेस (Prof : Alex Inkeles) : मूल्य या संकल्पनेचे स्पष्टीकरण करताना हे समाजशास्त्रज्ञ असे म्हणतात, की सामाजिक क्रियेचे अंतिम साध्य, ध्येय किंवा उद्दिष्ट यासंबंधी व्यक्त केलेल्या भावनांतील समान तत्त्व म्हणजे मूल्य होय.

या सर्व व्याख्यांचे अवलोकन केल्यानंतर मूल्य या संकल्पनेबाबत खालील गोष्टी लक्षात येतील.

- व्यक्तींच्या कल्पना, व्यक्तींची उद्दिष्टे इतर व्यक्तींसंबंधी आपली जबाबदारी पार पाडणारा भावनात्मक घटक म्हणजे मूल्य होय.
- मूल्य म्हणजे चांगल्या कल्पनांचा साठा होय.
- मूल्य म्हणजे वर्तनाचे एक आदर्श मानदंडात्मक तत्त्व होय.

प्रत्येक समाजात इष्ट/अनिष्ट, चांगले-वाईट, योग्य-अयोग्य, युक्त-अयुक्त असा भेद करणारे काही दंडक असतात. व्यक्तीच्या एकमेकांच्या वर्तनाची तुलना काही विशिष्ट आदर्शांनुसार केली जाते. व्यक्तीचे कोणते वर्तन चांगले व कोणते वाईट हे ज्या घटकांद्वारे निश्चित केले जाते त्यांना मूल्य असे म्हणतात. उदाहरणादाखल खालील जोड्या पाहा.

- प्रामाणिकत: विरुद्ध फसवेगिरी
- शांतता विरुद्ध वाचाळता
- उदासीनता विरुद्ध भावनात्मकता
- सहनशीलता विरुद्ध अस्वस्थता

वरील चार जोड्यांत जी मूल्ये दर्शविली आहेत ती सर्वसामान्यपणे चांगली अथवा वाईट या सदरात मोडतात, परंतु मूल्याचे स्वरूप हे स्थल कालानुसार बदलते हे सत्य

सर्व विज्ञानांनी स्वीकारले आहे. पूर्वी प्रामाणिकपणा हा राजकीय नेत्यांचा गुण मानला जाई, तर आज जनतेची फसवणूक करणे हा राज्यकर्त्यांचा गुणधर्म बनला आहे. काही तज्ज्ञांच्या मताने सामाजिक मूल्यांच्या आधाराने क्रिया, भावना, गुण, व्यक्ती, गट, ध्येये आणि साधने इत्यादींचे मूल्यांकन केले जाते. कोणती भावना चांगली व कोणती वाईट याचा विचार करता बहुसंख्य माणसे प्रेमाची भावना चांगली, द्वेषाची वाईट असे मानतात. आपल्या शत्रुवरही प्रेम करा असे सांगणारे येशू ख्रिस्त, महात्मा गांधी इत्यादींचे अपवाद वगळता, शत्रूचा आपण द्वेषच केला पाहिजे असे जेव्हा आपण म्हणतो तेव्हा त्या विशिष्ट संदर्भात द्वेष हे मूल्य चांगले आहे असे म्हणता येणार नाही.

बऱ्याच वेळा सामाजिक प्रमाणके आणि सामाजिक मूल्ये एकच आहेत, असा आभास होतो, कारण दोन्हीतील सीमारेषा ही फारच अस्पष्ट आहे हे स्पष्ट होते. सामाजिक प्रमाणके आणि सामाजिक मूल्ये हे दोन्हीही घटक व्यक्तींच्या वर्तनावर नियंत्रण ठेवतात हे जरी खरे असले तरी या दोहोंच्या सामाजिक नियंत्रणाच्या स्वरूपात भेद आहे. सामाजिक मूल्ये ही व्यक्तींच्या सर्वसामान्य वर्तनावर नियंत्रण ठेवतात. सोप्या शब्दात असे म्हणता येईल की समाजातील सर्वच व्यक्तींचे वर्तन कसे असावे हे मूल्यं सांगतात, तर सामाजिक प्रमाणके विशिष्ट प्रसंगी व्यक्तींनी विशिष्ट स्वरूपाचेच वर्तन केले पाहिजे हे प्रतिपादन करतात. उदा. हिंदू धर्मात हिंदू विवाहित स्त्री ने 'पतिव्रता' धर्माचे पालन केले पाहिजे असे मूल्य प्राचीन काळापासून प्रचलित आहे. हिंदू धर्मातील 'पतिव्रता' या विवाहित हिंदू स्त्रीसंबंधीच्या मूल्यात अनेक गोष्टींचा समावेश होतो. यात पतीस परमेश्वर मानणे, पतीच्या सर्व आज्ञांचे पालन करणे, पतीशी एकनिष्ठ राहणे, पतीच्या सर्व गरजांची पूर्तता करणे इत्यादी बाबींचा समावेश होतो. या उलट कोणत्याही परिस्थितीत पतिनिधनानंतर हिंदू स्त्रीने पुनर्विवाह करू नये असे सामाजिक प्रमाणक पूर्वी होते व आजही ते ग्रामीण भागात आढळते. या सामाजिक प्रमाणकाद्वारे पतीनिधनानंतर स्त्रीने निश्चित काय करावे हे स्पष्टपणे सांगण्यात आले आहे. सारांशरूपात असे म्हणता येईल की व्यक्तीने कोणत्या आदर्शाचे पालन करावे हे मूल्यं सांगतात, तर प्रमाणके, समाजात व्यक्तीने निश्चित कसे वर्तन करावे या बाबत मार्गदर्शन करतात.

मूल्य या संकल्पनेवर भाष्य करताना असे म्हटले आहे की बऱ्याच वेळा मूल्य व श्रद्धा एकच असल्याचे सांगितले जाते, पण ते बरोबर नसून त्यात खूप भेद आहे. प्रा. गोल्डनर आणि गोल्डनर यांनी हा भेद चार मुद्यांच्या आधारे प्रतिपादन केला आहे.

श्रद्धा व मूल्य यात भेद दर्शविणारी आकृती/तक्ता

अ.क्र.	श्रद्धा	मूल्य
१)	सोनेरी केसांची माणसे लवकर रागवतात.	माणसाने रागावू नये.
२)	चांगली नोकरी मिळविण्यासाठी महाविद्यालयीन शिक्षण हे आवश्यक आहे.	महाविद्यालयीन शिक्षण ही चांगली गोष्ट आहे.
३)	अतिवेगाने जाणारी वाहने अपघात करतात.	वाहने चालविताना माणसाने वेगमर्यादेचे उल्लंघन करू नये.
४)	अमेरिका म्हणजेच लोकशाही होय.	लोकशाही सरकारचा एक उपयुक्त प्रकार होय.

(आकृती २.१३)

मूल्याच्या संदर्भात आणखी एक गोष्ट स्पष्ट करणे जरुरीचे आहे ती ही की बहुसंख्य मूल्यांचे स्वरूप सार्वत्रिक आणि चिरस्थायी असते, मात्र त्याचे निकष स्थलकालानुरूप बदलतात. उदा. प्राचीन ग्रीक संस्कृतीने वा ग्रीक देशातील तज्ज्ञांनी चांगले, सत्य व सुंदर (Good, Truth and Beautiful) या तीन मूल्यांचा उल्लेख केला होता. त्याचप्रमाणे भारतीय संस्कृतीतील वा साहित्यातील 'सत्यं शिवं सुंदरम्' ही मूल्ये ग्रीक समाजातील मूल्यांशी साधर्म्य दर्शवितात. यावरून मूल्यांच्या सार्वत्रिकतेची कल्पना येईल. तसेच अतिप्राचीन काळापासून ते आजपर्यंत ही मूल्ये सर्वच समाजांत या ना त्या स्वरूपात आढळतात म्हणून ती चिरस्थायी पण आहेत. मूल्यांचे निकष स्थलकालानुरूप बदलतात हे काही उदाहरणांच्या साहाय्याने तपासून पाहू. त्यासाठी सुंदर (Beautiful) या मूल्याचा विचार करू. वास्तविकपणे सुंदर हे मूल्य सौंदर्यशास्त्राशी निगडित आहे. शिवाय भावना व्यक्त करण्याच्या क्रियेशी पण ही संकल्पना संबंधित आहे. 'चांगले' ही संकल्पना वा मूल्य नैतिकतेशी संबंधितआहे. मूल्यांचे निकष कसे बदलतात हे 'सुंदर' या मूल्याचा दाखला घेऊन पाहू. 'गोरा' हा रंग पाश्चिमात्य समाजात सौंदर्याचे प्रतीक मानला जातो, त्यामुळे गोऱ्या रंगाची पाश्चिमात्य देशातील माणसे काळा रंग असलेल्या किंवा काळी कातडी असलेल्या निग्रोंचा तिरस्कार करतात, त्यामुळे निग्रोंना ते कनिष्ठ समजावयास लागले. त्याला उत्तर म्हणून निग्रो हक्क चळवळीच्या नेत्यांनी Black is beauty (काळे सुंदर आहे) ही घोषणा दिली. भारतातील पारंपरिक हिंदू समाजात 'सावळा' रंग हा सौंदर्याचे प्रतीक मानला जात होता. याचे कारण भारतातील प्रमुख देवदेवतांचा रंग सावळाच होता. पांडवांची पत्नी

द्रौपदी ही सुद्धा रंगाने सावळीच होती, म्हणूनच तिला 'कृष्णा' या नावानेही संबोधतात. पारंपरिक भारतात गोऱ्या रंगाबद्दल तशीच तिरस्काराचीच भावना होती. 'गोरी गोमटी व कपाळ करंटी' या म्हणीतून त्याचा प्रत्यय येतो. आपल्या प्रेयसीच्या सौंदर्याचे वर्णन करतान पारंपरिक विचाराचा प्रियकर म्हणतो 'भरे मनात सुंदरा, तुझीच मूर्ती श्यामला' याचा अर्थ हे सुंदरे, तुझ्या श्यामल (सावळ्या) वर्णावर मी भाळलो आहे. तसेच 'सावळाच रंग तुझा माझ्या मनी झाकळतो' किंवा 'सावळ्या विठ्ठला तुझ्या दारी आलो' असे म्हणणारे नकळतच सौंदर्य या मूल्यातील सावळ्या रंगाचे महत्त्व अधोरेखित करतात. आधुनिक भारतात मात्र सौंदर्याच्या 'सावळ्या' रंगाच्या प्रतीकाची जागा गोऱ्या रंगाने घेतली, त्यामुळे आधुनिक छोटी बहीण आपल्या विवाहोत्सुक भावाला सांगते – 'गोरी गोरी पान, फुलासारखी छान, दादा मला एक वहिनी आण' वरील सर्व विवेचनावरून हे लक्षात येईल की मूल्य हे जरी चिरंतन असले तरी मूल्यांचे निकष स्थळ, काळ, परिस्थितीनुसार बदलतात. तसेच सर्व समाजांत मूल्यांच्या संदर्भात समानता असली तरी समाजानुरूप मूल्यांचा अर्थ व निकष यात भिन्नता असते. मूल्य हा प्रत्येक समाजजीवनाचा स्थायिभाव असल्याने त्याचा समावेश संरचनात्मक घटकांत करण्यात आला असावा.

समारोप

समाजशास्त्रातील काही मूलभूत संकल्पना या प्रकरणाचा प्रारंभ मूलभूत संकल्पनेचा अर्थ त्याचे स्वरूप यावरील विवेचनाद्वारे करण्यात आला आहे, कारण संकल्पनांचा नेमका अर्थ समजल्याशिवाय इतर संकल्पनांचे आकलन होणार नाही. त्यानंतर 'समाज' या मूलभूत संकल्पनेवर चर्चा करताना समाजाचा अर्थ लक्षात यावा म्हणून समाजाच्या काही व्याख्या, समाजाची प्रमुख वैशिष्ट्ये, अन्य काही वैशिष्ट्ये यांचा सविस्तर आढावा घेतल्यानंतर 'समाज' या मूलभूत संकल्पनेवरील चर्चेला पूर्णविराम दिला. यानंतर 'सामाजिक संस्था' या दुसऱ्या संकल्पनेवर चर्चा करताना या संकल्पनेच्या व्याख्या, सामाजिक संस्थांची प्रभेदक लक्षणे, सामाजिक संस्थांचे स्वरूप व सामाजिक संस्थांचे महत्त्व यावर भर दिला. तिसरी संकल्पना 'सामाजिक संरचना' यावर विवेचन करताना या संकल्पनेच्या काही व्याख्यांचा आढावा घेतला. नंतर भौतिक, जैविक आणि सामाजिक संरचना यांचा तुलनात्मक विचार केल्यानंतर सामाजिक व्यवस्थेचे संरचनात्मक घटक म्हणून दर्जा व भूमिका, सामाजिक गट व उपगट, सामाजिक प्रमाणके आणि मूल्ये यावर सखोल विवेचन करून प्रकरणाची सांगता केली.

स्वाध्याय

१) खालीलपैकी कोणत्याही दोन प्रश्नांची उत्तरे प्रत्येकी ५० शब्दांत द्या.

अ) समाज म्हणजे समानता

ब) समाज म्हणजे सामाजिक संबंधाचे जाळे

क) संमतीदर्शक प्रमाणके

ड) दर्जा – शारीरिक भेद

ई) मूल्यांचे बदलते निकष

फ) सामाजिक संस्थांच्या व्याख्या

२) खालीलपैकी कोणत्याही चारवर प्रत्येकी १०० शब्दांत टीपा द्या.

अ) सामाजिक संस्थांची कोणतीही चार वैशिष्ट्ये

ब) समाजाच्या काही वैशिष्ट्यांतील कोणतीही चार वैशिष्ट्ये

क) सामाजिक गटाचे संरचनात्मक घटक म्हणून महत्त्व

ड) दर्जाचे प्रकार

ई) अर्पित दर्जा निर्धारित करणारे घटक

फ) प्रमाणकांचे स्वरूप

ग) मूल्यांचा अर्थ

३) खालीलपैकी कोणत्याही तीन प्रश्नांची उत्तरे २०० ते २५० शब्दांत द्या.

अ) समाज ही संकल्पना स्पष्ट करा.

ब) सामाजिक संरचनेचा एक घटक म्हणून 'मूल्य' ही संकल्पना स्पष्ट करा.

क) सामाजिक संस्थेच्या कोणत्याही पाच प्रभेदक वैशिष्ट्यांवर चर्चा करा.

ड) जैव सेंद्रिय संकल्पना कोणी मांडली, व का? स्पष्ट करा.

ई) सामाजिक प्रमाणकांच्या प्रकारावर थोडक्यात स्पष्टीकरण द्या.

४) खालीलपैकी कोणत्याही एका प्रश्नाचे उत्तर ५०० शब्दांत द्या.

अ) सामाजिक संस्था या संकल्पनेवर एक निबंध लिहा.

ब) समाजाची व्याख्या सांगून समाजाच्या वैशिष्ट्यांवर चर्चा करा.

क) सामाजिक संरचनेचे एकंदर स्वरूप विशद करा.

प्रकरण : ३
सामाजिक गट

अध्ययनाची उद्दिष्टे :

१) सामाजिक गट या संकल्पनेचा अर्थ विद्यार्थ्यांच्या लक्षात येण्यासाठी

२) मानवी व समाज जीवनातील सामाजिक गटाचे महत्त्व काय आहे याची जाणीव होण्यासाठी

३) प्राथमिक गट व दुय्यम गट यांचा अर्थ व त्यातील भेद विद्यार्थ्यांना समजण्यासाठी

४) संदर्भगटाचाचा अर्थ व मानवी जीवनातील त्याचे स्थान याची जाणीव होण्यासाठी

प्रस्तावना

मानवी जीवनात व समाज जीवनात सामाजिक गटाला आत्यंतिक महत्त्व आहे. प्रा. हॅरी जॉन्सन या अमेरिकेतील समाजशास्त्रज्ञाच्या मतानुसार व्यक्ती तिच्या जीवनाचा बराचसा कालावधी कोणत्या ना कोणत्या गटात व्यतीत करीत असते. व्यक्तीजीवनावर गटाचा प्रभाव वादातीत असतो. व्यक्तीजीवनातील गटाचे महत्त्व लक्षात घेऊन हॅरी जॉन्सन यांनी समाजशास्त्राची व्याख्या पुढील शब्दात केली होती – 'सामाजिक गटाच्या व्यवस्थेचा अभ्यास करणारे शास्त्र म्हणजे समाजशास्त्र होय.' मानवी जीवनातील सामाजिक गटाच्या प्रभावाचे महत्त्व लक्षात घेऊन आपण या प्रकरणात सामाजिक गटाच्या विविध पैलूंवर प्रकाशझोत टाकताना सामाजिक गटांच्या व्याख्या व सामाजिक गटाची वैशिष्ट्ये यावर चर्चा करणार आहोत. समाजशास्त्रज्ञांनी गटाचे अनेक प्रकार पाडले असले तरी आपल्या अभ्यासक्रमाच्या चौकटीत राहून या प्रकरणात आपण फक्त प्राथमिक गट, दुय्यम गट आणि संदर्भगट या तीन प्रकारांवर चर्चा करताना या गटांच्या व्याख्या, प्राथमिक व दुय्यम गटातील भेद, या दोन्ही गटांसहित संदर्भगटाची वैशिष्ट्ये यावर विवेचन करणार आहोत.

सामाजिक गट – अर्थ व वैशिष्ट्ये
(Social Groups - Meaning and Characteristics) :

समाजशास्त्रात वापरली जाणारी महत्त्वाची संकल्पना म्हणजे सामाजिक गट होय. सामाजिक संस्थांच्या वैशिष्ट्यांत सामाजिक गटाचा समावेश असून सामाजिक संस्थांचे कार्य पार पाडण्याची जबाबदारी सामाजिक गटाकडे सोपविली जाते. सामाजिक संस्थांचे स्वरूप अमूर्त असते, तर सामाजिक गट मात्र मूर्त असतात.

मनुष्य हा एक 'सामाजिक प्राणी' आहे. हे विधान सुप्रसिद्ध ग्रीक तत्वज्ञ **ॲरिस्टॉटल** यांनी केले आहे. या विधानाचा अर्थ असा की मानवाला सतत इतर मानवांच्या सहवासात राहावे लागते. **ॲरिस्टॉटल** पुढे असे म्हणतात की मनुष्याला एकटे राहणे आवडत नाही. जो मनुष्य एकटा जीवन जगतो **तो एकतर पशु असला पाहिजे वा परमेश्वर** मनुष्याच्या अनेक गरजा असतात. त्यातील बहुसंख्य गरजांची पूर्तता होणे अत्यावश्यक असते. त्याशिवाय मानवाला जीवनच जगता येणार नाही. मानवाच्या गरजांचे स्थूलमानाने विभाजन करावयाचे झाल्यास ते खालीलप्रमाणे करता येईल. मनुष्याच्या काही गरजा १) जैविक किंवा शारीरिक स्वरूपाच्या असतात. २) काही गरजा या मानसिक स्वरूपाच्या असतात, तर ३) काही भौतिक स्वरूपाच्या. या तिन्ही गरजांच्या स्वरूपाचा आपण थोडक्यात विचार करू.

१) जैविक वा शारीरिक गरजा : यात प्रामुख्याने शारीरिक कामवासना तृप्ती, समाजाच्या कुटुंबाच्या सातत्यासाठी प्रजोत्पादन, स्वत:ची व तसेच इतर मानवांची भूक पूर्ण करणे इत्यादी गरजा येतात.

२) मानसिक गरजा : समाजात जीवन जगत असताना मनुष्याला जी विविध कार्ये पार पाडावी लागतात त्या कार्यांचे कोणीतरी कौतुक करावे, प्रशंसा करावी असे प्रत्येक माणसास वाटत असते. चांगल्या कार्यासाठी शाबासकीची थाप कोणीतरी आपल्या पाठीवर मारावी असे प्रत्येकास वाटते. जीवन जगण्यास प्रोत्साहन देण्यासाठी अशा प्रकारच्या स्तुतीची मानवास गरज आहे.

३) भौतिक गरजा : या गरजांचा संबंध प्रामुख्याने मनुष्याच्या सुखांशी आहे. जीवन सुखी व समृद्ध व्हावे यासाठी अनेक भौतिक वस्तूंची मानवाला आवश्यकता असते. यात गाद्या, उशा, पलंग, जेवणाचे टेबल व खुर्च्या, पंखे, रेडिओ, दूरदर्शन संच, टेपरेकॉर्डर, फ्रिज, विविध सौंदर्य प्रसाधने इत्यादी असंख्य वस्तूंचा समावेश होतो.

या तिन्ही प्रकारच्या गरजा मनुष्य स्वसामर्थ्यावर सोडवू शकत नाही. या गरजा पूर्ण करण्यासाठी त्याला इतर मानवांची मदत वा सहकार्य घ्यावेच लागते. इतर मानवांशी

आंतरक्रिया कराव्याच लागतात. या आंतरक्रियांतून मानवा-मानवांत सामाजिक संबंध प्रस्थापित होतात व त्यातूनच समाजात सामाजिक गटांची निर्मिती होते. सामाजिक गटावर चर्चा करताना बहुसंख्य शास्त्रज्ञ हे मानतात की व्यक्तीला आपल्या जीवनाचा बराचसा भाग अशा विविध गटांतच व्यतीत करावा लागतो, त्यामुळे व्यक्ती एकाच वेळेला अनेक गटांची सभासद असते. याचा परिणाम म्हणूनच समाजशास्त्रात सामाजिक गटांच्या अभ्यासाला खूपच महत्त्व प्राप्त झाले आहे. व्यक्ती-जीवनातील सामाजिक गटांचे हे महत्त्व लक्षात घेऊन हॅरी जॉन्सन या अमेरिकन समाजशास्त्रज्ञाने समाजशास्त्राची व्याख्या पुढीलप्रमाणे केली आहे. समाजशास्त्र म्हणजे सामाजिक गटाविषयीचे शास्त्र होय. यावरून सामाजिक गट या संकल्पनेचे महत्त्व विद्यार्थ्यांच्या लक्षात येईल.

सामाजिक गटांच्या व्याख्या :

'सामाजिक गट' या संकल्पनेचे स्वरूप स्पष्ट होण्यासाठी सामाजिक गटांच्या काही व्याख्यांचा आपण परामर्श घेऊ.

१) मॅकआयव्हर आणि पेज – (Maciver and page) : परस्परांशी सामाजिक संबंधांनी बद्ध झालेल्या व्यक्तींच्या कोणत्याही समुच्चयाला सामाजिक गट असे म्हणतात.

२) प्रा.टी.बी. बोटॅमोर – (Prof. T.B.Bottamore) : सामाजिक गट हा व्यक्तींचा असा समुच्चय असतो की व्यक्ती-व्यक्तींत निश्चित स्वरूपाचे सामाजिक संबंध निर्माण झालेले असतात व आपला एक गट आहे याची व त्या गटाच्या प्रतीकाची जाणीव त्यांच्या ठिकाणी निर्माण झाली पाहिजे.

३) हॅरी जॉन्सन – (Harry Johnson) : सर्व गटांत सामाजिक संबंध असतात. पण सर्व सामाजिक संबंध म्हणजे गट नव्हे. सामाजिक गट अस्तित्वात येण्यासाठी व्यक्तींच्या सर्वसामान्य ध्येयांच्या किंवा हेतूच्या पूर्ततेसाठी गटातील सभासदांत काही प्रमाणात का होईना सहकार्य निर्माण होणे जरुरीचे आहे.

४) मेरील आणि एल्ड्रिज – (Merril and Eldrigge) : समान उद्दिष्टे आणि समान कार्य यांच्या पूर्ततेसाठी दोन किंवा अधिक व्यक्तींनी बऱ्याच काळपर्यंत परस्परांशी संपर्क किंवा देवाण-घेवाण करण्याची क्रिया म्हणजे सामाजिक गट होय.

५) ऑगबर्न आणि निमकॉफ – (Ogburn and Nimkoff) : जेव्हा दोन किंवा अधिक व्यक्ती एकत्र येऊन परस्परांवर प्रभाव टाकतात तेव्हा सामाजिक गटांची निर्मिती होते.

वरील सर्व व्याख्यांच्या आधारे सामाजिक गटाचे स्वरूप विशद करावयाचे झाल्यास त्यात खालील बाबी महत्त्वाच्या आहेत.

१) सामाजिक गटांच्या निर्मितीसाठी कमीतकमी दोन व्यक्ती (सभासद) आवश्यक आहेत. २) व्यक्ती नुसत्या एकत्र येऊन चालत नाहीत तर त्यांच्यात सामाजिक संबंध प्रस्थापित व्हावे लागतात. ३) नुसतेच सामाजिक संबंध प्रस्थापित होऊन चालत नाही तर गटांच्या ध्येयाच्या पूर्ततेसाठी, व्यक्ती-व्यक्तींमध्ये सहकार्य, विचारांची देवाण-घेवाण होऊन योग्य ती क्रिया पार पाडली पाहिजे. ४) म्हणूनच व्यक्तींचे सामाजिक संबंध हे परस्पर पूरक आणि परस्पर प्रभाव करणारे असावेत.

सामाजिक गटांची वैशिष्ट्ये :

सामाजिक गटांची निर्मिती ही समाजातील व्यक्तींच्या बहुविध गरजांच्या पूर्ततेसाठी झाली आहे. समाजातील सामाजिक गटांचे स्वरूप स्पष्ट होण्यासाठी सामाजिक गटांच्या वैशिष्ट्यांवर चर्चा करणे जरुरीचे आहे. सामाजिक गटांची खालील वैशिष्ट्ये आहेत.

१) सभासद संख्या : व्याख्यांमध्ये नमूद केल्याप्रमाणे सामाजिक गटांच्या निर्मितीसाठी कमीत-कमी दोन सभासदांची आवश्यकता असते. परंतु सभासदांच्या जास्तीत-जास्त संख्येवर मात्र कोणत्याच मर्यादा नाहीत. दोन मित्रांचा जसा सामाजिक गट होऊ शकतो. त्याचप्रमाणे ११० कोटी लोकसंख्या असणारा आपला ' भारत ' हा ही एक सामाजिक गट होय. सभासद संख्येवर आधारित गटांचे प्रकार प्रा. जॉर्ज सिमेल यांनी प्रतिपादन केले असून, त्यांच्या मताने सभासद संख्येचा गटांची रचना आणि कार्ये यावर ही परिणाम होतो. दोन व्यक्तींच्या गटापेक्षा ३ व्यक्तींच्या गटाचे स्वरूप वेगळे होते. आतापर्यंत दोघांपुरतेच असलेले सामाजिक संबंध तिसरा सभासद आल्यामुळे बदलतात. प्रथमच गटात दोन विरुद्ध एक असे विभाजन होते. गटाचे सभासद-संख्येनुसार लहान गट व मोठे गट असे प्रकार पडतात. लहान गटातील सामाजिक संबंधाचे स्वरूप अनौपचारिक जिव्हाळ्याचे व आपुलकीचे असते. याउलट मोठ्या गटातील संबंध हे औपचारिक, वरवरचे व दुराव्याचे असतात. मित्रांचा गट, कुटुंब, छोटे खेडेगाव हे लहान गट तर कामगार संघटना, महानगर, आपला प्रांत व शेवटी आपला देश हे मोठे गट होत. लहान गटात प्राथमिक गटांची लक्षणे आढळतात तर मोठ्या गटात दुय्यम गटांची लक्षणे सापडतात. सारांश, सभासद-संख्या हे सामाजिक गटांचे महत्त्वाचे वैशिष्ट्य आहे.

२) सामाजिक संबंध : समान उद्देश डोळ्यासमोर ठेवून ते साध्य करण्याच्या दृष्टिकोनातून व्यक्ती एकत्र येऊन परस्परांशी आंतरक्रिया स्थापन करतात. व्यक्तीत सतत होणाऱ्या आंतरक्रियांचे सामाजिक संबंधात रूपांतर होते व या सामाजिक संबंधाचे कालांतराने सामाजिक गटात रूपांतर होते. सामाजिक संबंधाशिवाय कोणत्याही सामाजिक गटांची निर्मिती होऊ शकत नाही. सामाजिक गटातील सामाजिक संबंधांचे

स्वरूप हे समाजाच्या गरजा, व्यक्तींच्या गरजा, त्या गरजापूर्ततेचे मार्ग या आधाराने निर्धारित केले जाते. व्यक्तींच्या काही गरजा कायम स्वरूपाच्या असतात. त्या गरजांच्या पूर्ततेसाठी समाजात कायम स्वरूपाच्या सामाजिक संबंधाच्या निर्मितीची जरुरी असते. उदा. शिक्षण ही समाजाची व व्यक्तींची कायम स्वरूपाची गरज असून त्यासाठी बालक मंदिर ते विद्यापीठापर्यंत विविध पातळ्यांवर शिक्षण देणारे अनेक गट निर्माण झाले. यातील शिक्षक विद्यार्थी हे संबंध किंवा गुरु-शिष्य संबंध हे कायम स्वरूपाचे आहेत. तसेच ते प्रत्यक्ष स्वरूपाचे पण असतात. प्रत्यक्ष स्वरूपाच्या संबंधात ज्या दोन वा अधिक व्यक्तींत सामाजिक संबंध प्रस्थापित होतात त्या व्यक्ती एकमेकांच्या प्रत्यक्ष सान्निध्यात येतात. उदा. पती-पत्नीचे संबंध. माता-पिता व मुले यांचे संबंध, शिक्षक-विद्यार्थी यांचे संबंध हे नेहमीच प्रत्यक्ष स्वरूपाचे असतात. याउलट काही सामाजिक गटांतील संबंध हे अप्रत्यक्ष स्वरूपाचे असतात. उदा. राजकीय पक्षाचा सर्वोच्च नेता व त्याचे अनुयायी यांचे संबंध किंवा एखाद्या मोठ्या कामगार संघटनेचा अध्यक्ष व त्या संघटनेचे सर्वसामान्य नेते यांचे संबंध किंवा क्रीडाक्षेत्रातील खेळाडू व प्रेक्षक यांचे संबंध हे सर्वसाधारणत: अप्रत्यक्ष स्वरूपाचे असतात. सारांशरूपात बोलावयाचे झाल्यास गटाच्या निर्मितीसाठी सामाजिक संबंध अत्यावश्यक असले तरी त्यांचे स्वरूप विभिन्न म्हणजे कायम वा तात्पुरत्या स्वरूपाचे किंवा प्रत्यक्ष-अप्रत्यक्ष असे असते.

३) समान उद्देश : कोणताही सामाजिक गट निर्माण करण्याच्या पाठीमागे कोणता ना कोणता 'समान उद्देश' असतो व तो उद्देश प्राप्त करण्याच्या दृष्टीने गटातील सर्व सभासद सामूहिक प्रयत्न करतात. व्यक्तीच्या गरजांप्रमाणेच व्यक्तींची उद्दिष्टे ही अमर्यादित असतात. समाजातील ज्या व्यक्तींची उद्दिष्टे समान आहेत अशा व्यक्ती त्या उद्दिष्टांच्या पूर्ततेसाठी एकत्र येतात व सामाजिक गटांची निर्मिती करतात. नोकरशाहीत काम करणाऱ्या नोकरांचे अनेक प्रश्न असतात-ते प्रश्न म्हणजेच त्या नोकरांची उद्दिष्टे होत. या उद्दिष्टांत प्रामुख्याने निश्चित कालावधीनंतर वेतन आयोगानुसार वेतनवाढ, महागाई वाढीचे तत्त्व निर्धारण, पदोन्नतीचे निष्कर्ष इत्यादी उद्दिष्टांचा समावेश होतो. या उद्दिष्टपूर्ततेसाठी सर्व नोकरशाही क्षेत्रांत कामगार संघटनांचा जन्म झाला. समाजशास्त्राच्या भाषेत कामगार संघटना म्हणजेच एक प्रकारचा 'सामाजिक गट' होय.

राजकीय सत्ता हस्तगत करण्यासाठी वा तो उद्देश डोळ्यासमोर ठेवून विविध राजकीय पक्षांची निर्मिती होते. राजकीय पक्ष म्हणजेही एक प्रकारचा सामाजिक गटच होय. समाजातील गरजवंतांना स्वयंरोजगार चालू करता यावा म्हणून त्यांना आर्थिक मदत करता यावी या उद्देशाने अनेक पतपेढ्या म्हणजे बँकांची स्थापना करण्यात आली. या पतपेढ्या किंवा बँका म्हणजेही 'सामाजिक गट' होय. याशिवाय प्रजोत्पादन व

संतती संगोपनासाठी कुटुंबांची निर्मिती करण्यात आली. अशी अनेक उदाहरणे देता येतील. या संदर्भात शेवटी असे म्हणता येईल की ज्या व्यक्तींची उद्दिष्टे समान आहेत अशा व्यक्ती एकत्र येऊन त्या उद्दिष्टांच्या पूर्ततेसाठी सामाजिक गट स्थापन करतात.

४) भावनात्मक एकता : व्यक्ती ज्या सामाजिक गटांची सभासद आहे त्या गटांबद्दल व गटांतील सभासदांबद्दल व्यक्तीच्या मनात आपुलकीची, आत्मीयतेची, जिव्हाळ्याची भावना असते. गट व गटातील सदस्य यांच्याबद्दलच्या या आपुलकीच्या भावनेतूनच गटात एकता निर्माण होते. माझे कुटुंब, माझी शाळा, माझे कार्यालय, माझा प्रांत व माझा देश असा जेव्हा स्वत:च्या गटाचा व्यक्ती उल्लेख करते तेव्हा ते गटाबद्दलच्या आत्मीयतेचे प्रतीक असते. भारत माझा देश आहे. सारे भारतीय माझे बांधव आहेत. माझ्या देशावर माझे प्रेम आहे. ही प्रतिज्ञा गटाविषयीची व गट सदस्याविषयीची आपली आपुलकी व्यक्त करतात. या आपुलकीच्या, आत्मीयतेच्या भावनेतूनच गटात जी एकात्मता वा एकता निर्माण होते त्यास भावनात्मक एकता म्हणतात.

गट वा गटातील सभासद जेव्हा संकटात सापडतात तेव्हा या भावनात्मक एकात्मतेचा प्रत्यय या सर्वांनाच येतो. १९६५ सालच्या भारत–पाक युद्धात सारे भारतीय आपली जात, धर्म, प्रांत इत्यादी सर्व भेद विसरून भारतीय राज्यकर्ते व सैनिक दल यांच्या पाठीमागे एकदिलाने उभे राहिले हे भावनात्मक एकतेचे सर्वोत्तम उदाहरण होय. खेळ प्रेमी रसिकांना आपल्या विद्यालयाचा संघ, आपल्या देशाचा संघ जिंकला की जो आनंद होतो तो आणि संघ हरला की जे दु:ख होते ते सर्व भावनात्मक एकतेचंच प्रतीक होय. हा माझ्या गटाचा सभासद आहे. त्यांची व माझी ध्येये सारखीच आहेत, त्यासाठी सर्वांनी प्रयत्न करण्याची आवश्यकता आहे. ही भावना भावनात्मक एकतेचे द्योतक होय. या भावनेमुळे गटांचे अस्तित्व टिकावयास मदत होते, पण भावनात्मक एकतेचा अतिरेक झाला तर गट सभासद नको ते कृत्य करतात व त्यातून कदाचित संघर्ष निर्माण होण्याची शक्यता असते. उदा. एखाद्या आंतरराष्ट्रीय सामन्यात आपला संघ हरत असल्याचे पाहून त्या संघाला प्रोत्साहन देणाऱ्या प्रेक्षकांच्या भावना अनावर होतात व ते प्रेक्षक मैदानावर व प्रतिपक्षांच्या खेळाडूवर बाटल्या, फळांच्या साली इत्यादी वस्तू फेकून खेळ बंद पाडतात. ही पण भावनात्मक एकताच होय. पण सामाजिक गटाला बदनाम करणारी म्हणून भावनात्मक अतिरेक टाळला पाहिजे.

५) सामाजिक नियमने : प्रत्येक गटात अनेक सदस्य असतात. त्या सदस्यांना त्यांच्या गटात स्वतंत्र असे स्थान असते. या स्थानात दर्जा आणि भूमिका या दोन बाबींचा समावेश होतो. गटातील प्रत्येक स्थानावर असणाऱ्या व्यक्तीने कोणते कार्य करावे व कोणते कार्य करण्याचे टाळावे याचे निर्धारण करण्यासाठी त्या त्या गटातील

व्यक्तींसाठी जी नियमने किंवा प्रमाणके निर्माण झालेली असतात. त्यास सामाजिक नियमने वा प्रमाणके म्हणतात. या सामाजिक नियमनांमुळे विशिष्ट दर्जावरील व्यक्तींची भूमिका निर्धारित केली जाते, त्यामुळे गटांचे कार्य सुलभतेने व विनातक्रार चालू राहते. उदा. कुटुंबात पती-पत्नी, माता-पिता, मुले, आजी, आजोबा इत्यादी विविध दर्जे असतात व त्यांनी त्यानुसार कोणती भूमिका बजावावी हे त्या गटाच्या सामाजिक नियमनानुसार ठरते. एखाद्या महाविद्यालयात प्राचार्य, प्राध्यापक, कार्यालयीन अधीक्षक, ग्रंथपाल, विद्यार्थी इत्यादी अनेक दर्जे असतात व त्यानुसार त्यांनी कोणत्या भूमिका बजावाव्यात हे सामाजिक नियमनानुसार किंवा प्रमाणकानुसार निर्धारित केले जाते.

उदा. प्राचार्य यांची भूमिका अध्यापन आणि सर्वसामान्य प्रशासन ही आहे. प्राध्यापकांची भूमिका प्रामुख्याने अध्यापन व प्राचार्य नेमून देतील ते कार्य, कार्यालयीन अधीक्षकाने कार्यालयीन प्रशासन प्राचार्यांच्या देखरेखीखाली चालविणे. ग्रंथपालाने ग्रंथालयीन प्रशासन सांभाळावे तर विद्यार्थ्यांनी अध्ययन कार्यात स्वत:ला गुंतवावे हे सर्व त्या त्या गटांच्या नियमनानुसार चालते. सामाजिक नियमनामुळे किंवा प्रमाणकामुळे सामाजिक गटांचे कार्य विनबोभाट चालते, कारण गटातील प्रत्येक सभासद नियमानुसार त्यावर सोपविलेली जबाबदारी पार पाडतो. सारांशरूपात असे म्हणता येईल की सामाजिक नियमनांमुळे अथवा प्रमाणकांमुळे सामाजिक गट कार्यात एक प्रकारची सुरळीतता येते.

६) कार्यात्मक विभाजन : गटांच्या स्थिरतेसाठी ज्याप्रमाणे सामाजिक नियमनांची आवश्यकता आहे त्याचप्रमाणे गटातील सदस्यांत कामाचे योग्य वाटप होण्याची पण नितांत गरज आहे. प्रत्येक गटातील कार्य सुव्यवस्थित चालण्यासाठी गटातील कार्याचे किंवा कामाचे वाटप होणे अत्यंत जरुरीचे असते. कामाचे वाटप करताना प्रामुख्याने व्यक्ती-व्यक्तींतील शारीरिक भेद, व्यक्तींची लायकी व व्यक्तींचे वय यांचा प्रामुख्याने विचार केला जातो. निसर्गानेच स्त्री व पुरुष यांच्यात भेद केला असून, निसर्गाने 'स्त्री'वर सोपविलेली सर्वात महत्त्वाची जबाबदारी म्हणजे मुलांना जन्म देण्याची क्रिया. स्त्री मुलांना जन्माला घालते म्हणूनच मुलांच्या अल्प वयातील संगोपनाची, आरोग्याची, शिक्षणाची सर्व जबाबदारी स्त्रीने उचलावी अशी समाजाची अपेक्षा असते. समाजाचे सातत्य टिकविण्यासाठी जन्माला आलेल्या मुलांना औरसत्व प्राप्त व्हावे म्हणून विवाह हा नियम तर कुटुंब हा गट स्थापन करण्यात कुटुंबातील स्त्रीने घरकाम, गृहव्यवस्था, मुलांचे संगोपन, स्वयंपाक इत्यादी कामे करावीत अशी अपेक्षा असते.

पुरुष प्रामुख्याने घराबाहेरची कामे करतो. लहान मूल व वृद्ध माणसांना त्यांच्या शारीरिक ऐपतीनुसार कामे दिली जातात. पण लहान मुले व वृद्ध माणसे यांच्याकडून शक्यतो जबाबदारीचे काम करून घेऊ नये अशी समाजाची अपेक्षा असते. कुटुंब हा

समाजातील सर्वात लहान गट असून, त्यात ज्याप्रमाणे वेगवेगळ्या सदस्यांत कार्याचे वाटप झालेले असते, असेच कार्याचे विभाजन मोठमोठ्या राजकीय, प्रशासकीय अथवा धार्मिक गटांतपण झाल्याचे दिसून येते. याला शिक्षणक्षेत्रही अपवाद नाही. या ठिकाणी आपण एका प्रशासकीय कार्यालयातील कामाच्या विभाजनाची प्रक्रिया पाहणार आहोत. या ठिकाणी व्यक्तींच्या दर्जा व लायकीनुसार कामाचे वाटप झाल्याचे दिसून येईल. प्रत्येक तालुक्याच्या ठिकाणी असलेल्या तहसीलदार किंवा मामलेदार कार्यालयातील कामाच्या वाटपाबाबत आपण विचार करू ते खालील आकृतीच्या साहाय्याने–

तहसीलदार किंवा मामलेदार कार्यालयातील कार्यवाटप दर्शविणारी आकृती

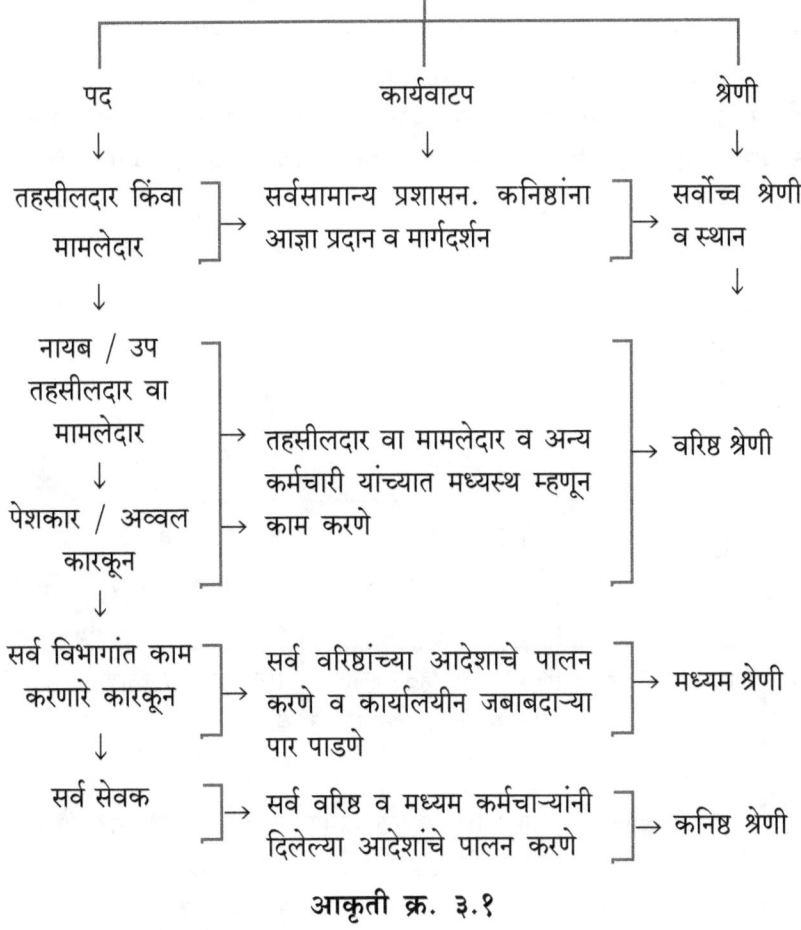

पद	कार्यवाटप	श्रेणी
तहसीलदार किंवा मामलेदार	सर्वसामान्य प्रशासन. कनिष्ठांना आज्ञा प्रदान व मार्गदर्शन	सर्वोच्च श्रेणी व स्थान
नायब / उप तहसीलदार वा मामलेदार ↓ पेशकार / अव्वल कारकून	तहसीलदार वा मामलेदार व अन्य कर्मचारी यांच्यात मध्यस्थ म्हणून काम करणे	वरिष्ठ श्रेणी
सर्व विभागांत काम करणारे कारकून	सर्व वरिष्ठांच्या आदेशाचे पालन करणे व कार्यालयीन जबाबदाऱ्या पार पाडणे	मध्यम श्रेणी
सर्व सेवक	सर्व वरिष्ठ व मध्यम कर्मचाऱ्यांनी दिलेल्या आदेशांचे पालन करणे	कनिष्ठ श्रेणी

आकृती क्र. ३.१

वरील आकृतीवरून विद्यार्थ्यांच्या हे लक्षात येईल की सामाजिक गटातील

कार्यांचे विभाजन कशा प्रकारचे असते! समाजरचना स्थिर ठेवण्यासाठी प्रत्येक समाजातील सामाजिक गटाकडून गटांत कामाचे वाटप करावेच लागते. त्याशिवाय समाजरचना कार्यरत होणार नाही. शेवटी असे म्हणता येईल की समाजरचनेसाठी प्रत्येक गटाला काही ना काही कार्य करावेच लागते व त्यासाठी गटातील सभासदांत कार्यांचे वाटप करणे अत्यावश्यक आहे.

सामाजिक गटाच्या किंवा समूहाच्या वर्गीकरणाचे आधार (Bases of the Classification of Social Groups) :

मानवी समाजात विविध प्रकारचे सामाजिक गट असतात. या सर्व समूहांच्या किंवा गटांच्या प्रकारात अनेक बाबतींत भेद असतो. समाजशास्त्रीय विचारवंतांनी सामाजिक गटातील भेदांना समूहाच्या विश्लेषणाचे आधार बनविले आहेत. वेगवेगळ्या विचारवंतांनी विविध आधारांवर किंवा विविध निकष वापरून सामाजिक गटांची किंवा समूहांची वेगवेगळी वर्गीकरणे केलेली आहेत. आपल्या अभ्यासक्रमाच्या चौकटीत आपणास फक्त प्राथमिक गट (समूह) आणि दुय्यम गट (समूह) यावरच चर्चा करावयाची असली तरी विद्यार्थ्यांना माहिती असावी म्हणून पुढील तक्त्याच्या साहाय्याने समूहाच्या वर्गीकरणाच्या निकषांचा आढावा घेणार आहोत.

समूहाच्या किंवा गटाच्या वर्गीकरणाच्या आधाराने पाडलेले समूहाचे प्रकार दर्शविणारा तक्ता

अ. क्र.	समूह वर्गीकरणाचा आधार	समूहाचे / गटाचे प्रकार	समूह वा गट यांची उदाहरणे
१)	समूहाचा आकार	१) लहानगट – २) मोठा गट –	कुटुंब, मित्रमंडळ, शेजारी कामगार संघटना / राजकीय पक्ष
२)	हितसंबंधांची व्याप्ती	१) विशिष्ट हितसंबंधी गट २) समावेशक हितसंबंधित समूह	नाट्यमंडळ / क्रीडामंडळ कुटुंब
३)	संघटनांचे प्रमाण	सापेक्षत: असंघटित समूह विशेष संघटित समूह	ज्येष्ठांचा भ्रमंती गट, प्रेक्षक वर्ग, मित्रमंडळ नोकरशाही, कामगार संघटना इ.

अ. क्र.	समूह वर्गीकरणाचा आधार	समूहाचे / गटाचे प्रकार	समूह वा गट यांची उदाहरणे
४)	हितसंबंधाचा कालावधी	अस्थायी समूह स्थायी समूह	मोर्चा, शिष्टमंडळ कुटुंब, समुदाय
५)	सदस्यत्वाचे स्वरूप	ऐच्छिक समूह अनिवार्य समूह	नाट्य मंडळ, क्रीडामंडळ कुटुंब, जात, वंश
६)	समूहाबद्दलचा व्यक्तिनिष्ठ दृष्टिकोन	अंतर्गट बहिर्गट	आपले कुटुंब, शाळा, इतरांचा समूह
७)	समूहाचे सदस्यत्व	सदस्यत्व समूह संदर्भ समूह	आपण ज्या गटाचे सभासद आहोत ते सर्व गट आपण ज्या गटाचे सभासद नाही पण सभासद होण्याची इच्छा आहे असा गट
८)	संपर्काचे स्वरूप व संबंधातील घनिष्ठता	प्राथमिक गट दुय्यम गट	कुटुंब, समवयस्क मित्र कामगारसंघटना राष्ट्र - सैन्यदल इत्यादी

तक्ता क्र. ३.२

वरील तक्त्यात गटाचे अनेक प्रकार प्रतिपादन केले असले तरी याठिकाणी आपण फक्त प्राथमिक गट, दुय्यम गट व संदर्भगट यावरच निवेचन करणार आहोत.

प्राथमिक गट किंवा समूह (Primary Group) :

प्राथमिक गटातील सदस्यांच्या परस्पर संबंधांना प्राथमिक संबंध असे म्हणतात. या गटाचा आकार लहान स्वरूपाचा असाते. चार्ल्स कुले यांनी त्यांच्या Human Organization (मानवी संघटना) या ग्रंथात प्राथमिक समूह ही संकल्पना सर्वप्रथम मांडली. सामाजिक गटातील सदस्यांमधील परस्परसंबंधाचे गुणात्मक स्वरूप हा चार्ल्स कुले यांच्या 'प्राथमिक समूह' या संकल्पनेचा खरा आत्मा आहे. ज्या समूहात सदस्यांमधील परस्परसंबंध अत्यंत घनिष्ट, समोरासमोरचे, दीर्घकाळ टिकणारे आणि प्रामुख्याने सहकार्यावर आधारित असे असतात, त्या सामाजिक गटाला कुले

यांनी प्राथमिक गट असे म्हटले आहे. या गटातील व्यक्तींची परस्परांशी चांगल्या प्रकारे ओळख असते. कुटुंब, लहान खेडेगाव, शेजारी शेजारी राहणारे लोक, मित्रांचा गट इत्यादी. या प्राथमिक स्वरूपाच्या गटांमधूनच समाजाची निर्मिती होते. व्यक्तींचा संबंध अधिक काळ प्राथमिक गटांशीच येतो.

प्रा. चार्ल्स कुले यांच्या मताने, प्राथमिक गट म्हणजे ज्या गटातील व्यक्तींचे परस्परसंबंध अत्यंत निकटचे म्हणजे समोरासमोरचे असतात आणि सहकार्याचे असतात असा गट होय.

असे समूह अनेक अर्थांनी प्राथमिक असतात, पण व्यक्तींची सामाजिकता आणि त्यांची ध्येये किंवा आदर्शांच्या जडण-घडणीतील त्यांची भूमिका अत्यंत मूलभूत स्वरूपाची असते आणि प्रामुख्याने ते याच अर्थाने प्राथमिक ठरतात. व्यक्तींच्या सामाजिकीरणाची प्रक्रिया सर्वप्रथम प्राथमिक समूहातच सुरू होते. प्राथमिक गटाचे खरे स्वरूप पाहण्यासाठी प्राथमिक गटाच्या लक्षणांचा आढावा घेणे गरजेचे आहे. तो पुढीलप्रमाणे घेता येईल.

प्राथमिक गटाची प्रभेदक लक्षणे :

प्राथमिक गटाच्या प्रभेदक लक्षणांचा विचार करता त्याचे दोन भाग प्रा. किंग्जले डेव्हिस यांनी केले असून, पहिल्या भागाला त्यांनी प्राथमिक गटाच्या भौतिक अटी (परिस्थिती) ही संज्ञा दिली आहे, तर दुसऱ्या भागाला प्राथमिक गटाची वैशिष्ट्ये ही संज्ञा दिली आहे. या प्रकरणात प्रतिपादन केलेल्या ८ प्रभेदक लक्षणांपैकी पहिली तीन भौतिक अटींत (१ ते ३) समाविष्ट होतात तर नंतरची ५ प्राथमिक वैशिष्ट्यात (४ ते ८) समाविष्ट होतात. याची नोंद विद्यार्थ्यांनी घ्यावी. विद्यार्थ्यांच्या सोयीसाठी या सर्वांचा समावेश येथे प्रभेदक लक्षणांतर्गत केला आहे.

१) भौतिक सान्निध्य : गटातील सभासदांमध्ये रोज गाठभेट झाल्याखेरीज त्यांच्यात निकटत्वाची जाणीव निर्माण होणार नाही. रोज एकमेकांनी एकमेकांना पाहिले व रोज एकमेकांशी बोलणी झाली म्हणजे कालांतराने कल्पना, मते, भावना, विचार इत्यादींची त्यांच्यात देवघेव होते. एकत्र खेळणे, एकत्र वास्तव्य करणे, एकत्र खाणे-पिणे करणे इत्यादी गोष्टी या घनिष्ट संबंधांच्या द्योतक होत. हस्तांदोलन करणे, चुंबन घेणे, आलिंगन देणे या बाह्य गोष्टी वाटत असल्या तरी त्यातून त्या व्यक्तींचा एकमेकांविषयी असलेला आदर वा प्रेम या भावना व्यक्त होत असतात. शरीरसान्निध्यामुळे प्राथमिक गटाची उभारणी होण्यास मदत होते. परंतु शरीर-सान्निध्य कोणाकोणात निर्माण होईल हे त्या त्या गटाच्या संस्कृतीने नियंत्रित केलेले असते. निरनिराळ्या वयांच्या व्यक्तींमध्ये, भिन्नलिंगी व्यक्तींमध्ये, भिन्न जात असलेल्या लोकांमध्ये,

भिन्न-भिन्न व्यवसाय करणाऱ्यांमध्ये व भिन्न धर्मीयांमध्ये शरीरसान्निध्य निर्माण होणे कठीण आहे. सारांश, जे लोक सामाजिक अंतर पाळतात त्यांच्यामध्ये शारीरिक निकटता निर्माण होणे कठीण असते. अशांचा प्राथमिक गट निर्माण होणे अशक्य असते.

२) लहान आकार : लहान आकार हे प्राथमिक गटाचे मूर्त स्वरूपाचे लक्षण आहे. आकारमान लहान असल्याने निकट सहवास घडत असतो. या गटातील व्यक्तींची वारंवार गाठ भेट होऊ शकते व ते परस्परांच्या सहवासात वारंवार येतात. प्राथमिक गटातील व्यक्तींची परस्परांशी चांगली ओळख असते. ते परस्परांच्या निकट सहवासात राहात असल्यामुळे परस्परांबरोबर सहकार्य करणे त्यांना शक्य असते. एकमेकांपासून दूर अंतरावर राहणाऱ्या व्यक्तींमध्ये प्राथमिक संबंध निर्माण होण्याची शक्यता फारशी नसते. ती मुळीच नसते असे मात्र नव्हे. दोन व्यक्ती परस्परांपासून दूर राहूनही मित्रत्वाचे संबंध ठेवू शकतात. यासंबंधांत प्राथमिक संबंधांचे गुणधर्म असतात. सामाजिक गटाचा आकार लहान असेल तरच त्यातील सर्व सदस्यांत घनिष्ट स्वरूपाचे संबंध निर्माण होऊ शकतात. समूह आकाराने मोठा असेल तर त्या सर्वांची एकमेकांशी नीट ओळखही होणे कठीण असते, पण समूह लहान असेल तर त्याच त्या व्यक्तींच्या सहवासात व्यक्ती राहात असल्यामुळे त्यांच्यातील प्रत्यक्ष आंतरक्रियांची वारंवारता अधिक असते. परिणामी एकमेकांच्या संपूर्ण व्यक्तिमत्त्वाचा परस्परांना जवळून परिचय होतो. एकमेकांच्या सवयी, गुणावगुण यांची परस्परांना माहिती होते व त्यांच्यात प्रेम, आपुलकी, आदर, एकमेकांना सहकार्य व त्याग करण्याची वृत्ती निर्माण होऊ शकते.

३) संबंधातील सातत्य : सदस्यांतील परस्परसान्निध्य किती काळ आहे यावर प्राथमिक गटाचे सातत्य व स्थैर्य अवलंबून असते. केवळ व्यक्ती तात्पुरत्या एकमेकांच्या निकट शारीरिक सान्निध्यात आल्या म्हणजे तेवढ्यावरूनच त्यांचा प्राथमिक समूह बनत नाही, तर त्या व्यक्तींच्या आंतरक्रिया अधिक वेळा होणे गरजेचे आहे. कुटुंब हे प्राथमिक समूहाचे उदाहरण आहे ते याच कारणासाठी. एक तर कुटुंबातील सभासद संख्या मर्यादित व दीर्घ काळ टिकणारी आहे. प्राथमिक गटातील सदस्यांचे परस्परांबरोबर असलेले संबंध हे सर्वसमावेशक असे असतात. त्यांच्या परस्परसंबंधांना अनेक अंगे असतात. प्राथमिक गटातील संबंध विशिष्ट क्षेत्रापुरते मर्यादित नसतात, ते परस्परांच्या गरजेतूनच निर्माण होतात. उदाहरणार्थ, कुटुंबातील वडील व मुलगा यांच्या संबंधांना अनेक अंगे आहेत. वडील मुलाच्या जीवनाच्या सर्व बाजूंकडे लक्ष ठेवतात. तो काय करतो, त्याचे मित्र कोण आहेत, त्याला काय सवयी आहेत इत्यादी बाबतींत त्यांना आस्था असते. त्यांचा त्यांच्याबरोबरचा संबंध मर्यादित व निमित्तमात्र नसतो. कुटुंब हा एक लहान आकाराचा समूह होय. कुटुंबातील

व्यक्ती एकाच घरात राहतात. त्यांच्यात भौतिक सान्निध्य असते. म्हणजेच जन्मापासून मृत्यूपर्यंतच्या प्रदीर्घ कालावधीतील सातत्यपूर्ण संबंध कुटुंबातील व्यक्तींमध्ये असतात.

४) भावनात्मकता : प्राथमिक गटातील सदस्यांची परस्परांशी चांगली ओळख असते. त्यांचे परस्परसंबंध अनौपचारिक, भावनायुक्त असे असतात, त्यामुळे या गटातील व्यक्ती परस्परांवर व्यक्तिगत असा प्रभाव पाडू शकतात. आपल्या प्रभावाने परस्परांना नियंत्रित करू शकतात, त्यामुळे प्राथमिक गटात अनौपचारिक पद्धतीने सामाजिक नियंत्रण घडवून आणले जाते. या गटातील व्यक्तींच्या वर्तनावर नियंत्रण ठेवण्यासाठी नियम, कायदे इत्यादी औपचारिक नियंत्रणाच्या साधनांची आवश्यकता नसते. कुटुंबातील व्यक्तीच्या वर्तनावर रूढी, परंपरा, संकेत यांचाच आधार घेऊन भावनात्मकदृष्ट्या नियंत्रण केले जाते. यात सदस्यांना परस्परांविषयी जिव्हाळा, प्रेम, आदर वाटत असल्यामुळे प्राथमिक समूहातील सदस्यात 'आम्हीपणाची' किंवा सर्वजण एक असल्याची तीव्र भावना असते. समूहासाठी व्यक्ती कोणताही त्याग करायला तयार असतात. समूहातील एकाचा अपमान म्हणजे सर्वांचा अपमान, एकाचे दु:ख ते सर्वांचे दु:ख, एकाचे यश ते सर्वांचे यश अशी परिस्थिती असते. त्यावरूनच प्राथमिक समूहाची आम्हीपणाची भावना प्रत्ययाला येते. भावना नसतील तर प्राथमिक गट अधिक काळ टिकणार नाही, म्हणूनच भावनात्मक आधार प्राथमिक गटात महत्त्वाचा असतो.

५) अनौपचारिक संबंध : प्राथमिक गटातील व्यक्तींचे परस्परांबरोबरचे संबंध व्यक्तिगत स्वरूपाचे असतात. प्राथमिक गटातील प्रत्येक सदस्याला गटात स्वत:चे असे स्थान असते, त्यामुळे एका सदस्याची जागा दुसरा सदस्य घेऊ शकत नाही. या गटातील परस्परसंबंधांना व्यक्तिनिष्ठ असे स्वरूप असते. या गटातील एका व्यक्तीच्या जागी दुसरी व्यक्ती आली तर संबंधांचे स्वरूप बदलल्याशिवाय राहात नाही. या गटातील एखाद्या सदस्याची उणीव दुसरी व्यक्ती भरून काढू शकत नाही. उदाहरणार्थ, कुटुंबातील आई व मूल यांचा परस्पर संबंध प्राथमिक स्वरूपाचा आहे. ती आई आणि दुसऱ्या कोणाचे मूल यांच्यामध्ये तशा प्रकारचा संबंध निर्माण होऊ शकणार नाही. त्या मुलाच्या जागी दुसरे मूल आणता येणार नाही. तसेच आपल्या एखाद्या मित्राची जागा दुसरा मित्र अगर अन्य कोणी व्यक्ती भरून काढू शकत नाही. प्राथमिक समूहातील व्यक्तींमधील संबंध खेळीमेळीचे आणि अनौपचारिक असतात. याचा अर्थ असा की, लिखित स्वरूपाच्या नियमांनी अथवा कायद्यांनी या संबंधाचे नियंत्रण होत नाही. परंपरेने चालत आलेल्या लोकरीती, लोकनीतीद्वारा या समूहातील संबंधाचे नियमन होते. टीका, टिंगल, समजावणी याद्वारे सदस्यांच्या अयोग्य वर्तनाला आळा घातला जातो. कुटुंब, मित्रमंडळ यासारख्या प्राथमिक समूहात परस्परांचे दर्जे

आणि भूमिका वेगवेगळ्या स्वरूपाच्या असल्या तरी त्यांचे स्वरूप अगदी काटेकोर किंवा नियोजित नसते आणि व्यक्ती अगदी सहजपणे या गटात वागतात. कुटुंबातील एखाद्या व्यक्तीने नियमबाह्य वर्तन केल्यास त्यास शिक्षा न देता, त्याच्या वर्तनात लोकनीतीद्वारे बदल केला जातो. कुटंबातून किंवा मित्रसमूहातून एखाद्याला सामान्यत: हाकलून दिले जात नाही.

६) स्वयंस्फूर्त संबंध : प्राथमिक गट आपोआप निर्माण झालेले असतात. ते स्वयंप्रेरित स्वरूपाचे असे असतात. ते हेतूपूर्वक, मुद्दाम, जाणीवपूर्वक तयार केलेले नसतात. त्यांची निर्मिती योजनापूर्वक व पूर्वनियोजित अशी नसते. व्यक्ती परस्परांच्या सहवासात येतात व त्यांच्यामध्ये वारंवार आंतरक्रिया होतात व त्यातून त्यांचे परस्परांबरोबर घनिष्ट स्वरूपाचे संबंध निर्माण होतात. त्यातूनच प्राथमिक गटाची निर्मिती होते. प्राथमिक समूहामधील व्यक्ती-व्यक्तींतील संबंध अगदी स्वाभाविक किंवा नैसर्गिक असतात. अगदी सहजगत्या, स्वेच्छेमुळे उत्स्फूर्तपणे ते निर्माण होतात, म्हणजेच जाणीवपूर्वक संबंध निर्माण केले जात नाहीत, तर वारंवार येणाऱ्या संपर्कामुळे ते निर्माण होतात. प्राथमिक समूहात व्यक्तींवर एकत्र येण्याची सक्ती नसते किंवा आपले एखादे उद्दिष्ट साध्य करण्यासाठी दुसऱ्या व्यक्तीशी ते जाणीवपूर्वक संबंध ठेवत नसतात. उदाहरणार्थ, मैत्री घडून येते. ती घडवून आणली जात नाही. प्रियकर-प्रेयसीत प्रेमसंबंध निर्माण होतात व नंतर विवाहामुळे त्यांचे रूपांतर पती-पत्नींनी मिळून बनलेल्या समूहात होते. पती-पत्नीतील किंवा मित्रांतील संबंध स्वयंस्फूर्त स्वरूपाचे असतात. सारांश, प्राथमिक स्वरूपाचे संबंध आपोआप निर्माण होतात, म्हणजेच ते स्वयंस्फूर्त असतात व हे स्वयंस्फूर्त संबंध प्राथमिक गटाचा मूळ गाभा आहे.

७) हक्क व कर्तव्याची जाणीव : प्राथमिक गटातील सदस्यांनी परस्परांसाठी पार पाडावयाची कर्तव्ये अथवा परस्परांसाठी करावयाच्या गोष्टी मोजक्या, मर्यादित व ठरावीक अशा नसतात. त्यांचे परस्परसंबंध करारात्मक असे नसल्याने त्यांना परस्परांसाठी विविध प्रकारची कार्ये करावी लागतात. वेळ प्रसंगी त्यांना परस्परांसाठी काहीही करावे लागते. उदाहरणार्थ, आईची मुलाबाबतची कर्तव्ये ठरावीक व मोजकी अशी नसतात. मुलासाठी कोणतीही गोष्ट करावयाची तिची तयारी असते. हक्क आणि कर्तव्ये प्राथमिक गटात अत्यंत महत्त्वाची असतात. कुटुंबातील नातेवाइकांच्या हक्क आणि कर्तव्यांचा विचार केल्यास आपणास स्पष्टपणे लक्षात येईल. या गटातील सदस्यांमध्ये ध्येयाच्या बाबतीत एकात्मता असते, कारण प्रत्येकजण हक्क आणि कर्तव्याशी बांधला गेलेला असतो. पती-पत्नीतील संबंध केवळ हक्क व कर्तव्यामुळेच

टिकून राहतात. पतीच्या प्रति पत्नीची कर्तव्ये आणि पत्नीच्या प्रति पतीची कर्तव्ये ही ठरविलेली असतात. मुलगा आणि आई, मुलगी व आई, भाऊ-बहीण, भाऊ-भाऊ इत्यादींना आपण कसे वर्तन करावे, आपली कर्तव्ये कोणती आहेत, या सर्वांची जाणीव प्राथमिक गटातील प्रत्येकाला असते. आजतागायत भारतात संयुक्त कुटुंब टिकून आहे. याचे रहस्य प्राथमिक गटात शोधता येते. या कुटुंबावर कितीही आघात झाले तरी ते नष्ट होऊ शकलेले नाही. याचे मुख्य कारण म्हणजे या कुटुंबातील हक्क व कर्तव्यांची परस्परांबद्दल असलेली जाणीव होय. प्राथमिक गट म्हणजेच जीवनाच्या सर्व अंगांना स्पर्श करणारा एकमेव सर्वसमावेशक समूह होय.

८) संबंध हेच साध्य : प्राथमिक समूहात परस्परांशी संबंध जोडणे हेच साध्य असते. म्हणजे आपल्या व्यक्तिगत उद्दिष्टांच्या पूर्तीसाठी या संबंधाचा एक साधन म्हणून उपयोग करून घेण्याची वृत्ती नसते. मनात दुसरे काहीतरी उद्दिष्ट ठेवून एखाद्या विशिष्ट व्यक्तीचा आपल्याला पुढे-मागे उपयोग करून घेता येईल असा व्यावहारिक स्वार्थी हेतू ठेवून प्राथमिक समूहात मुद्दाम इतरांशी संबंध जोडले जात नाहीत. उदा. मैत्री हाच मित्रांमधील संबंधाचा आधार असतो. मित्रांमध्ये एकमेकांशी असलेल्या सहवासाला आणि परस्परसंबंधाला अंगभूत मूल्य किंवा महत्त्व असते. इतरांच्या सहवासातून किंवा इतरांच्या संबंधातून मिळणारे समाधान हेच महत्त्वाचे मानले जात नव्हे त्यासाठीच संबंध जोडले जातात. कुटुंबासारख्या प्राथमिक गटातही परस्पर प्रेमाला अंगभूत मूल्य असते. प्राथमिक गटातील सदस्यांच्या हेतूंमध्ये एकवाक्यता असते. एकाचा हेतू तोच सर्वांचा हेतू असतो.

एकाचा स्वार्थ तो दुसऱ्याचा स्वार्थ असतो. उदा. कुटुंबात मुलाचा आनंद तोच आई-वडिलांचाही आनंद असतो, कारण यात संबंध हेच साध्य असतात.

प्राथमिक गटाचे महत्त्व अथवा कार्य :

या प्रकरणात आपण आतापर्यंत प्राथमिक गटाच्या विविध लक्षणांचा आढावा घेतलेला आहे. यानंतर मानवी समाजात प्राथमिक गट काय कार्य करतो किंवा तो गट का महत्त्वाचा आहे हे तपासून पाहणे आवश्यक आहे. प्राथमिक गट अनेक अर्थांनी प्राथमिक आहेत. परंतु मुख्यत: व्यक्तीच्या सामाजिक प्रवृत्तीस व आदर्शांना साकार करणारे गट याच अर्थाने ते प्राथमिक स्वरूपाचे आहेत, म्हणूनच प्राथमिक गटाचे अनन्यसाधारण महत्त्व आहे ते खालीलप्रमाणे नमूद करता येईल.

१) सामाजिकीकरणाचे साधन म्हणून : कुटुंबासारखा प्राथमिक समूह सामाजिकीकरणासाठी महत्त्वाचे कार्य करतो. याच ठिकाणी सामाजिकीकरणाच्या प्रक्रियेस प्रारंभ होतो. या प्रक्रियेत मानवी प्राण्याचे रूपांतर समाजात राहण्यास योग्य

अशा सामाजिक व्यक्ती होते. व्यक्तीच्या समाजातील वर्तनाच्या जडण-घडणीमध्ये मानवाला सामाजिक प्राणी बनविण्यामध्ये प्राथमिक समूहांचे जे महत्त्व आहे ते इतर गटांपेक्षा अधिक आहे. समाजातील योग्य वर्तनरीतीचे संपादन सामाजिकीकरणात होते. सामाजिकीकरणात व्यक्ती आपल्या समाजाची संस्कृती शिकते. या शिक्षणाच्या प्रक्रियेत प्राथमिक समूहांचे योगदान महत्त्वाचे आहे. एखादा कुंभार ज्याप्रमाणे मडक्याला व्यवस्थित आकार देतो त्याचप्रमाणे प्राथमिक समूह व्यक्तीच्या सामाजिक वर्तनाला, स्वभावाला त्या-त्या समाजाच्या अपेक्षेनुरूप आकार देतात. सामाजिकीकरणामुळेच व्यक्ती समाजात राहण्यास योग्य बनते. आई, वडील, मित्रमंडळी, शेजारी, समवयस्क इत्यादी व्यक्तींची सामाजिकीकरण प्रक्रियेतील भूमिका अत्यंत महत्त्वाची असते.

२) व्यक्तिमत्त्व विकासातील योगदान : व्यक्तीच्या व्यक्तिमत्त्व जडण-घडणीत कुटुंबाला प्रथम स्थान आहे. प्रत्येक माणसाचे व्यक्तिमत्त्व म्हणजे शारीरिक आणि मानसिक घटकांचे एक अद्वितीय संघटनच असते. या मानवी व्यक्तिमत्त्वाच्या जडण-घडणीत प्राथमिक समूहाचा सिंहाचा वाटा असतो. माणसाच्या शारीरिक-मानसिक गरजांचे समाधान प्राथमिक समूहातच होते. व्यक्तीच्या व्यक्तिमत्त्वाला पैलू पाडण्याचे काम याच गटातील व्यक्ती करतात. लहान मुलांचे पाय पाळण्यात दिसतात. या म्हणीचा अर्थ असा की मी कोण आहे, मी कसा आहे, माझ्यात काय दोष वा गुण आहेत, इत्यादी सर्व गोष्टी प्राथमिक गटातच निश्चित होतात. विशेषतः कुटुंब व समवयस्कांचा गट यात होणाऱ्या सामाजिक आंतरक्रियांच्या माध्यमातून 'स्व' संकल्पनेची निर्मिती होते आणि बालपणीच्या अनुभवाचे व्यक्तिमत्त्व विकासाच्या दृष्टीने अधिक महत्त्व असते. चार्ल्स कुले यांनी प्राथमिक गटाचे मोठेपण सांगताना 'प्राथमिक समूहाला' Nursery of Human Nature असे म्हटले आहे. याचा अर्थ मानवी स्वभावाचे संगोपन केंद्र होय.

३) मानसिक सुरक्षितता : व्यक्तीला आपल्या संपूर्ण आयुष्यात अनेक वाईट प्रसंगांना, ताण-तणावांना, संघर्षांना, स्पर्धेला, वैफल्याला क्षणोक्षणी तोंड द्यावे लागते. अशा परिस्थितीत केवळ प्राथमिक गटातील सदस्यच मदत करू शकतात. कुटुंब-मित्रमंडळी समवयस्क इत्यादी सर्व मिळून सहकार्य करतात. प्राथमिक समूहातच व्यक्तीचा समग्र व्यक्ती म्हणून पूर्ण विकास होतो. व्यक्तीच्या सर्व गुणदोषांसहित कुटुंबात व्यक्ती स्वीकारली जाते, त्यामुळे व्यक्तीला तिच्या संघर्षकाळात ती व्यक्ती अपयशी ठरल्यावर तिच्या चुकीच्या निर्णयामुळे व्यक्तीची कोंडी झाल्यावर वैफल्यग्रस्त झाल्यावर केवळ प्राथमिक समूहातच खरा आधार मिळतो. व्यक्तीला मानसिक सुरक्षितता लाभते व मानसिक संतुलन राहते. काही वेळा व्यक्ती अगदी एकाकीपणाचा

अनुभव घेते. तेव्हा प्राथमिक समूहातील व्यक्तीच खरी साथ देते. त्यामुळे मग कोणीतरी आपली कदर करणारे आहेत, काही माणसे तरी आपल्या बाजूने आहेत असे व्यक्तीला वाटते. अशा रीतीने मानसिक सुरक्षिता प्रदान करण्यात प्राथमिक गट मदत करतो. म्हणजे यात प्राथमिक गटाचे योगदान मोठे आहे.

४) सामाजिक नियंत्रणाची व्यवस्था : सामाजिक नियंत्रणाचे साधन म्हणून प्राथमिक गटाचे समाजातील असलेले महत्त्वही अनन्यसाधारण आहे. प्राथमिक समूहात सामाजिक नियमने, मूल्ये व योग्य वर्तनप्रकार या बाबी मुलाला शिकविल्या जातात. सामाजिकीकरणाच्या प्रक्रियेत प्राथमिक समूह या गोष्टी नवीन समाज-सभासदांना शिकवितात. त्यांचे आत्मसातीकरण होते व समाजाच्या योग्य वर्तनाविषयीच्या अपेक्षा या व्यक्तींच्या व्यक्तिमत्त्वाचा भाग बनतात. मग समाजात योग्य मानले गेलेले असेच वर्तन व्यक्ती करतात. नियमनांचा भंग व्यक्ती सहसा करीत नाहीत. म्हणजेच व्यक्तीचे वर्तन नियमानुसारच असते. समाजाच्या अपेक्षा काय आहेत, कोणते वर्तन योग्य, कोणते वर्तन अयोग्य याविषयीचे शिक्षण प्राथमिक समूहात दिले जाते. वरील सर्व नियंत्रण प्राथमिक समूहाकडून अत्यंत अनौपचारिक मार्गाने केले जाते. सामाजिक नियंत्रणाच्या औपचारिक साधनांपेक्षा अनौपचारिक साधनांद्वारे झालेले नियंत्रण अत्यंत प्रभावी स्वरूपाचे असते. थोडक्यात, सामाजिक नियंत्रणाचे एक साधन म्हणून प्राथमिक गट कार्य करतो.

दुय्यम किंवा द्वितीय गट (Secondary Groups) :

प्रा. सी. एच. कुले यांनी प्राथमिक गटावर चर्चा करताना प्राथमिक गटांची लक्षणे ज्या गटात नाहीत, ते गट प्राथमिक नाहीत असे प्रतिपादन केले होते. त्यानंतर गटाचा अभ्यास करताना प्राथमिक गटाची लक्षणे नसलेल्या गटासाठी 'दुय्यम गट' (Secondary Group) ही संज्ञा जर्मन समाजशास्त्रज्ञ एफ्. टोनीज यांनी इ. स. १८८७ साली वापरली. दुय्यम गटाची निर्मिती विशिष्ट उद्दिष्टांच्या पूर्ततेसाठी, जाणीवपूर्वक व मुद्दाम करण्यात आलेली असते. समान हेतू असणारे लोक एकत्रित येऊन परस्परांच्या सहकार्याने आपल्या हेतूची पूर्तता करण्याचा प्रयत्न करतात व त्यातून दुय्यम किंवा द्वितीय गटाची निर्मिती होते. दुय्यम गट पूर्वनियोजित असतात. आपली ध्येये साध्य करणे, हेतूची पूर्तता करणे इत्यादी मर्यादित व स्वार्थी हेतूने व्यक्ती अशा समूहाची सदस्य बनते. दुय्यम समूहांच्या व्याख्यांचा आशयही प्राथमिक समूहाच्या व्याख्यांच्या आशयापेक्षा उलट असतो. समाज शास्त्रज्ञांनी दुय्यम समूहाच्या ज्या व्याख्या आपल्यासमोर मांडलेल्या आहेत त्या आता आपण पाहू.

१) किंग्जले डेव्हिस – स्थूलमानाने दुय्यम गटाची व्याख्या अशी करता

येईल की, प्राथमिक गटाच्या बाबतीत जे सांगितले जाते त्याच्या अगदी उलट या गटात असते.

२) रॉबर्ट बीरस्टीड – जे, जे प्राथमिक गट नाहीत ते सर्व द्वितीय गट आहेत.

३) लँडीस – उबेचा अभाव असणारे गट म्हणजे दुय्यम गट होत.

४) ऑग्बर्न व निमकॉफ – ज्या गटातील व्यक्तींच्या परस्पर संबंधात भावनोत्कटतेचा व जिव्हाळ्याचा लवलेशही आढळत नाही अशा गटांना दुय्यम गट असे म्हणतात.

५) ड्रेसलर आणि विलिस – ज्या समूहांच्या सदस्यांमधील संबंध सापेक्षतः व्यक्तिनिरपेक्ष असतात, त्याला दुय्यम समूह असे म्हणतात."

६) टिशलेर, व्हायटन आणि हंटर – जो समूह व्यक्तिनिरपेक्ष, औपचारिक संघटन आणि विशिष्ट उद्दिष्टे या वैशिष्ट्यांनी युक्त असतो त्याला दुय्यम समूह असे म्हणतात.

दुय्यम समूहाच्या वरील व्याख्यांवरून त्याचा अर्थ स्पष्ट करणारे खालील मुद्दे लक्षात येतील.

१) दुय्यम समूह आकाराने मोठे असतात.
२) दुय्यम समूहातील संबंध व्यक्तिनिरपेक्ष असतात.
३) दुय्यम समूहातील संबंध प्राथमिक समूहांच्या तुलनेत कमी घनिष्ट व कमी भावनात्मक स्वरूपाचे असतात.
४) दुय्यम समूहांना विशिष्ट अशी उद्दिष्टे असतात.
५) दुय्यम समूहांचे औपचारिक संघटन झालेले असते.
६) दुय्यम समूहातील संबंधाचे स्वरूप व्यक्तीचे दर्जे आणि भूमिका यानुसार प्रामुख्याने निर्धारित होते.
७) दुय्यम समूहात व्यक्तीच्या व्यक्तिमत्त्वाचा मर्यादित भागच गुंतलेला असतो.

दुय्यम गटाची लक्षणे :

दुय्यम गटात एफ्. टोनिज या जर्मन शास्त्रज्ञाने विवेचित केल्याप्रमाणे खालील लक्षणे किंवा वैशिष्ट्ये समाविष्ट होतात. त्यावर आपण चर्चा करू.

१) मोठा आकार : दुय्यम गटाचे हे प्रमुख असे बाह्य लक्षण आहे. या गटात सभासद-संख्या अधिक असते. या गटाचा आकार प्राथमिक गटापेक्षा बराच व्यापक व मोठा असतो, परंतु या गटाचा लहान आकार केवढा असतो व मोठा आकार केवढा

असतो याबद्दल निश्चिती नसते. या गटातील सदस्य परस्परांपासून दूर अंतरावरही राहतात. उदहरणार्थ, कामगार संघटनेतील सदस्य, राजकीय पक्षातील सदस्य, सैनिकांच्या तुकडीतील सैनिक इत्यादी. प्राथमिक समूहांचा आकार सापेक्षत: लहान असतो, तर त्यांच्या तुलनेत दुय्यम समूह आकाराने फारच मोठे असतात. म्हणजे त्यांची सदस्य-संख्या अधिक असते. उदा. महाविद्यालये, कारखाने, विद्यापीठे इ. समूह हे दुय्यम समूह होत आणि त्यात हजारो सदस्य असू शकतात, म्हणूनच एखाद्या कामगार संघटनेत हजारो सदस्य-संख्या आढळते. तसेच ते देशाच्या निरनिराळ्या भागांत राहणारे असतात. या गटाचे सदस्य संख्येने जास्त असल्याने त्यांना परस्परांची पुरेशी माहिती नसते. अनेकदा त्यांना परस्परांची मुळीच माहिती नसते. ते एकमेकांना ओळखत नाहीत. ते परस्परांपासून दूर राहात असल्याने त्यांची वारंवार गाठभेट होण्याची शक्यता नसते. त्यांचा परस्परांशी असलेला संबंध हा अप्रत्यक्ष स्वरूपाचा असतो, त्यामुळे त्यांचे परस्पर संबंध घनिष्ट स्वरूपाचे नसतात.

२) औपचारिक संबंध : प्राथमिक गटातील संबंध अनौपचारिक असतात, तर दुय्यम गटातील संबंध औपचारिक असतात. लिखित स्वरूपातील नियमांनी, आदेशांनी, घटनात्मक तरतुदीनुसार तसेच कायद्यामुळे दुय्यम समूहातील सदस्यांचे परस्पर संबंध निर्धारित होतात. हे नियम म्हणजे औपचारिक नियंत्रणे होत. प्रत्येकाचे दर्जे व भूमिका ठरावीक स्वरूपात असतात. कोणी कोणती कामे करायची, कोणी कोणाकडे आदेश पाठवायचे यासंबंधी सुस्पष्ट स्वरूपाची नियमने असतात, उदाहरणार्थ, एखाद्या मोठ्या कार्यालयात कार्यालयीन कामकाजाबाबत असे नियम असतात. लिखित संहिता असते. नोकरीविषयक नियम असतात आणि या नियमांप्रमाणे परस्परसंबंध निर्माण होत असल्याने हे संबंध औपचारिक स्वरूपाचे राहतात. त्यात व्यक्तिनिष्ठता, व्यक्तिगतता किंवा अनौपचारिकता आढळत नाही. दुय्यम गटातील सदस्यांचे परस्परसंबंध औपचारिक, कृत्रिम आणि अव्यक्तिगत असे असल्याने या गटात व्यक्तीच्या वर्तनावर नियंत्रण ठेवण्यासाठी मुद्दाम तयार केलेले नियम, कायदे यांचा अवलंब केला जातो. या गटात औपचारिक प्रकारचे सामाजिक नियंत्रण ठेवले जाते.

३) व्यक्तिनिरपेक्ष संबंध : दुय्यम गटातील सदस्यांचे परस्परसंबंध अव्यक्तिगत स्वरूपाचे असतात, त्यामुळे या गटात एखाद्या सदस्याची जागा दुसरी व्यक्ती सहज रीतीने घेऊ शकते. दुसऱ्याच्या सुख-दु:खात सहजपणे सहभागी होण्यास कोणीही अंत:करणापासून तयार होत नाहीत. परस्पर संबंध कृत्रिम स्वरूपाचे असतात. गटातील व्यक्तीची अदलाबदल केल्यास गटाच्या रचनेवर व कार्यावर फारसा परिणाम होत

नाही. उदाहरणार्थ, ऑफीसमधील एखाद्या कारकुनाची बदली झाली आणि त्याच्या जागी दुसरी व्यक्ती नेमली गेली तर तेथील परस्परसंबंधावर त्याचा परिणाम फारसा होत नाही. दुय्यम गटाचे सदस्यत्व हे व्यक्तीच्या इच्छेवर अवलंबून असते, म्हणून दुय्यम गटाला ऐच्छिक गट म्हटल्यास चुकीचे ठरणार नाही. उदा. संगीत मंडळ, नाट्यमंडळ इत्यादी दुय्यम गटांतील व्यक्तींचे संबंध करारात्मक स्वरूपाचे पण असतात. यात करार झालेल्या व्यक्तीचे संबंध हेतूपुरस्पर, जाणीवपूर्णक निर्माण झालेले असतात, त्याचबरोबर अशा व्यक्तीची कर्तव्ये व हक्क हे ठरलेले, पूर्वनियोजित असे असतात.

४) अप्रत्यक्ष संबंध : दुय्यम समूहात अप्रत्यक्ष संबंध जास्त प्रमाणात असतात. व्यक्ती-व्यक्तीमध्ये एखाद्या माध्यमाद्वारे जे संबंध ठेवले जातात त्यांना अप्रत्यक्ष संबंध असे म्हणतात. उदाहरणार्थ, रेडिओ, टेलिफोन, वर्तमानपत्र, पोस्टकार्ड इत्यादीद्वारे संबंध प्रस्थापित केले जातात. एखाद्या साखर कारखान्यातील मॅनेजर हजारो कामगारांवर वरील साधनांद्वारे नियंत्रण ठेवत असतो. दुय्यम समूहातील सदस्यांत प्रत्यक्ष समोरा-समोरचे संबंध क्वचितच पाहावयास मिळतात. मोठ्या समूहात तर टेलिफोन किंवा इंटरकॉम, पत्र व्यवहार, फॅक्स इत्यादी संपर्कमाध्यमांच्या साहाय्याने त्यांच्यात आंतरक्रिया चालतात. उदाहरणार्थ, शासकीय कार्यालयातील अधिकारी व कर्मचारी यांच्यातील संबंध असे अप्रत्यक्ष स्वरूपाचेच अधिक असतात.

५) भौतिक सान्निध्याचा अभाव : द्वितीय किंवा दुय्यम गटातील सदस्यांत भौतिक सान्निध्याचा अभाव असतो. प्राथमिक गटातील सदस्यांप्रमाणे दुय्यम समूहातील सदस्य परस्परांच्या सान्निध्यात रहात नाहीत, म्हणजेच एकमेकांशी दिवसातील जास्तीत-जास्त वेळ ते आंतरक्रिया करीत नाहीत. खेळ, मनोरंजन, गप्पा-गोष्टी, खाणे-पिणे, फिरणे इ. साठी प्राथमिक समूहातील व्यक्ती ज्याप्रमाणे एकमेकांच्या परस्पर संपर्कात असतात, तेवढ्या प्रमाणात दुय्यम समूहातील लोक परस्परांच्या संपर्कात रहात नाहीत. काही दुय्यम समूहातील लोक तर देशाच्या विविध भागांत विखुरलेले असतात आणि त्यांच्यात संपर्क माध्यमांच्या साहाय्याने परस्पर संपर्क प्रस्थापित होत असतो. उदाहरणार्थ, इंडियन सोशियालॉजिकल सोसायटी ही भारतीय पातळीवरील भारतातील समाजशास्त्राच्या प्राध्यापकांची एक संघटना आहे. या संघटनेचे जवळ-जवळ पंधराशे आजीव सदस्य देशभरातील विविध विद्यापीठे आणि महाविद्यालयांतून विखुरलेले आहेत. या संघटनेचे वर्षातून एकदा जे अधिवेशन होते, त्यावेळीच एक-दोन दिवसांकरिता त्यांच्यात प्रत्यक्ष संपर्क प्रस्थापित होतो. या उदाहरणाचा एवढाच अर्थ आहे की, दुय्यम गटात भौतिक सान्निध्य फार काळ नसते.

६) मर्यादित संबंध : दुय्यम समूहात एकमेकांशी असलेले संबंध मर्यादित

स्वरूपाचे असतात. याचा अर्थ असा की व्यक्तींची समग्र व्यक्तिमत्त्वे एकमेकांत गुंतलेली नसतात. त्यांच्या व्यक्तिमत्त्वाचा कोणता तरी एखादा भाग किंवा पैलू या संबंधात गुंतलेला असतो. उदाहरणार्थ, एखादी व्यक्ती कारखान्यात तिचे काम व्यवस्थितपणे करते आहे की नाही हेच व्यवस्थापनाच्या दृष्टीने महत्त्वाचे असते. त्या व्यक्तीच्या आवडी-निवडी, छंद, इतर गुणदोष, सवयी इत्यादींचे स्वरूप काय आहे याचा फारसा विचार दुय्यम समूहात केला जात नाही. दुय्यम गटाची निर्मिती काही विशिष्ट उद्दिष्टे साध्य करण्यासाठी झालेली असते, त्यामुळे या गटाच्या सदस्य व्यक्ती या गटाकडे व गटांतर्गत परस्पर संबंधाकडे आपल्या हेतूपूर्ततेचे एक साधन या दृष्टिकोनातून पाहतात, त्यामुळे त्यांचे परस्परसंबंध मर्यादित व अप्रत्यक्ष स्वरूपाचे असतात. हे संबंध मर्यादित, औपचारिक, कृत्रिम व तात्पुरते असतात. एखादी कामगार संघटना कामगारांचे प्रश्न सोडविण्यास असमर्थ ठरली तर कामगार दुसऱ्या संघटनेकडे वळण्याचा संभव असतो. थोडक्यात, मर्यादित संबंध दुय्यम गटात नेहमीच असतात.

७) स्वार्थी स्पर्धा : दुय्यम गटात प्रत्यक्ष संबंध नसल्यामुळे त्यांच्यात आपलेपणाची भावना विकसित होत नाही. यातूनच स्वार्थी स्पर्धा निर्माण होतात. विचारवंत किंग्जले डेव्हिसच्या मते, दुय्यम गटातील संबंध जुजबी असतात. (Touch and go Variety) इतरांचे नुकसान कसे करावे हे तत्त्व दुय्यम गटात मान्य झालेले असते. एकरूप उद्दिष्टांना दुय्यम गटात फाटा दिलेला असते. दुय्यम समूहातील परस्परसंबंध हे कराराच्या स्वरूपाचे असतात. व्यक्तींच्या मनात असे संबंध ठेवण्यामागे काही निश्चित असा हेतू असतो. फायद्या-तोट्यांचा जाणीवपूर्वक विचार करून असे संबंध व्यक्ती ठेवत असते. उदाहरणार्थ, कामगार आणि कारखान्याचे मालक यांच्यातील संबंध हे एक प्रकारे कराराच्या स्वरूपाचेच संबंध असतात. अमूक इतके तास काम केल्याबद्दल अमूक इतका पगार मिळेल असे काही नियमांनी ठरलेले असते. कारखान्यातील नियमांचे पालन करण्याचे बंधनही कामगारावर असते. परंतु यातूनच स्वार्थी स्पर्धा निर्माण होतात व केव्हा केव्हा संघर्ष उद्‌भवतात.

दुय्यम गटाचे महत्त्व :

आधुनिक समाजात व्यक्तींच्या गरजा, हेतू, समस्या यांची विपुल प्रमाणात वाढ झालेली आहे. व्यक्ती एकट्याच्या सामर्थ्यावर आपल्या सर्व गरजा अथवा हेतू पूर्ण करू शकत नाही. तसेच ती आपल्या समस्याही सोडवू शकत नाही. त्यासाठी ती इतरांच्या बरोबर मर्यादित प्रमाणावर सहकार्य करते व त्यातून दुय्यम गटांची निर्मिती होते. व्यक्तीचे विशिष्ट हेतू पूर्ण करण्यासाठी दुय्यम गट उपयुक्त ठरतात, तसेच दुय्यम

गटाची निर्मिती व त्यांच्या रचनेचे स्वरूप हे व्यक्तीच्या इच्छेवर अवलंबून असल्याने कोणत्याही हेतूच्या पूर्ततेसाठी आणि केव्हाही या गटाची निर्मिती व्यक्ती करू शकते. आधुनिक समाजातील दुय्यम समूहांचे महत्त्व किंवा कार्य लक्षात घेता आधुनिक औद्योगिक समाजात दुय्यम समूहांची संख्या दिवसेंदिवस वाढत आहे. विविध व्यक्तींच्या विशिष्ट गरजांच्या पूर्तीसाठी दुय्यम समूहांचे महत्त्व असल्याने तसेच समाजाच्याही काही महत्त्वाच्या गरजा दुय्यम समूहामुळे भागविल्या जात असल्याने औद्योगिक समाजात दुय्यम समूहांना अनन्यसाधारण महत्त्व प्राप्त झालेले आहे.

आधुनिक औद्योगिक समाजात झपाट्याने होणाऱ्या औद्योगिकीकरणामुळे नागरिकीकरणाच्या प्रक्रियेने वेग घेतला आहे. अनेक लोक आपापली खेडी सोडून शहरांकडे धाव घेत आहेत. त्यामुळे खेड्यातील कुटुंबांसारख्या प्राथमिक समूहावरही परिणाम होत आहे. आपापली कुटुंबे सोडून शहरात येऊन स्थायिक झालेल्या लोकांच्या विविध गरजा भागविण्यासाठी दुय्यम समूहांची निर्मिती होण्यास वाव मिळाला आहे. व्यक्तीच्या विविध गरजांची पूर्तता, प्रावीण्य संपादनासाठी तसेच नियंत्रणाचे प्रभावी साधन म्हणूनही दुय्यम गट महत्त्वाचे असतात. दुय्यम गटातील नियंत्रण औपचारिक साधनांद्वारे होत असते. व्यक्तीने नियमबाह्य वर्तन केल्यास व्यक्तीला शिक्षा करण्याचा अधिकार दुय्यम गटास असतो. दुय्यम गट गुंतागुंतीच्या समाजव्यवस्थेत सामाजिक नियंत्रणाचे प्रभावी साधन आहे.

दुय्यम समूहातील संबंध आपलेपणाचे, जिव्हाळ्याचे नसतात, त्यामुळे लोकांना हवी तितकी मानसिक सुरक्षितता मिळत नाही. व्यक्तीचे जीवन चाकोरीबद्ध होते. असे घडत असले तरी दुय्यम समूहाचे काही फायदेही व्यक्तींना व समाजाला होत असतात. दुय्यम समूहाची निवड करण्याचे स्वातंत्र्य व्यक्तीला असते, म्हणून आपापल्या उद्दिष्टांच्या पूर्तीसाठी व्यक्ती विविध दुय्यम समूहांची जाणीवपूर्वक निवड करते. दुय्यम समूहात व्यक्तींच्या कार्याविषयी निश्चित स्वरूपाची नियमने असतात, त्यामुळे अशा समूहात प्रचंड कार्यक्षमताही दिसते. असंख्य लोकांची अनेक कामे करण्यासाठी मोठ्या शहरात अनेक कार्यालये असतात. भारतात पूर्वी विद्यार्थ्यांच्या शिक्षणासाठी गुरुकुल पद्धती होती तर आज विद्यार्थ्यांच्या शिक्षणासाठी प्रचंड संख्येने शाळा, महाविद्यालये, विद्यापीठे यांची निर्मिती झालेली आहे. परंपरांचे प्राबल्य कमी झालेल्या आणि अनौपचारिक सामाजिक नियंत्रणाची साधने अयशस्वी ठरलेल्या आधुनिक समाजात न्यायालये व पोलीस यंत्रणा ही गरजेची बाब ठरलेली आहे.

दुय्यम समूहात व्यक्तींची स्थाने गुणवत्तेनुसार ठरतात. त्यामुळे ती विविध स्थाने प्राप्त करण्यासाठी व्यक्ती एकमेकांशी स्पर्धा करतात. त्यामुळे व्यक्तींच्या अंगभूत गुणांचा विकास होण्यास संधी मिळते. आधुनिक काळात असंख्य दुय्यम समूहांची

निर्मिती झाल्यामुळे समाजात व्यक्ती–व्यक्तींमध्ये व समूहा–समूहांमध्ये दुरावा निर्माण झाला. तरी समाजातील परस्परावलंबन वाढल्याचे जाणवते. दुय्यम समूहाची वाढ हा समाजातील श्रमविभागणीचा एक परिणाम होय. प्रत्यक्षात विशिष्ट उद्दिष्टे प्राप्त करण्यासाठी निर्माण झालेले विविध दुय्यम समूह परस्परावलंबी असतात. व्यक्तिनिरपेक्ष, करार प्रधान, भावनाशून्य अशा दुय्यम संबंधाच्या प्रभावामुळे मानवाच्या दुय्यम गरजा भागविण्याचे कार्य याच गटामुळे होते. सारांश, आधुनिक काळात दुय्यम गटाला गरजापूर्ततेच्या दृष्टीने आत्यंतिक महत्त्व प्राप्त झाले आहे.

या प्रकरणात प्राथमिक व दुय्यम गटाच्या स्वरूपाची आणि लक्षणांची माहिती घेतल्यानंतर आपणास हेही लक्षात येईल की या दोन गटांत महत्त्वपूर्ण असा फरक आहे. तो पुढीलप्रमाणे–

अ. क्र.	वैशिष्ट्ये	प्राथमिक गट	दुय्यम
१)	आकार	लहान असतो. त्याच्या आकारावर मर्यादा येतात.	आकार मोठा असतो. त्यातील सभासद-संख्येला मर्यादा राहात नाही.
२)	सान्निध्य	सभासदांमध्ये शरीर सान्निध्य असते.	सभासदांमध्ये शरीर सान्निध्य महत्त्वाचे नसते.
३)	संबंधाची निरंतरता	सदस्यांमध्ये निरंतर संबंध असतात. कायमस्वरूपी संबंध असतात.	सदस्यांतील संबंध तात्पुरते व कारणपरत्वे निर्माण झालेले व जुजबी स्वरूपाचे असतात.
४)	उद्दिष्टांची एकरूपता	याचा अर्थ या गटातील सभासदांची उद्दिष्टे समान असतात.	या गटातील सभासदांची उद्दिष्टे विविध स्वरूपांची असतात, त्यात एकरूपता नसते.
५)	संबंधाचे साध्य साधन स्वरूप	सभासदांच्या दृष्टीने या गटातील संबंध साध्य स्वरूप असतात.	या गटातील संबंध साधन स्वरूप असतात.

अ. क्र.	वैशिष्ट्ये	प्राथमिक गट	दुय्यम
६)	संबंधाचे व्यक्तिगत स्वरूप	या गटात संबंध व्यक्तिगत स्वरूपाचे असतात. उदा. यात एका व्यक्तीची जागा दुसरी व्यक्ती घेऊ शकत नाही.	या गटातील संबंध व्यक्तिनिरपेक्ष असतात. उदा. एखाद्या कार्यालयात व्यक्तींचे संबंध दर्जानुसार प्रस्थापित हेतात. त्यामुळे एका व्यक्तीची जागा दुसरी व्यक्ती सहज घेऊ शकते.
७)	संबंधाचे भावनात्मक स्वरूप	या गटातील संबंध भावनात्मकतेवर आधारलेले असतात.	दुय्यम गटातील संबंध हे भावनात्मकतेवर आधारलेले नसतात.
८)	जबाबदारीची मर्यादा.	सामाजिक संबंधावर निश्चित मर्यादा नसतात. या गटातील संबंध सर्वसमावेशक असतात.	सर्व सभासदांच्या सामाजिक संबंधांना व त्यावर आधारित कर्तव्यांना मर्यादा असतात.
९)	नियंत्रणाचे स्वरूप	अनौपचारिक नियंत्रण, उदा. धर्म, प्रथा, परंपरा इत्यादी द्वारे	औपचारिक नियंत्रण उदा. कायदा
१०)	गटाची उदाहरणे	कुटुंब, शेजारी, सवंगड्यांचा गट	राजकीय पक्ष, बँका, कामगार संघटना इत्यादी.

आकृती क्र. ३.३

संदर्भगट (Reference Group) :

मानव हा अनुकरणशील प्राणी आहे. दुसऱ्या व्यक्तीचे किंवा गटाचे अनुकरण करणे ही त्याची सहजप्रवृत्ती आहे, असते. एकाने प्रगती केली की दुसऱ्यालाही आपली प्रगती करण्याची ऊर्मी वा इच्छा होते. समाजातील प्रत्येक व्यक्ती स्वतःची दुसऱ्याशी तुलना करते व दुसरा उच्च स्थानी असल्यास त्याच्याप्रमाणे वर्तन करून ते स्थान प्राप्त करण्याचा प्रयत्न करते. अशी स्वतःची दुसऱ्याशी तुलना करून केलेल्या वर्तनाला 'संदर्भ वर्तन' (Reference Behaviour) असे म्हणतात. अशा प्रकारच्या

वर्तनात व्यक्ती स्वतःच्या वर्तनाचा विचार दुसऱ्या व्यक्तीच्या किंवा गटाच्या वर्तनाच्या संदर्भात करते व त्या व्यक्तीची मूल्ये किंवा गटाची मूल्ये अथवा वर्तन आत्मसात करण्याचा प्रयत्न करतात. असे वर्तन व्यक्ती किंवा गटाच्या पातळीवर आढळते. व्यक्ती समाजातील आपले जीवन, विविध समूहांची सभासद या नात्याने जगते. समूहाची नियमने आणि मूल्ये व्यक्तींनी आत्मसात केलेली असतात. त्यांचे आत्मसातीकरण झालेले असते, त्यामुळेच समूहात असो वा समूहाच्या बाहेर, व्यक्ती समूहाच्या नियमाप्रमाणे सहजगत्या वागत असतात. समूहाच्या आपल्या वर्तनावर आपल्या सवयी, इच्छा, भावना, मूल्ये, मते, आदर्श, जीवनशैली, तत्त्वज्ञान इत्यादींवर जबरदस्त प्रभाव पडलेला असतो. कारण ज्या ज्या समूहाचे आपण सभासद असतो त्याच्याशी आपले कमी-अधिक प्रमाणात तादात्म्यीकरण झालेले असते. आपण समूहांशी किमान काही प्रमाणात तरी एकरूप झालेले असतो. व्यक्ती ज्या समूहांची सभासद असते, केवळ त्याच समूहांकडून व्यक्तीचे वर्तन प्रभावित होते असे नाही तर व्यक्ती ज्या समूहांची सभासद नसते अशा इतर समूहांकडून सुद्धा व्यक्तीचे वर्तन कित्येकदा प्रभावित होत असते. असे का ? या प्रश्नाचे स्पष्टीकरण देण्यासाठी प्रथम संदर्भ समूह ही संकल्पना समजून घेणे आवश्यक व महत्त्वाचे आहे. 'हेमन' या समाजशास्त्रज्ञाने 'संदर्भ समूह' ही संकल्पना प्रथम मांडली. त्यांच्यासहित संदर्भसमूहाच्या केलेल्या काही व्याख्या आपण पाहू.

संदर्भ गटाची व्याख्या (Definition of Reference Group) :

वर म्हटल्याप्रमाणे संदर्भ समूहांच्या किंवा संदर्भगटांच्या काही तज्ज्ञांनी केलेल्या व्याख्या पाहू.

१) हेमन (Hayman) - यांच्या प्रतिपादनानुसार समाजात काही विशिष्ट व्यक्तींचे वर्तन इतरांच्या दृष्टीने आदर्श असते आणि इतर लोक त्यांचे अनुकरण करतात. तेव्हा त्या गटास संदर्भ गट म्हणतात.

२) शेरिफ (Sheriff) - शेरिफ यांनी मानसशास्त्रीय दृष्टीने संदर्भगटांची किंवा संदर्भ समूहाची व्याख्या केली आहे, ती पुढीलप्रमाणे-

'संदर्भ गट' म्हणजे असे गट की ज्यांच्याशी व्यक्ती स्वतः गटाचा एक भाग म्हणून संबंधित असते किंवा ज्यांच्याशी ती व्यक्ती स्वतः मानसशास्त्रीय दृष्टीने संबंधित असते. सोप्या शब्दात असेही म्हणता येईल की संदर्भगट म्हणजे असे गट की ज्या गटांचा विचार व्यक्ती स्वतःच्या संदर्भात करते किंवा त्या गटाच्या वर्तनानुसार वर्तन करते.

३) **लिंटन (Linton)** - लिंटन यांच्या मताने, प्रत्येक समाजात काही भूमिका आणि काही दर्जे असे असतात की प्रत्येक व्यक्ती ते साध्य करण्याचा प्रयत्न करते. संदर्भ गट वर्तनासाठी दोन कारणे प्रतिपादन केली जातात. पहिले-सामाजिक-आर्थिक परिस्थिती दुसरे व्यक्तीची किंवा गटाची मानसशास्त्रीय पातळी. यावर स्पष्टीकरण देताना लिंटन म्हणतात की सर्वसामान्यपणे असे निरीक्षणास आले आहे की, गरीब व्यक्ती श्रीमंत वा समृद्ध व्यक्तींच्या वर्तनाला अधिक प्रतिष्ठा देतात, त्याचप्रमाणे कनिष्ठ मानसिक पातळी असलेल्या व्यक्ती अन्य व्यक्तींकडून प्रभावित होतात.

४) **मर्टन (Merton)** - यांच्या विचारानुसार 'संदर्भगट वर्तन सिद्धांताचा हेतू मूल्यांकन आणि आंशिक वा उपमूल्यांकन प्रक्रियांचे सुव्यवस्थित निर्धारण व परिणाम अभ्यासणे हा असतो; यात व्यक्ती इतर व्यक्तींची अथवा गटाची मूल्ये व मापदंड, तुलनात्मक संदर्भ चौकट म्हणून घेते किंवा स्वीकारते.'

५) **हॅरी जॉन्सन (Harry Johnson)** - यांच्या विचारानुसार स्वत:चे, स्वत:च्या परिस्थितीचे, व्यक्तिगत आकांक्षांचे किंवा स्वत:च्या समूहाचे किंवा गटाचे किंवा त्यांच्या आकांक्षांचे मूल्यमापन करताना वापरण्यात येणाऱ्या संदर्भ चौकटीचा भाग असणाऱ्या वास्तव किंवा कल्पित अशा कोणत्याही समूह किंवा गटाविषयीचे व्यक्तींचे संकल्पन हा एखाद्या व्यक्तीचा संदर्भ समूह असू शकतो.

६) **वालेस आणि वालेस (Wallace and Wallace)** - या दोन समाजशास्त्रज्ञांनी अत्यंत सोप्या शब्दात संदर्भ समूहाची वा गटाची व्याख्या केली आहे. त्यांच्या मताने 'एखादी व्यक्ती स्वत:चे मूल्यमापन करण्यासाठी ज्या समूहाचा किंवा गटाचा संदर्भ देते त्याला संदर्भ समूह म्हणतात.'

संदर्भगटाचे स्वरूप (The Nature of Reference Group) :

आपण विवेचित केलेल्या विविध तज्ज्ञांच्या व्याख्यांच्या आधाराने संदर्भगटाचे किंवा समूहाचे स्वरूप पुढील मुद्यांच्या साहाय्याने विशद करता येईल.

१) एखाद्या प्रत्यक्ष अस्तित्वात असलेल्या किंवा कल्पित समूहाविषयी व्यक्तींची संकल्पना म्हणजे 'संदर्भ गट' होय.

२) संदर्भ समूहाविषयीची किंवा त्यांच्या नियमने आणि मूल्यांविषयीची व्यक्तीची संकल्पना किंवा तिची त्या संबंधीची कल्पना अचूक असेलच असे नाही.

३) संदर्भ समूह हा वास्तव किंवा कल्पित असू शकतो.

४) एखाद्या मूर्त सामाजिक समूहाप्रमाणे (उदा. सैन्यदल - Military) एखादा सामाजिक प्रवर्ग (Social Category) हा देखील संदर्भ समूह असू शकतो.

उदा. शिक्षण, अभियांत्रिकी, वकील, डॉक्टर्स, प्राध्यापक, जिल्हाधिकारी हे सामाजिक प्रवर्ग आहेत.

५) व्यक्ती ज्या समूहाची सभासद असते त्याच समूहातील एखादा उपसमूह किंवा प्रवर्ग हा विशिष्ट व्यक्तींच्या दृष्टीने संदर्भ समूह असू शकतो. उदा. एखाद्या महाविद्यालयातील विद्यार्थी हे महाविद्यालय या समूहाचे सभासद असतात. त्यांच्या दृष्टीने त्याच महाविद्यालयातील प्राध्यापक हा त्यांचा संदर्भ समूह असू शकतो.

६) एक समूह दुसऱ्या समूहाकरता संदर्भ समूह असू शकतो.

७) संदर्भ समूहाचा वा त्यांच्या नियमनांचा व मूल्यांचा स्वत:च्या वर्तनाच्या मूल्याच्या श्रद्धांच्या, अभिवृत्तींच्या मूल्यमापनासाठी वापर केला जातो.

८) एखादा समूह सकारात्मक संदर्भ समूह असतो तर दुसरा एखादा समूह नकारात्मक संदर्भ समूहही असू शकतो.

९) प्रत्येक व्यक्तीचे संदर्भ समूह वेगवेगळे असू शकतात.

संदर्भ समूह : समाजशास्त्रज्ञ हॅरी जॉन्सन यांचे विचार

(Reference Group - Sociologist Harry Johnson's Views) :

संदर्भ समूहाच्या संदर्भात अमेरिकेतील समाजशास्त्रज्ञ हॅरी जॉन्सन यांनी जे विचार प्रतिपादन केले होते; त्याचा धावता आढावा आपण घेऊ. त्यांनी त्यांचे विचार चार मुद्यांच्या आधाराने स्पष्ट केले होते. ते पुढीलप्रमाणे-

१) एखाद्या समूहातील काही किंवा सर्व व्यक्ती, दुसऱ्या एखाद्या समूहाचे प्रत्यक्ष सभासद होण्याची इच्छा बाळगून असतील, तेव्हा दुसरा समूह हा पहिल्या समूहातील व्यक्तींचा संदर्भ गट अथवा समूह असतो. उदाहरणार्थ, एखाद्या महाविद्यालयातील छात्रसेनेत कार्यरत असलेल्या छात्रांची सैन्यदलात अधिकारी होण्याची इच्छा असेल तर अशा परिस्थितीत सैन्यदलातील अधिकाऱ्यांचा गट त्यांचा संदर्भ समूह ठरतो.

२) जेव्हा एखाद्या समूहातील सदस्य दुसऱ्या समूहातील सदस्यांसारखे होण्याचा प्रयत्न करतात, किंवा ते आपला समूह किमान काही बाबतीत तरी दुसऱ्या समूहांसारखा बनविण्याचा प्रयत्न करतात तेव्हा दुसरा समूह हा पहिल्या समूहाचा संदर्भ असतो. उदा. भारतातील काही कनिष्ठ जातींतील सभासद त्या त्या प्रदेशातील ब्राह्मण, किंवा दुसऱ्या एखाद्या परंपरागत श्रेष्ठ मानलेल्या जातीच्या सदस्यांचे अनुकरण करीत (वरिष्ठ जातीतील सभासदांप्रमाणे मांसाहार वर्ज्य करणे) यालाच डॉ. एम. एन. श्रीनिवास यांनी 'सांस्कृतिकरण' या संज्ञेने संबोधले आहे. याचा अर्थ एकेकाळी 'ब्राह्मण' जात ही कनिष्ठ जातीतील लोकांसाठी संदर्भ समूह ठरली.

३) एका समूहाचे सदस्य आपण दुसऱ्या एखाद्या समूहातील सदस्यांसारखे काही बाबतीत नाही यातच समाधान मानतात आणि दुसरा समूह व आपला समूह या दोहोंत व आपल्यात आणि दुसऱ्या समूहातील सदस्यांत काही अंतर ठेवतात. तेव्हा दुसरा समूह हा पहिल्या समूहातील सदस्यांच्या दृष्टीने संदर्भ समूह असतो. उदा. हुशार विद्यार्थी टिंगल टवाळी करणाऱ्या एखाद्या विद्यार्थ्याच्या व अन्य टिंगल टवाळी करणाऱ्या टोळक्यांपासून दूर राहतात-तसा प्रयत्न करतात. (टिंगल टवाळी करणारे किंवा इतरांची सतत निंदा करणारे विद्यार्थ्यांचे वा इतर गटांचे टोळके हे नकारात्मक संदर्भ समूहाचे उदाहरण होय.)

४) एखाद्या समूहाचे सदस्य दुसऱ्या एखाद्या समूहातील सदस्यांसारखे वागण्याचा किंवा त्याहून निराळे वागण्याचा किंवा त्यापासून दूर राहण्याचा प्रयत्न, या दोहोपैकी कोणतीच गोष्ट न करता पहिल्या समूहातील सदस्य आपल्या समूहाच्या मूल्यमापनासाठी, केवळ तुलना करण्यासाठी मापदंड म्हणून दुसऱ्या समूहाचा किंवा त्यातील सदस्यांचा जेव्हा वापर करतात तेव्हा या परिस्थितीत दुसरा समूह हा पहिल्या समूहाचा संदर्भ समूह असतो. उदा. काही व्यक्ती एखाद्या राजकीय पक्षातील व्यक्तींप्रमाणे किंवा त्यांच्या विरुद्ध पद्धतीने वागण्याचे टाळून व त्या विशिष्ट राजकीय पक्षात प्रवेश न करता आपल्या मूल्यांशी तुलना करण्यासाठीच फक्त त्या राजकीय पक्षाच्या मूल्याचा केवळ मापदंड म्हणून वापर करतात, तेव्हा तो राजकीय पक्ष त्या व्यक्तींचा संदर्भ समूह असतो. सारांशरूपात असे म्हणता येईल की व्यक्तींचे वर्तन समजून घेण्यासाठी संदर्भ समूह ही संकल्पना अत्यंत उपयोगी आहे. समाजातील व्यक्तींचे वर्तन ती व्यक्ती ज्या समूहाची सदस्य आहे, त्या समूहाकडून तर प्रभावित होतेच, पण तिच्या संदर्भ समूहातील सदस्यांकडून किंवा एकूण समूहाकडून पण प्रभावित होते. हे जर लक्षात घेतले तर संदर्भ गटाचे खरे महत्त्व समजते. काही तज्ज्ञांच्या मताने संदर्भ समूहामुळे व्यक्ती अधिक आकलनक्षम बनते.

संदर्भगटाची काही उदाहरणे म्हणजे शालेय संघात क्रिकेट खेळणाऱ्या एखाद्या खेळाडूचा रणजी संघ किंवा राष्ट्रीय संघ हा संदर्भ समूह असतो. एखाद्या गायकासाठी दूरदर्शनवर दाखविले जाणारे वास्तव निदर्शक कार्यक्रम, गायन स्पर्धा कार्यक्रम (Reality Shows) हा संदर्भ समूह असतो. संदर्भ समूह व त्यातील व्यक्ती या त्या क्षेत्रात प्रवेश घेऊ इच्छिणाऱ्यांसाठी आदर्शस्वरूप असतात.

समारोप

सामाजिक गट किंवा सामाजिक समूह या प्रकरणात प्रारंभी आपण सामाजिक गट ही संकल्पना समजून घेण्यासाठी विविध तज्ज्ञांनी केलेल्या सामाजिक गटाच्या

व्याख्या पाहिल्यानंतर सामाजिक गटाच्या वैशिष्ट्यांवर आपण सखोल चर्चा केली. यानंतर सामाजिक गटाच्या प्रकारावर चर्चा करताना आपली चर्चा ही केवळ प्राथमिक, दुय्यम आणि संदर्भगटापुरतीच मर्यादित जरी असली तरी मनुष्याला त्याच्या जीवनात असंख्य गटांचे सभासदत्व स्वीकारून त्यानुसार कार्य करावे लागते, म्हणून विद्यार्थ्यांच्या माहितीसाठी मनुष्याला कोणकोणत्या गटांचे सभासदत्व स्वीकारावे लागते, गटाच्या विविध प्रकारांचे आधार कोणते हे दर्शविणारी आकृती (आकृती ३.२) मुद्दाम या प्रकरणात समाविष्ट केली आहे.

यानंतर 'प्राथमिक गट' यावर चर्चा करताना प्रा. चार्ल्स कूले हा या 'प्राथमिक गट' संकल्पनेचा निर्माता असून मानवी जीवनात प्राथमिक गट महत्त्वाचा आहे हे विशद करताना प्राथमिक गटांच्या प्रभेदक लक्षणांवर आणि त्यांच्या महत्त्वावर जे विवेचन केले होते त्याचा आपण आढावा घेतला. 'प्राथमिक गट' विरोधी गट म्हणून ज्याचा उल्लेख केला जातो त्या दुय्यम गटाच्या व्याख्या, वैशिष्ट्ये व महत्त्व यावर सविस्तर चर्चा केली तक्ता / आकृती ३.३ मध्ये दुय्यम व प्राथमिक गट यांच्या भेदावर प्रकाशझोत टाकला.

प्रकरणाचा शेवट संदर्भ गटाचा अर्थ व त्याचे विविध पैलू व त्यावरचे हॅरी जॉन्सन यांचे विवेचन पाहून केला.

स्वाध्याय

१) **खालीलपैकी कोणत्याही दोन प्रश्नांची उत्तरे प्रत्येकी ५० शब्दांत लिहा.**

    अ) सामाजिक गट म्हणजे काय?

    ब) भौतिक सान्निध्य कशास म्हणतात?

    क) प्राथमिक गटासंबंधी महत्त्वाचा एक मुद्दा सांगा.

    ड) दुय्यम गटाची काही उदाहरणे द्या.

    ई) संदर्भ गटाचा अर्थ स्पष्ट करा.

२) **खालीलपैकी कोणत्याही चार वर प्रत्येकी १०० शब्दांत टीपा द्या.**

    अ) दुय्यम गटाच्या संबंधाचे स्वरूप

    ब) प्राथमिक गट या संज्ञेला पात्र ठरणाऱ्या एका गटाचे नाव द्या; त्याची दोन कारणे स्पष्ट करा.

    क) दुय्यम गटाची कोणतीही तीन वैशिष्ट्ये सांगा.

    ड) दोन मुद्यांच्या आधारे संदर्भगटाचे स्वरूप स्पष्ट करा.

ई) प्राथमिक गटाचा प्रणेता कोण व का?

ग) दुय्यम गटाचे महत्त्व दोन मुद्यांच्या आधाराने स्पष्ट करा.

३) **खालीलपैकी कोणत्याही तीन प्रश्नांची उत्तरे प्रत्येकी २०० ते २५० शब्दांत द्या.**

अ) प्राथमिक आणि दुय्यम गटातील भेद स्पष्ट करा.

ब) सामाजिक गटाची कोणतीही पाच वैशिष्ट्ये विशद करा.

क) दुय्यम गटाचे समाजजीवनातील महत्त्व स्पष्ट करा.

ड) संदर्भ गटाच्या व्याख्या प्रतिपादन करून त्याची काही वैशिष्ट्ये सांगा.

इ) प्राथमिक गटाच्या प्रभेदक लक्षणांवर सविस्तर विवेचन करा.

४) **खालीलपैकी कोणत्याही एका प्रश्नाचे उत्तर ५०० शब्दांत द्या.**

अ) सामाजिक गटाच्या व्याख्या सांगा. सामाजिक गटाच्या विविध वैशिष्ट्यांवर विवेचन करा.

ब) प्राथमिक गटाची व्याख्या सांगा. प्राथमिक गटाच्या विविध वैशिष्ट्यांवर चर्चा करा.

क) दुय्यम गटावर निबंध लिहा.

प्रकरण : ४

संस्कृती, व्यक्तिमत्त्व आणि सामाजिकीकरण

अध्ययनाची उद्दिष्टे :

१) संस्कृती हा प्रत्येक समाजाचा अविभाज्य घटक आहे. त्याच्या एकंदर स्वरूपाची जाणीव विद्यार्थ्यांना व्हावी म्हणून

२) संस्कृतीची वैशिष्ट्ये व प्रकार याची विद्यार्थ्यांना माहिती व्हावी म्हणून

३) 'व्यक्तिमत्त्व' या संकल्पनेचा अर्थ समजावा म्हणून

४) व्यक्तिमत्त्व विकासावर संस्कृतीचा काय प्रभाव पडतो याचे ज्ञान विद्यार्थ्यांना व्हावे म्हणून

५) 'सामाजिकीकरण' या संकल्पनेचा अर्थ व उद्देश विद्यार्थ्यांच्या लक्षात यावे म्हणून

६) सामाजिकीकरणाचे घटक आणि पुनर्सामाजिकीकरणाचा अर्थ विद्यार्थ्यांना समजावा म्हणून

प्रस्तावना

या प्रकरणात आपण प्रामुख्याने संस्कृती, व्यक्तिमत्त्व आणि सामाजिकीकरण या तीन संकल्पनांवर चर्चा करणार आहोत. प्रत्येक मानवी समाज हा अनेक व्यक्तींचा बनलेला असतो. समाजातील प्रत्येक व्यक्ती अनेक बाबतींत दुसऱ्या व्यक्तीपेक्षा वेगळी असते. व्यक्तीच्या या वेगळेपणाच्यासाठी 'व्यक्तिमत्त्व' ही संज्ञा वापरण्यात येते. समाज जसा अनेक व्यक्तींच्या सामाजिक संबंधातून बनतो तसेच प्रत्येक समाजाची स्वतंत्र अशी संस्कृती असते. त्या-त्या समाजातील संस्कृतीचा ठसा त्या-त्या समाजातील व्यक्तींच्या वर्तनावर उमटतो. व्यक्तीचे व्यक्तिमत्त्व घडविण्यात संस्कृतीचा वाटा मोठा असतो. संस्कृतीचा विचार करता फक्त मानवी समाजालाच निर्माण करता आली व ही संस्कृतीच मानवी जीवन घडण्यास कारणीभूत ठरली.

आपण अभ्यासणार असणारी तिसरी संकल्पना म्हणजे 'सामाजिकीकरण (Socialization)' होय. काही तज्ज्ञांच्या मताने सामाजिकीकरण म्हणजे व्यक्तीच्या व्यक्तिमत्त्वाचा विकास करणारी प्रक्रिया होय. सामाजिकीकरणात राहणारी व्यक्ती विषयाचे ज्ञान, संस्कृतीचे ज्ञान प्राप्त करते. या तीन संकल्पना जरी स्वतंत्र दिसत असल्या तरी त्या परस्परावलंबी आहेत; वर सुरुवातीला म्हटल्याप्रमाणे या तिन्ही संकल्पनांच्या विविध पैलूंचा अभ्यास या प्रकरणात आपण करणार असून त्यांचा प्रारंभ हा संस्कृती (Culture) या संकल्पनेच्या चर्चेद्वारे करणार आहोत.

संस्कृती (Culture) :

सामाजिक संबंधांचे जाळे म्हणजे 'समाज' अशी व्याख्या केली जाते. आपल्या स्वतःच्या गरजा पूर्ण करण्यासाठी मनुष्य हा मानवाशी संबंध प्रस्थापित करतो. मनुष्याच्या या गरजापूर्ततेसाठीच समाजात अनेक व्यवस्थांची निर्मिती करण्यात आली असे मत **अमेरिकेतील आधुनिक समाजशास्त्रज्ञ टॉलकॉट पार्सन्स (Talcolt Parsons) यांनी प्रतिपादन** केले आहे. समाजात निर्माण झालेल्या व्यवस्था पुढीलप्रमाणे –

१) व्यक्तिमत्त्व व्यवस्था (Personality System)
२) जीवशास्त्रीय व्यवस्था किंवा सेंद्रिय व्यवस्था (Biological System or Organic System)
3) सांस्कृतिक व्यवस्था (Cultural System)
४) सामाजिक व्यवस्था (Social System)

पार्सन्स यांच्या मताने समाजातील व्यक्तींच्या वर्तनाचा घाट ठरविण्याचे कार्य प्रामुख्याने संस्कृती करते, त्याचप्रमाणे मनुष्याच्या सर्व प्रकारच्या भौतिक गरजांची पूर्तता एकीकडे तिचे जीवन सुसह्य करते तर दुसरीकडे अभौतिक साधनांच्या माध्यमातून व्यक्ती जीवनाला मार्गदर्शनपण करते. या प्रकारे सांस्कृतिक व्यवस्था व त्याअंतर्गत येणारी संस्कृती समाजजीवनात महत्त्वाची असल्याने समाजशास्त्रात संस्कृतीच्या अध्ययनाला चालना मिळाली आहे.

प्रा. किंबॉल यंग आणि प्रा. रेमण्ड डब्ल्यू. मॅक (Prof. Kimball Young and Prof. Raymond W Mack) : संस्कृती या संकल्पनेवर भाष्य करताना हे दोन समाजशास्त्रज्ञ असे म्हणतात की समाजातील सर्व विज्ञाने ही संरचना, कार्य, वर्तनबंध व प्रक्रिया यांचा अभ्यास करतात. मानवी गटाच्या प्राथमिक संरचनेचा आणि त्याच्याशी निगडित कार्याचा अभ्यास करण्यात समाजशास्त्रज्ञांना अभिरुची आहे. संस्कृती, व्यक्ती, सामाजिक संरचना हे सामाजिक जीवनाचे मूलभूत घटक

असून या प्रकरणात त्यावर आपण सविस्तर चर्चा करणात आहोत. या दोन तज्ज्ञांच्या मताने सामाजिक संरचनेशी संबंधित वर्तनाचा बंध किंवा घाट म्हणजे संस्कृती होय.

डॉ. जी. आर. मदन (Dr. G. R. Madan) : संस्कृती या संज्ञेवर विवेचन करताना डॉ. मदन म्हणतात की, समाजात विभिन्नता निर्माण करण्यास कारणीभूत ठरणारा महत्त्वाचा घटक म्हणजे 'संस्कृती' होय. प्रत्येक समाजात काही गटांचे प्रकार सार्वत्रिक असतात, परंतु त्या गटातील सभासदांमधील आंतरक्रियांच्या प्रकारात मात्र भेद असतो. तो त्या त्या समाजातील सांस्कृतिक भिन्नतेमुळे. उदा. कुटुंब हा सर्वच समाजांत आढळणारा गट होय. त्याचे स्वरूप सार्वत्रिक असते. कुटुंबात पती (पुरुष), पत्नी, स्त्री, भाऊ (पुरुष), बहीण (स्त्री) अशा उभयलिंगी व्यक्तींचा समावेश होतो. प्रत्येक समाजात कुटुंब असले तरी त्याचे प्रकार, कुटुंबाची सत्ता, सभासदांचे संबंध व त्यांचे अधिकार यात भेद असतात. एखाद्या समाजात कुटुंबाची सत्ता पुरुषाच्या म्हणजे पित्याच्या हातात असते, तर एखाद्या समाजात मात्र कुटुंबाची सत्ता स्त्रीच्या म्हणजे मातेच्या हातात असते. काही समाजांत स्त्रीने केवळ घरकामच करावे असा नियम असेल तर काही समाजांत स्त्रीने घराबाहेरची व्यावसायिक कामे करण्यास मान्यता असते. कुटुंब हा गट जरी सार्वत्रिक असला तरी त्यातील पती, पत्नी, माता, पिता व त्यांची मुले यांच्या भूमिका मात्र त्या त्या समाजातील संस्कृतीद्वारेच निर्धारित केल्या जातात. सामाजिक गटातील सभासदांच्या सामाजिक संबंधाचे स्वरूप पण त्या समाजाची संस्कृती निश्चित करते. डॉ. मदन म्हणतात की, 'कोणताही समाज संस्कृतीशिवाय अस्तित्वात असू शकत नाही, तर समाजाशिवाय संस्कृती कार्य करू शकत नाही' म्हणूनच समाजशास्त्राच्या अध्ययनात संस्कृतीला महत्त्व प्राप्त झाले.

संस्कृतीच्या व्याख्या (Definitions of Culture) :

'संस्कृती' ही संकल्पना तशी खूपच व्यापक असल्यामुळे अनेक समाजशास्त्रज्ञांनी त्यांच्या-त्यांच्या विचारानुसार संस्कृतीची व्याख्या करण्याचा प्रयत्न केला असून त्यातील काही व्याख्या आपण पाहू.

१) ई. बी. टायलर (E. B. Tylor) : यांच्या मताने समाजाचा सभासद म्हणून मनुष्य जे ज्ञान, श्रद्धा, कला, नीती, कायदा व रूढी यासंबंधी ज्या विविध क्षमता व सवयी प्राप्त करतो त्या सर्वांच्या एकत्रीकरणाला 'संस्कृती' असे म्हणतात.

२) सी. सी. नॉर्थ (C. C. North) : यांच्या प्रतिपादनानुसार मनुष्याने आपल्या गरजा पूर्ण करण्यासाठी ज्या ज्या साधनांची मदत घेतली वा निर्मिती केली त्या सर्व साधनांचा समावेश संस्कृतीत होतो.

३) कै. डॉ. इरावती कर्वे (Late Dr. Iravati Karve) : यांच्या विचारानुसार, मानवी समाजाची डोळ्यांना दिसणारी भौतिक वस्तुरूप निर्मिती व त्याचप्रमाणे डोळ्यांना न दिसणारी परंतु विचारांना आकलन होणारी मनोमय सृष्टी म्हणजे 'संस्कृती' होय.

४) हरस्कोव्हिट्स मेलव्हिले जे. (Herskovits Melville J.) : या मानवशास्त्रज्ञाच्या विचारानुसार पर्यावरणाचा मानवनिर्मित भाग म्हणजे 'संस्कृती' होय.

५) रेडफिल्ड रॉबर्ट (Redfield Robert) : यांच्या प्रतिपादनानुसार संस्कृती म्हणजे कला आणि कलोत्पादन या संबंधीच्या आकलनाच्या प्रकटीकरणाचा पारंपरिक संघटित समूह होय की ज्यामुळे मानवी गटातील वैशिष्ट्यपूर्ण परंपरांचे जतन करणे होय.

या सर्व व्याख्यांचा एकत्रित विचार केल्यास संस्कृतीसंबंधात खालील गोष्टी आपल्या लक्षात येतात.

- संस्कृती मानवनिर्मित असते.
- संस्कृतीच्या साहाय्याने मानवाच्या विविध प्रकारच्या गरजांची पूर्तता केली जाते.
- संस्कृतीत ज्ञान, श्रद्धा, नीती, कायदा, रूढी, सवयी, क्षमता इत्यादींचा समावेश होतो.
- संस्कृती म्हणजे कला व कलोत्पादन या संबंधीचे मानवाचे ज्ञान होय.
- संस्कृती ही एकीकडे वस्तुरूप म्हणजेच भौतिक स्वरूपाची असते तर दुसरीकडे अभौतिक स्वरूपाची म्हणजे मनाला आकलन होणाऱ्या अभौतिक घटकांची पण असते.
- संस्कृती म्हणजे पर्यावरणाचा मानवी घटक होय.

संस्कृतीची वैशिष्ट्ये (Characteristics of Culture) :

संस्कृतीचे एकंदर स्वरूप हे लक्षात यावे म्हणून संस्कृतीच्या काही प्रमुख वैशिष्ट्यांवर चर्चा करणे आवश्यक आहे. विविध समाजशास्त्रज्ञांनी विविध समाजांतील संस्कृतीच्या अभ्यासातून संस्कृतीच्या खालील वैशिष्ट्यांचा उल्लेख केला असून त्यावर आपण सविस्तर चर्चा करणार आहोत.

१) संस्कृती मानवनिर्मित असते. (Culture is Manmade) :

संस्कृतीचे सर्वात महत्त्वाचे वैशिष्ट्य हे की संस्कृती मानवाने आणि केवळ मानवानेच निर्माण केली आहे, म्हणूनच मानवनिर्मित धर्म प्रथा, परंपरा, वर्तनाचे विविध प्रकार, मानवाच्या गरजापूर्ततेसाठी निर्माण केलेल्या विविध वस्तू या सर्वांचा

समावेश संस्कृतीत होतो. या जगात मानवनिर्मित वस्तूप्रमाणे काही वस्तू निसर्गनिर्मित असतात. या निसर्गनिर्मित वस्तुंना 'संस्कृती' ही संज्ञा लावता येत नाही. उदा. डोंगर, डोंगरात उगम पावलेल्या विविध नद्या, समुद्र, सरोवरे, वृक्ष हे निसर्गनिर्मित असतात, म्हणून त्यांचा समावेश संस्कृतीत होत नाही. डोंगर हा निसर्गनिर्मित असतो म्हणून त्याचा समावेश संस्कृतीत होत नाही, हे खरे; परंतु या डोंगरावरचा मानवाचा वावर सोपा व्हावा म्हणून मानवाने डोंगरात बांधलेले रस्ते, रेल्वेमार्ग हे मानवनिर्मित असल्याने त्यांचा समावेश संस्कृतीत करता येईल, त्याचप्रमाणे डोंगरात खोदलेल्या लेण्यांचीही निर्मिती मनुष्यानेच केली असल्यामुळे त्यांचाही समावेश त्या-त्या समाजातील संस्कृतीत केला आहे. महाराष्ट्रातील वेरूळ येथे डोंगरात खोदलेले कैलास लेणे मानवी निर्माणप्रक्रियेचा उत्कृष्ट आविष्कार असून तो मानवी संस्कृतीचा अविभाज्य भाग होय. त्याचप्रमाणे नदी ही निसर्गनिर्मित आहे म्हणून नदी ही संस्कृती नाही हे खरं, परंतु याच नद्यांवर बांधलेले पूल, घाट, मोठमोठी धरणे हे मात्र मानवनिर्मित असल्याने त्यांचा समावेश संस्कृतीत केला जातो. बऱ्याच वेळा नदीच्या नावावरून संस्कृतीचा उल्लेख केला जातो. उदा. सिंधु संस्कृती, गंगा संस्कृती, व्होल्गा संस्कृती, नाईल संस्कृती असे शब्दप्रयोग केले जातात. यांचा अर्थ त्या नद्या संस्कृती आहेत असा होत नाही. सिंधु संस्कृती याचा अर्थ सिंधु नदीच्या खोऱ्यात आकाराला आलेली विशिष्ट मानवी जीवनपद्धती होय. तसेच नाईल नदीच्या खोऱ्यात आकाराला आलेले मानवी जीवन 'नाईल संस्कृती' म्हणून संबोधले जाते. पूर्वीच्या काळी प्रामुख्याने नदीच्या दोन्ही बाजूंच्या काठांवर मानवाने वस्ती केली व त्या अनुषंगाने आपली स्वत:ची अशी स्वतंत्र जीवनपद्धती विकसित केली होती, त्या जीवनपद्धतीला त्या नदीच्या नावावरून संबोधले जाते. याशिवाय आपल्या विविध गरजांच्या पूर्ततेसाठी मनुष्याने उत्पादित केलेल्या असंख्य वस्तू संस्कृती या संज्ञेला पात्र ठरतात. अन्न, वस्त्र, निवारा, विविध छोटे, मोठे गट, मूल्य प्रमाणके, शिष्टाचार, नीतितत्त्वे, इत्यादींचा समावेश संस्कृतीत होतो. सारांश रूपात सांगावयाचे झाल्यास मानवाने स्वत:च्या गरजपूर्ततेसाठी निर्माण केलेल्या वस्तू आणि जीवनाला मार्गदर्शक ठरतील असे नियम, संस्था इत्यादींना सुद्धा संस्कृती या संज्ञेने संबोधले जाते.

२) संस्कृतीला स्वत:चे असे स्वतंत्र अस्तित्व असते किंवा संस्कृती व्यक्ती निरपेक्ष असते. (Culture has its own existence or culture is impersonal) :

संस्कृती मनुष्याने निर्माण केलेली असते, परंतु असे असले तरी मनुष्याबरोबर किंवा व्यक्तींबरोबर संस्कृतीचे अस्तित्व नष्ट होत नाही. यालाच संस्कृतीचे व्यक्तिनिरपेक्षत्व

म्हणतात. व्यक्ती आज आहे, उद्या असतीलच असे नाही, पण त्यांनी निर्माण केलेली संस्कृती चिरंतन टिकते. वेरूळची शिल्पकला, खजुराहोची मिथुन शिल्पे, अजिंठ्याची चित्रकला, आग्र्याचा ताजमहाल, औरंगाबादचा बिबीका मकबरा, दिल्लीचा कुतुबमिनार, विजापूरचा गोलघुमट, कोणार्कचे सूर्य मंदिर, पॅरिस येथील आयफेल टॉवर इत्यादी वस्तूंची निर्मिती अनेक वर्षांपूर्वी झाली असली आणि या वस्तू निर्माण करणारे हात आज जरी काळाच्या पडद्याआड गेले असले तरी त्या हातांनी निर्माण केलेल्या वस्तू दिमाखाने उभ्या असून संस्कृतीचे अस्तित्व प्रकट करीत आहेत. त्याचप्रमाणे शेक्सपिअरची नाटके, कालिदासाची नाटके, व्यासांचे महाभारत, विविध साहित्यिकांचे साहित्य, वैज्ञानिकांचे नवनवीन शोध, विचारवंतांचे विचार हे चिरंतन, चिरकाल टिकणारे असतात, परंतु त्यांची निर्मिती करणारे कलाकार मात्र मर्त्य असतात. या दृष्टीने विचार करता संस्कृती व्यक्तिनिरपेक्ष असते. प्रत्येक राष्ट्राची, राष्ट्रांतील प्रांताची स्वत:ची अशी वेगळी व स्वतंत्र संस्कृती असते. रीतीरिवाज, परंपरा, आचार-विचार, सण-उत्सव यात नुसतेच वेगळेपण असते असे नाही, तर त्यात त्या त्या राष्ट्राच्या व प्रांताच्या सामाजिक जीवनाचे प्रतिबिंब पडलेले असते व त्या दृष्टीनेपण संस्कृती स्वतंत्र असते.

३) संस्कृती संचयशील असते (Culture is Cumulative) :

'संचय' या संज्ञेचा अर्थ आहे साठा करणे. याचा अर्थ असा की जुन्या पिढीने दिलेल्या पारंपरिक सांस्कृतिक ठेव्यात किंवा वारशात नवीन पिढी नवनवीन सांस्कृतिक वस्तू निर्माण करून भर घालते. त्याचप्रमाणे पारंपरिक विचारांच्या जागी आधुनिक विचार प्रतिपादन केले जातात व अशा रीतीने संस्कृतीचा संचय होतो. भारतातील वेद, पुराणे, श्रुती, स्मृती, उपनिषदे, रामायण, महाभारत इत्यादी ग्रंथ भारतीय संस्कृतीचा अमूल्य ठेवा असून त्यांचे आजही जतन केले जाते. इस्लामचे कुराण, ख्रिश्चनांचे बायबल, शिखांचे गुरूग्रंथ साहेब आजही त्या त्या समाजाच्या सांस्कृतिक संचनयाचे प्रतीक आहेत. जुन्या साहित्याचे जतन करताना प्रत्येक पिढी त्यात भर घालून सांस्कृतिक वारसा हा अधिक समृद्ध करते. ज्ञानेश्वरांची ज्ञानेश्वरी, तुकारामांची गाथा, रामदासांचा दासबोध व मनाचे श्लोक, एकनाथांचे भागवत, तुळसीदासाचे रामायण, कबिराचे दोहे, दासोपंतांची पासोडी, मोरोपंतांच्या आर्यापासून ते आजच्या आधुनिक नवोदित साहित्यिकांनी निर्माण केलेल्या दर्जेदार साहित्यकृती या संस्कृतीच्या संचयशीलतेचे प्रतीक होत. प्राचीन ग्रीक तत्त्वज्ञ प्लेटो, ॲरिस्टॉटल यांच्या सामाजिक राजकीय विचारांपासून ते समकालीन मार्क्स वेबर, कूले, रिकार्डो, अरविंद योगी, रवींद्रनाथ टागोर, स्वामी विवेकानंद, महात्मा गांधी, डॉ. बाबासाहेब आंबेडकर यांचे

विचारही संबंधित समाजाचे सांस्कृतिक अंग असून या सर्वांमुळे संस्कृती संचयशील बनते. शेवटी असे म्हणता येईल की, जुन्या पिढीने निर्माण केलेल्या संस्कृतीचे जतन करता करता नवीन पिढी त्यात भर घालून समाजाच्या संस्कृतीचा संचय वाढविते. जुन्या संस्कृतीचे जतन व नवसंस्कृतीची त्यात पडणारी भर संस्कृतीच्या संचयशीलतेचे प्रतीक होय.

४) संस्कृतीचे संक्रमण होते. (Culture is Transferable) :

संक्रमण याचा अर्थ आहे सांस्कृतिक परंपरा, सांस्कृतिक वारसा यांचे जुन्या पिढीकडून नव्या पिढीकडे होणारे हस्तांतरण होय. तसेच प्रत्येक समाजाचा स्वत:चा असा सांस्कृतिक वारसा होय. यात समाजाचा धर्म, धर्मातील श्रद्धा, विविध धार्मिक विधी, सण, उत्सव, कुटुंब, विवाह यासंबंधीची प्रमाणके, समाजाची मूल्ये, समाजाचे आदर्श, विविध प्रकारच्या कला, संगीत, नृत्य, साहित्य यांचा समावेश होतो. समाजातील जुनी पिढी या सांस्कृतिक बाबींचे ज्ञान नवीन पिढीला प्रदान करताना या सांस्कृतिक वारशाचे जतन व पालन कसे करावयाचे याचेही ज्ञान प्रदान करते. इस्लामधर्मीय लोक रमजान हा ईदचा सण पिढ्यान्पिढ्या एकाच पद्धतीने साजरा करतात, हे संस्कृतीसंक्रमणाचे प्रतीक होय. भारतातील हिंदू समाजातही दसरा, दिवाळी, रक्षाबंधन, नवरात्र, दुर्गापूजा, बैसाखी, गणेशोत्सव हे आणि यासारखे सण अनेक पिढ्यांपासून एका विशिष्ट प्रकारानेच साजरे केले जातात हे पण संस्कृतीसंक्रमणाचे प्रतीक होय. भाषा, ती बोलण्यातील ढब, शब्दांचे उच्चार, त्यातील शुद्ध-अशुद्धता, शब्दांचे विशिष्ट अर्थ यासंबंधीचे ज्ञानपण जुन्या पिढीकडून नवीन पिढीला प्रदान केले जाते व नवीन पिढी ते आत्मसात करते हे पण एक प्रकारचे संस्कृतीचे संक्रमणच होय. मुले त्यांच्या आई-वडिलांची भाषा प्रथम शिकतात याचे कारण ती त्यांच्या सान्निध्यात जन्मापासून असतात व हे सान्निध्य अनेक वर्षे चालते. तज्ज्ञांच्या मताने संस्कृतीच्या संक्रमणामुळे संस्कृतीचे सातत्य टिकविले जाते. संस्कृतीसंक्रमणामध्ये भाषा महत्त्वाची भूमिका बजावते. भाषेच्या साहाय्यानेच संस्कृतीचे संक्रमण सुलभ होते. भाषा बोलण्यातून आणि भाषा लिहिण्यातून समाजातील माणसे आपले विचार आणि भावना व्यक्त करतात, त्यामुळे संस्कृतीचे संक्रमण सोपे व सहजसाध्य होते. गत पिढीतील विचारवंतांचे विचार हे भाषेच्या माध्यमातूनच नवीन पिढी आत्मसात करून त्यानुसार वर्तन करते. थोडक्यात असे म्हणता येईल की, संस्कृतीच्या सातत्यासाठी, तिचे जतन व्हावे म्हणून संस्कृतीचे संक्रमण होणे गरजेचे आहे.

५) संस्कृती ही परिवर्तनशील असते. (Culture is Changeable) :

संस्कृती हा काही समाजातील स्थिर घटक नाही. संस्कृतीत समाविष्ट होणाऱ्या

घटकांत सतत परिवर्तन होत असते, त्याचप्रमाणे स्थल-कालानुरूप अनावश्यक सांस्कृतिक घटकांचा समाज त्याग करतो व परिस्थितीनुरूप नवीन घटकांचा स्वीकार करतो. कवी केशवसुत यांनी त्यांच्या तुतारी या कवितेत म्हटल्याप्रमाणे 'जुने जाऊ द्या मरणालागून जाळून किंवा पुरून टाका.' या ओळीतील विचारप्रणालीचा स्वीकार सांस्कृतिक घटकांच्या बाबतीतही केला जातो. पूर्वी भारतात किंवा भारताबाहेरील देशात देशाचा म्हणजेच पर्यायाने समाजाचा राज्यकारभार हा राजसत्ताक राज्य पद्धतीच्याद्वारे चालविला जात होता. राजा हा वंशपरंपरेने राज्याचा प्रमुख बनत असे. काळानुरूप या राजसत्तेला व राजाला विरोध होत गेला. राजा विरुद्ध जनमत गेले व परिणामत: राजांना त्यांची सत्ता गमवावी लागली व त्याची जागा आज लोकसत्तेने किंवा लोकशाहीप्रधान राज्यव्यवस्थेने घेतली. राज्याच्या राज्यव्यवस्थेत झालेला हा बदल सांस्कृतिक परिवर्तनाचाच एक भाग होय, कारण राज्यव्यवस्था अथवा राजकीय संस्था त्या-त्या समाजाच्या संस्कृतीचाच एक भाग होय. सांस्कृतिक परिवर्तनाचा विचार करता संस्कृतीच्या भौतिक घटकांत जितके चटकन परिवर्तन होते तितके संस्कृतीच्या अभौतिक घटकात होताना दिसत नाही. संस्कृतीच्या भौतिक घटकांचा विचार करता त्यात पोशाखाच्या पद्धती, आहाराच्या सवयी व अन्य बाह्य वर्तन यात चटकन बदल होतो. उदा. दक्षिणेतील इडली, वडा, डोसा उत्तर भारतात ज्याप्रमाणे पोहोचला त्याचप्रमाणे पंजाबची तंदुरी रोटी, सरसूका साग, गाजराचा हलवा, गुजरातची पाणीपुरी यांचा स्वीकार दाक्षिणात्यांनी केल्याचे दिसून येते. आज वाहतुकीच्या व प्रचारमाध्यमांच्या विविध साधनांमुळे अन्य संस्कृती असलेल्या समूहांशी किंवा गटांशी संपर्क साधणे सोपे झाले. तसेच दूरदर्शनद्वारे अन्य प्रांतातील सांस्कृतिक जीवनाचे प्रत्यक्ष दर्शन दूरदर्शन संचावर घडत असल्यामुळे इतर प्रांतातील संस्कृतीची ओळख व माहिती होते व त्यातील काही भाग स्वीकरण्यास मन तयार होते. म्हणजेच दूरदर्शनमुळे संस्कृती परिवर्तनास गती प्राप्त झाली. परंतु, सगळीच गतकालीन सांस्कृतिक वैशिष्ट्ये त्याज्य असतातच असे नाही. 'जुने ते सोने' या न्यायाने आपण काही जुन्या प्रथा, परंपरा, चालीरीती, सण, उत्सव यात कालानुरूप थोडे बदल करून त्या चालू ठेवतो किंवा त्या टिकवून ठेवतो. उदा. भारताचे शास्त्रीय संगीत हा भारताचा अमूल्य असा सांस्कृतिक ठेवा असून तो जतन केलाच पाहिजे. परंतु, सर्वसामान्य जनतेला शास्त्रीय संगीतातील रागदारी पूर्णपणे समजणार नाही म्हणून त्यात थोडे परिवर्तन करून हे संगीत नाट्यसंगीत, सुगम संगीत, लोक संगीत, भक्ती संगीत यांचा साज चढवून ते सर्वसामान्यांपर्यंत पोहोचविण्यात भारतातील संगीत तज्ज्ञ यशस्वी झाले. आजकाल उदय पावलेल्या 'रिमिक्स' च्या तंत्राचा वापर करून बनविलेली गीते संगीत क्षेत्रातील सांस्कृतिक परिवर्तनांचाच एक आविष्कार होय. शेवटी असे

म्हणता येईल की संस्कृती भौतिक असो की अभौतिक त्यात काळानुरूप, समाजानुरूप व परिस्थितीनुरूप योग्य ते परिवर्तन होतच असते, म्हणून परिवर्तनशीलता हे संस्कृतीचे एक अंग होय.

६) संस्कृती व्यक्तींना शिकावी लागते. (Individuals have to learn Culture) :

व्यक्ती ज्या समाजात जन्माला येते त्या समाजाच्या संस्कृतीचे ज्ञान व्यक्तीला आपोआप प्राप्त होत नाही, तर ते व्यक्तीला शिकवावे लागते. व्यक्तीला सांस्कृतिक ज्ञान प्रदान करण्यात आई-वडिलांची भूमिका सर्वात महत्त्वपूर्ण असते. त्यांच्यानंतर कुटुंबातील इतर सभासदांचा क्रम लागतो. विशेषत: जर कुटुंबात आजोबा-आजी असतील तर त्यांच्या नातवांना सांस्कृतिक गोष्टी, परंपरा, प्रथा इत्यादींचे ज्ञान ते चांगल्याप्रकारे देऊ शकतात. समाजाची प्रमाणके, मूल्ये, समाजाचे आदर्श, समाजमान्य वर्तनप्रकार, समाजातील शिष्टाचार या व यासारख्या सांस्कृतिक घटकांचे ज्ञान व्यक्तींना शिकवावे लागते. याशिवाय व्यावसायिक कौशल्यपण शिकविल्याशिवाय नवीन पिढी आत्मसात करू शकत नाही. याशिवाय धर्मासंबंधीचे तसेच धार्मिक श्रद्धा, सण, उत्सव यासंबंधीचे ज्ञानपण व्यक्तीला शिकविल्याशिवाय येत नाही. भाषा बोलण्याची शक्ती ही मानवाकडे जरी उपजत असली तरी भाषा लिहिण्याची कला मुलाला शिकवावीच लागते. भाषेतील विविध शब्दांचे अर्थपण मुलांना सांगावे लागतात. संस्कृतीतील काही गोष्टी व ज्ञान अनौपचारिक व औपचारिक शिक्षणप्रक्रियेद्वारे मुलाला शिकवाव्या लागतात. औपचारिक शिक्षणप्रक्रियेत शाळा-महाविद्यालयातील शिक्षकांची भूमिका महत्त्वाची ठरते. विविध विषयांचे म्हणजेच ज्ञानशाखांचे ज्ञान व तत्संबंधीची अन्य माहिती शिक्षकांमार्फतच मुलांना दिली जाते. काही सांस्कृतिक बाबींसंबंधीचे ज्ञान मुलगा अथवा मुलगी अनुकरणप्रक्रियेद्वारे प्राप्त करतो. इतरांचे अनुकरण करणे हे पण एक प्रकारचे शिक्षणच होय. थोडक्यात, संस्कृती विषयी ज्ञान व्यक्तीला जुन्या पिढीकडून शिकल्याशिवाय प्राप्त होत नाही.

७) संस्कृती प्रसरणशील असते. (Culture is Cliffusive) :

संस्कृतीचे ज्याप्रमाणे एका पिढीकडून दुसऱ्या पिढीकडे हस्तांतरण होते, त्याचप्रमाणे संस्कृतीचा प्रसार किंवा प्रसरण एका समाजाकडून दुसऱ्या समाजाकडे होते. तसेच एकाच राष्ट्रातील संस्कृती, एका धर्माची संस्कृती दुसऱ्या राष्ट्राकडे वा दुसऱ्या धर्माकडेही प्रसारित होते. जेव्हा एका समाजाची, राष्ट्राची किंवा धर्माची संस्कृती दुसरा समाज, दुसरे राष्ट्र व दुसरा धर्म स्वीकारतो तेव्हा त्यास संस्कृतीचे प्रसरण झाले असे म्हणतात. संस्कृतीच्या प्रसरणशीलतेची अनेक उदाहरणे देता

येतील. जेव्हा भारतीय समाज पाश्चिमात्य समाजाच्या सान्निध्यात आला तेव्हा भारतीयांनी, पाश्चिमात्य समाजाच्या अनेक सांस्कृतिक सवयी आत्मसात केल्याचे दिसून येते. यात प्रामुख्याने पोशाखाचा समावेश करावा लागेल. भारतीय माणसाने पारंपरिक भारतीय पोशाख- धोतर, सदरा यांचा त्याग करून त्याऐवजी पाश्चिमात्यांचा पोशाख पॅण्ट, शर्ट व त्यावर कोट, टाय हा स्वीकारला. शिवाय आज बहुसंख्य उच्चभ्रू समाजांतील कुटुंबांत जेवण करण्यासाठी टेबल, खुर्ची, काटे व चमचे यांचा सर्रास वापर केला जातो. हे पाश्चिमात्य जीवन पद्धतीचा म्हणजेच पर्यायाने संस्कृतीचा स्वीकार करण्याचे प्रतीक होय, तर भारतात आज एखाद्या व्यक्तीचा वाढदिवस साजरा करताना संबंधित व्यक्तीचे औक्षण करण्याची पारंपरिक भारतीय प्रथा मागे पडून त्याऐवजी पाश्चिमात्यांप्रमाणे आपणही केक कापून वाढदिवस साजरा करतो हे पण पाश्चिमात्य संस्कृतीचे अनुकरण करणेच होय. भारतातील प्रत्येक विवाहित हिंदू स्त्री सौभाग्याचे प्रतीक म्हणून गळ्यात मंगळसूत्र व पायातील बोटात जोडवी घालतात. मुस्लिमांचे भारतात आगमन झाल्यानंतर व अनेक वर्षे हिंदूधर्मीयांच्या सान्निध्यात राहिल्यामुळे भारतातील मुस्लीम स्त्रियाही गळ्यात मंगळसूत्र व पायात जोडवी घालतात हे पण संस्कृतीप्रसरणाचेच एक उदाहरण होय. पश्चिमात्यांचे पॉप संगीत, बॅले नृत्य यांचे भारतीयांना आकर्षण वाटून त्याचा भारतीय सिनेमात सर्रास वापर केला जातो तेव्हा तेही संस्कृती प्रसरणाचे द्योतक होय. चीनची न्यूडल्स, चीनचे भोजन यांचे आज भारतात मोठ्या आवडीने सेवन केले जाते. त्यासाठी खास स्वतंत्र चायनीज उपाहारगृहे निर्माण करण्यात आली. संस्कृती प्रसरणाचेच हे ही एक उदाहरण होय. कालिदासाचे शाकुंतल हे संस्कृत नाटक जर्मनीत पोहोचले, त्या नाटकाची जर्मन भाषेत भाषांतरे झालीत हे पण संस्कृती प्रसारण होय. संस्कृती प्रसारण प्रक्रियेची अशी असंख्य उदाहरणे देता येतील. एक गोष्ट मात्र मान्य करणे गरजेचे आहे की, दूरदर्शनचे कार्यक्रम, संगणक व त्यांचे संचारजाळे (Network) भ्रमणध्वनी इत्यादींमुळे संस्कृतीप्रसारणप्रक्रिया गतिमान झाली.

८) संस्कृतीची निर्मिती मानवी गरजांच्या पूर्ततेसाठीच झाली (Culture is created to fulfil human needs) :

मुनष्याच्या विविध प्रकारच्या गरजांची पूर्तता हा संस्कृतीच्या निर्मितीचा प्रमुख हेतू असतो. मानवाच्या गरजा असंख्य व अमर्यादित असतात. मुनष्याच्या काही गरजांचे स्वरूप हे वैयक्तिक असते तर काहींचे सामाजिक. मनुष्याची अन्न-धान्याची गरज ही सामाजिक स्वरूपाची असून त्या गरजेच्या पूर्ततेसाठी विविध अन्नधान्यांची निर्मिती मनुष्याने केली, त्याचप्रमाणे मनुष्याची कपड्यांची गरज ही

सामाजिक स्वरूपांची असून त्या गरजेच्या पूर्ततेसाठी त्याने प्रथम कापसाची निर्मिती केली, पुढे त्यापासून कापडाचे उत्पादन केले. समाजातील व्यक्तींना स्वत:ची उपजीविका करण्यासाठी विविध विषयांचे, कौशल्यांचे ज्ञान संबंधितांना प्रदान करण्यासाठी मानवाने अनेक औपचारिक शिक्षणसंस्थाची निर्मिती करून मनुष्याची शिक्षणविषयक गरज पूर्ण केली. विवाह, कुटुंब, धर्म यासारख्या अनेक संस्था मनुष्याने विविध गरजांच्या पूर्ततेसाठी निर्माण केल्यात. समाजात जीवन जगणाऱ्या व्यक्तींना मार्गदर्शन करण्यासाठी, त्यांनी कोणता वर्तनमार्ग अनुसरावा व कोणता वर्तनमार्ग अनुसरण्याचे टाळावे हे सांगणारी प्रमाणकव्यवस्था, मूल्यव्यवस्था मनुष्यानेच निर्माण केली. विविध प्रकारच्या सामाजिक संरचना समाजाचे कार्य सुरळीत चालावे म्हणून मनुष्यानेच निर्माण केल्यात. मनुष्याचे सामाजिक जीवन हे जसे महत्त्वाचे आहे, तसेच त्याचे वैयक्तिक जीवन पण व्यक्तीच्या दृष्टीने महत्त्वाचे असते. वैयक्तिक जीवनात मानसिक समाधान, सामाजिक समाधान, मानसिक आनंद हा ही महत्त्वाचा असतो. एकीकडे सामाजिक जीवन जगत असताना व्यक्ती दुसरीकडे तिच्या जीवनाचा काही भाग स्वत:साठी राखून ठेवते. व्यक्तींच्या या वैयक्तिक अथवा खाजगी जीवनात इतर व्यक्तींनी डोकावू नये, त्यात हस्तक्षेप करू नये अशी साहजिकच व्यक्तीची अपेक्षा असते. आपल्या या वैयक्तिक अभिवृत्तीच्या पूर्ततेसाठी मनुष्याने विविध कलांची निर्मिती केली. यात शिल्पकला, चित्रकला, संगीत, नृत्य, साहित्य, नाट्य, लोककला इत्यादींचा समावेश होतो. एखादा चित्रकार एखादे चित्र रेखाटतो, ते रंगवितो व नंतर ते चित्र पूर्ण करतो तेव्हा त्याला होणारा आनंद हा त्याच्यापुरताच मर्यादित असतो. चित्र स्वत:च्या मनाप्रमाणे झाले तर त्या चित्रकाराला जे मानसिक समाधान मिळते ते अवर्णनीय असते. त्या चित्रकाराने रंगविलेले चित्र सामाजातील इतरांना आवडेल की नाही याची काळजी चित्रकार करीत नाही. मानवाला मिळणारा आनंद, त्याला प्राप्त होणारे समाधान, त्याला जीवनात भोगावी लागणारी दु:खे इत्यादींचे स्वरूप अभौतिक असते. आनंद, दु:ख या सारख्या भावना अभौतिक स्वरूपाच्या असल्या तरी त्या भावना मानवी जीवनाचे अविभाज्य अंग असतात आणि त्याचे स्वरूप हे वैयक्तिक असते. जीवनात प्रत्येकाला त्याचा सामना करावाच लागतो. या सर्व चर्चेचा मथितार्थ असा की मानवाच्या सर्व प्रकारच्या (भौतिक-अभौतिक) गरजांच्या पूर्ततेसाठीच मानवाने संस्कृतीची निर्मिती केली.

९) संस्कृतीचे स्वरूप आदर्शवादी असावे. (Nature of Culture should be ideal) :

भौतिक संस्कृती समाजाच्या समाजातील व्यक्तींच्या सर्व भौतिक गरजा पूर्ण करण्याचे कार्य करते व अभौतिक संस्कृती समाजजीवनाला मार्गदर्शन करण्याचे कार्य

करते. समाजातील व्यक्तींचे कोणते वर्तन योग्य व कोणते अयोग्य यासंबंधीचे मार्गदर्शन संस्कृतीतील अनेक आदर्शात्मक घटक करतात. महात्मा गांधींच्या भाषेत बोलावयाचे झाल्यास, मानवी जीवन मार्गावरील किलोमीटरचे (मैलाचे) दगड म्हणजे संस्कृतीतील आदर्शात्मक घटक होत. प्रत्येक समाजातील संस्कृतीत असे अनेक आदर्श असतात. भारतीय संस्कृतीचा विचार करता रामाचे एकपत्नीत्व, राजा हरिश्चंद्र व कर्ण याचे दानशूरत्व, भगवान बुद्ध, भगवान महावीर यांची अहिंसा, महात्मा गांधींचे सत्य आणि सत्याग्रह इत्यादी आदर्श महत्त्वाचे मानले जातात. प्राण जाये पर वचन न जाये, बोले तैसा चाले त्याची वंदावी पावले, क्रियेवीण वाचाळता व्यर्थ आहे, ही व यासारखी अनेक आदर्शात्मक वचने प्रत्येक समाजात असतात व त्याप्रमाणे समाजातील व्यक्तींनी वर्तन करावे वा आपला जीवनमार्ग आखावा अशी अपेक्षा करण्यात येते. त्याग, दया, क्षमा, शांती, चारित्र्य, विनम्रता, परोपकारी वृत्ती, सत्यता इत्यादी बाबीही समाजाच्या आदर्शात येतात. संस्कृतीतील आदर्शात्मक स्वरूपामुळे व्यक्तिमत्त्वाला एक प्रकारची शिस्त लागते. संस्कृतीच्या आदर्शाच्या विरोधात वर्तन केले तर समाजात आपली नाचक्की किंवा बदनामी होईल या भीतीने मनुष्य शक्यतो आदर्श विरोधी वर्तन करण्याचे टाळतो. या दृष्टीने संस्कृती समाजाचे आदर्शात्मक रूप होय.

१०) व्यक्तिमत्त्वाला योग्य वळण लावण्याचे कार्य संस्कृतीमार्फत केले जाते. (Culture functions for proper disciplining personality):

संस्कृतीचे स्वरूप आदर्शात्मक असते हे आपण पाहिले, परंतु प्रत्येक समाजाच्या संस्कृतीचे आदर्श वेगवेगळे असतात, त्यामुळे प्रत्येक समाजातील व्यक्तीच्या व्यक्तिमत्त्वाचे पैलू वेगवेगळे असतात, त्यामुळेच चीनमध्ये जन्माला आलेल्या व्यक्तीचे व्यक्तिमत्त्व हे भारातातील व्यक्तीच्या व्यक्तिमत्त्वापेक्षा वेगळे असणार आहे हे निश्चित. याचे कारण त्या दोन राष्ट्रांतील सांस्कृतिक भिन्नता होय. इस्लाम धर्मातील व्यक्तीच्या व्यक्तिमत्त्वाची जडण-घडण ही ख्रिस्ती व बौद्ध धर्मातील व्यक्तीच्या व्यक्तिमत्त्वाच्या जडण-घडणीपेक्षा वेगळी असणार आहे, कारण प्रत्येक धर्माची संस्कृती व सांस्कृतिक आदर्श वेगवेगळे असतात. परंतु, एक गोष्ट मात्र सर्वच मान्य करतात, ती ही की आपआपल्या समाजातील संस्कृती आपआपल्या समाजातील व्यक्तींसमोर काही हेतू, काही आदर्श ठेवून व्यक्तींच्या वर्तनाला योग्य दिशा प्रदान करतात. तसेच त्या त्या समाजातील संस्कृती, त्यांच्या समाजातील व्यक्तीजीवनाला योग्य अर्थ प्राप्त करून देण्याचेही कार्य करते. या सर्व चर्चेचा सारांश असा की, व्यक्तींच्या व्यक्तिमत्त्वाला योग्य आकार देण्याचे कार्य संस्कृती करते.

संस्कृतीचे मूलभूत घटक (Basic Elements of Culture) :

आतापर्यंत आपण संस्कृतीच्या काही वैशिष्ट्यांवर चर्चा केली. या ठिकाणी आपण संस्कृतीच्या मूलभूत घटकांवर सविस्तर विवेचन करणार आहोत. आपण करणार असणाऱ्या संस्कृतीच्या मूलभूत घटकांच्या अभ्यासावरून संस्कृतीतील विविधता ही तुमच्या लक्षात येईल. काही तज्ज्ञांच्या मताने व विशेषत: 'टॉलकॉट पार्सन्स' यांच्या विचारानुसार संस्कृती, सामाजिक व्यवस्थेतील एक उपव्यवस्था आहे, म्हणून जर समाजव्यवस्थेचा अर्थ जाणून घ्यावयाचा असेल तर संस्कृतीच्या सांस्कृतिक घटकांचा अभ्यास करणे अत्यावश्यक आहे. या करता विद्वानांनी संस्कृतीच्या खालील चार घटकांच्या उल्लेख केला आहे.

अ) ज्ञान (Knowledge) :

जगातील सर्व समाजांतील लोकांच्या संस्कृतीचा विचार करता संस्कृतीत या भौतिक जगाबद्दल आणि मानवाच्या सामाजिक जीवनाबद्दल फार मोठ्या प्रमाणात ज्ञानाचा समावेश केलेला आढळतो. या दृष्टीने विचार करता संस्कृती समाजाचे ज्ञानभांडार (Stock of Knowledge) होय. या संदर्भात प्रा. हॅरी जॉन्सन म्हणतात की, अगदी रानटी माणसांनाही उदा. अंदमान बेटांवर राहणारे 'जारवा' अदिवासी किंवा उत्तर ध्रुव प्रदेशात राहणारे एस्किमो लोक जिवंत राहण्यासाठी काय करावयाचे, याचे त्यांना ज्ञान असते. या अंदमान बेटावरील 'जारवा' आदिवासींचे किंवा एस्किमो लोकांचे ज्ञान हे केवळ त्यांच्या स्वत:च्या व्यावहारिक जीवनापुरतेच मर्यादित असते. या ज्ञानात अन्न कसे मिळवावयाचे, घर किंवा निवारा कसा बांधावयाचा, प्रवास कसा करावयाचा व त्यासाठी कोणते साधन वापरावयाचे, वादळ, पाऊस, जंगली जनावरे आणि शत्रू यांच्यापासून स्वत:चे संरक्षण कसे करावयाचे ? इत्यादी बाबींचा समावेश होतो. जुनी पिढी नव्या पिढीला या संदर्भातील ज्ञान काळजीपूर्वकपणे शिकविते. आधुनिक समाजात मात्र ज्ञानाचे क्षेत्र खूपच विस्तारले असून हे ज्ञान विज्ञान, तंत्रज्ञान, वैद्यकीय ज्ञान, भाषाविषयक ज्ञान, साहित्य, सामाजिक शास्त्रे, वाणिज्य इत्यादी विविध ज्ञानशाखांत विभागले गेले आहे. आधुनिक ज्ञानाचा अभ्यास इतका विस्तृत आणि गुंतागुंतीचा झाला असून कोणतीही एक व्यक्ती सर्व प्रकारच्या ज्ञानशाखांत पारंगत होणे शक्य नाही, म्हणूनच आधुनिक समाजातील व्यक्ती या विस्तृत ज्ञानशाखेच्या एखाद्या छोट्या विभागात पारंगत होण्याचा प्रयत्न करतात. याशिवाय ज्या भौतिक जगात आपण रहातो त्या जगाचे ज्ञान (विशेषत: मानवी क्रियांच्या संबंधांबाबतचे ज्ञान) प्रत्येक समाजाच्या संस्कृतीने स्वत:च्या सामाजिक संघटनांसंबंधी केलेल्या कल्पनांचे ज्ञान आणि या सर्व सामाजिक संघटनांचे कार्य कसे

चालते याबाबतचे ज्ञान मुनष्याला आवश्यक आहे. विविध कल्पना किंवा विचार की जे समाजाच्या सांस्कृतिक विचारप्रणालीचा मूलभूत घटक आहेत, यासंबंधीचे ज्ञानपण मनुष्याच्या दृष्टीने महत्त्वाचे आहे. यासंदर्भात हॅरी जॉन्सन असे म्हणतात की, सामाजिक जीवनासंबंधीच्या सांस्कृतिक कल्पना अथवा विचार हे भौतिक जगासंबंधीच्या सांस्कृतिक कल्पना अथवा विचार या सारखेच आहे. या सर्व विवेचनाचा अर्थ असा की आपण ज्या परिसरात रहातो त्या परिसरात जीवन जगण्यासाठी कोणकोणत्या सांस्कृतिक साधनसामग्रीची उपलब्धता आहे या संबंधीचे ज्ञान मनुष्याला असल्याशिवाय मुनष्य जिवंत राहू शकत नाही.

ब) श्रद्धा (Belief) :

प्रत्येक समाजातील सांस्कृतिक व्यवस्थेत कोणत्या ना कोणत्या प्रकारच्या श्रद्धांना त्या त्या समाजातील लोकांनी कवटाळल्याचे आढळून येते. श्रद्धेशिवाय सांस्कृतिक व सामाजिक जीवनाची कल्पना करता येणार नाही असे प्रा. अल्विन एल् बरट्रांड (Prof. Alvin L. Bertrand) हे समाजशास्त्रज्ञ म्हणतात. श्रद्धेवर भाष्य करताना हा विचारवंत असे म्हणतो की, श्रद्धा या वास्तवतेचा विचार करता सत्य असल्याच पाहिजे असे नाही, परंतु समाजाच्या सभासदांनी मात्र श्रद्धा सत्य आहेत, बरोबर आहेत या विचाराला मान्यता दिली तरच श्रद्धा टिकतात. उदा. काही धार्मिक संप्रदायांचे लोक अग्नीला देव मानतात, कारण त्यांच्या मताने अग्नीत दैवी शक्ती वास करते अशी त्यांची दृढ श्रद्धा असते. काही धर्मांचे लोक दगडाच्या किंवा धातूच्या मूर्तीत देव पाहतात, कारण त्या मूर्तीत ईश्वरी शक्ती असते अशी त्यांची श्रद्धा असते. श्रद्धा या सामाजिक-सांस्कृतिक व्यवस्थेचा मूलभूत घटक आहेत. लोक असे मानतात की त्यांना ज्या गोष्टी माहीत आहेत त्याप्रमाणेच ते वर्तन करतात, त्याचप्रमाणे लोकांना हे ही माहीत आहे की त्यांच्या सामाजिक-सांस्कृतिक व्यवस्थेने स्पष्टीकरण दिल्याप्रमाणे व मूल्यमापन केल्याप्रमाणे त्यांनी त्यांच्या वर्तनाची दिशा ठरविली की, जी वास्तव, बरोबर व चांगली आहे अशी त्यांची श्रद्धा असते. सामाजिक-सांस्कृतिक व्यवस्थेत समाविष्ट झालेल्या व्यक्तींना या किंवा त्या प्रकारच्या श्रद्धा आत्मसात कराव्या लागतात आणि ज्या प्रक्रियेद्वारे श्रद्धेसंबंधीचे ज्ञान हे सत्य अथवा कायदेशीर आहे की नाही हे तपासून पहावे लागते. त्याचप्रमाणे हे ज्ञान समाजव्यवस्थेच्या सांस्कृतिक आराखड्यात बसते की नाही हे पण तपासून पहावे लागते, काही तज्ज्ञांच्या मताने श्रद्धेच्या संदर्भात अनुमान करता येते, पण या श्रद्धा प्रयोगाने सिद्ध करता येत नाहीत. तुळजापुरची भवानीमाता ही एक जागृत व नवसाला पावणारी देवी आहे अशी असंख्य महाराष्ट्रातील भाविकांची श्रद्धा आहे, ती वैज्ञानिक दृष्टीने तपासून

कशी पाहणार ? तसेच लाखो वारकरी संप्रदायाचे भाविक पंढरपूरच्या विठोबावरची त्यांची श्रद्धा व्यक्त करण्यासाठी दरवर्षी आषाढी व कार्तिकी एकादशीला आपल्या गावापासून ते पंढरपूरपर्यंत पायी वा मिळेल त्या वाहनाने जातात. तासन् तास रांगेत थांबून विठोबाचे दर्शन घेतात. वारकरी संप्रदायातील भाविकांची श्रद्धा वास्तव असली तरी ती विज्ञानाने सिद्ध करता येणार नाही, तशीच ती नाकारताही येणार नाही.

श्रद्धेची विशिष्ट संस्कृतीतील संख्यात्मकता आणि तीव्रता सामाजिक व्यवस्थेनुरूप आणि सांस्कृतिक पद्धतीनुरूप वेगवेगळी असते. प्रत्येक धर्मीयाची त्याच्या धर्मावर आणि धर्मतत्त्वावर, धर्माच्या आचार-विचारावर प्रचंड श्रद्धा असते. सर्वसाधारणपणे धार्मिक संघर्षाच्या वेळी या श्रद्धेची तीव्रता वाढते. अशा रीतीने श्रद्धा या जरी विविधतेने नटलेल्या असल्या तरी मानवी वर्तनाचे विश्लेषण करण्याचे एक महत्त्वाचे साधन म्हणून आपण श्रद्धेचा आधार घेऊ शकतो. प्रत्येक सामाजिक, सांस्कृतिक व्यवस्थेत 'श्रद्धा' हा मानवी वर्तनाला विशिष्ट वळण देणारा घटक आहे यात कोणालाच शंका नाही. म्हणूनच संस्कृतीच्या मूलभूत घटकांमध्ये श्रद्धेचा समावेश केला आहे.

क) प्रमाणके आणि मूल्य (Norms and Value) :

सामाजिक-सांस्कृतिक व्यवस्थेचा तिसरा मूलभूत घटक म्हणून आपण प्रमाणके आणि मूल्ये यावर थोडक्यात चर्चा करणार आहोत. याच पुस्तकाच्या प्रकरण दोनमध्ये सामाजिक व्यवस्थेचे संरचनात्मक घटक म्हणून प्रमाणके आणि मूल्ये यावर सविस्तर चर्चा स्वतंत्रपणे केली असल्यामुळे या ठिकाणी अत्यंत थोडक्यात या दोन घटकांचा विचार करणार आहोत.

प्रमाणके (Norms) : प्रमाणके म्हणजे एका वाक्यात व्यक्तीने समाजात कसे वागावयाचे किंवा कसे वर्तन करावयाचे, हे सांगणारे नियम होत. प्रा. अल्विन एल् बरट्रांड (Prof. Alvin Bertrand) यांनी प्रमाणकांची व्याख्या पुढील शब्दांत केली आहे. दिलेल्या विशिष्ट परिस्थितीत व्यक्तीचे समाजाला अपेक्षित असलेले अथवा व्यक्तीचे समाजमान्य वर्तन म्हणजेच प्रमाणके होत. बहुसंख्य समाजशास्त्रज्ञ असे मानतात की, सामाजिक-सांस्कृतिक व्यवस्थेतील मनुष्याच्या क्रियांचे आकलन आणि प्राक्कथन करणारा अत्यंत सूक्ष्म घटक म्हणजे प्रमाणके होत. कोणत्याही समाजातील व्यक्तीवर्तनाचा घाट त्या समाजाच्या सांस्कृतिक चौकटीत प्रमाणकाद्वारे निर्धारित केला जातो. व्यक्तीच्या वर्तनासाठी योग्य त्या आदर्शांचा पुरवठा करून त्या आधारे व्यक्ती वर्तनासंबंधी योग्य तो निर्णय घेणे व विशिष्ट प्रकारे व्यक्तीला वर्तन करावयास लावणे इत्यादी क्रिया प्रमाणकाद्वारे केल्या जातात. प्रामाणिकता, नियमाप्रमाणे

अथवा कायद्याप्रमाणे वर्तन करणे ही प्रमाणकांची काही उदाहरणे होत. सामाजिकीकरणाच्या प्रक्रियेद्वारे सामाजिक-सांस्कृतिक व्यवस्थेच्या अंतर्गत ही प्रमाणके लोकांकडून आत्मसात केली जातात. लोकाचार (लोकरूढी) लोकनीती, प्रथा आणि धर्माचे नियम, तसेच कायदे हे प्रमाणकांचे काही प्रकार होत. थोडक्यात असे म्हणता येईल की, संस्कृतीच्या चौकटीत व्यक्ती वर्तनाचे निर्धारण करणारा घटक म्हणजे प्रमाणके होत.

मूल्य (Value) : मूल्य या संज्ञेचे अनेक लोकप्रिय आणि तांत्रिक गर्भितार्थ घेतले जातात. समाजशास्त्रज्ञ मूल्याकडे सामाजिक मूल्य या दृष्टिकोनातून पाहतात. **प्रा. अर्नॉल्ड ग्रीन (Prof. Arnold Green)** हे 'सामाजिक मूल्य' या संकल्पनेची व्याख्या पुढील शब्दांत करतात. सामाजिक मूल्ये म्हणजे वस्तू, कल्पना वा विचार आणि व्यक्ती यासंबंधी चिरस्थायी स्वरूपाच्या जाणिवा आणि भावना होत. प्रा. अर्नॉल्ड ग्रीन यांनी व्यक्तिमत्त्वातील मूल्य संघटनांचे आकलन होण्यासाठी अत्यंत सूक्ष्म दृष्टीने मूल्याची वर्गीकरण विकास योजना विकसित केली असून या मूल्य विकासाच्या तीन पातळ्या आहेत. त्या पुढीलप्रमाणे –

I)   अमूर्त भावना

II) नैतिक प्रमाणके आणि

III) स्वत्व म्हणून सामाजिक मूल्य

या तीन पातळ्या प्रत्येक व्यक्तीच्या व्यक्तिमत्त्वात समाविष्ट असतात. प्रमाणकांप्रमाणेच मूल्ये सुद्धा सामाजिकीकरण प्रक्रियेद्वारे आत्मसात केली जातात. प्रमाणकांचे पालन करण्याची अपेक्षा समाज समाजातील सभासद व्यक्तींकडून करतो. परंतु, मूल्ये ही आदर्शात्मक असल्यामुळे त्यांच्या पालनात अनिवार्यता नसते, म्हणून मूल्ये ही व्यक्ती-व्यक्तीनुसार, गटा-गटानुसार वेगवेगळी असतात. सारांश रूपात बोलावयाचे झाल्यास असे म्हणता येईल की, व्यक्तीवर्तनावर नियंत्रण ठेवण्याचे कार्य 'प्रमाणके' करतात तर व्यक्ती वर्तनाला मार्गदर्शन करण्याचे कार्य 'मूल्ये' करतात.

ड) चिन्हे (Signs) :

संस्कृतीचा आणखी एक महत्त्वाचा मूलभूत घटक म्हणून चिन्हांचा उल्लेख अमेरिकेतील समाजशास्त्रज्ञ **प्रा. हॅरी जॉन्सन (Prof. Harry Johnson)** यांनी प्रतिपादन केले होते. चिन्हे (Signs) या संकल्पनेत पुढील दोन बाबींचा समावेश होतो. **एक :** इशारा देणारी खूण (Signal) आणि **दोन :** प्रतीक. पहिल्या इशारा देणाऱ्या खुणेत वस्तू, घटना अथवा परिस्थिती यांचे भूत, भविष्य व वर्तमान काळातील अस्तित्व दर्शविते. गावातील अथवा शहरातील ओले रस्ते त्या गावात वा शहरात

पाऊस पडून गेल्याचा इशारा करतात अथवा आकाशात जमा झालेले काळेकुट्ट ढग लवकरच पाऊस पडेल याचा इशारा देतात. यातील पहिली घटना ही भूतकाळात घडलेल्या घटनेबाबत इशारा देते तर दुसरी घटना भविष्यकाळात काय घडणार आहे याचा इशारा देते. तसेच वरील प्रसंगातील ओले रस्ते आणि काळे ढग ह्या दोन्हीही बाबी इशारादर्शक खुणा होत. मनुष्याने कृत्रिमपणे काही 'इशारा देणाऱ्या खुणा' (Signals) शोधून काढल्यात. या कृत्रिम इशारादर्शक खुणांना मानवी जीवनात खूपच महत्त्व प्राप्त झाले आहे. इशारा निदर्शक खूण एकच असली तरी त्या खुणेचा अर्थ हा परिस्थतीनुरूप, प्रसंगानुरूप वेगवेगळा असतो. उदा. बंदुकीच्या गोळीच्या आवाजाच्या खुणेचा अर्थ हा पुढीलप्रमाणे असू शकतो.

(I) शर्यत सुरू करण्याचा इशारा (II) धोक्याच्या सूचनेसंबंधी इशारा (III) कवायत चालू करण्याचा इशारा, इत्यादी.

येथे वाहने थांबवू नये. (No Parking) :

आकृती ४.१

हे घोषवाक्य जेव्हा एखाद्या विशिष्ट ठिकाणी लावले जाते तेव्हा ते घोषवाक्य हे इशारा-निदर्शकच असते. या घोषवाक्याचा सरळ अर्थ असा की, असा फलक असलेल्या परिसरात वाहने थांबविण्यास बंदी आहे असा इशारा या फलकाद्वारे वाहनचालकांना दिला जातो. हा फलक (बाजूची आकृती पाहा.) एकीकडे वाहनचालकांच्या दृष्टीने प्रतीक आहे तर या फलकावरचे शब्द हे वाहनचालकासाठी विशिष्ट कृती न करण्याचा इशारा आहे. त्याचप्रमाणे जगातील सर्व वाहतूकनियंत्रक अधिकाऱ्यांनी लाल रंगाला धोक्याचे प्रतीक मानले असून जेथे जेथे लाल रंगाचा दिवा असेल तेथे तेथे तो दिवा वाहनचालकांना वाहने थांबविण्याचा इशारा देतो. म्हणजे लाल दिवा हा इशारा दर्शक घटक होय. प्रतीक (Symbol) आणि इशारा या दोघात असलेली सीमा रेषा अत्यंत अस्पष्ट आहे, परंतु हॅरी जॉन्सन (Harry Johnson) यांनी इशारा देणाऱ्या खुणा (Signals) आणि प्रतीक (Symbols) यातील भेद स्पष्ट करताना पुढील विवेचन केले आहे.

- तांत्रिक दृष्टिकोनातून विचार करता इशारानिदर्शक खुणांमध्ये (Signals) तीन पदरी संबंधांचा समावेश होतो. हे तीन पदर म्हणजे क्रमाने इशारा, हेतू (उद्देश) आणि स्पष्टीकरणात्मक घटक होय.
- याउलट 'प्रतीक' (Symbol) या संज्ञेत मात्र चारपदरी संबंधाचा समावेश होतो. हे चार पदर क्रमाने स्पष्टीकरणात्मक घटक, प्रतीक, संकल्पना आणि हेतू (उद्देश) हे होत.
- आपले सर्व प्रकारचे व्यावहारिक कार्य हे इशारीनिदर्शक खुणेत सामावलेले आहे.
- याउलट सर्व प्रकारच्या आशय संप्रेषणात धर्म, कला इत्यादी सर्व घटकांत भावना प्रकट करताना प्रतीकांना महत्त्व प्राप्त होते.

प्रत्येक मानवी समाजात आशयसंप्रेषणाचे व भावना व्यक्त करावयाचे महत्त्वाचे प्रतीक आहे भाषा. या भाषेचा प्रमुख व मूळ प्रकार म्हणजे भाषण करणे वा बोलणे होय. प्रत्येक समाजात काही लोक अशिक्षित असतात. अशिक्षित हा शब्द या ठिकाणी प्रतीकात्मक रूपात वापरला असून त्याचा अर्थ ज्या लोकांना भाषा लिहिता, वाचता येत नाही असे लोक; पण लोक तोंडाने भाषा बोलू शकतात. मनुष्य बोलतो म्हणजेच तो वाचिक हावभाव करतो. हावभाव करण्याच्या अनेक पद्धती मानवी समाजात आढळून येतात त्या खालीलप्रमाणे –

I) खाली वाकून वंदन वा नमस्कार करणे
II) हस्तांदोलन (Shakehand) करणे
III) वरिष्ठांना सलामी देणे
IV) कपाळाचे चुंबन घेणे
V) नेत्र संकेत करणे इत्यादी

हे प्रत्येक हावभाव त्या त्या मानवी समाजाचे प्रतीक म्हणून समजले जातात.

सामाजिक-सांस्कृतिक जीवनाचे एक अविभाज्य अंग म्हणून आपण धर्माकडे पाहतो. धर्माने किंवा धर्मातील धर्मगुरूंनी लोकांना लुभविण्यासाठी अनेक चिन्हांचा वापर केल्याचे दिसून येते. ते चिन्ह कालांतराने त्या त्या धर्माचे प्रतीक बनते. या प्रतीकाच्या आधाराने धर्म अनुयायांना त्या प्रतीकाचा वापर करण्याचा किंवा प्रतीकानुरूप वर्तन करण्याचा इशारा देतात. त्या त्या धर्मानुसार काही प्रतीके ही त्या त्या धर्माची आदर्श बनतात. उदा. हिंदुधर्मीयांचे स्वस्तिक (卐) इस्लामधर्मीयांचा चांद (☪) ख्रिस्ती धर्मीयांचा क्रॉस (†) ही प्रतीके त्या त्या धर्मांच्या आदर्शस्थानी असून या प्रतीकरूपी चिन्हांचा अपमान म्हणजे धर्माचा अपमान मानला जातो, म्हणूनच चिन्हांचा समावेश संस्कृतीच्या मूलभूत तत्त्वांत करण्यात आला.

संस्कृतीचे प्रकार (Types of Culture) :

जगातील विविध समाजांचा, त्या त्या समाजाच्या सामाजिक जीवनाचा आणि त्यांच्या संस्कृतीचा अभ्यास केल्यानंतर समाजशास्त्रज्ञ, मानवशास्त्रज्ञ यांच्या असे लक्षात आले की, समाज हा प्राचीन किंवा आदिवासी असो, ग्रामीण असो किंवा अमेरिकेसारखा तो अत्यंत आधुनिक वा प्रगत असो, समाजाची संस्कृती ही दोन विभागांत विभाजित झाली आहे. (कृपया खालील आकृती पाहा.)

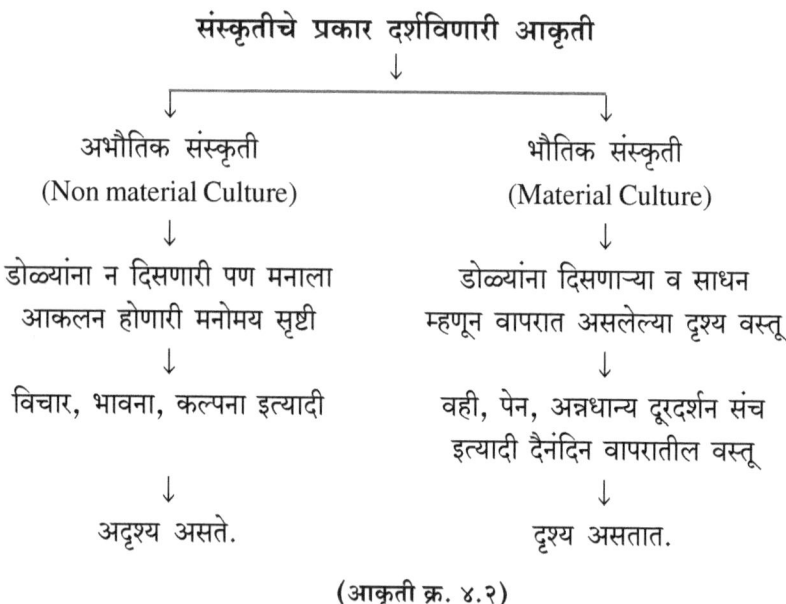

संस्कृतीचे प्रकार दर्शविणारी आकृती

↓

↓	↓
अभौतिक संस्कृती (Non material Culture)	भौतिक संस्कृती (Material Culture)
↓	↓
डोळ्यांना न दिसणारी पण मनाला आकलन होणारी मनोमय सृष्टी	डोळ्यांना दिसणाऱ्या व साधन म्हणून वापरात असलेल्या दृश्य वस्तू
↓	↓
विचार, भावना, कल्पना इत्यादी	वही, पेन, अन्नधान्य दूरदर्शन संच इत्यादी दैनंदिन वापरातील वस्तू
↓	↓
अदृश्य असते.	दृश्य असतात.

(आकृती क्र. ४.२)

वरील आकृतीत दर्शविल्याप्रमाणे संस्कृती ही दोन प्रकारची असते –
१) अभौतिक संस्कृती : ही संस्कृती समाजातील व्यक्ती वर्तनाचे मार्गदर्शन करते तर **२) भौतिक संस्कृती :** मानवाच्या विविध भौतिक गरजापूर्ततेचे एक साधन म्हणून या संस्कृतीचा वापर केला जातो. या दोन्ही संस्कृतीच्या प्रकारांवर आपण सविस्तर चर्चा करू.

अ) अभौतिक संस्कृती (Non-material Culture) :

कै. डॉ. इरावती कर्वे यांनी अभौतिक संस्कृतीवर विवेचन करताना असे म्हटले होते की, मानवी समाजाची डोळ्यांना न दिसणारी, परंतु विचारांना आकलन होणारी मनोमय सृष्टी म्हणजे अभौतिक संस्कृती होय. सोप्या शब्दांत असे म्हणता येईल की, ही संस्कृती अदृश्य असते पण तिचे अस्तित्व मात्र मानवी मनाला सतत जाणवत

असते. **प्रा. अल्विन एल्. बरट्रांड** (Alvin L. Bertrad) अभौतिक संस्कृतीवर भाष्य करताना म्हणतात की संस्कृतीची अभौतिक बाजू मानवाने निर्माण केलेल्या अशा सर्व बाबींना आपल्यात सामावून घेते की, ज्यांचा वापर मनुष्याने आपल्या क्रियांचे स्पष्टीकरण करण्यासाठी व स्वत:ला मार्गदर्शन करण्यासाठी केला होता. या दृष्टीने विचार करता अभौतिक संस्कृतींत ज्ञान, श्रद्धा, प्रमाणके वा नियमने, मूल्ये इत्यादी अमूर्त घटकांचा समावेश होतो. संस्कृतीचे अध्ययन करणारे बहुसंख्य विचारवंत असे मानतात की, संस्कृतीत फक्त अभौतिक घटकांचा समावेश होतो. पूर्वी म्हटल्याप्रमाणे अभौतिक घटक वस्तुरूप नसतात. ते डोळ्यांना दिसू शकत नाही, तसेच स्पर्शानेही या संस्कृतीचे ज्ञान होऊ शकत नाही. उदा. गंगाजल पवित्र आहे हा हिंदूधर्मीय व्यक्तीच्या मनामध्ये असलेला विश्वास, तसेच अतिथीचा सत्कार, परोपकार ही मूल्ये अनेकेश्वरवादासंबंधी हिंदूंची विचारप्रणाली या सर्व बाबी अभौतिक संस्कृतीत येतात. याचाच अर्थ श्रद्धा अथवा विश्वास, ज्ञान, कौशल्य, प्रमाणके, मूल्ये आणि विचारप्रणाली या अमूर्त स्वरूपाच्या बाबी असल्या तरी समाजजीवनाला आणि तसेच व्यक्तीजीवनाला मार्गदर्शन करताना त्यावर नियंत्रणपण ठेवतात. काही तज्ज्ञांच्या मताने संस्कृतीतील हे अभौतिक घटक समजून घेतल्याशिवाय संस्कृतीचा खऱ्या अर्थाने बोध होऊ शकत नाही, म्हणून या तज्ज्ञांच्या मताने संस्कृतीत केवळ अभौतिक घटकांचाच समावेश करावा.

समाजाच्या अभौतिक संस्कृतीचा परिणाम व्यक्तींच्या जीवनपद्धतीवर होतो. समाजातील व्यक्तीच्या वर्तनाला योग्य तो आकार देण्याचे कार्य अभौतिक संस्कृतीद्वारे होते. समाजातील व्यक्तीचे व्यक्तिमत्त्व घडविण्यातही अभौतिक संस्कृतीचा वाटा मोठा असतो. अभौतिक संस्कृतीमध्ये ज्या गोष्टींचा समावेश होतो, त्या गोष्टींना भौतिक अस्तित्व नसल्यामुळे त्यांचा प्रसार सहजतेने होत नाही. समाजातील व्यक्तींच्या मनात त्यांच्या-त्यांच्या अभौतिक संस्कृतीबद्दल अभिमान, आपुलकी इत्यादी भावना असतात, त्यामुळे आपल्या अभौतिक संस्कृतीचा त्याग करून दुसऱ्याची अभौतिक संस्कृती स्वीकारण्यास व्यक्ती सहजपणे राजी होत नाही. व्यक्तीच्या मनात अभौतिक संस्कृती खोलवर रुजलेली असल्यामुळे अभौतिक संस्कृतीत फारच कमी प्रमाणात परिवर्तन होते.

ब) भौतिक संस्कृती (Material Culture) :

प्रा. अल्विन एल्. बरट्रांड यांनी भौतिक संस्कृतीवर भाष्य करताना असे म्हटले आहे की, संस्कृतीच्या भौतिक प्रकारात अशा वस्तूंचा समावेश होतो की त्या दृश्य स्वरूपाच्या असून ज्यांची निर्मिती मानवाने स्वत:च्या गरजापूर्ततेसाठी केली

होती, करीत आहे व त्यापुढेही करीत राहील. या प्रकारच्या भौतिक वस्तूंत प्राचीन मानवाने निर्माण केलेल्या मातीच्या भांड्यापासून ते आजच्या आधुनिक वैज्ञानिकांनी बनविलेल्या व अंतराळात सोडलेल्या अंतराळयानापर्यंत सर्व वस्तूंचा समावेश होतो. या सर्व प्रकारच्या वस्तूंना विशेष स्वरूपाचा भौतिक आकार प्राप्त झालेला असतो व म्हणूनच त्यांचा समावेश भौतिक संस्कृतीत केला जातो. म्हणजेच की आपल्या गरजा पूर्ण करण्यासाठी मानवाने निर्माण केलेल्या सर्व दृश्य व साकार वस्तूंचा समावेश भौतिक संस्कृतीत समाविष्ट होणाऱ्या वस्तूंचा आकार तिच्या निर्मितीतील गुंतागुंत वस्तू निर्मिताचा हेतू आणि वस्तूंचे विविध प्रकार या कोणत्याही बाबींचा विचार न करता त्या वस्तू केवळ दृश्य व साकार स्वरूपाच्या आहेत म्हणून त्याच्या समावेश हा भौतिक संस्कृतीत केला जातो. आपली विविध प्रकारची व आकाराची घरे, आपले कपडे, विविध स्वयंचलित वाहने, बस, आगगाडी, जहाजे, दूरदर्शन संच, संगणक संच, घर सजावटीच्या सर्व वस्तू, सर्व प्रकारची सौंदर्यप्रसाधने, जीवनोपयोगी सर्व प्रकारच्या वस्तू, भ्रमणध्वनी संच इत्यादी सर्वांचा समावेश हा भौतिक संस्कृतीत करता येईल.

काही तज्ज्ञांच्या मताने भौतिक संस्कृतीत समाविष्ट होणाऱ्या वस्तूंच्या निर्मितीमागे काहीतरी अभौतिक कारण असले तरी त्याचे आकलन होणे अवघड आहे, पण तज्ज्ञांच्या असे लक्षात येते की वस्तू एकच (भौतिक) पण तिच्या निर्मिताचा हेतू मात्र वेगवेगळा असतो. (अभौतिक) उदा. म्हणून धनुष्य-बाणाचे देता येईल. प्राचीन वा आदिवासी समाजात धनुष्य-बाणाची निर्मिती स्वसंरक्षणाचे व प्रतिकाराचे एक साधन म्हणून करण्यात आली होती. या ठिकाणी धनुष्यबाणाच्या निर्मितीचा हेतू स्वसंरक्षण हा होता. याउलट, आजच्या विकसित आणि प्रगत समाजातही धनुष्य-बाणाची निर्मिती केली जाते, ती स्वसंरक्षणाचा हेतू डोळ्यांसमोर ठेऊन नव्हे तर एक खेळणे म्हणून. आशियाई वा जागतिक क्रीडा स्पर्धात तिरंदाजी या क्रीडा प्रकारात एक साधन म्हणून वापर करण्यासाठी धनुष्य-बाण निर्माण केले जात. वस्तू एकच पण त्यांच्या निर्मितीचा उद्देश वा हेतू वेगवेगळे म्हणून भौतिक वस्तूंच्या निर्मितीमागे काहीतरी भौतिक हेतू असतात.

प्रा. जॉन एफ्. क्युबेर (Prof. John F. Cuber) यांनी भौतिक व अभौतिक संस्कृतीत समाविष्ट होणाऱ्या वस्तूंची यादी तयार केली असून ती खाली देत आहे.

भौतिक व अभौतिक संस्कृतील समाविष्ट होणाऱ्या गोष्टींची यादी –

संस्कृतीच्या भौतिक व अभौतिक प्रकारांवर चर्चा करताना एक गोष्ट लक्षात ठेवली पाहिजे, कोणत्याही भौतिक वस्तूंच्या निर्मितीमागे निर्मितीचा आराखडा

निर्मात्याच्या मनात तयार होतो ती अभौतिकता होय. या दृष्टीने विचार करता संस्कृतीचा भौतिक व अभौतिक भाग परस्परावलंबी आहेत.

अ. क्र.	भौतिक संस्कृतीत समाविष्ट होणारे घटक	अभौतिक संस्कृतीत समाविष्ट होणारे घटक
१)	घरे, इमारती	हिंदुत्व, ख्रिस्तीवाद, इस्लामवाद
२)	लोहमार्ग, आगगाडी, सडका, बस, कार वा दुचाकी वाहने.	लोकशाही, हुकूमशाही इत्यादी राज्याचे प्रकार
३)	रेडिओ, दूरदर्शन वा संगणक संच	मराठी, इंग्रजी, हिंदी वा अन्य सर्व भाषा
४)	अग्नी निर्माण करणारे कृत्रिम साधन काडेपेटी	दशांश मापन पद्धती
५)	पाण्याचे नळ व त्या नळाच्या तोट्या	एक विवाह अथवा बहुविवाहपद्धती
६)	पाळीव प्राणी	युद्ध, संघर्ष
७)	शेतीच्या मशागतीसाठी लागणारे नांगर, औत इत्यादी	कायदा
८)	विविध शस्त्रास्त्रे, अण्वस्त्रे	विविध विषयांचे ज्ञान प्रदान करणारे शिक्षण
९)	छपाई वा मुद्रणयंत्रे	विविध प्रकारचे संगीत
१०)	छोटे, मोठे कारखाने व त्याचे व्यवस्थापन	विविध समाजांतील विवाहपद्धती, त्यासंबंधी प्रथा वा रूढी

आकृती ४.३

_____

✳ क्युबेर यांनी पाळीव प्राण्यांचा समावेश भौतिक संस्कृतीत केला आहे, त्याला तज्ज्ञांचा विरोध होईल, कारण प्राणी हा निसर्गनिर्मित असून त्याचा समावेश भौतिक संस्कृतीत कसा? अशी शंका अनेकांच्या मनात येईल. त्यांची ती शंका एका अर्थाने बरोबरपण आहे, परंतु याचे उत्तर असे की, पूर्वी सर्वच प्राणी जंगली होते. त्यातील काही प्राण्यांना मनुष्याने माणसाळवले. त्यांना माणसाने आपल्या जवळ ठेवून त्यांचा वापर वाहतुकीसाठी, शेतीसाठी संरक्षणासाठी केला. एवढेच नव्हे तर त्यांची कृत्रिम रीतीने पैदासपण मानवाने केली. या अर्थाने क्युबेर यांनी पाळीव प्राण्यांचा समावेश भौतिक संस्कृतीत केला असावा.

व्यक्तिमत्त्व (Personality) :

आतापर्यंत आपण संस्कृती या संकल्पनेच्या विविध पैलूंचा विचार केला असून यानंतर आपण सांस्कृतिक जीवनाच्या साहाय्याने व्यक्तीचे व्यक्तिमत्त्व कसे घडते यावर विचार विनिमय करणार आहोत.

समाज जीवनाचा एक अत्यावश्यक घटक म्हणून आपण व्यक्तींचा उल्लेख करतो. समाजजीवनाच्या चौकटीत राहूनच व्यक्ती आपले व्यक्तिमत्त्व जपत जपतच आपल्या जीवनाचा विकास साधते. व्यक्ती, समाज व सामाजिकीकरण यावर भाष्य करताना **प्रा. वॉलफ्रेड ए. ॲण्डरसन आणि फ्रेडरिक बी. पार्कर (Wallfred A. Anderson and Frederic B. Parker)** असे म्हणतात की, व्यक्तीचे व्यक्तिमत्त्व हे जरी जीवशास्त्रीय किंवा जैविक वारशात रुजलेले असले तरी त्याची जडण-घडण सामाजिकीकरणाच्या प्रक्रियेद्वारेच होते हे सत्य नाकारता येणार नाही. प्रत्येक मनुष्य अशा सवयी, अभिवृत्ती आणि विशेष गुणधर्म आत्मसात करतो की, जेणेकरून त्यांचे व्यक्तिमत्त्व अद्वितीय बनेल. व्यक्ती भूमिका ग्रहण करण्याच्या प्रक्रियेतूनच प्रामुख्याने स्वत:च्या स्वतंत्र जाणिवांचा विकास करते की, ज्यातून व्यक्तीच्या व्यक्तिमत्त्वाचा विकास साधला जातो. या विवेचनाचा मथितार्थ असा की, व्यक्तीच्या व्यक्तिमत्त्वाचा विकास हा केवळ ती समाजात रहाते म्हणूनच साधला जातो.

व्यक्तिमत्त्व – अर्थ आणि व्याख्या (Personality : Meaning and Definition):

व्यक्तिमत्त्व म्हणजे काय ? : व्यक्तिमत्त्व म्हणजे काय ? या प्रश्नाचे उत्तर शोधताना व्यक्तिमत्त्व या संकल्पनेचा अर्थ उलगडत जाईल. सर्वसामान्यपणे दैनंदिन जीवनात ज्या अर्थाने हा शब्द वापरला जातो त्या अर्थाने तो समाजशास्त्रात वापरला जात नाही. नित्याच्या दैनंदिन व्यवहारात, व्यक्तीची इतरांवर प्रभाव टाकण्याची शक्ती किंवा व्यक्तीच्या शरीराची ठेवण, तिचे शारीरिक सौष्ठव या अर्थाने व्यक्तिमत्त्व हा शब्द वापरला जातो, परंतु समाजशास्त्रात मात्र व्यक्तीच्या विचारामध्ये, आचारामध्ये, कृतीमध्ये अभिरुचीमध्ये व्यक्तीचे जे लक्षण प्रकट होते, त्यालाच 'व्यक्तिमत्त्व' या संज्ञेने संबोधले जाते. सामाजिक शास्त्राच्या शब्दकोशात (Dictionary of Social Sciences) व्यक्तिमत्त्वाचा अर्थ पुढीलप्रमाणे दिला आहे. व्यक्तीवर्तनाचे अनेक भिन्न पैलू असतात. एका व्यक्तीचे वर्तन इतर व्यक्तींच्या वर्तनापेक्षा वेगळे असते. या भिन्न पैलूमुळेच व्यक्तीचे समाजातील इतर व्यक्तींपेक्षा वर्तन वेगळे असते. व्यक्तीवर्तनाच्या या भिन्न भिन्न पैलुंच्या एकत्रीकरणाला 'व्यक्तिमत्त्व' या संज्ञेने संबोधले जाते. 'व्यक्तिमत्त्व' या मराठी संज्ञेसाठी इंग्रजीत पर्सनॅलिटी (Personality) ही संज्ञा वापरतात. या संज्ञेचा अर्थ आहे मुखवटा (Mask) प्रत्येक व्यक्तीला तिच्या भूमिकेनुसार वेगवेगळा

मुखवटा म्हणजेच वेगवेगळे रूप घ्यावे लागते. तेव्हा एखादी भूमिका वाढविण्यासाठी जे रूप धारण वा जो मुखवटा धारण करावा लागतो त्यासाठी इंग्रजीत पर्सनॅलिटी (Personality) आणि मराठीत व्यक्तिमत्त्व या संज्ञेचा वापर करण्यात आला. पार्क आणि बर्जेस (Park and Burgess) यांनी व्यक्तिमत्त्वाचा अर्थ पुढील शब्दांत प्रतिपादन केला होता. समूहातील व्यक्तींच्या भूमिकेचे स्वरूप ठरविणाऱ्या लक्षणांचे संकलन आणि संघटन म्हणजे व्यक्तिमत्त्व होय.

व्यक्तिमत्त्वाच्या व्याख्या (Definitions of Personality) :

यानंतर आपण काही समाजशास्त्रज्ञांनी व्यक्तिमत्त्व या संकल्पेनच्या केलेल्या व्याख्या तपासून पाहू.

I) ऑग्बर्न (Ogburn) : यांच्या मताने, वर्तन व भावना यांच्या सवयी, अभिवृत्ती आणि मते यातून अभिव्यक्त होणाऱ्या मानवाच्या सामाजिक, मानसिक वर्तनाचे संघटन म्हणजे व्यक्तिमत्त्व होय.

II) अॅण्डरसन आणि पार्कर (Anderson and Parker) : यांच्या प्रतिपादनानुसार व्यक्तीच्या अभिवृत्ती, सवयी आणि स्वभावगुण यांची सामाजिकीकरणातून निष्पन्न होणारी एकसमग्रता म्हणजे व्यक्तिमत्त्व होय.

III) रॉबर्ट एच्. थाऊलेस (Rober H. Thouless) : यांच्या विचारानुसार विविध परिस्थिती व्यक्तीच्या वर्तनवैशिष्ट्यांचे मार्ग निश्चित करणारी भावनात्मक व्यवस्था म्हणजे व्यक्तिमत्त्व होय.

IV) जी. डब्ल्यू. ऑलपोर्ट (G . W. Allport) : यांच्या प्रतिपादनानुसार पर्यावरणाशी वैशिष्ट्यपूर्ण समायोजन निश्चित करणारे मनोभौतिक, गतिमान, संघटनात्मक घटक म्हणजे व्यक्तिमत्त्व होय.

V) किंबॉल यंग आणि रेमण्ड डब्ल्यू. मॅक (Kimball Young and Raymond W. Mack) : या दोन तज्ज्ञांच्या विचारानुसार सामाजिक जीवनातील दैनंदिन गरजा पूर्ण करण्यासाठी व्यक्तीत संघटित झालेले आनुवंशिक गुण, आत्मसात केलेल्या सवयी, अभिवृत्ती आणि कल्पना यांचे सुसंघटित रूप म्हणजेच व्यक्तिमत्त्व होय.

VI) प्रा. जॉन. एफ्. क्युबेर (Prof. John F. Cuber) : यांनी व्यक्तिमत्त्व या संकल्पनेची व्याख्या पुढील शब्दांत केली आहे. व्यक्तीच्या व्यक्तिमत्त्वात अशा सर्व विशेष गुणधर्मांचा आणि वैशिष्ट्यांचा समावेश होतो की, जी व्यक्तीचे वर्तन घडवितात. यात व्यक्तीच्या बाह्य आणि व्यक्त सवयी (उदा. आळशीपणा, क्रिकेट खेळणे किंवा सतत धूम्रपान) तिच्या अभिवृत्ती (उदा. सुंदर स्त्रीविषयी आकर्षण,

कनिष्ठ वर्ग अथवा जाती विषयी पूर्वग्रह इत्यादी), तिची मानसिकता, स्वत:संबंधी तिच्या संकल्पना आणि कोणत्याही इतर व्यक्तींशी होणाऱ्या आंतरक्रियांवर होणारे परिणाम इत्यादी बाबींचा समावेश होतो.

VII) एम्. एल्. मन (M.L. Munn) : यांनी व्यक्तिमत्त्वाची व्याख्या अत्यंत सोप्या शब्दांत केली आहे. व्यक्तिमत्त्व म्हणजे व्यक्तीच्या स्वत:ची प्राप्ती व सामाजिकीकरण होय.

व्यक्तिमत्त्वाच्या वरील सर्व व्याख्या अभ्यासल्यानंतर व्यक्तिमत्त्वासंबंधी खालील बाबी लक्षात येतात.

I) व्यक्तिमत्त्व म्हणजे वर्तनवैशिष्ट्यांचे निर्धारण करणारी भावनात्मक व्यवस्था होय.

II) व्यक्तिमत्त्व म्हणजे पर्यावरणाशी समायोजन साधणारे मनोभौतिक गतिमान संघटनात्मक घटक होत.

III) व्यक्तिमत्त्व म्हणजे व्यक्तीत संघटित झालेले आनुवंशिक गुण व समाजजीवनात आत्मसात केलेल्या विभिन्न सवयी, अभिवृत्ती व कल्पना यांचे सुसंघटित रूप होय.

IV) व्यक्तिमत्त्व म्हणजे व्यक्तीच्या व्यक्त सवयी, अभिवृत्ती, पूर्वग्रह, अभिरुची, क्षमता योग्यता, स्वाभाविक प्रवृत्ती इत्यादींचे सामाजिक परिस्थितीशी समायोजन साधण्यासाठी निर्माण झालेली गुणवैशिष्ट्ये होत.

व्यक्तिमत्त्वावरील विविध व्याख्यांवरील चर्चेचा समारोप प्रा. व्ही. व्ही. अकोलकर यांच्या व्यक्तिमत्त्वासंबंधीच्या भाष्याने करू. ते म्हणतात की, एका व्यक्तीची दुसऱ्या व्यक्तीवर पडलेली छाप किंवा पडलेला प्रभाव म्हणजे व्यक्तिमत्त्व होय.

व्यक्तिमत्त्वाची जडण-घडण किंवा बांधणी करणारे घटक (Constructive Factors of Personality) :

सामाजिकीकरणाच्या साहाय्यानेच प्रत्येक व्यक्तीचे व्यक्तिमत्त्व विकसित होत असते. तज्ज्ञांच्या मताने व्यक्तिमत्त्वाची रचना आणि उभारणी हळूहळू होत असते. व्यक्तिमत्त्वाची जडण-घडण व विकास होण्यासाठी खालील घटक महत्त्वाची भूमिका बजावतात.

१) शारीरिक लक्षणे (Physical Features) :

व्यक्तीच्या व्यक्तिमत्त्वाची जडण-घडण होत असताना तिच्या बऱ्याच शारीरिक लक्षणांवर परिणाम होत असतो. व्यक्तीची बरीचशी शारीरिक लक्षणे जन्मजात

असतात व त्यात पुढे फारसा फरक पडण्याची शक्यताही कमीच असते. अशा जन्मजात व अपरिवर्तनशील शारीरिक लक्षणांचा व्यक्तींच्या वागणुकीवर व कर्तृत्वावर परिणाम होतो. व्यक्तींची मूलभूत बुद्धी अथवा त्यांची मानसिक पात्रता या शारीरिक लक्षणांचा व्यक्तींच्या व्यक्तिमत्त्वांवर महत्त्वपूर्ण परिणाम होतो. ज्ञानाचे आकलन आणि विविध समस्यांची सोडवणूक करण्यासाठी लागणारी क्षमता बुद्धीच्या तीव्रतेवरच अवलंबून असते. व्यक्तींच्या बुद्धीप्रमाणेच तिचा एकंदर स्वभावधर्म किंवा प्रकृतीधर्म तिच्या कर्तृत्वावर परिणाम करीत असतो व त्याद्वारे तिचे व्यक्तिमत्त्व घडवित असतो. व्यक्तींच्या प्रकृतीवरूनच त्यांच्याकडून केल्या जाणाऱ्या कामाचे स्वरूप व त्यांची कार्यक्षमता निर्धारित होते.

वरील दोन शारीरिक लक्षणांबरोबरच त्यांचा शारीरिक बांधा हा ही व्यक्तिमत्त्वावर प्रभाव पाडताना दिसतो. ज्या व्यक्तींचा शारीरिक बांधा सामाजिकदृष्ट्या अयोग्य किंवा कमीपणाचा असेल तर अशा व्यक्तींच्या ठिकाणी न्यूनगंडाची भावना निर्माण होते. ही न्यूनता झाकण्यासाठी अशा व्यक्ती इतर क्षेत्रांत आपले श्रेष्ठत्व दाखविण्याचा प्रयत्न करतात. शारीरिक बांध्याचा विचार करता त्यात शरीराची कमी-जास्त उंची, शरीराच्या कातडीचा रंग (गोरा, सावळा, काळा इत्यादी) डोळ्याचा रंग (काळे, घारे, निळे इत्यादी) नाकाची ठेवण, बुद्धीची तीव्रता वा मंदपणा इत्यादी बाबींचा त्यात समावेश होतो.

मनुष्याच्या व्यक्तिमत्त्वाचे एक अंग म्हणून शरीररचनेवर भाष्य करताना प्रा. ॲण्डरसन आणि पार्कर असे म्हणतात की, मनुष्यातील मज्जातंतूरचना व ग्रंथीमय व्यवस्था मानवी भावनांच्या विकासयंत्रणेतील प्रमुख आनुवंशिक घटक होय. आपल्या मज्जातंतूव्यवस्थेची प्रेरणेला प्रतिसाद देण्याची क्षमता, आपली शिक्षण व्यवस्थेला प्रतिसाद देण्याची क्षमता आपल्या शिक्षणप्रक्रियेचा महत्त्वाचा आधार होय. काही थोड्या व्यक्तींत आनुवंशिकतेमुळे मज्जातंतूची भावनांना प्रतिसाद देण्याची क्षमता फारच कमी असते, अशा व्यक्ती या मंदबुद्धीच्या म्हणून संबोधल्या जातात, परंतु बहुसंख्य व्यक्तींत मज्जातंतूची प्रतिसादक्षमता सर्वसामान्य असते तर काही थोड्या व्यक्तींत मज्जातंतूची प्रतिसादक्षमता तीव्र व अतितीव्र असते. सारांशरूपात असे म्हणता येईल व्यक्तींच्या मज्जातंतू व्यवस्थेच्या प्रतिसाद क्षमतेवरच व्यक्तीच्या व्यक्तिमत्त्वाची जडण-घडण अवलंबून असते.

काही शास्त्रज्ञांनी शारीरिक क्षमतेशी निगडित लक्षणांचा उल्लेख असा केला आहे, कारण त्यांच्या मताने मानवी शरीर ही पण एक जीवशास्त्रीय रचनाच होय.

२) वैयक्तिक अनुभव (Personal Experience) :

प्रत्येक व्यक्तीला कुटुंबात वा समाजात जीवन जगताना बालपणापासून जे

बरेवाईट अनुभव येतात त्यांचा उल्लेख वैयक्तिक अनुभव या संज्ञेने केला जातो. या व्यक्तींना आलेल्या वैयक्तिक अनुभवाचा परिणाम हा संबंधित व्यक्तींच्या व्यक्तिमत्त्वावर आणि व्यक्तींच्या विकासप्रक्रियेवर सातत्याने होत असतो. आई-वडिलांच्या स्वभावाचा त्यांच्या चांगल्या-वाईट सवयींचा व त्यांच्या एकूण वर्तनमार्गाचा परिणाम मुलांच्या मनावर, वर्तनावर होतो. आई-वडील शांत स्वभावाचे, सद्‌वर्तन आचरणारे, निर्व्यसनी असतील तर मुलाला लागणारे वळणही चांगले असते. याउलट आई-वडील निष्काळजी, मुलांच्या बाबतीत बेफिकीर, सतत एकमेकांशी भांडणारे व व्यसनाधीन असतील तर मुलाचे व्यक्तिमत्त्व वाममार्गी वर्तन करणारे निपजण्याचीच जास्त शक्यता असते. आई-वडिलांच्या चांगल्या वाईट वर्तनाच्या अनुभवाचा परिणाम हा निश्चितच मुलाच्या वर्तनावर पडतो आणि मुलांच्या वर्तनाला त्यामुळे एकतर प्रोत्साहन मिळते वा त्यात अडथळा येतो. आई-वडिलांप्रमाणेच लहानपणी मूल ज्या व्यक्तींच्या सहवासात (यात समवयस्क मित्र, वर्गमित्र, शिक्षक इत्यादी येतात.) असते, तेव्हा त्यांच्याकडून येणाऱ्या भल्या-बुऱ्या अनुभवाचा परिणाम हा नकळतच त्या मुलाच्या व्यक्तिमत्त्वावर होतो, तसेच कुटुंबात एकुलता एक असलेल्या मुलाचे व्यक्तिमत्त्व आणि अनेक भावंडांत वाढलेल्या मुलाचे व्यक्तिमत्त्व यात फरक असणे स्वाभाविक आहे.

व्यक्तीच्या जीवनात येणाऱ्या सामान्य अनुभवाचा जसा व्यक्तींच्या व्यक्तिमत्त्वावर परिणाम होतो तसेच तिच्या जीवनात घडणाऱ्या असामान्य वा अपघाती घटनांचा परिणाम व्यक्तिमत्त्वावर होतो. या आकस्मित घटनांत आई-वडिलांचा अपघाती मृत्यू होऊन पोरकेपण येणे, सावत्र माता-पित्याकडून अल्पवयात होणारा छळ, माता-पित्याकडून मिळणारी कडक शिक्षा, अल्पवयातच होणारे लैंगिक शोषण व बलात्कार, त्सुनामी, भूकंप, पूर इत्यादी नैसर्गिक आपत्तींचा भयानक अनुभव इत्यादी सर्व बाबी संबंधित व्यक्तींच्या व्यक्तिमत्त्व जडण-घडणीत प्रभावी ठरतात.

थोडक्यात असे म्हणता येईल की, जीवनात येणारे भले-बुरे अनुभवच व्यक्तींचे व्यक्तिमत्त्व घडवितात.

३) सांस्कृतिक अनुभव (Cultural Experience) :

व्यक्तिमत्त्व बांधणीत वैयक्तिक अनुभव जितके महत्त्वाचे आहेत, तितकेच सांस्कृतिक अनुभव पण महत्त्वाचे आहेत. प्रत्येक समाजाची स्वतःची अशी स्वतंत्र संस्कृती असते. या आपल्या समाजाच्या संस्कृतीच्या चौकटीत समाजातील प्रत्येक व्यक्तीचे व्यक्तिमत्त्व घडावे अशी समाजाची अपेक्षा असते. या संदर्भात तज्ज्ञ असे म्हणतात की, सामान्य व्यक्तींना सर्वसाधारणपणे येणारे अनुभव तिच्या समाजाच्या संस्कृतीवर आधारलेले असतात. अगदी लहानपणापासूनच व्यक्तीवर वागणुकीच्या

किंवा वर्तनाच्या नियमनांचे संस्कार केले जातात व या नियमनांचे पालन संबंधितांकडून व्हावे ही समाजाची अपेक्षा असते, त्यासाठी नियमानुसार आचरण करणाऱ्यास पुरस्कार व उल्लंघन करणाऱ्यास शिक्षा दिली जाते. या एकंदर परिस्थितीचा परिणाम व्यक्तींच्या व्यक्तिमत्त्वांवर पडत असतो. व्यक्ती अगदी सुरुवातीपासूनच समाजअपेक्षित वर्तनाचा अवलंब करते. याचाच अर्थ व्यक्ती सुरुवातीपासूनच समाजाला अपेक्षित सांस्कृतिक नियमनांचे पालन करते. काही विद्वानांच्या मताने समाजातील संस्कृतीचे हे नियम म्हणजेच सांस्कृतिक अनुभव होत. संस्कृतीतील हे वर्तन नियम सर्व संस्कृतींत समान नसतात, तर समाजानुरूप त्यात भिन्नता आपोआपच येते आणि म्हणूनच भिन्न भिन्न संस्कृतींतील व्यक्तींना येणारा अनुभव वेगवेगळा असतो व परिणामत: व्यक्तींच्या व्यक्तिमत्त्वाची जडण-घडणपण वेगवेगळी असते.

संस्कृतीचा किंवा सांस्कृतिक अनुभवाचा प्रत्येक व्यक्तीवर दूरगामी परिणाम होत असतो. तसेच विभिन्न संस्कृतीत विकसित होणाऱ्या व्यक्तिमत्त्वाच्या वैशिष्ट्यांत फरक दिसून येतो.

आतापर्यंत आपण केलेल्या विवेचनातून आपल्या हेच लक्षात येते की, व्यक्तिमत्त्वाचा विकास हा शारीरिक लक्षणे, वैयक्तिक अनुभव आणि सांस्कृतिक अनुभव या तीन घटकांवर अवलंबून असतो. हे तिन्हीही घटक परस्परसंबंधित व परस्परांवर परिणाम करणारे असतात. उदाहरणार्थ, मनोविकृती असलेल्या व्यक्तींवर सांस्कृतिक अनुभवाचा परिणाम होऊ शकत नाही, म्हणून अशा व्यक्तींच्या व्यक्तिमत्त्वाचा विकास इतर सर्वसामान्य माणसांप्रमाणे होणार नाही. काही सांस्कृतिक अनुभवांना वैयक्तिक अनुभवांच्या मर्यादा पडतात. तसेच जुन्या शिक्षणपद्धतीचा पुरस्कार करणाऱ्या आई-वडिलांच्या मुलांवर नवीन शिक्षणपद्धतीचे संस्कार होणार नाहीत व त्या मानाने अशा मुलाच्या विकासाची दिशा वेगळ्या स्वरूपाची राहील.

४) वातावरण आणि आनुवंशिकता (Environment and Heridity) :

आतापर्यंतच्या विवेचनात आपण व्यक्तिमत्त्वावर प्रभाव टाकणाऱ्या तीन घटकांवर चर्चा केली. या तीन घटकांशिवाय वातावरण (Environment) आणि आनुवंशिकता (Heridity) हे दोन घटक पण मनुष्याच्या व्यक्तिमत्त्वावर प्रभाव पाडतात. व्यक्तिमत्त्वाची जडण-घडण संस्कृतीवर अवलंबून असते. याचा उल्लेख वर आलाच आहे. या संस्कृतीवर भौतिक आणि अभौतिक वातावरणाचा काही प्रमाणात परिणाम होत असतो. काही तज्ज्ञांच्या मताने वातावरणाचा आणि व्यक्तिमत्त्वाचा संबंध असतो यांत शंका नाही. उदा. उष्ण प्रदेशात राहणारे लोक आळशी व निरुत्साही पण धैर्यवान असतात, तर थंड प्रदेशातील लोक शारीरिक व मानसिक उत्साह असणारे असतात.

हवामान, स्थानीयता किंवा भूप्रदेश हे मोठ्या प्रमाणात व्यक्तिमत्त्वाच्या शारीरिक व मानसिक लक्षणांना प्रभावित करतात, पण केवळ भौतिक व अभौतिकच घटकांद्वारे मानवी वर्तनाचे व संस्कृतीचे स्वरूप निश्चित होते असे म्हणता येणार नाही, कारण भिन्न वातावरण असणाऱ्या ठिकाणी सभ्यतेचा विकास झाला असल्याचे आढळून येते. ख्रिस्ती धर्माला वातावरणाच्या मर्यादा नाहीत. याचाच अर्थ असा की, या धर्माचा प्रसार व विकास भिन्न भिन्न वातावरणांच्या परिसरात सर्वत्र झाल्याचे दिसून येते. तसेच सुपीक, डोंगराळ, अतिउष्ण वा अतिथंड, नागरी व ग्रामीण प्रदेशात सर्वत्र एक विवाह पद्धतीचा प्रसार झाल्याचे दिसून येते. व्यक्तींच्या अभिवृत्ती व कल्पनांमध्ये भौगोलिक वातावरणात कोणतेही परिवर्तन झाले नसतानाही; बदल झाल्याचे दिसून येते, म्हणून व्यक्तिमत्त्वाच्या जडण-घडणीत वातावरणच केवळ महत्त्वाचे आहे, हे वातावरणवाद्यांचे म्हणणे पूर्णपणे स्वीकारता येत नाही.

आनुवंशिकता हा व्यक्तिमत्त्वावर प्रभाव टाकणारा आणखी एक घटक असल्याचे मानले जाते. स्त्रीला गर्भधारणा होण्याच्या वेळी जे घटक उपस्थित असतात त्यांना आनुवंशिकता म्हणून संबोधण्यात येते. आनुवंशिकता ही एक जीवशास्त्रीय प्रक्रिया असून त्या संदर्भात खालील बाबी लक्षात ठेवणे गरजेचे आहे.

१) बालकाच्या आनुवंशिकतेत आई-वडील या दोघांच्याही आनुवंशिकतेचा अंश असतो.

२) प्रत्यक्ष गर्भधारणेच्या वेळीच आनुवंशिकता निश्चित होत असून पुढे त्यात काहीच बदल करता येत नाही.

३) व्यक्तीच्या शरीरातील प्रत्येक पेशी आनुवंशिकतेचा अंश असल्यामुळे संपूर्ण शरीराला ती व्यापते.

४) प्रत्येक व्यक्तीची आनुवंशिकता ही वैशिष्ट्यपूर्ण असते.

या संदर्भात एक गोष्ट लक्षात ठेवणे गरजेचे आहे : व्यक्तिमत्त्वाची काही लक्षणे आनुवंशिकतेने प्रभावित होतात हे जरी खरे असले तरी आनुवंशिकताच व्यक्तिमत्त्वाची जडण-घडण करते असा त्याचा अर्थ होत नाही. सर्वसाधारण काही शारीरिक विशेष, बुद्धिमता या सारख्या बाबी आनुवंशिकतेने मिळतात, परंतु श्रद्धा, प्रमाणिकपणा, शिष्टाचार, पूर्वग्रह इत्यादी गोष्टी अनुभव व शिक्षण यातून संपादन केल्या जातात. प्रेरणा, प्रवृद्धी, बुद्धी इत्यादी गोष्टी आनुवंशिकतेची देणगी असून त्याद्वारेही व्यक्तीचे व्यक्तिमत्त्व घडविले जाते. अनुभव आणि शिक्षण यावर आनुवंशिकतेने प्राप्त झालेल्या गुणांचा वापर अवलंबून असतो, म्हणून तज्ज्ञ म्हणतात की, व्यक्तीचे व्यक्तिमत्त्व आनुवंशिकता आणि वातावरण या दोन घटकांच्या परस्पर प्रभावाचा परिणाम होय.

संस्कृती आणि व्यक्तिमत्त्व संबंध (Culture and Personality Relations):

आत्तापर्यंतच्या आपल्या विवेचनात आपण संस्कृती आणि व्यक्तिमत्त्व या दोन संकल्पनांना स्वतंत्रपणे विचार केला आहे. यानंतर आपण या दोन संकल्पनांच्या परस्पर संबंधांच्या स्वरूपाचा विचार करणार आहोत.

प्रत्येक व्यक्ती काही बाबतीत इतर व्यक्तींसारखीच असते तर काही बाबतीत मात्र इतरांसारखी नसते. प्रत्येक व्यक्तीच्या अस्तित्वाचे हे जे रहस्य आहे तेच व्यक्तिमत्त्वाचे सार होय. व्यक्तिमत्त्वाच्या व्याख्यांत एक समान सूत्र आढळते ते म्हणजे, कमी-अधिक प्रमाणात भविष्यकथनक्षम पद्धतीने वागण्याची व्यक्तीविशिष्ट प्रवृत्ती म्हणजेच व्यक्तिमत्त्व होय. याउलट काही विचारवंत अनुवंशाने व्यक्तीला प्राप्त होणाऱ्या जन्मदत्त पात्रतांना व्यक्तिमत्त्वाच्या निर्धारणातील महत्त्वाचा घटक मानतात. इतर काही विचारवंत हे व्यक्तिमत्त्व हे अनुभवातून प्राप्त होते असेही प्रतिपादन करतात. यावर आपण पूर्वी चर्चा केलीच आहे. परंतु, अनुवंश आणि व्यक्तीची सामाजिक-सांस्कृतिक परिस्थिती या दोहोंच्या संयुक्त योगदानामुळे व्यक्तिमत्त्व विकसित होते हे मात्र निश्चित.

व्यक्तिमत्त्व विकासातला समाजशास्त्रीय दृष्टिकोन लक्षात घेता आपणास असे वाटते की, सामाजिकीकरणाच्या प्रक्रियेत व्यक्तीच्या व्यक्तिमत्त्वाचा विकास होतो. प्रत्येक व्यक्ती समाजात जीवन जगते व आपल्या समाजाच्या संस्कृतीतील नियमने, मूल्ये, श्रद्धा, सवयी, अभिवृत्ती इत्यादी गोष्टी शिकून घेत असते; पण व्यक्तीने शिकून घेतलेल्या या सर्व गोष्टींची केवळ गोळाबेरीज म्हणजे व्यक्तिमत्त्व नव्हे, तर अनुवंशाने प्राप्त झालेल्या क्षमता, व्यक्तींच्या समाजाशी होणाऱ्या आंतरक्रियांतून विकसित होतानाच व्यक्तीने समूहाकडून शिकून घेतलेल्या सामाजिक-सांस्कृतिक घटकांचे व तिच्या शारीरिक-मानसिक पात्रतांचे विशिष्ट संघटन झालेले असते. याचाच अर्थ व्यक्तिमत्त्वाचे स्वरूप ठरविण्यामध्ये समूहाच्या संस्कृतीचा वाटा महत्त्वपूर्ण असतो. मानवी व्यक्तिमत्त्व हा संस्कृतीचा परिणाम आहे. काही तज्ज्ञांच्या मताने, व्यक्तीच्या व्यक्तिमत्त्वाची रूपरेषा प्रामुख्याने संस्कृतीकडूनच ठरविली जाते. मानवाचा आणि संस्कृतीचा संबंध फार जवळचा आहे, तो इतका की, मासा पाण्यात रहाणे जसे नैसर्गिक व आवश्यक आहे, तसेच मानवाने सुद्धा सांस्कृतिक पर्यावरणात रहाणे आवश्यक आणि स्वाभाविक आहे. परिणामी त्यांच्या कल्पना, अभिवृत्ती, मूल्ये आणि ज्यांचे सतत अनुसरण केले जाते ती प्रमाणके या सर्वांचे निर्धारण संस्कृतीद्वारेच होत असते. व्यक्तींचा जन्म हा ही कोणत्या ना कोणत्या सांस्कृतिक पर्यावरणात होतो. अशा रीतीने संस्कृती व व्यक्तिमत्त्व या एकाच नाण्याच्या दोन बाजू आहेत. संस्कृती आणि व्यक्तिमत्त्वाचा अविभाज्य संबंध स्पष्ट करताना फेरिस (Ferris) हा

शास्त्रज्ञ म्हणतो की, आईविना जन्म जसा अशक्य आहे त्याचप्रमाणे संस्कृतीशिवाय व्यक्तिमत्त्वाचे संघटन अशक्य आहे.

समाजशास्त्रज्ञ ऑगबर्न यांच्या (Ogburn) मताने, भौतिक व अभौतिक संस्कृतीचा व्यक्तीच्या व्यक्तिमत्त्वावर ठसा उमटलेला असतो. व्यक्तींच्या ठिकाणी असणारा वक्तशीरपणा हा भौतिक संस्कृतीतील घड्याळाचा परिणाम आहे. ज्यांच्याकडे घड्याळे आहेत त्यांच्या ठिकाणी वेळेचे भान व वक्तशीरपणा असतो असे ऑगबर्न यांचे मत आहे. घड्याळासारख्या भौतिक साधनांचा व्यक्तीच्या सवयी, अभिवृत्ती यावर परिणाम होत असतो. भौतिक संस्कृतीत अंतर्भूत असलेल्या साधनांचा परिणाम होऊन व्यक्तीच्या ठिकाणी त्या साधनांना अनुकूल अशा गुणांचा उदय होतो किंवा असलेल्या गुणांचा विकास होतो. हा भौतिक संस्कृतीचा व्यक्तिमत्त्वावर उमटणारा ठसा होय.

अभौतिक संस्कृती आणि व्यक्तिमत्त्व यांच्यातील संबंध स्पष्ट करण्यासाठी भाषेचा विचार करण्यासारखा आहे. भाषा हा अभौतिक संस्कृतीचा एक घटक आहे. भाषेचा व्यक्तिमत्त्वावर फार मोठा प्रभाव आहे हे नाकारता येत नाही. ज्यांना बोलता येत नाही त्यांचे व्यक्तिमत्त्व सर्वसाधारण लोकांपेक्षा निराळे असते. व्यक्तिमत्त्वाच्या जडण-घडणीसाठी आवश्यक असलेल्या गुणांचे संपादन व्यक्ती भाषेच्या माध्यमातून करीत असते, त्यामुळे भाषा व्यक्तिमत्त्वातले एक महत्त्वपूर्ण साधन आहे. या शिवाय भाषा व्यक्तिमत्त्वाचे एक लक्षणही आहे. भाषा-भिन्नत्वानुसार व्यक्तिमत्त्वातही भिन्नता आढळून येते. व्यक्तिमत्त्व घडविण्यात संस्कृतीचा वाटा मोठा आहे हे वरील विवेचनावरून स्पष्ट होते. रूथ बेनेडिक्ट (Ruth Benedict) या मानवशास्त्रातील संशोधिकेने आपल्या सांस्कृतीच्या अभ्यासपद्धती (Methods of Culture) या ग्रंथात भिन्न भिन्न आदिवासी संस्कृतींची उदाहरणे देऊन संस्कृतीमुळे त्या त्या समाजातील व्यक्तींच्या व्यक्तिमत्त्वाची जडण-घडण कशी होते व संस्कृतीनुरूप ती कशी वेगवेगळी असते हे दाखवून दिले. त्यासाठी त्यांनी वेगवेगळ्या देशांतील तीन आदिवासी जमातींची निवड केली होती. या तीन आदिवासी जमाती म्हणजे - १) मॅलेनेशियातील डोबुअन २) न्यू मेस्किकोतील सुनी आणि ३) व्हॅंकुव्हर बेटावरील क्वाकिउत्ल या विदुषीने या तीन आदिवासींच्या आधाराने प्रत्येक समाजातील व्यक्तींचे व्यक्तिमत्त्व कसे वेगवेगळ्या सांस्कृतिक परिस्थितीत वेगवेगळे तयार होते हे दाखविण्याचा प्रयत्न केला आहे. त्यांनी केलेल्या या संशोधक अभ्यासाचा आपण थोडक्यात आढावा घेऊ.

१) डोबुअन संस्कृती आणि व्यक्तिमत्त्व (Dobuans Culture and Personality):

मेलानेशियातील डोबु (Melanesian Dobu) आदिवासी लोकांतील संस्कृतीनुसार त्यांच्यातील मुलांना लहानपणी त्यांच्या आई-वडिलांकडून प्रेम मिळत नाही. त्यांच्या

वडिलांचे लक्ष स्वत:च्या मुलांपेक्षा बहिणीच्या मुलांकडे अधिक प्रमाणात असते. मातृसत्ताक कुटुंबपद्धतीचा हा परिणाम असावा. आईला पण स्वत:चे मूल नको असते. त्यामुळे डोबुअन मातांमध्ये गर्भपात करवून घेणे ही नेहमीचीच गोष्ट झाली आहे. पुढे डोबुअन मुलांच्या हे लक्षात येऊ लागले की, आपले जग व जीवन हे जादू व चेटूक यांनी नियंत्रित झाले आहे. त्यांच्या जीवनात कोणतीही गोष्ट नैसर्गिक कारणांमुळे घडून येत नाही. आजारपण, अपघात, मृत्यू इत्यादी सर्व वाईट गोष्टी कोणीतरी नातेवाइकाने चेटूक किंवा काळ्या जादूचा प्रयोग केल्यामुळे होतात असे त्याला सतत वाटत असते. कोण केव्हा चेटूक करील याचा नेम नसल्यामुळे डोबु जमातीतील मुलगा नेहमी भयग्रस्त अवस्थेत असतो. याचा परिणाम म्हणजे पुढे मोठेपणी त्याला त्याच्या स्वत:च्या बायकोचा किंवा मित्राचाही विश्वास वाटत नाही. त्याला त्याच्या जीवनात कधीही मानसिक सुरक्षिततेचा अनुभव येत नाही. डोबुअन माणसाला सतत दुसऱ्याचा संशय येत असल्यामुळे तो स्वत: देखील दुष्ट आणि विश्वासघातकी बनतो. याचा अर्थ डोबुअन जमातीच्या संस्कृतीच्या विशिष्ट रचनेमुळे किंवा स्वरूपामुळे डोबुअन माणसाच्या व्यक्तिमत्त्वात शत्रुत्व, संशयीपणा, मत्सर व फसवेगिरी इत्यादी गुणवैशिष्ट्ये दिसून येतात.

२) झुनी संस्कृती आणि व्यक्तिमत्त्व (Zuni Culture and Personality) :

न्यू मेक्सिकोत वास्तव करणारे झुनी लोक, शांत, संयमी व सभ्य आहेत असे त्यांचे वर्णन करता येईल. झुनी जमातीच्या संस्कृतीत सहकार्याला प्राधान्य देण्यात आले आहे. झुनी जमातीच्या सांस्कृतिक मूल्यांप्रमाणे प्रत्येक व्यक्ती समूहाच्या भल्यासाठी झटते, स्वत:च्या व्यक्तिगत स्वार्थासाठी नाही. झुनी संस्कृतीत संघर्ष, स्पर्धा या प्रक्रियांवर भर नसून सहकार्याला प्राधान्य देण्यात आले आहे. डोबु जमातीप्रमाणेच झुनी जमातीतील लोकांचे विश्वही भुताखेतांनी भरलेले व जादूने नियंत्रित केले आहे, परंतु झुनी लोकांची जादू ही इतरांच्या वाइटासाठी नसून चांगल्यासाठीच असते. आक्रमकता व हिंसा याचा झुनी लोकांना तिटकारा आहे. या झुनी जमातीचे वेगळेपण हे की, ते मद्यपानाचा निषेध करतात, कारण त्यांच्या दृष्टीने मद्यपान ही असभ्यपणाची गोष्ट आहे. झुनी जमातीतील लोकांना भांडणे फारशी माहीतच नाहीत. अगदी घटस्फोटासारखी जीवनातील महत्त्वाची घटनाही पती-पत्नीच्या भांडणाशिवाय व कोणताही संघर्षाचा प्रसंग न उद्भवता पार पडू शकते. झुनी जमातीतील माणसे दुसऱ्यावर विश्वास ठेवण्याच्या वृत्तीची आहेत, त्यामुळेच झुनी जमातीतील लोकांचे व्यक्तिमत्त्व मानसिक सुरक्षितता, शांतपणा, सहकार्यवृत्ती इत्यादी गुणवैशिष्ट्यांनी युक्त असे आहे.

३) क्वॉकिउत्ल संस्कृती व व्यक्तिमत्त्व (Kwakiutl Culture and Personality) :

क्वाकिउत्ल इंडियन लोकांची संस्कृती ही आत्यांतिक व्यक्तिवादी असते. ब्रिटिश कोलुबियात वास्तव्य करणाऱ्या या जमातीतील व्यक्तींच्या वागण्यात जबरदस्त स्पर्धा प्रवृत्ती आढळते. जास्तीतजास्त खाजगी मालमत्ता जमविण्याची त्यांना तीव्र इच्छा असते. आपली सामाजिक प्रतिष्ठा वाढविण्याची आगळीवेगळी पद्धत या जमातीत दिसते. त्यासाठी ते स्पर्धेतील आपल्या शत्रूला नामोहरम करण्यासाठी ते 'पोटलॅच' (Potlatch) नावाची मेजवानी देतात. या मेजवानी प्रसंगी ते वारेमाप खर्च करून जमलेल्या सर्वांना अनेक भेटवस्तू देतात, असा मेजवानीवर भरमसाठ पैसा उधळून कष्टपूर्वक जमा केलेली वा मिळविलेली बरीच मालमत्ता ते गमावतात. हे सर्व ते का करतात तर त्यांना आपली प्रतिष्ठा वाढवावयाची असते. याचा अर्थ असा की, स्वत:चे श्रेष्ठत्व दाखविण्यासाठी इच्छा हे क्वॉकिउत्ल (Kwakiutl) इंडियन व्यक्तीच्या व्यक्तिमत्त्वाचे अविभाज्य अंग बनते. मालमत्ता संपादण्याच्या या अतिरेकी स्पर्धेमुळे आपल्याहून कोणी अधिक मोठा व प्रतिष्ठित होईल का, याविषयी तीव्र चिंता व भीती या जमातीतील व्यक्तींना सतत वाटत असते. अशा जीवघेण्या स्पर्धेत जो मागे पडतो, तो स्वाभाविकपणेच वैफल्यग्रस्त होतो. या जमातीतील संस्कृतीच्या विशिष्ट स्वरूपामुळे भयग्रस्त, चिंतायुक्त आणि स्पर्धाशील व्यक्तिमत्त्व तयार होते.

वरील सर्व जमातींतील उदाहरणांवरून व्यक्तिमत्त्वविकासावर संस्कृतीचा कसा प्रभाव पडतो हे स्पष्ट होते. जन्माला आल्यापासून मुलाला तो ज्या समाजात वाढतो त्या समाजाकडून एका विशिष्ट प्रकारची वागणूक दिली जाते, त्यामुळे त्या समाजाच्या सांस्कृतिक नियमनांच्या अथवा प्रमाणकांच्या चौकटीत व्यक्तीचे व्यक्तिमत्त्व विशिष्ट प्रकारे घडण्यास मदत होते.

सुप्रसिद्ध विचारवंत राल्फ लिंटन (Ralph Linton) यांनी त्यांच्या 'माणसाचा अभ्यास' (The study of Man) या इंग्रजी भाषेतून लिहिलेल्या ग्रंथात विविध समाजांतील बालसंगोपन प्रथेतील विभिन्नता दाखवून दिली आहे.

- काही समाजांत लहान मुलांना ते मागतील तेव्हा दूध दिले जाते.
- काही समाजांत मुलांना आई लवकरच अंगावर दूध पाजण्याचे सोडते व बाहेरचे दूध सुरू करते.
- अन्य काही समाजांत मुलांना अगदी ठरल्यावेळीच ठराविक अन्नपदार्थच दिले जातात.
- काही समाजांत मुलांना जाणीवपूर्वक त्यांच्या आवडीनिवडीचा विचार न करता विशिष्ट शिक्षण दिले जाते व मुलांना अत्यंत कडक शिस्तीत वाढविले जाते.

- याउलट काही समाजांत मुले वयात येण्याच्या कालावधीपर्यंत मुलांवर कोणतीही जबाबदारी टाकली जात नाही आणि त्यांना फारशी शिस्तही लावली जात नाही.
- काही समाजांतील संस्कृतीत मुलांचे संगोपन करताना त्यांचे फारच लाड केले जातात, तर इतर काही समाजांत मुलांकडे फारसे लक्षच दिले जात नाही.

बालसंगोपन प्रथेतील समाजा-समाजातील या फरकामुळे त्या त्या समाजातील संस्कृतीअंतर्गत वाढणाऱ्या मुलांच्या व्यक्तिमत्त्व घडणीतही भेद आढळून येतो.

वरील सर्व विवेचनाचा सरळ अर्थ असा की, समाजाची संस्कृती आणि त्या समाजातील व्यक्तींच्या व्यक्तिमत्त्वाची जडणघडण या दोहोत अत्यंत जवळचा संबंध आहे. आणखी एक विचारवंत **स्पायरी (Spayari)** यांच्या मताने, व्यक्तिमत्त्वाचा विकास आणि संस्कृतीचे संपादन या दोन भिन्न प्रक्रिया नसून त्या एकाच शिक्षणप्रक्रियेचा एक भाग होय.

हॉर्टन आणि हण्ट (Horton and Hunt) या दोन तज्ज्ञांच्या मताने कोणत्याही स्थिर आणि सुसंघटित समाजात 'व्यक्तिमत्त्व हा संस्कृतीचा व्यक्तिगत पैलू किंवा संस्कृतीचे व्यष्टी रूप आहे, तर संस्कृती हा व्यक्तिमत्त्वाचा सामूहिक पैलू किंवा समष्टीरूप होय.'

वरील सर्व विवेचनावरून व्यक्तिमत्त्व ही केवळ संस्कृतीचीच निर्मिती आहे, असे वाटण्याचा संभव आहे, पण तसे नाही. संस्कृतीच्या व्यक्तिमत्त्वावरील पडणाऱ्या प्रभावाचे संशोधन करणाऱ्या **रूथ बेनेडिक्ट (Ruth Benedict) आणि मार्गारेट मीड (Margaret Mead)** किंवा इतर कोणत्याही शास्त्रज्ञाने या प्रभावाचे निश्चित स्पष्टीकरण केल्याचे दिसत नाही. एकाच समाजातल्या समान सांस्कृतिक पार्श्वभूमी लाभलेल्या सर्व व्यक्तींची व्यक्तिमत्त्वे अगदी सारखी वा समान नसतात, हे आपणास माहितीच आहे. प्रत्येक व्यक्तीचे व्यक्तिमत्त्व अद्वितीय असते. याचा अर्थ असा की, व्यक्ती तितकी व्यक्तिमत्त्वे असतात. ही व्यक्तिमत्त्वे घडविण्यात, जैविक आनुवंशिकता आणि भौतिक परिस्थिती यांचेही योगदान लाभते. शिवाय प्रत्येक व्यक्तीला येणारा सामाजिक अनुभवही अगदी सारखा नसतो. परंतु, प्रत्येक समाजाच्या संस्कृतीत, जे गुण चांगले मानले जातात ते प्राप्त करून घेण्याचा व्यक्तींचा स्वाभाविक कल असतो, म्हणूनच प्रत्येक संस्कृतीतील सर्व व्यक्तींच्या अनेक गुणांच्या बाबतीत काही किमान सारखेपणा येतो व त्या संस्कृतीच्या चौकटीत घडणारे एक मूलभूत व्यक्तिमत्त्व निर्माण होते.

व्यक्तिमत्त्वावरील आपल्या चर्चेचा समारोप करताना आपण असे म्हणू शकतो की व्यक्तिमत्त्व घडविण्यात संस्कृतीचा वाटा मोठा आहे यात शंका नाही. हे जरी खरे असले तरी पण केवळ संस्कृतीच सर्व माणसांचे व्यक्तिमत्त्व सारख्या प्रमाणात घडविते असे म्हणता येणार नाही. प्रत्येक व्यक्तीचे व्यक्तिमत्त्व (अगदी एकाच संस्कृतीतील

देखील) वेगवेगळे असते, कारण संस्कृतीत अंतर्भूत असणाऱ्या काही गोष्टी सार्वत्रिक असतात. उदा. भाषा, पोशाख, घरे, वर्तनबंध, आदर्श वगैरे तर संस्कृतीतील काही गोष्टी विशिष्ट समूहापुरत्याच मर्यादित असतात, त्यामुळेच व्यक्तिमत्त्वात विविधता आढळते. संस्कृतीतील विविधता व व्यक्तिमत्त्वातील विभिन्नता मान्य करूनही त्या त्या समाजातील संस्कृतीचा त्या त्या समाजातील व्यक्तीच्या व्यक्तिमत्त्वावर काही प्रमाणात प्रभाव पडतो हे सत्य नाकारता येणार नाही.

सामाजिकीकरण (Socialization) :

आपल्याला अभ्यासावयाची तिसरी महत्त्वाची संकल्पना आहे – सामाजिकीकरण. या संकल्पनेवर या नंतर आपण सविस्तर चर्चा विविध पैलूंतून करणार आहोत. काही तज्ज्ञांच्या मताने सामाजिकीकरणाची सुरुवात मनुष्याच्या जन्मापासूनच होते परंतु मानवाचा जन्म होतो त्यावेळेस त्याला बाह्य जगाबद्दल कोणत्याही प्रकारचे ज्ञान नसते. जन्मत: मानवी मूल केवळ जीव असलेला हाडामासाचा गोळा असते. म्हणजेच जन्मत: मानवी मुलामध्ये केवळ काही शारीरिक हालचाली करण्याची क्षमता असते. नंतर हळूहळू या शारीरिक प्रेरणेमुळे व शारीरिक हालचालींमुळे त्या लहान बालकात काही प्रक्रिया निर्माण होतात. या प्रक्रियांना जैविक प्रक्रिया असे म्हणतात. याचा परिणाम असा होतो की, भूक लागली की मुलाच्या शरीरात एक प्रकारची शारीरिक अस्वस्थता निर्माण होते व मूल रडावयास लागते आणि त्यामुळे मुलाला भूक लागल्याचे त्याच्या आईला समजते. जन्मानंतर दिसा दिसाने मुलाची एकीकडे शारीरिक वाढ होत असते व त्याचबरोबर ते मूल ज्या कुटुंबात जन्माला आलेले असते त्या कुटुंबातील काही गोष्टी ते मूल स्वतःच्या बुद्धिमत्तेच्या जोरावर आत्मसात करते तर काही गोष्टी त्या मुलाला कुटुंबातील अन्य व्यक्तींकडून शिकाव्या लागतात तर काही मुद्दाम शिकविल्या जातात; त्याचप्रमाणे मुलाला सुरुवातीला कोणत्याही आवडी–निवडी नसतात. परंतु, मूल ज्या कुटुंबात जन्माला आले असेल त्या कुटुंबातील खाण्यापिण्याच्या, आचार–विचारांच्या सवयी लहान मुलाला लागतात. थोडक्यात, व्यक्ती ज्या कुटुंबात जन्माला आली असेल त्या कुटुंबातून व्यक्तीचे व्यक्तिमत्त्व घडविण्याची जी प्रक्रिया तिलाच आपण सामाजिकीकरण असे म्हणतो.

सामाजिकीकरणाच्या व्याख्या (Definitions of Socialization) :

सामाजिकीकरण या प्रक्रियेचा अर्थ विद्यार्थ्यांच्या लक्षात यावा यासाठी काही सुप्रसिद्ध समाजशास्त्रज्ञांनी सामाजिकीकरण प्रक्रियेच्या केलेल्या काही व्याख्या आपण पाहू.

१) स्टेफेन के. सॅण्डरसन (Stephen K. Sanderson) : यांनी त्यांच्या **स्थूल समाजशास्त्र (Macro-Sociology)** या ग्रंथात सामाजिकीकरण या संज्ञेची व्याख्या पुढील शब्दांत केली होती. सामाजिकीकरण ही अशी एक प्रक्रिया आहे की ज्यात मनुष्य ज्या समाजात जन्माला आला त्या समाजाची संस्कृती आत्मसात करतो.

२) प्रा. किंग्जले डेव्हिस (Prof. Kingsley Davis) : यांच्या मताने व्यक्तीच्या जीवनाला योग्य वळण लावणारी प्रक्रिया म्हणजे सामाजिकीकरण होय.

३) प्रा. हॅरी जॉन्सन (Prof. Harry Johnson) : यांच्या प्रतिपादनानुसार सामाजिकीकरण हे एक प्रकारचे शिक्षण होय की जे व्यक्तीस समाजात अथवा सामाजिक गटात विविध सामाजिक भूमिका करण्यास लायक बनविते.

४) चार्ल्स् पी. लुमिस (Charls P. Loomis) : यांच्या विचारानुसार सामाजिकीकरण ही अशी एक प्रक्रिया आहे की ज्यायोगे मनुष्य आपला सामाजिक सांस्कृतिक वारसा पुढील पिढीला प्रदान करतो.

५) किंबॉल यंग आणि रेमण्ड डब्ल्यू. मॅक (Kimball Young and Raymond W. Mack) : यांनी त्यांच्या सुव्यवस्थित समाजशास्त्र (Systematic Sociology) या ग्रंथात सामाजिकीकरणाची व्याख्या पुढील शब्दात केली होती, ज्या प्रक्रियेद्वारे व्यक्तीला सामाजिक जगात प्रवेश मिळवून दिला जातो त्या प्रक्रियेला सामाजिकीकरण असे म्हणतात.

६) प्रा. बर्नार्ड एस. फिलिप्स (Prof. Bernard S. Philips) : यांच्या मताने, सामाजिकीकरण ही अशी एक प्रक्रिया आहे की ज्यात – अ) व्यक्ती ज्या संस्कृतीत जीवन जगते त्या संस्कृतीच्या मर्यादेत राहून व्यक्ती आपल्या स्वत:च्या व्यक्तिमत्त्वाचा विकास करवून घेते आणि ब) ही संस्कृती एका पिढीकडून दुसऱ्या पिढीकडे हस्तांतरित केली जाते.

सामाजिकीकरणाच्या या सर्व व्याख्यांचे जर आपण विश्लेषण करण्याचा प्रयत्न केला तर सामाजिकीकरण प्रक्रियेत खालील गोष्टी समाविष्ट आहेत हे सहज लक्षात येईल.

I) सामाजिकीकरण म्हणजे व्यक्तीच्या जीवनाला योग्य वळण लावणे होय.

II) सामाजिकीकरण ही एक प्रकारची शिक्षणप्रक्रिया होय.

III) सामाजिकीकरण म्हणजे व्यक्ती ज्या समाजात जन्माला आली त्या समाजाच्या संस्कृतीचे आत्मसातीकरण होय.

IV) सामाजिकीकरण म्हणजे अशी प्रक्रिया की, ज्याद्वारे व्यक्तीला सामाजिक जगात प्रवेश मिळवून दिला जातो.

V) सामाजिकीकरण म्हणजे आपल्या समाजाचा सांस्कृतिक वारसा एका पिढीकडून दुसऱ्या पिढीकडे हस्तांतरित करण्याची प्रक्रिया होय.

VI) सामाजिकीकरण म्हणजे व्यक्तीत विविध भूमिका पार पाडण्याची क्षमता निर्माण करणे होय.

सामाजिकीकरणाचे उद्देश (Aims of Socialization) :

सामाजिकीकरण प्रक्रियेच्या विविध व्याख्यांचे विश्लेषण केल्यानंतर आपण आपले लक्ष सामाजिकीकरणाच्या विविध उद्देशांचे अध्ययन करण्याकडे वळविणार आहोत. ज्या समाजात व्यक्तीचा जन्म झाला त्या समाजाच्या खऱ्या अर्थाने सभासद होण्यासाठी मुलाने कोणत्या गोष्टी अवगत करून घेतल्या पाहिजेत याची जाणीव मुलाला करून देणे हा सामाजिकीकरणाचा प्रमुख हेतू असला पाहिजे. त्याचप्रमाणे स्वतःच्या सुप्तशक्तीचा विकास साधण्यासाठी व्यक्तींनी काय केले पाहिजे याचेही ज्ञान समाजातर्फे व्यक्तींना दिले जाते. व्यक्तींनी समाजात कसे वागावे व कसे वागू नये या उद्देशाने व्यक्तींना तयार करण्याचे कार्य हे सामाजिकीकरणाच्या प्रक्रियेवर सोपविण्यात आले आहे. तज्ज्ञांच्या मताने सर्वसाधारणपणे खालील उद्देशांच्या पूर्ततेसाठी प्रामुख्याने सामाजिकीकरण प्रक्रिया कार्यरत आहे.

१) व्यक्तीला शिस्त लावणे (To Discipline Individual or Person) :

सामाजिकीकरणाचा मूळ व प्रमुख हेतू म्हणजे व्यक्तीला शिस्तीचे वळण लावणे हा होय. कोणत्याही व्यक्तीच्या जीवनात शिस्तीला अनन्यसाधारण महत्त्व असते. व्यक्ती जीवनात कोणत्याही बाबतीत नियमबद्धता कशी आणावी हे व्यक्तीला सामाजिकीकरणाच्या प्रक्रियेद्वारे शिकविले जाते. आयुष्यातील विविध ध्येये साध्य करण्यासाठी शिस्तीची आवश्यकता सामाजिकीकरण प्रक्रियेद्वारे प्रतिपादन केली जाते. बेशिस्त वर्तनामुळे केवळ काही तात्कालिक गरजा भागविल्या जातील व त्यामुळे कदाचित तात्पुरते समाधानही व्यक्तीला मिळत असले तरी बेशिस्त वर्तन हा जीवनाचा स्थायिभाव असू शकत नाही, या सत्याची जाणीव व्यक्तीला करून देणे व शिस्तीचे महत्त्व तिच्या मनावर बिंबविणे हा सामाजिकीकरणाचा महत्त्वाचा उद्देश असतो. म्हणूनच भावी सुखी जीवनासाठी शिस्त आणि वक्तशीरपणा किती महत्त्वाचा आहे याचे ज्ञान मुलाला देण्याचे कार्य सामाजिकीकरण करणारे घटक करतात. व्यक्तीने शिस्तशीर वागावे, म्हणून व व्यक्तीला शिस्तीचे महत्त्व समजावे याकरिता प्रत्येक समाजात निरनिराळी सामाजिक नियमने तयार झाली. या समाजातील सामाजिक नियमनांच्या अथवा प्रमाणकांच्याद्वारे व्यक्तीच्या वर्तनाला योग्य वळण लावता येते. सामाजिक नियमनांच्या साहाय्याने व्यक्ती शिस्तशीर वर्तन करण्यास सक्षम बनते. थोडक्यात असे म्हणता येईल की, व्यक्तीजीवनात शिस्त निर्माण करणे हा सामाजिकीकरण प्रक्रियेचा महत्त्वाचा उद्देश होय.

२) व्यक्तिमत्त्वाबद्दल आकांक्षा निर्माण करणे (To create Apirations about Personality) :

सामाजिकीकरण प्रक्रियेचा दुसरा महत्त्वाचा उद्देश म्हणजे व्यक्तीच्या मनात तिच्या भावी आयुष्याबद्दल आकांक्षा निर्माण करणे होय. अर्थात, आपल्या जीवनातील कोणत्या स्वरूपाच्या आकांक्षा व्यक्तीने स्वत:च्या मनात बाळगाव्यात हे समाज वा समाजाचा एक घटक म्हणून व्यक्ती ज्या कुटुंबात जन्माला आली असेल त्या कुटुंबातील अन्य सभासद व विशेषत: त्या व्यक्तीचे आई-वडीलच ठरवित असतात. सर्वसाधारणपणे सामाजिक मूल्यांचे जतन करण्याची अपेक्षा प्रत्येक समाज आपल्या सभासदांकडून करतो. उदा. ज्या समाजात धर्माचे जास्त महत्त्व आहे तो समाज आपल्या सभासदांकडून धर्मसंरक्षणाची आकांक्षा बाळगतो व त्यासाठी समाजातील काही व्यक्तींनी धर्मोपदेशक अथवा धर्मप्रचारक व्हावे यासाठी त्यांना उद्युक्त करतो. याउलट, आजच्या आधुनिक समाजातील समाज नेते, आपल्या सभासदांनी शास्त्रज्ञ, तंत्रज्ञ, वैज्ञानिक, विधिज्ञ, प्राध्यापक बनावे अशी अपेक्षा मनात बाळगतात. ज्या समाजावर वा राष्ट्रावर सतत परचक्राची (म्हणजे देशाकडून आक्रमण होण्याची) भीती असते असा समाज अथवा ज्या समाजात सतत युद्धजन्य परिस्थिती असते असा समाज आपल्या सभासदांनी सैन्यात किंवा संरक्षण दलात भरती व्हावे अशी अपेक्षा बाळगतो. शेवटी या मुद्याच्या संदर्भात असे म्हणता येईल की, व्यक्ती ज्या समाजाची सभासद असते तो समाज व्यक्तीने कोणती भूमिका वठवावी किंवा वठवू नये यासंबंधी ज्याप्रमाणे काही अपेक्षा बाळगत, त्याचप्रमाणे व्यक्तींच्या त्या आकांक्षापूर्ततेसाठी योग्य त्या सुविधा पण तो संबंधित समाज उपलब्ध करून देतो.

३) सामाजिक भूमिकांसंबंधी ज्ञान प्रदान करणे. (To give Knowledge about Social Role) :

व्यक्तीची समाजातील भूमिका काय आहे व त्याला अनुसरून व्यक्तीची स्वत:ची वर्तणूक कशा प्रकारची असावी इत्यादी बाबींचे ज्ञान समाजाकडूनच व्यक्तीला दिले जाते. समाजातील प्रत्येक व्यक्तीच्या भूमिका या वेगवेगळ्या असतात. त्या भूमिका पार पाडताना एका भूमिकेतील व्यक्तींनी दुसऱ्या भूमिकेतील व्यक्तीशी कशा प्रकारची वर्तणूक ठेवावयाची याची जाणीव सामाजिकीकरण प्रक्रियेद्वारे व्यक्तींना करून दिली जाते. समाजात स्त्री व पुरुष अशा दोन्ही लिंगांच्या व्यक्ती असतात. समाजात स्त्रियांच्या भूमिका कोणत्या व पुरुषाच्या भूमिका कोणत्या, प्रत्येक स्त्री-पुरुषांच्या भूमिकेच्या मर्यादा कोणत्या- यांची जाणीव सामाजिकीकरणाच्या प्रक्रियेद्वारे नवोदित सभासदांना दिली जाते. तसेच प्रत्येक भूमिकेला योग्य अशी अभिवृत्ती व भावना असावी लागते. याचीही जाणीव नवोदित सभासदांना करून देणे हा

सामाजिकीकरण प्रक्रियेचा एक महत्त्वाचा उद्देश असतो. उदा. समाजातील सभासदांनी त्यांच्या जबाबदारीची जाणीव ठेवून वागावे, सेवकाच्या पदावर कार्यरत असलेल्या व्यक्तींनी आज्ञाधारकतेचे पालन करावे. खेळाडूंनी खेळताना सामना जिंकण्याच्या जिद्दीने खेळ करावा. या सर्व गोष्टींची व त्यासंबंधित भूमिकांची जाणीव व्यक्तींच्या मनात निर्माण करणे हा सामाजिकीकरण प्रक्रियेचा तिसरा उद्देश होय.

सामाजिकीकरणाची साधने (Agencies of Socialization) :

सामाजिकीकरणाच्या प्रक्रियेत व्यक्तींच्या व्यक्तिमत्त्वाच्या संतुलित विकासाची क्रिया समाविष्ट झालेली असते. व्यक्तिमत्त्वाचा विकास होण्यासाठी एकीकडे शारीरिक घटक जसा जबाबदार असतो. तसाच सामाजिक घटकही जबाबदार असतो. कोणत्याही एका घटकाच्या आधाराने सामाजिकीकरणाची प्रक्रिया यशस्वी रीतीने पूर्ण होऊ शकत नाही. सामाजिकीकरणाची प्रक्रिया जर सुयोग्य व यशस्वी रीतीने पूर्ण करावयाची असेल तर त्यासाठी आपल्याला सामाजिकीकरणाच्या साधनांचा विचार करावा लागेल. सामाजिकीकरणाच्या एकूण साधनांचा विचार करता त्या साधनाकडे दोन दृष्टिकोनांतून पहावे लागते. (कृपया खालील आकृती पाहा.)

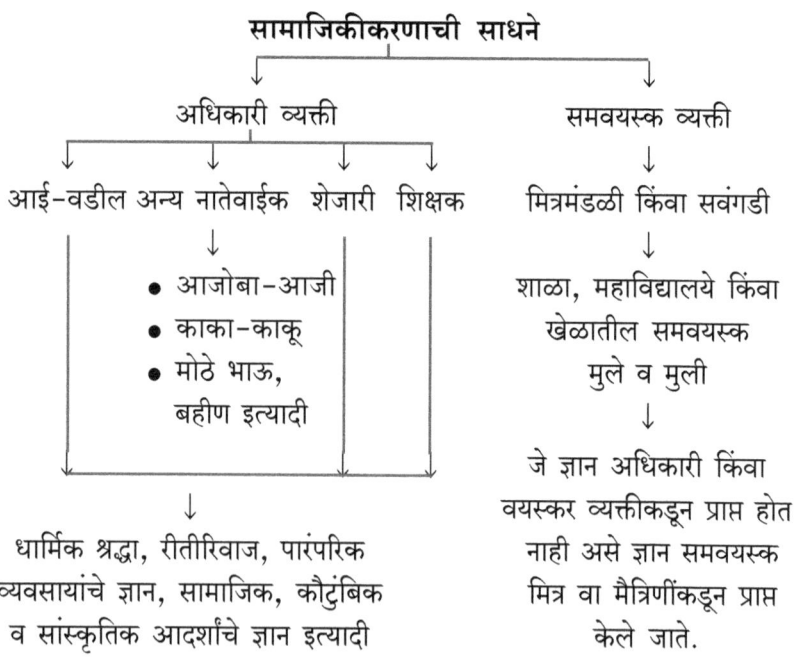

सामाजिकीकरणाची साधने

- अधिकारी व्यक्ती
  - आई-वडील
  - अन्य नातेवाईक
    - आजोबा-आजी
    - काका-काकू
    - मोठे भाऊ, बहीण इत्यादी
  - शेजारी
  - शिक्षक
  - ↓ धार्मिक श्रद्धा, रीतीरिवाज, पारंपरिक व्यवसायांचे ज्ञान, सामाजिक, कौटुंबिक व सांस्कृतिक आदर्शांचे ज्ञान इत्यादी
- समवयस्क व्यक्ती
  - ↓ मित्रमंडळी किंवा सवंगडी
  - ↓ शाळा, महाविद्यालये किंवा खेळातील समवयस्क मुले व मुली
  - ↓ जे ज्ञान अधिकारी किंवा वयस्कर व्यक्तीकडून प्राप्त होत नाही असे ज्ञान समवयस्क मित्र वा मैत्रिणींकडून प्राप्त केले जाते.

(आकृती क्रमांक ४.४)

या दोन दृष्टिकोनांतील पहिल्या दृष्टिकोनानुसार ज्या व्यक्तींचा मुलावर अधिकार आहे अशा व्यक्तींकडून मुलांचे सामाजिकीकरण करणे सोपे जाते व शक्य पण होते. दुसऱ्या दृष्टिकोनानुसार सामाजिकीकरणाच्या प्रक्रियेत मुले आपल्या समवयस्क अथवा समानधर्मी मित्र-मैत्रिणींडून काही वर्तनमार्ग आत्मसात करते. या दोन्ही प्रकारांवर आपण सविस्तर चर्चा करू.

१) अधिकारी व्यक्ती (Authoritative Persons) :

या ठिकाणी अधिकारी व्यक्ती याचा अर्थ ज्या व्यक्तींचा, ज्या बालकांवर सामाजिकीकरणाची प्रक्रिया करावयाची आहे, त्यांच्यावर अधिकार असतो. या अधिकारी व्यक्ती नवजात बालकांपेक्षा वयाने मोठ्या असतात व मोठेपणाच्या अधिकाराने त्या बालकाला आज्ञा देऊ शकतात व नवजात बालकांना आपल्या मर्जीप्रमाणे वागावयास लावू शकतात. या अधिकारी व्यक्ती नवोदित बालकाशी कोणत्या ना कोणत्या नात्याने जोडलेल्या असतात, तसेच या अधिकारी व्यक्तींचे नवोदित बालकाशी असलेले संबंध हे 'प्राथमिक व अनौपचारिक' स्वरूपाचे असतात, म्हणून सामाजिकीकरणाच्या साधनांच्या या प्रकाराचा उल्लेख काही समाजशास्त्रज्ञांनी अनौपचारिक साधने असाही केला आहे. संस्कृतीने अपेक्षिलेला मानवी वर्तनाचा साचा हा नैसर्गिक नसतो, तर बऱ्याच वेळा तो मानवाच्या 'जैविक प्रवृत्तीवर किंवा कलांवर अवलंबून असतो, म्हणूनच ज्या नातेवाईक व्यक्तींवर नवोदित बालकांचे सामाजिकीकरण करण्याची जबाबदारी सोपविली आहे अशा व्यक्तींनी, त्यांना स्वत:ला (नवीन पिढीला) संस्कृती, परंपरा, रीतीरिवाज, आदर्श, मूल्ये इत्यादी बाबींचे हस्तांतरण करावयाचे आहे, असे समजून आपले वर्तन नियंत्रित ठेवून पुढील पिढीपुढे आदर्श निर्माण केले पाहिजेत. या अधिकारी व्यक्तींत नवजात बालकाचे आई-वडील, आजोबा, आजी व इतर नातेवाईक बालकापेक्षा वयाने मोठे भाऊ-बहीण, शेजारी कुटुंबातील व्यक्ती, बालकाच्या शाळेतील शिक्षक इत्यादींचा समावेश होतो. शेजारी व शिक्षक वगळता इतर सर्व व्यक्ती, बालक ज्या कुटुंबात जन्माला आले असेल त्या कुटुंबाचेच सदस्य असतात आणि बालकांसमवेतच त्यांचे वास्तव्य असते, त्यामुळे बालकाच्या सामाजिकीकरण प्रक्रियेत या अधिकारी व्यक्तींचा वाटा मोठा असतो. सामाजिकीकरण करताना नवोदित पिढीला नुसते ज्ञान देऊन चालत नाही, तर त्याप्रमाणे नवोदित बालकाकडून विशिष्ट प्रकारचे वर्तन करून घ्यावे लागते. काही प्रसंगी बालकाने विशिष्ट प्रकारचे वर्तन करावे म्हणून त्याच्यावर सक्ती करावी लागते. या संदर्भात अमेरिकेतील समाजशास्त्रज्ञ प्रा. किंग्जले डेव्हिस म्हणतात की अशी, सक्ती जर बालकावर केली नाही तर प्रौढपणी अंगावर पडणाऱ्या जबाबदाऱ्यांची जाणीव बालकाला होणार नाही व त्या प्रकारच्या विविध जबाबदाऱ्या पेलण्याची

क्षमताही त्यांच्यात निर्माण होणार नाही. म्हणून या अधिकारी व्यक्ती मुलावर असलेल्या त्यांच्या अधिकारामुळे विशिष्ट वर्तन करण्याची सक्ती करून समाजाला अभिप्रेत असलेले वर्तन घडवू शकतात. या अधिकारी व्यक्तीचे म्हणजेच पर्यायाने कुटुंबाचे सामाजिकीकरण प्रक्रियेतील महत्त्व अनन्यसाधारण आहे, कारण समाजाचे आचार-विचार, सामाजिक-कौटुंबिक आदर्श व मूल्ये, कुटुंबाचा धर्म व त्या धर्माशी संबंधित धार्मिक श्रद्धा, प्रथा, परंपरा, धार्मिक क्रियाकर्म इत्यादी बाबींचे ज्ञान नवोदित बालकाला अधिकारी व्यक्तींकडून म्हणजेच प्रामुख्याने कुटुंबाकडून प्राप्त होते.

२) समानधर्मी किंवा समवयस्क व्यक्ती (Peer group Individuals) :

अधिकारी व्यक्तीप्रमाणेच नवोदित बालकाच्या सामाजिकीकरण प्रक्रियेत समवयस्क व्यक्तींची भूमिकाही तितकीच महत्त्वपूर्ण आहे. समाजातील काही ज्ञान असे असते की जे अधिकारी वा कुटुंबातील व्यक्ती नवोदित बालकाला देऊ शकत नाही वा त्यांनी देणे, त्यांच्या श्रेष्ठ दर्जामुळे योग्य मानले जात नाही. असे ज्ञान हे प्रामुख्याने नवोदित मुलाला त्याच्या बरोबरीच्या वयाच्या व त्याच्याच लिंगाच्या व्यक्तीकडून प्राप्त होते. या प्रकारच्या ज्ञानात बारीक-सारीक लोकाचार, शब्दांचे विशिष्ट अर्थ किंवा उच्चार, वेगवेगळे नाद वा छंद, वेगवेगळ्या सवयी, अनेकविध फॅशन्स, विविध शिष्टाचार, शारीरिक अथवा लैंगिक विषयाचे ज्ञान इत्यादींचा समावेश होतो व ते ज्ञान केवळ समवयस्क मुला-मुलींकडूनच प्राप्त होते. सामाजिकीकरणाच्या प्रक्रियेत प्राथमिक अवस्थेत जरी मुलगा-मुलगी असा भेद केला जात नसला व सुरुवातीला काही आदर्श दोघांना समान असले तरी कालांतराने विशिष्ट वयानंतर मुलगा व मुलगी यांच्या वर्तनात भेद वा असमानता निर्माण होते. साधारणत: मूल शाळेत जावयास लागल्यानंतर म्हणजे वयाच्या ४-५ वर्षांनंतर मुलाच्या जीवनात, माता-पित्यांपेक्षा, समवयस्क व्यक्तीची भूमिका महत्त्वाची ठरते. समानधर्मी किंवा बरोबरीच्या वयोगटातील व्यक्ती म्हणजे समवयस्क मुलगा अथवा मुलगी होय. वर म्हटल्याप्रमाणे सर्वसामान्यपणे जे ज्ञान अधिकारी व्यक्तींकडून प्राप्त होण्याची शक्यता नसते ते ज्ञान मुले आपल्या मित्र वा मैत्रिणीकडून प्राप्त करून घेतात, म्हणूनच समवयस्क व्यक्तींचा समावेश सामाजिकीकरणाच्या साधनात केला जातो. समवयस्क व्यक्तींकडून जे ज्ञान नवोदितांना प्राप्त होते, त्याचे स्वरूपपण अनौपचारिकच असते. समवयस्कांचा गट म्हणजेच मित्रमंडळींचा गट होय.

शेवटी असे म्हणता येईल की, सामाजिककरणाची साधने एकीकडे अधिकारी व्यक्ती असतात, तर दुसरीकडे समवयस्क व्यक्ती असतात. ही दोन्ही साधने व्यक्तीच्या व्यक्तिमत्त्वाला योग्य आकार देतात.

सामाजिकीकरणाची साधने : आणखी एक वर्गीकरण (Means of Socialization : One More Classification) :

सामाजिकीकरणाच्या साधनांवर विवेचन करणाऱ्या अन्य काही समाजशास्त्रज्ञांनी सामाजिकीकरणाच्या साधनांचे आणखी एका वेगळ्या स्वरूपाला वर्गीकरण करताना अधिक विस्तृत दृष्टिकोन डोळ्यांसमोर ठेवून साधनांचे खालील आकृतीत दर्शविल्याप्रमाणे दोन प्रकार विशद केले आहेत.

सामजिकीकरणाची साधने आणखी एक वर्गीकरण

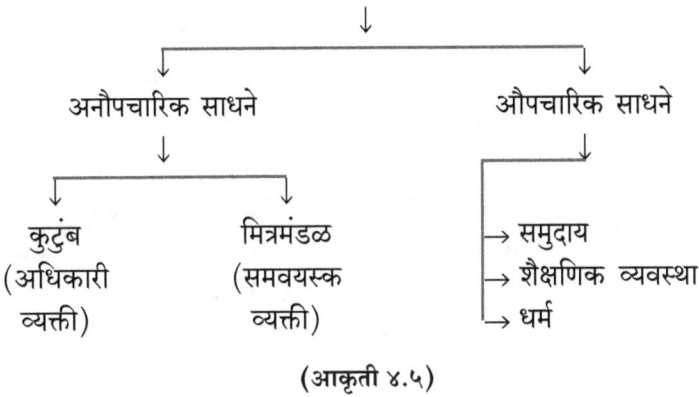

(आकृती ४.५)

या दोन्ही प्रकारांवर आपण विवेचन करू.

अ) अनौपचारिक साधने (Informal Agencies) :

सामाजिकीकरणाच्या अनौपचारिक साधनांत कुटुंब (अधिकारी व्यक्ती) आणि मित्रमंडळ (समवयस्क व्यक्ती) यांचा समावेश होतो. या दोन्हीही साधनांवर आपण यापूर्वीच सविस्तर चर्चा केल्यामुळे त्यावर परत चर्चा करण्याचे मी टाळतो.

ब) औपचारिक साधने (Formal Agencies) :

या प्रकारचे वर्गीकरण करणाऱ्या तज्ज्ञांनी औपचारिक साधनांत समुदाय, शिक्षण व्यवस्था आणि धर्म यांचा अंतर्भाव केला असून, त्यावर आपण थोडक्यात चर्चा करू.

I) समुदाय (Community) : सामाजिकीकरणाचे एक औपचारिक साधन म्हणून तज्ज्ञांनी समुदायाचा उल्लेख केला आहे. व्यक्ती ज्या कुटुंबात जन्माला येते ते कुटुंब कोणत्या ना कोणत्या समुदायात वास्तव्य करीत असते, म्हणजेच त्या समुदायाचे सदस्य असते. कुटुंब ज्या समुदायाचे सभासद आहे त्या समुदायाचे सभासदत्व

व्यक्तीला आपोआपच बहाल केले जाते. प्रत्येक समाजात वा राष्ट्रात सर्वसाधारणपणे समुदाय तीन वर्गांत विभागले जातात. • नागरी समुदाय (Urban Community) • ग्रामीण समुदाय (Rural Community) • आदिवासी समुदाय (Tribal Community) व्यक्ती ज्या कुटुंबात जन्माला येते ते कुटुंब ज्या समुदायाचे सभासद असेल त्या समुदायात बोलली जाणारी भाषा, रीतीरिवाज, धर्म, शिष्टाचार, संस्कृती, जीवनाबाबतची मूल्ये आणि आदर्श इत्यादी बाबी सामाजिकीकरणाच्या प्रक्रियेत महत्त्वाची भूमिका बजावतात. व्यक्तीच्या व्यक्तिमत्त्वाचा विकास ती व्यक्ती कोणत्या समुदायात जीवन जगते यावर आधारित असतो. आदिवासी समुदायात जीवन जगणाऱ्या मुलांचे व्यक्तिमत्त्व हे निश्चितपणे ग्रामीण अथवा नागरी समुदायात जगणाऱ्या मुलांपेक्षा वेगळे असणार आहे. याचे कारण त्या त्या समुदायाची भिन्न-भिन्न सामाजिक, सांस्कृतिक व भौगोलिक परिस्थिती होय. या ठिकाणी आपण केवळ भारताचाच विचार करावयाचे ठरविल्यास आपणास असे दिसते की, भारतात अनेक प्रांत आहेत. प्रत्येक प्रातांची भाषा, सण, उत्सव, आचार-विचार व संस्कृती यात खूपच अंतर असल्यामुळे प्रत्येक प्रातांत (या ठिकाणी प्रत्येक प्रांत हा पण एक समुदाय आहे हे लक्षात ठेवावे.) जन्माला येणाऱ्या मुलांच्या व्यक्तिमत्त्वाच्या छटा वेगवेगळ्या असणार आहेत. प्रांताप्रमाणेच प्रत्येक राष्ट्र हा पण एक समुदाय होय. प्रत्येक राष्ट्राची स्वत:ची अशी स्वतंत्र भौगोलिक वैशिष्ट्ये असतात, त्याचप्रमाणे प्रत्येक राष्ट्राचा धर्म, भाषा, संस्कृती ही पण वेगवेगळी असणार आहेत, म्हणून त्या त्या समुदायात जन्माला येणाऱ्या नवोदित बालकाचे सामाजिकीकरण करताना त्या त्या समुदायातील सामाजिक, सांस्कृतिक, भौगोलिक बाबींचा प्रभाव बालकाच्या व्यक्तिमत्त्वावर निश्चितच पडतो. भारत, अमेरिका, इराण, रशिया इत्यादी राष्ट्रांत जन्मलेल्या व्यक्तीचे व्यक्तिमत्त्व समान कसे असणार ? त्यात वेगळेपणा गृहीतच धरलेला असतो. व्यक्तीच्या व्यक्तिमत्त्वाच्या जडण-घडणीत समुदायाचा वाटा मोठा असल्यामुळे समुदायाचा समावेश सामाजिकीकरणाच्या औपचारिक साधनांत तज्ज्ञांनी केला असावा.

II) शैक्षणिक व्यवस्था (Educational System) : सामाजिकीकरणाच्या औपचारिक साधनांत शिक्षणव्यवस्थेचाही समावेश केला आहे. प्रत्येक समाजात व्यक्तीच्या व्यक्तिमत्त्वाचा विकास घडवून आणणारा औपचारिक घटक म्हणजे त्या त्या समाजाची शिक्षणव्यवस्था होय. आजच्या आधुनिक समाजात सर्वसाधारणपणे बालकाच्या औपचारिक शिक्षणाची सुरुवात वयाच्या चौथ्या वर्षी बालक मंदिरापासून होते. नंतर क्रमाने ते बालक प्राथमिक, माध्यमिक, उच्च माध्यमिक शिक्षणाच्या एकेक पायऱ्या पादाक्रांत करते. नवोदित बालकांच्या प्राथमिक शिक्षणाचा पाया अनौपचारिक रीतीने कुटुंबातच घातला जात असला तरी अधिक व्यापक ज्ञानप्राप्तीसाठी त्याला

कोणत्या ना कोणत्या औपचारिक शिक्षण देणाऱ्या शिक्षणसंस्थेत प्रवेश घ्यावाच लागतो. हे जरी खरे असले तरी नवजात बालकाचा जन्म ज्या कुटुंबात झाला असेल त्या कुटुंबाची आर्थिक स्थिती, कुटुंबाचा सामाजिक दर्जा इत्यादी बाबींवर त्या बालकाला मिळणाऱ्या शिक्षणाची मात्रा ही अवलंबून असते. पूर्वीच्या काळी अमेरिकेत काळ्या रंगाच्या लोकांना तर भारतात तथाकथित पूर्वास्पृश्यांना औपचारिक शिक्षणाची संधी नाकारली गेली असल्यामुळे त्यांना त्या काळात त्यांच्या व्यक्तिमत्त्वाचा विकासच करता आला नाही. भारतात आजही (विशेषत: ग्रामीण व आदिवासी समुदायात) मुलगा व मुलगी यांच्या शिक्षणात भेद केला जातो. जे शिक्षण मुलांसाठी अत्यावश्यक मानले जाते, तेच शिक्षण मुलींसाठी मात्र अनावश्यक समजले जाते. केवळ मुलगी म्हणून एखाद्या व्यक्तीला शिक्षणाची संधी नाकारणे हे त्या समाजाच्या शिक्षणव्यवस्थेचे एक अंग जरी असले तरी त्या मुलीच्या व्यक्तिमत्त्वाचा विकास तेथेच थांबतो हे त्या शिक्षणव्यवस्थेचे दुसरे अंग होय. भारत, आफ्रिका खंडातील अनेक राष्ट्रे, अनेक मुस्लीम देश व लॅटिन अमेरिका खंडातील राष्ट्रे यात तुलनात्मक दृष्टीने साक्षरतेचे प्रमाण कमी असण्याचे कारण त्यांचा शिक्षणाविषयीचा पारंपरिक दृष्टिकोन व आर्थिक मागासलेपण होय. या अविकसित व विकसनशील राष्ट्रांत साक्षरतेचे प्रमाण कमी आहे. निरक्षर लोकसंख्या हा त्या राष्ट्रातील शिक्षणव्यवस्थेत असलेल्या उणिवांचा परिपाक होय. जर बालकाला कनिष्ठ सामाजिक दर्जामुळे, आर्थिक दुर्बलतेमुळे, राष्ट्राच्या शिक्षणव्यवस्थेत उणिवा असल्यामुळे औपचारिक शिक्षणापासून वंचित रहावे लागले तर त्या बालकाच्या व्यक्तिमत्त्वाचा विकास कसा होणार ? शेवटी असे म्हणता येईल की समाजाची किंवा राष्ट्राची शैक्षणिक व्यवस्था व्यक्तीविकासाला एकतर प्रोत्साहन देते वा निरुत्साहित करते. म्हणून शिक्षणव्यवस्थेचा समावेश सामाजिकीकरणाच्या औपचारिक घटकांत केला जातो.

III) धर्म (Religion) : कोणत्याही समाजातील नवोदित बालक कोणत्या ना कोणत्या धर्मात जन्माला येते. सर्वसाधारणपणे आई-वडिलांचा धर्म हाच नवोदित बालकाचाही धर्म असतो. धर्मासंबंधी प्राथमिक ज्ञान हे जरी कुटुंबातर्फे दिले जात असले तरी धार्मिक श्रद्धा निर्माण करणे, धार्मिक तत्त्वज्ञानाची माहिती देणे, धर्मग्रंथांचे पठण कसे करावयाचे हे शिकविणे इत्यादी बाबींचे औपचारिक ज्ञान, धर्मसंस्थांतर्गत असलेल्या सामाजिक संघटनांतर्फे प्रदान केले जाते. ख्रिस्ती धर्मात चर्च, इस्लाममध्ये मदरसा संबंधित धर्माच्या नवोदित अनुयायांच्या मनात धार्मिक श्रद्धा निर्माण करण्याचे कार्य करतात. हिंदू धर्मात, चर्च किंवा मदरसा सारख्या धार्मिक शिक्षण देणाऱ्या आणि धार्मिक श्रद्धा निर्माण करणाऱ्या औपचारिक संघटना नसल्या तरी हे कार्य हिंदू धर्मातील विविध मठ, कीर्तनकार, प्रवचनकार, मान्यवर संत-महंत इत्यादी मान्यवर

धर्माचे तत्त्वज्ञान सर्वसामान्य लोकांना सांगून त्यांच्या मनात धार्मिक श्रद्धा निर्माण करतात. प्रत्येक धर्म आपल्या अनुयायांसमोर काही नैतिक आदर्श ठेवतो. त्याचप्रमाणे नैतिक काय, अनैतिक काय याचे ज्ञान सर्वसामान्य जनतेला देऊन अनुयायांनी धर्मांच्या आदर्शाचे व नैतिकतेचे पालन व्यक्तींनी आणि विशेषत: नवोदित पिढीने करावे अशी अपेक्षा व आकांक्षा धर्म बाळगतो. धर्मामुळे व्यक्तींच्या वर्तनावर नैतिकतेचा मुलामा सामाजिकीकरणाच्या प्रक्रियेद्वारे चढविला जातो. पवित्र म्हणजे चांगले वा शुभ तर अपवित्र म्हणजे वाईट अथवा अशुभ हा संदेश धर्माद्वारे सामाजिकीकरणाद्वारे जुन्या पिढीकडून नवीन पिढीकडे हस्तांतरित केला जातो. धर्मामुळेच नवीन पिढीला नैतिकतेच्या चौकटीत बांधणे शक्य होते. या सर्व बाबींचा विचार करूनच धर्माचा समावेश सामाजिकीकरणाच्या औपचारिक साधनांत केला असावा.

सामाजिकीकरणाच्या विविध साधनांवर चर्चा केल्यानंतर आपण अध्ययनक्षेत्रात विकसित होत असलेल्या आणखी एका संकल्पनेचा आढावा घेणार आहोत. ती संकल्पना म्हणजे पुनर्सामाजिकीकरण (Resocialization) होय.

पुनर्सामाजिकीकरण (Resocialization) :

या संकल्पनेच्या वापराला प्रारंभ विसाव्या शतकाच्या शेवटच्या दशकात झाला. इ. स. १९९० साली रॉजर गुडमन (Roger Goodman) यांनी केलेल्या जपानचे आंतरराष्ट्रीय तरुण (Japan's International Youth) या व्यष्टी अध्ययनातून काढलेल्या निष्कर्षात 'पुनर्सामाजिकीकरण' या संज्ञेचा वापर केला असल्याचे दिसून येते. त्यांनी असे म्हटले आहे की, ज्या व्यक्ती स्वेच्छेने किंवा अनिच्छेने आपल्या सामाजिक, सांस्कृतिक व्यवस्थेचा त्याग करून काही काळ व्यवस्थेपासून दूर राहिल्यानंतर जेव्हा परत त्यांच्या मूळ सामाजिक सांस्कृतिक व्यवस्थेत पुनर्प्रवेश करतात तेव्हा त्यांना त्यांच्या सामाजिक संस्कृतीची प्रमाणके आणि मापदंड ही परत शिकावी लागतात. तेव्हा या पुनर्शिक्षण प्रक्रियेसाठी पुनर्सामाजिकीकरण या संज्ञेचा वापर केला जातो. सामाजिक व्यवस्थेचा अनिच्छेने त्याग करावा लागणाऱ्या व्यक्तीत कैदी येतात, तर स्वेच्छेने त्याग करावा लागणाऱ्या व्यक्तीत परदेशी जाऊन काही काळ वास्तव्य करणाऱ्यांचा समावेश होतो. कैदेतून सुटका झाल्यावर किंवा परदेशातून परत येण्याची इच्छा झाल्यावर सामाजिक व्यवस्थेत परतणाऱ्या व्यक्तींसाठी पुनर्सामाजिकीकरणाची आवश्यकता असते असे मत रॉजर गुडमन यांनी त्यांच्या निष्कर्षात नोंदविले होते.

पुनर्सामाजिकीकरणावर भाष्य करताना काही तज्ज्ञ असा दावा करतात की, ज्या व्यक्तींवर सामाजिकीकरणाची प्रक्रिया पूर्ण करण्यात आली होती अशा व्यक्ती

जेव्हा त्यांच्या स्वत:च्या समाजव्यवस्थेपेक्षा वेगळ्या समाजव्यवस्थेत जीवन जगण्यासाठी जातात तेव्हा त्या वेगळ्या समाजव्यवस्थेतील परंपरा, रीतीरिवाज, श्रद्धा, आचार–विचार, सण–उत्सव व काही प्रमाणात भाषा त्या व्यक्तीला आत्मसात करावी लागते. या सर्व आत्मसातीकरणाच्या प्रक्रियेसाठीही पुनर्सामाजिकीकरणाची गरज असते. भारतासारख्या बहुसांस्कृतिक देशात प्रत्येक प्रांताची संस्कृती वेगवेगळी असते. नोकरी, व्यवसाय, शिक्षण, व्यापार यासाठी प्रांतार्गत स्थलांतराचे प्रमाण जास्त असते. अशा प्रकारे परप्रांतात स्थलांतर करून तेथे स्थायिक होणाऱ्यांचे प्रमाण सतत वाढत आहे. परप्रातांत स्थायिक होणाऱ्या लोकांचे, त्या प्रांतातील संस्कृतीशी समायोजन साधण्यासाठी, पुनर्सामाजिकीकरण करणे हे गरजेचे आहे. शिवाय काही क्षेत्रांत प्रवेश घेतल्यानंतर त्या क्षेत्रातील सवयी आत्मसात करण्यासाठी पुनर्सामाजिकीकरण प्रक्रिया महत्त्वाची ठरते. उदा. सैनिकी प्रशिक्षण केंद्रांत नुकताच प्रवेश घेतलेल्या प्रशिक्षणार्थींना त्यांच्या नागरी श्रद्धा, नागरी वर्तन, नागरी परंपरा यांच्याकडून सैनिकी श्रद्धा, सैनिकी वर्तन व सैनिकी परंपरा याकडे वळविणे म्हणजे एक प्रकारचे पुनर्सामाजिकीकरण करणे होय. त्याचप्रमाणे वैद्यकीय महाविद्यालयात प्रवेश घेतलेल्या विद्यार्थ्यांना वैद्यकीय शरीरशास्त्रात आढळणाऱ्या श्रद्धा आणि वर्तनप्रकारांची माहिती देऊन त्यापासून दूर राहण्याचा सल्ला देणे म्हणजे सुद्धा एक प्रकारचे पुनर्सामाजिकीकरण होय.

प्रत्येक समाज हा परिवर्तनशील असतो. समाजातील जुन्या परंपरा, धार्मिक श्रद्धा, जुन्या विचारप्रणाली यात बदल होऊन नवीन परंपरा, नवीन श्रद्धा, नव्या विचारप्रणाली निर्माण होतात. या नवीन बाबींना अनुकूल अभिवृत्ती बनविणारी प्रक्रिया म्हणजे एक प्रकारचे पुनर्सामाजिकीकरण होय. बालविवाह, विधवा पुनर्विवाह, घटस्फोट, केशवपन, या घटनांसंबंधीच्या पारंपरिक अभिवृत्तीची जागा, बदलत्या अभिवृत्तीने घेण्याचे कारणही पुनर्सामाजिकीकरणाची प्रक्रिया हेच होय.

बूम आणि सेल्झनिक (Boom and Selznik) यांनी पुनर्सामाजिकीकरणाची काही तत्त्वे सांगितली आहेत ती खालीलप्रमाणे :

- पुनर्सामाजिकीकरण ज्या व्यक्तींचे करावयाचे आहे, त्यांच्यावर पुनर्नियंत्रण ठेवणे
- ज्या व्यक्तींचे पुनर्सामाजिकीकरण करावयाचे आहे त्यांच्या पूर्वआयुष्याचे अध्ययन करणे
- सदर, व्यक्तीच्या जुन्या 'स्व' ला अनैतिक घोषित करणे व त्या जागी नवीन 'स्व' ची निर्मिती करण्याचा प्रयत्न करणे

● ज्या व्यक्तीचे पुनर्सामाजिकीकरण करावयाचे आहे त्यांच्यावर त्यांच्या मित्र परिवाराचा प्रभाव टाकून त्यांच्या अभिवृत्ती पुनर्सामाजिकीकरणास अनुकूल बनविणे

काही समाजशास्त्रज्ञांच्या मतानुसार पुनर्सामाजिकीकरणाची प्रक्रिया, संपूर्ण जीवनभर सर्वच समाजांत चालणाऱ्या सामाजिकीकरण प्रक्रियेचाच एक भाग आहे. समाजातील काही बाबी व्यक्तीच्या मनात इतक्या घट्टपणे रुजलेल्या असतात की, पुनर्सामाजिकीकरण प्रक्रियेचा त्यावर विशेष परिणाम होत नाही. उदा. भारतातील जातिव्यवस्था. जातिव्यवस्थेत वरवर काही बदल निश्चितच झाले असले तर जातींचा मूळ ढाचा मात्र अजूनही कायम आहे हे सत्य नाकारता येत नाही.

पुनर्सामाजिकीकरणाची असंख्य उदाहरणे या ठिकाणी देता येतील. पुनर्सामाजिकी- करणाचा आढावा घ्यावयाचा झाल्यास पारंपरिक व काळाच्या ओघात न टिकणाऱ्या बाबींचा त्याग करून त्या ऐवजी नवीन परंपरांचा स्वीकार करणे म्हणजेच एक अर्थाने पुनर्सामाजिकीकरण होय.

समारोप

या प्रकरणात आपण समाजशास्त्रातील तीन महत्त्वपूर्ण परंतु परस्परावलंबी अशा संकल्पनांवर सर्वांगपरिपूर्ण चर्चा केली आहे. या तीन संकल्पना म्हणजे (१) संस्कृती (२) व्यक्तिमत्त्व आणि (३) सामाजिकीकरण होय. पहिली संकल्पना संस्कृती – यावर विवेचन करताना प्रारंभी आपण 'संस्कृती' संबंधी विविध तज्ज्ञांची मते जाणून घेतल्यानंतर संस्कृतीच्या काही व्याख्या व संस्कृतीच्या १० महत्त्वपूर्ण वैशिष्ट्यांवर विवेचन केले. याशिवाय संस्कृतीच्या मूलभूत घटकांचा आढावा घेतला. शेवटी संस्कृतीच्या प्रकारांवर चर्चा करताना अभौतिक संस्कृती व भौतिक संस्कृती यांचा आढावा घेऊन या दोन प्रकारांतील भेद स्पष्ट केला. दुसऱ्या व्यक्तिमत्त्व या संकल्पनेवर चर्चा करताना व्यक्तिमत्त्वाचा अर्थ समजण्यासाठी व्यक्तिमत्त्वाच्या काही व्याख्या तपासून पाहिल्या, नंतर व्यक्तिमत्त्वांची जडण-घडण करणाऱ्या घटकांचा आढावा घेतला. तज्ज्ञांच्या मताने व्यक्तीचे व्यक्तिमत्त्व संस्कृतीच्या साहाय्याने विकसित होते. या विचाराच्या पुष्ट्यर्थ संस्कृती व व्यक्तिमत्त्व यांचे संबंध निर्देशित करणाऱ्या विचारांचा काही उदाहरणांच्या साहाय्याने आढावा घेतला.

तिसरी संकल्पना सामाजिकीकरणाचा विचार करताना प्रथम या संकल्पनेच्या काही व्याख्या तपासून पाहिल्यानंतर सामाजिकीकरणाच्या उद्दिष्टांचा आढावा घेतला. सामाजिकीकरणाची साधने कोणती, या प्रश्नाच्या उत्तरासाठी आपण अधिकारी व्यक्ती व समवयस्क व्यक्ती यांची सामाजिकीकरणातील भूमिका काय असते, यावर

विवेचन केले. सामाजिकीकरणाच्या साधनांच्या आणखी एका वर्गीकरणानुसार ही साधने अनौपचारिक व औपचारिक असतात का, या विचारांवर चर्चा केली. प्रकरणाची सांगता करताना समाजशास्त्रीय क्षेत्रात विसाव्या शतकाच्या शेवटच्या दशकात आकाराला आलेल्या पुनर्सामाजिकीकरण या संकल्पनेवर चर्चा केली.

स्वाध्याय

१) खालीलपैकी कोणत्याही दोन प्रश्नांची उत्तरे प्रत्येकी ५० शब्दांत द्या.

अ) अभौतिक संस्कृती

ब) व्यक्तिमत्त्वाचा शारीरिक घटक

क) समुदाय : सामाजिकीकरणाचे एक अनौपचारिक साधन

ड) 'संस्कृती मानव निर्मित असते' स्पष्ट करा.

ई) चिन्हे (Signs) : संस्कृतीचा मूलभूत घटक.

२) खालीलपैकी कोणत्याही चारवर प्रत्येकी १०० शब्दांत टीपा द्या.

अ) भौतिक संस्कृती

ब) 'संस्कृती व्यक्तीचे व्यक्तिमत्त्व घडविते.' स्पष्ट करा.

क) 'संस्कृती शिकावी लागते' स्पष्ट करा.

ड) सामाजिकीकरणाचा अर्थ विशद करा.

ई) श्रद्धा : संस्कृतीचा एक मूलभूत घटक

फ) 'अधिकारी व्यक्ती' : सामाजिकीकरणाचे एक साधन

ग) 'व्यक्तिमत्त्व' ही संकल्पना स्पष्ट करा.

३) खालीलपैकी कोणत्याही तीन प्रश्नांची उत्तरे प्रत्येकी २०० ते २५० शब्दांत द्या.

अ) संस्कृतीच्या व्याख्या सांगून संस्कृतीच्या कोणत्याही दोन वैशिष्ट्यांवर विवेचन करा.

ब) संस्कृतीचा एक घटक म्हणून ज्ञानाचे महत्त्व विशद करा.

क) व्यक्तिमत्त्व घडणीत वैयक्तिक अनुभवाचे स्वरूप विशद करा.

ड) 'सामाजिकीकरण' या संकल्पनेचा अर्थ विशद करा.

ई) सामाजिकीकरण प्रक्रियेतील समवयस्क व्यक्तीचे महत्त्व स्पष्ट करा.

फ) पुनर्सामाजिकीकरण या संकल्पनेवर चर्चा करा.

ग) वातावरणाचा व्यक्तिमत्त्वावर पडणारा प्रभाव विशद करा.

ह) व्यक्तिमत्त्व घडणीतील सांस्कृतिक अनुभवांचे महत्त्व स्पष्ट करा.

४) खालीलपैकी कोणत्याही एका प्रश्नाचे उत्तर ५०० शब्दांत द्या.

अ) संस्कृतीच्या व्याख्या द्या. संस्कृतीची विविध वैशिष्ट्ये विशद करा.

ब) 'व्यक्तिमत्त्व' ह्या संकल्पनेचा अर्थ सांगा. व्यक्तिमत्त्व जडण-घडणीत प्रभाव टाकणाऱ्या घटकांवर चर्चा करा.

क) 'सामाजिकीकरण' या संकल्पनेवर निबंध लिहा.

ड) सामाजिकीकरणाच्या साधनांवर सविस्तर चर्चा करा.

प्रकरण : ५

सामाजिक स्तरीकरण व गतिमत्व

अध्ययनाची उद्दिष्टे :

१) सामाजिक स्तरीकरण हा प्रत्येक समाजाचा स्थायिभाव असल्यामुळे सामाजिक स्तरीकरणाचा अर्थ व वैशिष्ट्ये याचे ज्ञान विद्यार्थ्यांना व्हावे म्हणून

२) सामाजिक स्तरीकरणाचा एक प्रकार म्हणून जातिव्यवस्थेचे स्वरूप लक्षात यावे म्हणून

३) सामाजिक स्तरीकरणाचा एक प्रकार म्हणून वर्गव्यवस्थेच्या स्वरूपाची माहिती विद्यार्थ्यांना व्हावी म्हणून

४) सामाजिक गतिमत्वाचा अर्थ आणि प्रकार यांची माहिती विद्यार्थ्यांना होण्यासाठी

प्रस्तावना

व्यक्तीचे सामाजिक स्थान व भूमिका निश्चित करण्यासाठी स्तरीकरण व्यवस्था प्रत्येक समाजात आवश्यक असते. स्तरीकरण व्यवस्थेमध्ये व्यक्तीचा आणि समूहांचा दर्जा व स्थान निर्धारणाची प्रक्रिया अंतर्भूत असते, ज्यातून सत्ता व प्रतिष्ठेची एक सोपान परंपरा तयार होते. सामाजिक स्तरीकरण ही एक सामाजिक विभेदनाची प्रक्रिया आहे. सामाजिक विभेदन म्हणजे 'व्यक्तिच्या आनुवंशिक आणि संपादित गुणांच्या आधारावर व्यक्तीचे केले जाणारे विभेदन होय.' सामाजिक विभेदनाला जेव्हा कनिष्ठत्व - श्रेष्ठत्वाच्या कल्पनेची जोड देण्यात येते, तेव्हा सामाजिक स्तरीकरण जन्मास येते. विषमता ही समाजाची प्रकृतीच आहे. समाज प्रगतीच्या कोणत्याही पातळीवर असला तरी कोणत्याही समाजात सर्व व्यक्ती समान नसतात. एखाद्या समाजात विविध स्तर असतात, परंतु सर्वांचा समावेश स्तरीकरणात होत नाही. सामाजिक स्तरीकरणातील विविध स्तरांमध्ये असणारा परस्परसंबंध श्रेष्ठ व कनिष्ठ स्वरूपाचा असतो. प्रत्येक समाजामध्ये जे विविध प्रकारचे गट असतात, त्यामध्ये वर्ग किंवा

जात यासारखे समूहसुद्धा आढळतात व ते अतिशय महत्त्वाचे असतात. सर्व वर्गांना किंवा जातींना सारखाच दर्जा नसतो. एका गटाला श्रेष्ठ दर्जा तर दुसऱ्यास कनिष्ठ दर्जा असतो. वर्ग हा एक प्रकारचा स्तर (Stratum) असतो व एखाद्या समाजात अनेक वर्ग असतात, म्हणजेच अनेक स्तर (Stratum) असतात. समाजाची विविध स्तरांमध्ये ज्यावेळी विभागणी होते, त्यावेळी समाजाचे स्तरीकरण (Stratiflcation) झाले असे आपण समजतो. स्तर हा शब्द भूगर्भशास्त्रात आपण वापरतो. भूपृष्ठाचे विविध स्तर असतात, म्हणजेच एकावर एक रचलेले विविध स्तर किंवा थर असतात. समाजामध्ये सुद्धा भिन्न-भिन्न दर्जांवर आधारलेले विविध स्तर आढळतात.

घरात जशी उतरंडीची रचना असते तशीच समाजात स्तरीकरणाची उतरंड निर्माण झालेली असते. कोणत्याही समाजरचनेचा अभ्यास केल्यास प्रत्येक व्यक्तीला विशिष्ट दर्जा असतो व त्या दर्जाला अनुसरून भूमिका पार पाडावी लागते. ही बाब स्पष्ट होते. समाजातील सर्व व्यक्तींचा दर्जा समान स्वरूपाचा नसतो. काही व्यक्तींचा दर्जा श्रेष्ठ असतो, तर काहींचा दर्जा कनिष्ठ असतो. ज्या व्यक्तींचा दर्जा समान असतो त्यांचा एक गट किंवा स्तर बनतो. प्रत्येक समाजात निरनिराळ्या पातळ्यांवर अनेक गट किंवा स्तर निर्माण होतात. अशा स्तरांची रचना श्रेष्ठ-कनिष्ठ अशा उतरत्या क्रमाने असते. हे सर्व गट समाजसंरचनेमध्ये फार महत्त्वाचे असतात. दर्जाची विषमता हा त्या गटाचा प्रमुख आधार असतो. हे गट समपातळीवर कधीच राहू शकत नाहीत. समाजातील विषम गटाची एक विशिष्ट श्रेणीरचना निर्माण होते. पद व प्रतिष्ठा वेगवेगळ्या स्वरूपाची असते. प्रत्येक समाजात आपणास सामाजिक स्तरीकरण आढळते. अमेरिकन समाज हा निरनिराळ्या सामाजिक वर्गांत विभागला गेलेला आहे, तर हिंदू समाज निरनिराळ्या जातींमध्ये विभागला गेलेला आहे. अमेरिकेत वंशाच्या आधारावर काळे व गोरे असे श्रेष्ठ-कनिष्ठ स्तर जन्मास आलेले आहेत. आफ्रिकेतील अवस्थाही अशाच प्रकारची आहे. आदिवासी जमातीमध्येही हेच स्तरीकरण थोडेफार वेगळ्या प्रकारचे आढळते. जमातीचा प्रमुख, त्याचे कुटुंबीय व नातेवाईक यांचा दर्जा जमातीतील इतरांच्या दर्जापक्षा श्रेष्ठ असतो. समाजातील व्यक्ती-व्यक्तींमध्ये नैसर्गिक किंवा नैतिक स्वरूपाचे काही भेद असतात. त्याचप्रमाणे या व्यक्ती अनेक सामाजिक व सांस्कृतिक बाबतीतही परस्परांपासून भिन्न असतात. समाजात व्यक्तींचे मूल्यमापन या भिन्नत्वाच्या संदर्भातच केले जाते. काही विशिष्ट शारीरिक गुणधर्म असलेल्या किंवा समाजाने महत्त्वाच्या मानलेल्या सांस्कृतिक अथवा सामाजिक गोष्टी ज्यांच्याजवळ आहेत अशा व्यक्तींना श्रेष्ठ सामाजिक दर्जा प्राप्त होतो. इतर व्यक्तींना त्यापेक्षा कनिष्ठ सामाजिक दर्जा प्राप्त होतो. दर्जा श्रेष्ठ असेल, तर मान, प्रतिष्ठा, सवलती, हक्क व सत्ता मिळते. एका सामाजिक स्तरामध्ये

समान पातळीचा सामाजिक दर्जा असणाऱ्या व्यक्तींचा समावेश होतो, त्याचबरोबर त्यांच्या कुटुंबातील व्यक्तींचाही समावेश त्या सामाजिक स्तरामध्ये होतो. कुटुंब हाच सामाजिक स्तराचा घटक आहे. एका कुटुंबातील सर्व व्यक्तींचा सामाजिक स्तर-दर्जा समान स्वरूपाचा असतो. त्यामुळे ज्या सामाजिक दर्जाचा समावेश एका कुटुंबामध्ये होतो, त्या सामाजिक दर्जाचे वेगवेगळे स्तर निर्माण होऊ शकत नाहीत. उदाहरणार्थ, सर्व नवऱ्यांचा किंवा सर्व बायकांचा असा वेगळा वर्ग किंवा स्तर तयार होऊ शकणार नाही. वरील उदाहरणास अनुसरूनच डेव्हिसने सांगितले की, एकाच कुटुंबात सामावले जाऊ न शकणाऱ्या दर्जाची व्यवस्था म्हणजे स्तरीकरण होय. दर्जाच्या दृष्टीने कुटुंबाला विशेष महत्त्व असते. कुटुंबाच्या आधारे समाजात अस्तित्वात असणाऱ्या विविध दर्जांचे स्तरीकृत आणि अस्तरीकृत असे प्रकार पाडता येतात. एकाच कुटुंबात साधारणत: ज्या दर्जाचे सह-अस्तित्व समाजाला मान्य असते, त्या दर्जाचा समावेश स्तरीकरण व्यवस्थेत होत नाही. अशा दर्जांना अस्तरीकृत दर्जा असे म्हणता येईल. उदाहरणार्थ, स्त्री, पुरुष, बालके, वृद्ध, माता-पिता इत्यादी सर्व स्तर एका कुटुंबात समाविष्ट होऊ शकतात. या उलट एकाच कुटुंबात ज्या दर्जाचे अस्तित्व मान्य नसते अशा दर्जाचा समावेश सामाजिक स्तरीकरणात होतो. अशा दर्जांना स्तरीकृत दर्जा असे म्हणतात, म्हणजेच एकाच कुटुंबात विविध वर्गांचे किंवा जातींचे लोक आढळत नाहीत. वरील प्रमाणे सामाजिक स्तरीकरणात दर्जा, भूमिका, सामाजिक स्थान, समाजाचे वर्गीकरण बदलणारी समाजातील पदे या सर्वांची आपणास माहिती प्राप्त होते. सामाजिक स्तरीकरणाचा अर्थ अधिक स्पष्ट होण्यासाठी, सामाजिक स्तरीकरणाच्या काही व्याख्या आपण पाहू.

सामाजिक स्तरीकरणाचा अर्थ व व्याख्या (Meaning and Definitions of Social Stratification) :

१) मेयर : सामाजिक स्तरीकरण ही विभेदनाची अशी प्रक्रिया आहे की, जिच्यामध्ये सामाजिक दर्जाची सोपान परंपरा समाविष्ट असते आणि या सोपान परंपरेतील एक ठरावीक दर्जा प्राप्त असणाऱ्या लोकांच्या परस्पर संबंधात वरिष्ठ, समान, कनिष्ठ असा क्रम ठरविलेला असतो.

२) सोरोकीन : लोकसंख्येचे वरिष्ठ व कनिष्ठ स्तरांत केलेले विभाजन म्हणजे सामाजिक स्तरीकरण होय.

३) ऑग्बर्न आणि निमफॉक : ज्या प्रक्रियेद्वारा व्यक्ती आणि गट साधारणत: स्थायी स्वरूपाच्या दर्जाच्या अधिकारपरंपरेत निर्धारित केले जातात, त्यास सामाजिक स्तरीकरण असे म्हणतात.

४) रेमंड मुरे : उच्च व कनिष्ठ अशा सामाजिक घटकांमध्ये झालेली सामाजाची समतल विभागणी म्हणजे स्तरीकरण होय.

५) ड्रेसलर आणि विलीस : समाजाने सामान्यपणे स्वीकृत केलेल्या निकषांच्या आधारे सामाजिक स्थाने आणि भूमिकांचे मूल्यमापन करून त्यांना दर्जा आणि विभेदित स्वरूपातील पारितोषिके प्रदान करण्याची व्यवस्था म्हणजे सामाजिक स्तरीकरण होय. वरील सर्व व्याख्यांवरून सामाजिक स्तरीकरणाचा अर्थ स्पष्ट करणारे पुढील मुद्दे सांगता येतील.

१) विषमता हा सामाजिक स्तरीकरणाचा प्रमुख आधार होय.
२) विविध सामाजिक स्थाने आणि भूमिकांचे काही समाजमान्य निकषांच्या आधारे मूल्यमापन केले जाते.
३) स्तरीकरणामुळे विभिन्न दर्जांचे अनेक स्तर समाजात अस्तित्वात येतात.
४) एकावर एक रचल्या गेलेल्या विभिन्न स्तरांची उतरंडीसारखी रचना निर्माण झालेली असते.
५) समाजातील प्रमुख सामाजिक संस्थांद्वारे स्तरीकरण व्यवस्थेचे सातत्य टिकवून ठेवले जाते.
६) स्तरीकरण म्हणजे नुसते अनेक सामाजिक स्तर नव्हेत, तर त्या स्तरांची श्रेणीबद्ध अशी रचना किंवा व्यवस्था होय.
७) स्तरीकरण व्यवस्थेत वरिष्ठ व कनिष्ठ या भावना अभिप्रेत असतात.
८) स्तरविरहित समाजाची कल्पना केवळ स्वप्न आहे.
९) आर्थिक दर्जा, व्यवसाय, शिक्षण, सत्ता, प्रतिष्ठा, वर्ण, वर्ग, जात, घराणे इत्यादी सामाजिक स्तरीकरणांचे निकष आहेत.
१०) स्तरीकरण व्यवस्थेचे स्वरूप स्थल कालानुरूप बदलत असले तरी समाजातील स्तरीकरण व्यवस्था कायमची नाहीशी होत नाही.

सामाजिक स्तरीकरणाचे स्वरूप : (Nature of Social Stratification) :

१) सामाजिक स्तरीकरण : ही एक सामाजिक वास्तवता आहे. प्राचीन, आधुनिक अशा सर्वच काळांतील समाजात स्तरीकरण आढळते, म्हणूनच स्तरीकरणास सार्वत्रिक स्वरूपाचे मानले जाते. प्रदीर्घ काळात ते स्वाभाविकपणेच (Spontaneously) घडून येते. स्तरीकरणाचे निकष किंवा आधार अर्पित व अर्जित अशा दोन्ही स्वरूपाचे असतात. स्तरीकरण व्यवस्थेचे आधार कायमस्वरूपी अगदी जसेच्या तसे राहात नाहीत. किंवा त्यांना असलेल्या महत्त्वात परिवर्तन प्रक्रियेमुळे बदल घडून येतो, त्यामुळे स्तरीकरण ही एक स्थिर गोष्ट नसून ती सतत चालणारी अखंड प्रक्रिया आहे.

संपत्ती, सत्ता व प्रतिष्ठा यांच्या विषम वितरणामुळे निर्माण होणारे सामाजिक स्तरीकरण हे सर्व मानवी समाजाचे एक स्थिर लक्षण आहे.

२) **सामाजिक स्तरीकरण :** हे अचानकपणे निर्माण होत नाही. समाजविकसनाच्या प्रदीर्घ कालखंडात, साधे समाजजीवन जसजसे अधिकाधिक विभेदित होत जाते, तसतसे हळूहळू स्तर निर्माण होतात. सामाजिक विभेदनाच्या प्रक्रियेबरोबरचे सामाजिक स्तरीकरण अस्तित्वात येत जाते. अर्थात एकदा निर्माण झालेली स्तरीकरणाची व्यवस्था अगदी जशीच्या तशी कायम न राहता परिस्थितीसापेक्ष बदलत जाते. स्तरीकरणामधील परिवर्तन हळुवारपणे होते. उदाहरणार्थ, जातिसंस्थेचे पारंपरिक स्वरूप आज आधुनिक काळात आपणास बदललेले आढळते. आज शिक्षणसंस्थेत, शिक्षण घेताना किंवा प्रवास करताना सार्वजनिक ठिकाणी जातीच्या निकषांचा आधार घेतला जात नाही, म्हणजेच याचा अर्थ जातिसंस्था पूर्णपणे नाहीशी झालेली नाही, परंतु त्यातील मजबुतीकरणाला तडे गेलेले आहेत; यातूनच आपणास स्तरीकरणाचे स्वरूप बदलल्याचे आढळते.

३) **सामाजिक स्तरीकरणाचे** स्वरूप स्पष्टपणे पाहण्यासाठी समाजातील काही दर्जांचा आपणास आढावा घ्यावा लागेल. व्यक्तींचा व्यवसाय व प्रतिष्ठा या दोहोतही संबंध आहे. एखादा विशिष्ट व्यवसाय करणाऱ्या व्यक्तीला त्या व्यवसायाला एकंदर समाजात असलेली प्रतिष्ठा प्राप्त होते. भिन्न भिन्न प्रमाणांतील व्यवसायांना वेगवेगळी भूमिका पार पाडावी लागते. शिक्षक, प्राध्यापक, वकील, डॉक्टर, शास्त्रज्ञ, विचारवंत यांना समाजात जी प्रतिष्ठा मिळते ती त्यांच्या व्यवसायामुळे होय. आपण एक वेगळा स्तर लक्षात घेतल्यास प्रतिष्ठा कशी बदलते हे लक्षात येईल. साखर कारखान्यातील कामगार, शेतमजूर, हॉटेलमधील नोकर, गॅरेजमधील बालकामगार, ऊस तोडणी कामगार, रोजगार हमीवरील कामगार इत्यादींना डॉक्टर, वकील, व्यावसायिकापेक्षा कमी प्रमाणात प्रतिष्ठा मिळते. यावरून एक बाब स्पष्ट होते की, समाजातील स्तरीकरण वेगवेगळ्या स्वरूपाचे असते.

४) **सामाजिक स्तरीकरणाचे** सत्य स्वरूप म्हणजे कोणताही समाज हा सारख्या स्वरूपाचा नसतो, तर तो वरिष्ठ व कनिष्ठ स्तररचनेवर अवलंबून असतो. यासच 'सामाजिक उंचसखलपणा' म्हणतात. कोणत्याही समाजाचे हे एक ठळक लक्षण असते. सामाजिक स्तरीकरण म्हणजे नुसते अनेक सामाजिक स्तर नव्हेत, तर त्या स्तरांची श्रेणीबद्ध अशी रचना किंवा व्यवस्था होय. समाजव्यवस्थेच्या सदस्यांची विषम दर्जा असलेल्या स्तरांत झालेली रचना म्हणजे स्तरीकरण होय. जेव्हा सामाजिक विषमता समाज-संरचनेचा भाग बनून एका पिढीकडून दुसऱ्या पिढीकडे संक्रमित होते

तेव्हा सामाजिक स्तरीकरण अस्तित्वात येते. समाजाच्या प्रमुख सामाजिक संस्थांमार्फत सामाजिक स्तरीकरणात सातत्य राखले जाते. समाजात आपण वावरत असताना आपला अनेक व्यक्तींशी व समूहांशी संबंध येतो. त्यात अनेक दर्जांवर ज्या व्यक्ती राहतात, त्यांना त्यांच्या दर्जाप्रमाणे आपण वर्तणूक दिली पाहिजे. सारांशत: स्तरीकरण स्पष्ट व निश्चित असे कार्य करण्यास प्रोत्साहन देते.

५) **व्यक्ती व समाज :** व्यक्ती व भूमिका, भूमिका व गरजा यांचा संबंध अधिक काळ येतो. म्हणूनच व्यक्तीने योग्यतेनुसार काम करावे असे स्तरीकरण सांगते. दर्जानुसार भूमिका योग्य वठविल्यास त्यास काही पारितोषिके दिली जातात. ही पारितोषिके पैशाच्या स्वरूपात जशी असतात तशीच भौतिक वस्तूंच्या रूपात, म्हणजेच बंगला, कार, टेलिफोन, फॅक्स किंवा मानसन्मान, प्रतिष्ठा, सत्ता या स्वरूपातही असतात. बक्षीस व पदाची वाटणी ही विषम प्रमाणात झालेली असते. तेव्हा समाजातील व्यक्तींचे हक्क आणि अधिकार, कर्तव्ये आणि जबाबदाऱ्या सत्ता आणि प्रभाव, मिळकत आणि संपत्ती यांचे असमान वाटप हा सामाजिक स्तरीकरणाचा मूलाधार आहे. थोडक्यात असे म्हणता येईल की, श्रेष्ठ आणि कनिष्ठ, श्रीमंत आणि गरीब, सत्ताधारी आणि सत्ताविहीन यांच्यातील तफावत किंवा भेद हा सामाजिक स्तरीकरणाचा गाभा होय.

६) **सामाजिक स्तरीकरणात** जन्म, वंश, लिंग, वय, शारीरिक क्षमता इत्यादी घटकांचा समावेश होत असतो. विशिष्ट गटात जन्म हा स्तरीकरणाचा एक महत्त्वाचा आधार प्राचीन समाजात होता. भारतीय जातिव्यवस्था हे त्याचे प्रमुख उदाहरण होय. ह्या व्यवस्थेत ब्राह्मण सर्वात श्रेष्ठ व अस्पृश्य हा सर्वात कनिष्ठ मानला जात असे. अमेरिकेतील वंश हा घटक सुद्धा जन्माशी संबंधित असलेला घटक आहे. उदा. गोरे अमेरिकन श्रेष्ठ व निग्रो कनिष्ठ ही भावना स्तरीकरणातूनच निर्माण झालेली होती. लिंग या घटकाचा विचार केल्यास दर्जा देण्याच्या दृष्टीने अत्यंत प्राचीन घटक आहे. स्त्री-पुरुषांना वेगवेगळा दर्जा देण्याची पद्धत आदिवासी समाजात होती. पितृसत्ताक समाजात पुरुषाचा दर्जा श्रेष्ठ अशी परिस्थिती होती. वयाच्या आधारे सुद्धा श्रेष्ठ-कनिष्ठ दर्जा देण्याची पद्धत मानवी समाजात आढळते. वृद्धांना जास्त मान असणे, विशिष्ट प्रकारे युवकांना मार्गदर्शन करणे या कार्यामुळे वृद्धांना प्राचीन काळात श्रेष्ठ स्वरूपाचा दर्जा होता. सामाजिक स्तरीकरणात विविध दर्जांची उतरंड निर्माण झालेली असते.

७) **सामाजिक स्तरीकरणातील** स्तरांना आपापसातील असमानतेची जाणीव असते. त्यांच्या स्तरीकरण व्यवस्थेबाबत काही कल्पना असतात, ज्याचा परिणाम त्यांच्या वर्तनावर होतो. म्हणजेच स्तरीकरणामध्ये स्वत:च्या जाणिवेचा विचार

असतो. स्तरीकरणाचा आर्थिक घटक तपासून पाहिल्यास आपणास ही जाणीव तीव्र स्वरूपाची आढळते. धनवान व धनहीन हे दोन वर्ग सर्वत्र आढळतात. धनवानांना जास्त प्रतिष्ठा, तर धनहीनांना कमी प्रतिष्ठा अशी परिस्थिती निर्माण होते. मॅक्सवेबरच्या मते संपत्ती व सेवा या दोन घटकांच्या आधारे समाजात अनेक वर्ग निर्माण होतात. कार्लमार्क्सचे सर्वच विवेचन आर्थिक घटकांशी संबंधित असेच आहे.

वरील प्रकारे सामाजिक स्तरीकरणाच्या स्वरूपाचा आढावा घेता येईल.

सामाजिक स्तरीकरणाची वैशिष्ट्ये (Characteristics of Social Stratification):

समाजशास्त्रज्ञांनी सामाजिक स्तरीकरणाची विविध वैशिष्ट्ये जगातील विभिन्न समाजांचा अभ्यास करून प्रतिपादन केलेली आहेत. त्यातील काही महत्त्वपूर्ण वैशिष्ट्यांचा आपण या ठिकाणी विचार करू.

१) सार्वत्रिकता : सामाजिक स्तरीकरणाची प्रक्रिया विश्वव्यापी स्वरूपाची आहे. प्रत्येक समाजामधून कोणत्या ना कोणत्या स्वरूपात सामाजिक स्तरीकरण आढळून येते. समाजाच्या प्राथमिक अवस्थेत तसेच आधुनिक समाजातसुद्धा सामाजिक स्तरीकरणाचे अस्तित्व दिसून येते. सामाजिक स्तरीकरण हे सार्वत्रिक व सार्वकालिक आहे. विचारवंत सारोकीनच्या मते, सदस्यांची वास्तविक (Real) समानता असणारा स्तरविरहित समाज म्हणजे मानवी इतिहासाला ज्ञात नसलेली एक कल्पित कल्पनाच होय. प्राचीन काळापासून आधुनिक काळापर्यंत जे विविध मानवी समाज अस्तित्वात आले, त्या सर्व समाजांमध्ये स्तरीकरण आढळते. म्हणजेच श्रेष्ठ-कनिष्ठ दर्जावर आधारलेले स्थिर स्वरूपाचे गट स्पष्टपणे अस्तित्वात येतात.

२) सोपान परंपरा : सामाजिक स्तरीकरणाची प्रक्रिया म्हणजे समाजातील लोकसंख्येचे विविध स्तर निर्माण करण्याची प्रक्रिया आहे. या विविध स्तरांची पातळी भिन्न-भिन्न स्वरूपाची असते. काही स्तर उच्च पातळीवर तर काही निम्न पातळीवर असतात. हे स्तर सर्वत्र परस्परसंबंधित असतात, त्यामुळे अशा स्तरांची एक श्रेष्ठ-कनिष्ठ निकषांवर आधारित असलेली सोपान परंपरा तयार होते, म्हणून सामाजिक स्तरीकरण एक स्तरांची सोपान परंपरा आहे. आधुनिक काळाचा विचार केला तर या सोपान परंपरेत परिवर्तन झाल्याचे आढळते. दर्जाचा घटकच बदलल्यामुळे परंपरा क्रम बदलतो. शिक्षण, व्यवसाय व पैसा हा आता महत्त्वाचा बनलेला आहे. जातीसारख्या परंपरेचा विचार न करता व्यक्तींचा दर्जा ठरविला जात आहे. थोडक्यात, आज व्यक्तींचा दर्जा जन्मावरून न ठरता कर्तृत्वावरून ठरतो. उच्च-नीचता, श्रेष्ठ-कनिष्ठता हा सर्वकालीन समाजाचा स्थायिभाव आहे. म्हणून सामाजिक स्तरीकरणाच्या वैशिष्ट्यांत सोपान परंपरा या वैशिष्ट्याचा समावेश केला जातो.

३) सामाजिक प्रतिमान : सामाजिक स्तरीकरणात संबंध प्रतिमानाची निश्चिती होते, त्यामुळे सामाजिक स्तरीकरण आपले दर्जे निश्चित करते. यातूनच विविध स्तरांतील आंतरसंबंधाची बाजू मजबूत होते. स्तरीकरणाच्या सोपान परंपरेतील स्तरांच्या आंतर संबंधाचे स्वरूप स्तरीकरण प्रक्रियेत ठरविलेले असते. स्तरीकरण जैविक किंवा मानवनिर्मित भेदावर आधारित असले तरी सामाजिक मान्यताही महत्त्वाची असते. प्रत्येक समाजाची मूल्यव्यवस्था महत्त्वाची असते. स्तरीकरणाला श्रद्धा, दृष्टिकोन व मूल्ये (Beliefs, attitude & Value) यांचा आधार प्राप्त झालेला असतो. ज्या प्रमाणाच्याद्वारे स्तरीकरण ठरते त्या प्रमाणांना सामाजिक मान्यता असते. कनिष्ठ स्तरातील व्यक्तीदेखील आपले वर्तन त्या प्रमाणांना अनुसरूनच करतात. सामाजिक संस्कृतीच्या संदर्भात या संबंधाचे निर्धारण, नियमन, नियंत्रण व समर्थन केलेले असते. या संबंधानुसारच विविध स्तरांतील व्यक्ती परस्परांशी आंतरक्रिया व संबंध प्रस्थापित करतात. सारांश, सामाजिक प्रतिमानाचा समावेश स्तरीकरणाच्या वैशिष्ट्यात होतो.

४) सापेक्ष स्थैर्य : सामाजिक स्तरीकरणातून ज्या विविध स्तरांचा जन्म झालेला असतो त्या स्तरांना सापेक्षत: स्थैर्य लाभलेले असते. हाच एक अर्थ या लक्षणाचा होतो. याचे कारण स्तररचनेला सामाजिक संस्कृतीचा, मूल्यव्यवस्थेचा पाठिंबा असतो. कोणत्याही समाजातील स्तरीकरणव्यवस्था सापेक्षत: स्थिर स्वरूपाची असते. समाजातील विभिन्न स्तरांमधील संबंध व त्यांच्यातील सामाजिक अंतर हे श्रेष्ठत्व-कनिष्ठत्वाच्या कल्पनेवर आधारलेले असते. सामाजिक स्तरीकरण हे बाह्यदृष्ट्या स्थिर दिसते, परंतु परिस्थिती व मानवी गरजेत बदल झाल्यास स्तरीकरणातही परिवर्तन होते, परंतु यातील परिवर्तन मंद गतीचे असते. आधुनिक समाजाचा आपण विचार केल्यास नवीन शिक्षण व नवीन व्यवसाय यामुळे स्तरीकरणाला गती प्राप्त झालेली असते. मानवी गरज जितक्या लवकर बदलते, तितक्याच प्रमाणात स्तरीकरण बदलते, यालाच सापेक्ष स्थैर्य असे म्हणतात.

५) परिणामकारकता : स्तरीकरण व्यक्तिजीवनाच्या व समाजाच्या दृष्टीने प्रभावी ठरते. सामाजिक स्तरीकरणात संपत्ती, सत्ता अणि प्रतिष्ठा यांची विषम वाटणी झालेली असते. याचे परिणाम जीवन संधी व जीवन पद्धती या दोन्हींवर घडून येतात. स्तरपरत्वे व्यक्तीला जीवनात सुख-दु:खे भोगण्याच्या संधींची सरासरी निरनिराळी असते. उदाहरणार्थ, वर्ण व्यवस्थेत कनिष्ठ वर्गामध्ये बालमृत्यूचे प्रमाण जास्त असते, म्हणजेच जीवनपद्धतीत देखील वर्गपरत्वे फरक आढळतो. विचारवंत एलिचिनॉयच्या मते, श्रेष्ठ व कनिष्ठ, श्रीमंत आणि गरीब सत्ताधारी आणि सत्ताविहीन यांच्यातील

तफावत किंवा भेद हा सामाजिक स्तरीकरणाचा गाभा होय. सारांशत: स्तरीकरण हे परिणामकारक असते. समाजातील व्यक्ती कोणत्या स्तरात आपली भूमिका वठवितात त्यावरून व्यक्तीचा दर्जा कोणता व त्याचा परिणाम काय होतो याचा अंदाज येतो. समाजाची रचनाच अशा प्रकारची आहे की, वेगवेगळे दर्जे वेगवेगळ्या गरजा पूर्ण करतात. थोडक्यात, परिणामाशिवाय सामाजिक स्तरीकरण अस्तित्वात येऊ शकत नाही, म्हणूनच परिणामकारकतेचा समावेश सामाजिक स्तरीकरणाच्या वैशिष्ट्यांत केला जातो.

६) विविधता : सामाजिक स्तरीकरण विविधतापूर्ण असते. सर्व मानवी समाजांत एकच समान प्रकारचे स्तरीकरण आढळत नाही, कारण विषमता जसा निसर्गाचा गुणधर्म आहे, तसाच समाजाचाही आहे. निरनिराळ्या समाजांत निरनिराळी समाजाची रूपे आढळतात. जातिव्यवस्था, वर्गव्यवस्था, मालमत्ता असे विविध प्रकार आपणास दिसून येतात. समाजातील स्तर निसर्गातील थरांप्रमाणेच वेगवेगळे असतात. जातिव्यवस्था स्तरीकरणाची एक बंद स्वरूपाची परंतु विविधता असणारी व्यवस्था आहे. अमेरिकेत गोरे व काळे यांची व्यवस्था स्तरीकरणाच्या तत्त्वांवरच आधारित आहे. आफ्रिकेतील व श्रीलंकेतील वंशांचे स्तरीकरण देखील विविधतेमुळे निर्माण झाल्याचे आढळते. सामाजिक विभेदीकरण ही स्तरीकरणाच्या अगोदरची अवस्था आहे. सामाजिक विभेदीकरणात उच्च-नीचता स्पष्टपणे सांगितलेली असते. समाज इतका व्यापक आहे की, तो विविधतेने नटलेला आहे. समाजातील डॉक्टर वर्ग, शिक्षक वर्ग, प्राध्यापक वर्ग, वकील वर्ग हे सर्व स्तर उच्च दर्जाचे असूनही त्यात विविधता आहे, कारण समाजाच्या विविध गरजांतूनच हे विविध स्तर निर्माण झालेले आहेत हे आपणास विसरता येत नाही.

७) आदर्श प्रकाराचा अभाव : स्तरीकरणाच्या विविध पद्धती दिसून येतात, परंतु हा कोणताही प्रकार फार आदर्श स्वरूपाचा नसतो. कोणत्याही स्तरीकरणात पूर्णपणे बंद किंवा पूर्णपणे मुक्त वर्गाचा अभाव असतो. जातिव्यवस्था ही एक फार आदर्शवादी आहे असे आपणास म्हणता येत नाही. आधुनिक काळात आंतरजातीय विवाहामुळे व व्यावसायिक विभाजनामुळे जात ही एक पूर्वीसारखी ताठर व्यवस्था आहे असे म्हणता येत नाही. स्तरीकरणाच्या ज्या मुक्त वर्गव्यवस्था आहेत, त्या तर फारच वेगळ्या आहेत. श्रेष्ठ, कनिष्ठ, मध्यम, अति कनिष्ठ इत्यादीत कोणताही आदर्श नसतो; म्हणजेच आदर्श तत्त्वांचा अभाव असतो. वर्गव्यवस्था स्तरीकरणाचा स्वतंत्र स्वरूपाचा प्रकार आहे. आपण अमेरिका व आफ्रिका यांचे उदाहरण घेतल्यास आदर्श तत्त्व त्यात दिसत नाही. थोडक्यात, स्तरीकरण महत्त्वाचे असले तरी त्यात गरजेप्रमाणे बदल होत असतात.

सामाजिक स्तरीकरणाचे प्रकार (Types of Social Stratification) :

समाजात सामाजिक स्तरीकरण सारख्याच स्वरूपाचे असत नाही, कारण विषमता हा समाजाचा गुणधर्म असल्यामुळे स्तरीकरणाचेही वेगवेगळे प्रकार समाजात आढळतात. सामाजिक स्तरीकरण सार्वत्रिक असले तरी त्याचे स्वरूप मात्र प्रत्येक समाजात वेगवेगळे असते. या दृष्टीने विचार करता सामाजिक स्तरीकरणाचे दोन प्रमुख प्रकार आहेत. खालील आकृतीवरून त्यांची कल्पना येऊ शकेल.

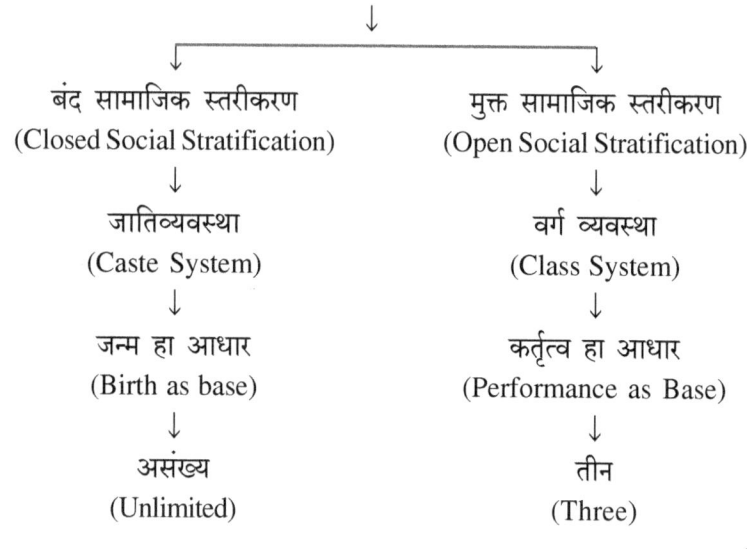

सामाजिक स्तरीकरणाचे प्रकार दर्शविणारी आकृती

बंद सामाजिक स्तरीकरण (Closed Social Stratification)	मुक्त सामाजिक स्तरीकरण (Open Social Stratification)
जातिव्यवस्था (Caste System)	वर्ग व्यवस्था (Class System)
जन्म हा आधार (Birth as base)	कर्तृत्व हा आधार (Performance as Base)
असंख्य (Unlimited)	तीन (Three)

(आकृती ५.१)

या दोन्ही प्रकारांवर व त्यांच्या वैशिष्ट्यांवर आपण सविस्तर चर्चा करू.

जातिव्यवस्था (Caste System) :

जातिव्यवस्था हा बंद स्तरीकरणाचा प्रकार मानला जातो. जातिव्यवस्था हे भारतीय समाजाचे एक ठळक वैशिष्ट्य आहे. जातीच्या आधारावर भारतीय समाजात अनेक श्रेष्ठ-कनिष्ठ स्तर निर्माण झालेले आहेत. जातीचे सदस्यत्व जन्माने प्राप्त होते व जीवनाच्या शेवटपर्यंत आपली जात बदलता येत नाही. जात ही बंद स्तरीकरणाची बाजू आहे. जातिव्यवस्था हिंदू धर्माची चौकट समजली जते. एकंदरीत भारतीय समाजव्यवस्थेवर जातिव्यवस्थेचा प्रचंड प्रभाव आढळतो. जातिव्यवस्था ही एक

प्रकारची वर्गव्यवस्थाच होय, परंतु वर्गव्यवस्थेला जेव्हा ताठर व साचेबंद स्वरूप प्राप्त होते, तेव्हा त्यासच जातिव्यवस्था म्हणता येते. या प्रकारची सामाजिक स्तररचना भारत, जपान, ब्रह्मदेश इत्यादी ठिकाणी आढळते. अमेरिकेतील वांशिक गुणधर्मावर आधारलेले गोरे अमेरिकन व निग्रो अमेरिकन ही जी स्तररचना आहे, ती देखील बंद स्तरीकरणात येते. जातिनिष्ठ समाजरचनेत समाज निरनिराळ्या जातींमध्ये विभागलेला असतो. या जाती श्रेष्ठ-कनिष्ठ अशा उतरत्या श्रेणीमध्ये असतात. हिंदू समाजात ब्राह्मण ही जात सर्वश्रेष्ठ मानण्यात येते व नंतर उतरत्या क्रमाने इतर जाती येतात. अस्पृश्य जातींना सर्वात कनिष्ठ मानण्यात येते. जातिव्यवस्थेचे पारंपरिक स्वरूप बदलत असले तरी जातिव्यवस्था भारतात अजूनही टिकून आहे. प्रसिद्ध विचारवंत डॉ. गो. स. धुर्ये हे जातिव्यवस्थेवर भाष्य करताना असे म्हणतात की, जात ही इतकी गुंतागुंतीची गोष्ट आहे की, तिची सुस्पष्ट व्याख्या करणे कठीण आहे म्हणूनच त्यांनी जातिव्यवस्थेची प्रमुख लक्षणे प्रतिपादन केली होती. मराठीतील जात हा शब्द इंग्रजीतील Caste या शब्दचे मराठी भाषांतर होय. इंग्रजीतील Caste हा शब्द स्पॅनिश भाषतील Casta या शब्दवरून तयार करण्यात आला असून त्याचा अर्थ आहे - वंशाची शुद्धता. भारतातील जातीसाठी इंग्रजांनी तो शब्द (Caste) वापरला. 'जात' या शब्दाच्या भारतीय भाषेतील व्युत्पत्तींचा विचार करता हा शब्द 'जन' या संस्कृत क्रियापदापासून आला असून त्याचा अर्थ आहे 'जन्माने अस्तित्वात येणारा गट' थोडक्यात, जात म्हणजे वांशिक शुद्धतेच्या निकषावर जन्माने अस्तित्वात येणारा गट होय.

जातीच्या व्याख्या :

१) डॉ. बाबासाहेब आंबेडकर : बहिर्गट विवाहबंधनावर अंतर्गत विवाह बंधनांचे वर्चस्व प्रस्थापित होणे म्हणजे जात होय. जात हा एक बंद वर्ग होय.

२) डॉ. इरावती कर्वे (Dr. Iravati Karve) : जाती म्हणजे एक विस्तारित कुटुंब होय.

३) चार्लस् कुले (Charles Cooley) : आनुवंशिकतेच्या तत्त्वावर आधारलेल्या वर्गास जाती असे म्हणतात.

४) ड्रेसलर आणि विलीस (Dressler and Willis) : दर्जापेक्षा उच्च सामाजिक दर्जा वा स्थान मिळविण्यास प्रतिबंध करणारी दर्जासंबंधाची व्यवस्था म्हणजे जातिव्यवस्था होय.

५) डॉ. मुखर्जी (Dr. Mukherjee) : जाती ही प्रामुख्याने जन्मतत्त्वावर आधारलेली सामाजिक सोपान परंपरा असते. तशीच ती समाजाचे निरनिराळ्या

विभागांत विभाजन करणारी अशी गतिशील व्यवस्था आहे की, जी आपल्या सदस्यांवर, खाणे-पिणे, वैवाहिक संबंध, व्यवसाय व सामाजिक व्यवहार या बाबतींमध्ये कमी-जास्त प्रमाणात निर्बंध घालते.

६) डॉ. मुजुमदार आणि डॉ. मदन (Dr. Mujumdar and Madan) : जाती म्हणजे एक बंद वर्ग होय.

जातिव्यवस्थेची ठळक वैशिष्ट्ये :

अनेक समाजशास्त्रज्ञांनी जातीच्या वैशिष्ट्यांचे विवेचन केलेले आहे. डॉ. धुर्ये, डॉ. नृपेंद्रकुमार दत्त, डॉ. इरावती कर्वे व किंग्जले डेव्हिस इत्यादी अनेक विचारवंतांनी जातीच्या संदर्भात अनेक महत्त्वाचे मुद्दे मांडलेले आहेत. त्यापैकी डॉ. गो. स. धुर्ये यांनी केलेल्या विवेचनाचा सविस्तर आढावा घेऊ.

१) समाजाचे खंडात्मक विभाजन : जातिव्यवस्थेमुळे हिंदु समाजाचे निरनिराळ्या खंडांत विभाजन झालेले आहे. विटांवर विटा रचून ज्याप्रमाणे घराची भिंत तयार होते आणि विटांच्या विविध स्तरांची जशी भिंत बनते, त्याप्रमाणे सबंध भारतीय समाजाची जातीमुळे अनेक स्तरांत विभागणी झाली आहे. प्रत्येक जातीची स्वत:ची वेगळी जीवनपद्धती असते. प्रत्येक जातीचे निर्बंध महत्त्वाचे असतात. त्यांचे पालन काटेकोरपणे करावे लागते. निरनिराळ्या जातींमध्ये सहजपणे देवाण-घेवाण नसते, कारण ते परस्परांपासून वेगळे असतात. प्रत्येक जातीचे नियामक मंडळ असते. या नियमिक मंडळाला जाती पंचायत या नावाने ओळखले जाते. या जातींच्या विभिन्न खंडांचा व्यवसाय निमित्ताने संबंध येतो. जातिव्यवस्थेचे आणखी एक वेगळे विभाजन म्हणजे प्रमुख जातींचे पुन्हा उप-जातींच्या स्वरूपात विभिन्न असा भेद प्रामुख्याने मानण्यात येतो. भारतातील ग्रामीण परिसरात जातीवर आधारित गल्ल्या निर्माण झाल्या आहेत.

२) सोपान-परंपरा : जातिव्यवस्थेमध्ये सोपान परंपरा असते. म्हणजे जातीची श्रेष्ठ-कनिष्ठ अशी प्रतवारी लावण्यात येऊन त्यांचा प्रतिष्ठेनुसार पदसोपान क्रम निश्चित झालेला असतो. जातिव्यवस्थेअंतर्गत जातीची बनलेली रचना एखाद्या देवघरातील उतरंडीसारखी असते. पारंपरिक जातिव्यवस्थेत ब्राह्मण जातीचा दर्जा श्रेष्ठ समजला गेला असून त्या खालोखाल इतर असंख्य जातींचा दर्जा क्रमाक्रमाने कनिष्ठ होत जातो. अर्थात एखाद्या विशिष्ट प्रदेशात नंबर दोनचे स्थान नेमक्या कोणत्या जातीचे याबाबत वेगळेपणा दिसून येतो. जाती व उपजातींची रचना श्रेष्ठ-कनिष्ठ तत्त्वावर झालेली असते. हिंदु समाजात ब्राह्मण सर्वश्रेष्ठ तर अस्पृश्य कनिष्ठ समजले

जातात. यालाच सोपान परंपरा असे संबोधले जाते. निरनिराळ्या देशांत व निरनिराळ्या प्रदेशांत कोणती जात कोणत्या जातीपेक्षा श्रेष्ठ मानावयाची हे निश्चितपणे ठरलेले असते.

३) रोटी व्यवहार व सामाजिक संबंधावरील निर्बंध : एका जातीने दुसऱ्या जातीशी कोणत्या प्रकारचे सामाजिक संबंध ठेवावेत तसेच खाण्यापिण्याच्या बाबतीत कोणती बंधने पाळावीत या संदर्भात काटेकोर व निश्चित स्वरूपाचे नियम असतात. या नियमाप्रमाणे प्रत्येक जातीतील व्यक्ती काही ठरावीक जातीच्या लोकांच्या हातचेच अन्न खाऊ शकते किंवा पाणी पिऊ शकते. या नियमानुसार निषिद्ध किंवा कनिष्ठ जातीच्या हातचे अन्नपाणी घेणे सामाजिक गुन्हा ठरत असे. या नियमात सर्वत्र सारखेपणा नसून त्यात प्रादेशिक भिन्नता आहे. भारतीय समाजात कच्चे अन्न व पक्के अन्न असा स्पष्ट भेद होता. कच्चे अन्न याचा अर्थ जे अन्न पाणी घालून शिजविले जाते ते. अन्न तेलात व तुपात तळून तयार केले असेल तर त्यास पक्के अन्न म्हणतात. शिवाय दूध, फळफळावळ यांचाही समावेश पक्क्या अन्नात केला जातो. ब्राह्मण, अस्पृश्य वगळता अन्य कनिष्ठ जातींकडून पक्क्या अन्नाचा स्वीकार करू शकत, परंतु कोणत्याही परिस्थितीत कच्चे अन्न, कनिष्ठ जातीकडून स्वीकारण्याचा अधिकार ब्राह्मणांना नव्हता. कनिष्ठ जातीतील लोक मात्र वरिष्ठ जातीतील लोकांकडून सर्व प्रकारचे अन्न स्वीकारू शकत असत. अन्नाच्या या देवाण-घेवाणीला रोटी व्यवहार म्हणतात. त्यावरील पारंपरिक बंधने आज बरीच शिथिल झाली आहेत, पण पूर्ण नष्ट मात्र झाली नाहीत.

जातिव्यवस्थेमध्ये जाती ह्या श्रेष्ठ-कनिष्ठतेच्या तत्त्वावर आधारलेल्या असतात. एखाद्या जातीतील लोकांनी दुसऱ्या जातीतील लोकांबरोबर कोणत्या प्रकारचे संबंध ठेवावयाचे हे समाजाच्या व त्या जातीच्या रूढी, परंपरा, संकेत व धार्मिक तत्त्वे इत्यादींच्या आधाराने ठरविले जाते. निरनिराळ्या जातींतील लोकांना परस्परांशी स्वतंत्रपणे संबंध ठेवता येत नाहीत. याच मुद्याच्या वरील विवेचनामुळे पूर्वी आणि आधुनिक काळातही निरनिराळ्या लोकांवर रोटी व्यवहार व बेटी व्यवहार या दोहोंची बंधने जातीनेच प्रदान केलेली आहेत. व्यक्तीचे सांस्कृतिक व धार्मिक संबंध आपल्या जातीतील व्यक्तीपुरते मर्यादित असतात. विवाह समारंभ व इतर घरगुती सांस्कृतिक, धार्मिक कार्यक्रमांना स्वजातीय लोकांनाच प्रामुख्याने बोलावण्यात येते. सामाजिक संबंधात उच्च-नीच भेदभाव आढळतो. कनिष्ठ जातीच्या व्यक्तींचा स्पर्श झाल्याने किंवा त्यांची सावली देखील पडली तर विटाळ होतो ही कल्पना भारतात सर्वत्र आढळते, पण दक्षिण भारतात ती अधिक तीव्र आहे.

४) विवाहावरील निर्बंध : अंतर्विवाहाचा नियम हे जातिसंस्थेचे एक महत्त्वाचे लक्षण होय. एका जातीत अनेक उपजाती असून प्रत्येक उपजातीतील विवाह करण्यासंबंधी कडक नियम होते, यावर विचारवंतांनी भर दिलेला आहे. जातिसंस्थेतील अंतर्विवाहासंबंधीच्या नियमांचे इतके कठोर पालन केले जात असे की, त्या नियमांचे उल्लंघन करणाऱ्याला जाती-बहिष्कृत केले जात असे किंवा इतर कठोर शिक्षा केली जात असे. भारतात आजही विविध जातींत होणारे जातीचे सामूहिक विवाह हे सुद्धा जाति संस्थेला खतपाणी देत आहेत. विवाहातील जोडीदार निवडताना जात, उपजात, वंशगट या सर्वांचा विचार आजही होत आहे, म्हणूनच विवाहाचा विचार म्हणजे विशिष्ट बंधनांचा विचार होय. विवाहाला मर्यादा असतात व ह्या मर्यादा विवाहाद्वारेच नियंत्रित केल्या जातात. प्रत्येक जात हा एक अंतर्विवाही गट आहे. व्यक्तीला आपल्या जातिगटाशी विवाह करूनच जीवन जगावे लागते. आंतरजातीय विवाहाला समाजात तीव्र विरोध होतो. हा निर्बंध एकंदर जातिव्यवस्थेचा प्रमुख आधार आहे. या निर्बंधाकडे दुर्लक्ष झाल्यास सबंध जातिव्यवस्था कोलमडून पडेल. जातिसंस्थेवर कितीही आघात झाले तरी भारतीय समाजातील जातिव्यवस्था आजही टिकून आहे. विवाहाला जातीचे बळ आहे. समाजजीवनात विवाहसंस्थेला विशेष महत्त्व आहे. आजही भारतीय समाजात विवाहसंबंध जुळविताना जाती-धर्माचा विचार प्रथम करण्यात येतो. भारतात जाती व उपजाती अंतर्गत विवाह हेच जाती नियमनानुसार समाजमान्य होतात. जातिबाह्य विवाहाचा निषेध केला जातो.

५) व्यवसायावरील निर्बंध : व्यवसायामुळेच जातीची ओळख होते, तसेच जातीमुळेच व्यवसाय देखील ओळखता येतो; इतकी जवळीकता व्यवसाय व जातीची आहे. प्रत्येक जातीचा स्वत:चा परंपरागत व्यवसाय होता. प्रत्येक सदस्याला तोच व्यवसाय करावा लागत असे. स्वत:च्या इच्छेनुसार नवीन व्यवसाय निवडण्यास व्यक्तीला जाती नियमानुसार परवानगी मिळत नसे. व्यवसाय हा आनुवंशिकच असावा, यावर भर होता, कारण मुलाच्या जन्माबरोबर त्याचा व्यवसाय ठरत असे. पवित्र वस्तूंच्या संबंधातील व्यवसायाला जास्त महत्त्व होते. काही व्यवसाय मात्र सर्व जातींसाठी मुक्त होते. उदाहरणार्थ, शेती व्यवसाय, सैनिकी व्यवसाय इत्यादी. सामान्यत: प्रत्येक जात आपला व्यवसाय श्रेष्ठ आहे असे मानीत असे. अनेक जातींची नावे देखील त्यांच्या व्यवसायावरून पडलेली आढळतात. भारतीय समाजात दिसणारी जातिव्यवस्था म्हणजेच व्यवसायाचे विभाजनच होय. कुंभार, चांभार, लोहार, सोनार, शिंपी, वडार, सुतार इत्यादींचा व्यवसाय जातीनिष्ठ म्हणजे विशिष्ट निर्बंधांचा होता. समाजाच्या निरनिराळ्या गरजा भागविण्यासाठी व्यवसायांची जातीनुसार विभागणी

करण्यात आलेली असावी, त्यामुळे श्रमविभाजन होऊन समाजास आवश्यक असणारी सर्व कार्ये व्यवस्थितरित्या पार पाडली जात असत. ह्या कार्याची म्हणजेच व्यवसायांची प्रतवारी लावण्यात आलेली होती. अशा रीतीने जातीचा सामाजिक दर्जा व व्यवसाय यांचा संबंध आहे. ब्राह्मण जातीचा दर्जा त्या जातीतील लोक अध्ययन, अध्यापन व धार्मिक विधी इत्यादी श्रेष्ठ समजण्यात येणारे व्यवसाय करीत असल्याने श्रेष्ठ ठरविण्यात आला होता. याउलट अस्पृश्य समाजातील लोक मेलेल्या जनावरांचे कातडे कापणे, मैला वाहणे इ. कनिष्ठ प्रतीची कामे करीत असल्याने समाजाने त्यांना अस्पर्श म्हणजेच अस्पृश्य मानले. जात हा व्यवसायावरून संघटित झालेला गट आहे हे मात्र निश्चित.

६) धर्माचा आधार किंवा धार्मिक निर्बंध : जातिव्यवस्थेला धार्मिक आधार देण्यात आलेला होता. हिंदूंच्या कर्म व पुनर्जन्म यांच्या तत्त्वज्ञानाचा संबंध जातिव्यवस्थेशी जोडण्यात आलेला होता. जातिव्यवस्था ही ईश्वरप्रणित आहे व ती सर्वांनी पाळली पाहिजे असे प्रतिपादले जात असे. जातिव्यवस्थेचा धर्माबरोबर संबंध जोडल्यामुळे आजतागायत जातिव्यवस्था टिकून आहे. प्रत्येक जात आजही मोठ्या प्रमाणात संघटित असणारा गट आहे. प्रत्येक जातीतील लोक आपापल्या जातबांधवांचे संबंध सुरक्षित ठेवतात. विवाहप्रसंगी आपल्या जातीतील लोकांनाच आमंत्रित करीत व यास जातीकडून मान्यता होती असा याचा अर्थ होतो.

आधुनिक काळात धर्म व जात परस्परांशी पूरक आहेत. जातीबरोबर पवित्र-अपवित्रतेची भावना जोडली गेलेली होती. उच्च जातींना धार्मिक विशेषाधिकार दिलेले होते, तर कनिष्ठ जातींना या अधिकारापासून दूर ठेवण्यात आले होते. अस्पृश्यांना तर सर्वांत दूर ठेवण्याचा व कनिष्ठ मानण्याचा प्रघात पडला होता. धार्मिक संस्कारांच्या बाबतीत देखील श्रेष्ठ व कनिष्ठ जातींना विभिन्न मानले गेले होते, म्हणजेच कनिष्ठ जातींना वैदिक संस्कारांचा हक्क नव्हता. जातिव्यवस्थेला धर्माचा आधार असल्याने जात म्हणजे आपल्यापासून दूर न जाणारी वस्तू आहे, म्हणूनच धर्म व जात एकाच नाण्याच्या दोन बाजू आहेत असे म्हटल्यास चुकीचे होणार नाही. धर्म व जातीच्या आधारावर भारतात आज राजकारण केले जाते. निवडणुकाही लढविल्या जातात. स्वत:ला धर्मनिरपेक्ष म्हणविणारे राजकीय पक्षही निवडणुका जिंकण्यासाठी जातीचा आधार घेतात. धर्माचा जातीला मिळालेला पाठिंबा जातीचे अस्तित्व टिकविण्यास कारणीभूत ठरला.

७) जाती पंचायत : जाती पंचायत हे जातिव्यवस्थेचे एक ठळक लक्षण आहे. जाती नियमनांच्या पालनासाठी जातीत एक संघटना होती. त्यासच जाती

पंचायत असे म्हणतात. जाती पंचायत ही जातिसंस्था स्थिर ठेवण्याचे कार्य करीत असे. खेडेगावातील भांडणे मिटविण्याचे काम जाती पंचायतीकडे सोपविले जाई. गुन्हेगारांना सौम्य किंवा कडक शिक्षा देण्याचा अधिकार याच जात पंचायतींना प्रदान केला होता. जातिव्यवस्थेत प्रचलित असलेल्या प्रथा, परंपरा आणि वेळोवेळी केलेल्या नियमांप्रमाणे जातिसदस्यांचे व्यवहार चालतात किंवा नाही हे पाहण्यासाठी प्रत्येक जाती, उपजातीत पंचायती असत. या जात पंचायतीत वृद्ध आणि अनुभवी लोकांना पंच म्हणून नेमण्यात येत असे. जाती व्यवहारांचे मार्गदर्शन व नियंत्रण करण्याचे काम पंच सदस्यांकडे असे. जाती पंचायतीची पकड जातिव्यवस्थेवर जबरदस्त होती. सुतार, कुंभार, चांभार, धोबी, लोहार, सोनार इत्यादी सर्व जातींत जाती पंचायत अस्तित्वात होती. तसेच सर्व सामाजिक व्यवहार जातीपंचांना विचारूनच केले जात. जाती पंचायतीच्या संमतीशिवाय कोणताही निर्णय घेतला जात नसे. आधुनिक काळात जातीत बरेच परिवर्तन झालेले असले तरी आजही खेड्यात जात पंचायतीचे अस्तित्व जाणवते. जात पंचायतीचे नियंत्रण अनौपचारिक स्वरूपाचे होते. प्रत्येक जात व प्रत्येक पंचायत आपापल्या जातींना संरक्षण देत असते. जातीतील तंटे मिटविणे, समझोता करणे, शिक्षा देणे इत्यादी कार्ये जाती पंचायतीतील पंचांना करावी लागत असत. सारांशत: समाजशास्त्रीय विचारवंतांनी जातीचा विचार करताना जाती पंचायत एक मूलभूत प्रमाण मानून जातीचे आधारभूत वैशिष्ट्य मानले आहे.

स्तरीकरणाचा एक बंद किंवा ताठर प्रकार या दृष्टीने जातिव्यवस्थेची प्रमुख लक्षणे वर दिली आहेत. जन्मावर आधारलेली जातिव्यवस्था ही स्तरीकरणाची एक चिवट व्यवस्था आहे. ब्रिटिश राज्यकर्त्यांच्या काळात तसेच स्वातंत्र्यानंतर पारंपरिक जातिव्यवस्थेत अनेक परिवर्तने होऊन पूर्वीइतके ताठर स्वरूप आज राहिलेले नाही, परंतु जातिव्यवस्थेची मूलभूत चौकट आजही अभंग आहे हे आपणास मान्य करावे लागते. व्यक्तीच्या सामाजिक जीवनावर जातिव्यवस्थेचा परिणाम अनेक प्रकारे झालेला आहे. हिंदू समाजात व्यक्तींच्या कौटुंबिक, धार्मिक, सांस्कृतिक आणि राजकीय जीवनावर जातिव्यवस्थेचा परिणाम झाल्याचे आढळून येते. व्यक्तीच्या वैयक्तिक जीवनातील बारीक-सारीक गोष्टींचे स्वरूप जातीच्या नियमांनी व निर्बंधांनी ठरविलेले असते. व्यक्तींच्या आवडी-निवडी व महत्त्वाकांक्षा, दृष्टिकोन, मते यावर जातीचा प्रभाव असल्याचे आढळते. प्रत्येक जातीची एकंदर जीवनपद्धती वैशिष्ट्यपूर्ण बनविण्यास जातीचे नियम व निर्बंध कारणीभूत होतात. ही समानता व्यक्तींच्या वैयक्तिक लायकीवर आधारलेली नसून ती जन्म तत्त्वावर आधारलेली असल्याने या संघर्षाची तीव्रता वर्ग संघर्षाच्या तीव्रतेपेक्षा अधिक असते. आधुनिक काळात

जातीयवादाने निर्माण होणारे संघर्ष हे असमानतेमुळेच निर्माण झालेले आहेत. सारांश, जातिभावना हे जातिव्यवस्थेचे एक लक्षणच आहे.

वर्गव्यवस्था (Class system) :

वर्गव्यवस्था हा स्तरीकरणाचा खुला किंवा मुक्त प्रकार आहे. प्रत्येक समाज हा श्रेष्ठत्व आणि कनिष्ठत्व या तत्त्वांवर आधारित विभिन्न गटांत विभाजित होतो, तेव्हा त्यास वर्ग ही संज्ञा लावण्यात येते. आधुनिक काळात व्यक्तीच्या स्वसंपादित दर्जाला अधिक महत्त्व प्राप्त होते, म्हणून तो विविध वर्गांत विभागला गेला असल्याचे समाजशास्त्रज्ञ समजतात. समव्यवसाय करणाऱ्या व्यक्ती आपल्या व्यावसायिक हितसंबंधाचे रक्षण करण्यासाठी आपला स्वतंत्र गट निर्माण करतात. तो पण वर्ग या संज्ञेस पात्र ठरतो. उदाहरणार्थ, कामगारांचा वर्ग, शिक्षकांचा वर्ग, प्राध्यापकांचा वर्ग, वकिलांचा वर्ग इत्यादी वर्ग निर्धारित करण्याचे अनेक निकष आहेत. यात प्रामुख्याने सत्ता, संपत्ती, प्रतिष्ठा, शिक्षण इत्यादींचा समावेश होतो. अमेरिकेत जी वर्गव्यवस्था आढळते ती प्रामुख्याने आर्थिक तत्त्वावर आधारित आहे. श्रीमंत, मध्यम व गरीब वर्ग जवळपास सर्वच देशांत आढळतात. एखाद्या वर्गात जन्माला आलेली व्यक्ती आपल्या स्वप्रयत्नाने, कष्टाने उच्च दर्जा प्राप्त करून घेऊन मूळ वर्गापेक्षा वरच्या वर्गात प्रवेश करू शकते, म्हणूनच वर्गव्यवस्था ही सापेक्षत: खुली स्तरीकरण व्यवस्था ठरते. येथे गतिशीलतेला मुक्त वाव आहे. प्रामुख्याने संपत्तीचा आधार घेऊन समाजातील वर्ग समाजात निर्माण झालेले असतात. या वर्गाची देखील उतरंडीप्रमाणे रचना अस्तित्वात येते. या व्यवस्थेलाही श्रेष्ठ–कनिष्ठतेचे परिमाण लाभलेले असते. मुक्त स्तरीकरण व्यवस्थेचे एक स्वरूप म्हणून वर्ग व्यवस्थेचा विचार करण्यात येतो. वर्गव्यवस्थेत दर्जा बदलता येतो, त्यामुळे वर्गव्यवस्था हे मुक्त स्तरीकरण ठरते. मॅक्सवेबरच्या मते, समान जीवन संधी किंवा सामाजिक संधी प्राप्त असणाऱ्या व्यक्तींचा गट म्हणजेच वर्गव्यवस्था होय.

वर्गव्यवस्थेच्या व्याख्या :

वर्गाचा अर्थ स्पष्ट होण्यासाठी वर्गव्यवस्थेच्या काही व्याख्या आपण पाहू.

१) आर. टी. लॅपियर : संपूर्ण लोकसंख्येमध्ये विशिष्ट स्थान किंवा दर्जा असलेला सांस्कृतिक समूह म्हणजे वर्ग होय.

२) मॅक आयव्हर आणि पेज : सामाजिक वर्ग म्हणजे समुदायाचा असा कोणताही भाग की जो त्याच्या विशिष्ट सामाजिक दर्जामुळे इतर विभागांपेक्षा वेगळा दिसतो.

३) ऑगबर्न आणि निमकॉफ : एखाद्या विशिष्ट समाजात ज्या व्यक्तीचा सामाजिक दर्जा अवश्य करून सारखाच आहे, अशा व्यक्तींचा समूह म्हणजे वर्ग होय.

४) गिन्सबर्ग : समान व्यवसाय, आर्थिक स्थिती, शिक्षण आणि वंश यांच्यामुळे ज्यांची जीवनपद्धती एकसारखी झाली आहे, ज्यांचे विचार, भावना, अभिवृत्ती व वर्तनप्रकार समान झालेले आहेत व त्याचमुळे जे परस्परांशी बरोबरीच्या नात्याने वागतात, तसेच ज्यांच्या मनात, आपण एकाच गटाचे सदस्य आहोत अशी भावना कमी-जास्त प्रमाणात निर्माण झालेली असते अशा व्यक्तींच्या समुच्चयाला वर्ग असे म्हणतात.

५) टिशलेर, व्हायटन आणि हंटर : समान संधी, समान आर्थिक आणि व्यावसायिक दर्जा, समान अभिवृत्ती आणि वर्तन म्हणजे समाजिक वर्ग होय.

६) हॉर्टन आणि इंट : सामाजिक दर्जाच्या अखंड श्रेणी व्यवस्थेत समान दर्जा असणाऱ्या लोकांचा स्तर म्हणजे सामाजिक वर्ग होय.

वर्गव्यवस्थेची वैशिष्ट्ये :

वर्गव्यवस्थेचे स्वरूप स्पष्ट होण्यासाठी वर्गव्यवस्थेच्या काही प्रभेदक वैशिष्ट्यांचा आपण या ठिकाणी विचार करू.

१) वर्गाची सोपान परंपरा : वर्ग व्यवस्थेत समाजातील व्यक्तींची विविध वर्गांत विभागणी झालेली असते. प्रत्येक वर्गाला एक विशिष्ट सामाजिक दर्जा प्राप्त झालेला असतो. हा दर्जा श्रेष्ठ किंवा कनिष्ठ स्वरूपाचा असतो. श्रेष्ठ-कनिष्ठ वर्गाची सोपान परंपरा निर्माण होते. उदाहरणार्थ, उच्च वर्ग, मध्यम वर्ग, कनिष्ठ वर्ग इत्यादी. स्तरीकरणाचा हा खुला प्रकार असला तरी भारतीय समाजात प्राचीन काळापेक्षा आधुनिक काळात स्तरीकरणाचा हा प्रकार महत्त्वपूर्ण ठरलेला आहे. भारतीय समाजात जशी जातिव्यवस्थेत परंपरा होती, तशीच वर्गव्यवस्थेतही सोपान परंपरा होती. भारतात सरंजामदार वर्ग फार मोठ्या प्रमाणात होता. सोपान याचा अर्थ आहे जिना-वर्गाची किंवा वर्गव्यवस्थेची रचना एखाद्या जिन्यासारखी असते. म्हणजे सर्वात वरची पायरी म्हणजे उच्च वर्ग व सर्वात खालची पायरी म्हणजे कनिष्ठ वर्ग होय. अशा रीतीने सामाजिक दर्जाची रचना उतरत्या क्रमाने असते. सर्वात श्रेष्ठ जो वर्ग असतो, त्या वर्गातील सभासदसंख्या इतर वर्गांतील सभासदसंख्येपेक्षा कमी असते. सर्वात जास्त सभासद कनिष्ठ वर्गात असतात. खालील क्रमावरून हे विवेचन अधिक स्पष्ट करता येईल. दर्जाची सोपान परंपरा म्हणजेच सर्वोच्च वर्ग-उच्च वर्ग - मध्यम वर्ग - कनिष्ठ वर्ग - अतिकनिष्ठ वर्ग इत्यादी. सोपान परंपरेस पदसोपान क्रम असे संबोधिले जाते. संपत्तीच्या आधारावर देखील सोपान परंपरा अस्तित्वात येते. थोडक्यात, वर्गव्यवस्था मानवी समाजाला

इतकी आवश्यक आहे की, स्तररचनेतील सर्वच वर्ग महत्त्वपूर्ण गरजा पूर्ण करतात. भारतापेक्षा अमेरिकेत वर्गव्यवस्थेची परंपरा अधिक प्रभावीपणे आढळते, म्हणजेच वर्गपद्धतीत परंपरा अधिक प्रभावीपणे आढळते म्हणजेच वर्गपद्धतीत सोपान परंपरेचा क्रम असल्यामुळेच समाजाचे अस्तित्व टिकून राहू शकते.

२) श्रेष्ठ-कनिष्ठतेची भावना : वर्गव्यवस्थेतील विविध वर्गांचे परस्पर संबंध श्रेष्ठत्व-कनिष्ठत्वाच्या भावनेवर आधारलेले असतात. एका वर्गातील व्यक्ती दुसऱ्या वर्गातील व्यक्तींना श्रेष्ठ किंवा कनिष्ठ मानतात. उदाहरणार्थ, उच्च वर्गातील लोक मध्यम वर्गातील लोकांना कनिष्ठ मानतात. मध्यम वर्गातील लोक उच्च वर्गातील लोकांना श्रेष्ठ मानतात, तर कनिष्ठ वर्गातील लोकांना कनिष्ठ मानतात आणि कनिष्ठ वर्गातील लोक मध्यम वर्गातील व उच्च वर्गातील लोकांना श्रेष्ठ मानतात. ह्या श्रेष्ठत्व-कनिष्ठत्वाच्या जाणिवेने निरनिराळ्या वर्गांमधील आंतरसंबंध प्रभावित झालेले असतात. जातिव्यवस्थेप्रमाणेच वर्गव्यवस्थेचा आधारही श्रेष्ठत्व व कनिष्ठत्व या भावनाच आहेत. श्रीमंत व्यक्ती गरिबांकडे तुच्छतेच्या दृष्टीने पाहतात; याउलट गरिबांना श्रीमंतांविषयी आकस किंवा राग असतो. ज्या राष्ट्रात सामाजिक विषमता प्रखर स्वरूपाची असेल तेथे दोन विभिन्न वर्गांत संघर्ष होण्याची भीती असते. असा संघर्ष टाळण्यासाठी दोन वर्गांतील सांपत्तिक अंतर व मानसिक अंतर कमी केले पाहिजे. अशा संघर्ष वर्गव्यवस्थेचे विवेचन कार्ल मार्क्सनी केलेले आहे. आजच्या आधुनिक समाजात जिथे वर्गव्यवस्था अस्तित्वात आहे तिथे श्रीमंत, कारखानदार पैशाच्या आधाराने गरिबांचे व कामगारांचे शोषण करतात, तर गरीब कामगार आपल्या संख्याशक्तीच्या आधारावर श्रीमंत किंवा कारखानदार यांच्यावर दबाब आणू शकतात. सारांशत: श्रेष्ठत्व व कनिष्ठत्व ही भावनाच वर्गव्यवस्थेचा आधार आहे. सर्वच विचारवंतांनी या भावनेला वर्गपद्धतीत महत्त्वाचे मानलेले आहे.

३) वर्गजाणीव : वर्गाचा आधारभूत घटक म्हणजे वर्गजाणीव होय. प्रत्येक व्यक्तीच्या मनात ती ज्या वर्गाची सभासद असेल त्या वर्गाबद्दल विशिष्ट स्वरूपाची जिव्हाळ्याची भावना असते. तसेच आपल्या गटाखेरीज दुसऱ्या गटाबद्दल वेगळेपणाची जाणीव असते. अशा प्रकारे स्वत:च्या गटाबद्दल आपलेपणाची जाणीव असते, तर परगटाबद्दल दुरावा म्हणजेच याचा अर्थ असा आहे की स्वगटाबद्दल प्रेम व दुसऱ्या गटाबद्दल दुरावा हे वर्गजाणिवेचे पैलू असतात. विचारवंत रॉबर्ट मॅकआयव्हरच्या मते, एकाच वर्गातील व्यक्तींच्या ठिकाणी त्याच्या वर्गाच्या हितसंबंधाचे रक्षण करण्यासाठी एकत्र येण्याची भावना म्हणजे संयुक्त वर्गजाणीव होय. 'तुझ्यासारख्याला असे वागणे शोभत नाही.' किंवा 'तुमच्याकडून अशा वर्तनाची अपेक्षा नव्हती.' या

दोन्ही विधानांचा समाजशास्त्रीय दृष्टिकोनातून अर्थ असा होतो की, 'तू एका विशिष्ट वर्गाचा सभासद आहेस, त्या वर्गाचे काही संकेत आहेत. हे संकेत सोडून किंवा तोडून तुला वागता येणार नाही.' ही भावना म्हणजेच वर्गभावना होय. 'प्रत्येकाने आपली पायरी पाहून वागावे.' या विधानातही वर्गीय जाणीव आढळते. वर्गीय जाणिवेमुळे वर्गव्यवस्थेत सर्वांच्या गरजा पूर्ण होतात. ह्या गरजा दुय्यम प्रकारच्या असतात. वर्गभावना जागृत असते. वर्गभावनेमुळे वर्गाचे अस्तित्व कायम टिकण्यास मदत होते. वर्गीय जाणिवेत स्वत:च्या वर्गाबद्दल अभिमान तर दुसऱ्या वर्गाबद्दल तिरस्कार व रागाची भावना निर्माण होते. आजची वर्गव्यवस्था कायम स्वरूपाची नसते, कारण यात वेळोवेळी व्यक्ती व व्यक्तीची पदे बदलत असतात. वर्ग बदलला तर वर्ग जाणिवातही योग्य बदल होत असतो.

४) **मर्यादित सामाजिक संबंध :** प्रत्येक वर्गातील व्यक्ती आपल्या वर्गातच सामाजिक संबंध ठेवते. निरनिराळ्या वर्गांतील संबंध फारच मर्यादित स्वरूपाचे असतात. जन्म, विवाह, मृत्यू, उत्सव इत्यादी प्रसंगी व्यक्ती शक्यतो आपल्याच वर्गातील व्यक्तींना बोलावते. व्यक्तीचे सामाजिक जीवन त्या वर्गापुरतेच मर्यादित राहिल्यामुळे प्रत्येक वर्गाची वेगळी सांस्कृतिक वैशिष्ट्ये निर्माण होतात. व्यक्ती जेव्हा जेव्हा सामाजिक संबंध प्रस्थापित करण्याचा प्रयत्न करते, तेव्हा समोरची व्यक्ती आपल्या दर्जाची आहे किंवा नाही याचा काळजीपूर्वक विचार करूनच सामाजिक संबंध प्रस्थापित करते. या विचारसरणीमुळेच वर्गातील व्यक्तींचे सामाजिक संबंध आपल्या स्वत:च्या वर्गापुरतेच मर्यादित असतात, तसेच इतर वर्गांतील व्यक्तींशी जरी सामाजिक संबंध निर्माण झाले तरी ते कारणपरत्वे निर्माण झालेले असतात. उच्चवर्गीय मुलांना त्यांचे आई-वडील 'गरिबांच्या मुलांत खेळू नका, त्यांच्यात मिसळू नका', असा आदेश किंवा सूचना देता. अशा प्रकारे वर्गव्यवस्थेत जाणीवपूर्वक सामाजिक संबंध आपल्या वर्गापुरतेच मर्यादित ठेवण्याचा प्रयत्न केला जातो. त्यातूनच दोन वर्गांतील सामाजिक अंतर वाढत जाते. यालाच सामाजिक दुरावा असे म्हटले जाते. या दुराव्यामुळेच वर्गातील सामाजिक संबंध हे आपल्या वर्गापुरतेच मर्यादित राहतात. श्रीमंतांच्या मेजवानीप्रसंगी गरिबांना आमंत्रित केले जात नाही. तसेच गरिबांच्या मेजवानीप्रसंगी श्रीमंतांना बोलावले जात नाही. यावरून एक बाब लक्षात येते की वर्गव्यवस्थेत सामाजिक संबंध अत्यंत सीमित ठेवले जातात. सारांशत: मर्यादित सामाजिक संबंध हाच वर्गव्यवस्थेचा कणा समजला जातो.

५) **सामाजिक गतिमत्वाचा प्रभाव :** वर्गव्यवस्थेत गतिशीलता असते. व्यक्तीला एका वर्गातून दुसऱ्या वर्गात जाण्याची संधी प्राप्त होते. सामान्यत: व्यक्तींची

शैक्षणिक पातळी, व्यवसाय व आर्थिक स्थिती इत्यादींवरून दर्जा ठरविण्यात येतो. जन्मत: कनिष्ठ वर्गाचा सदस्य असलेली व्यक्ती उच्च शिक्षणाने चांगल्या व्यवसायाचा अवलंब करून आर्थिक स्थिती सुधारून वरिष्ठ वर्गाचा सदस्य बनू शकते. वर्गव्यवस्था असणाऱ्या समाजात व्यक्तीच्या अंगच्या गुणांना वाव मिळतो, तसेच त्यात समाजाचाही फायदा होतो. महत्त्वाच्या पदांवर असणाऱ्या व्यक्तींनी आपली कार्यक्षमता टिकविली नाही तर त्या खाली ढकलल्या जातात. कार्यक्षम व्यक्तींना वर जाण्याची संधी असते. या प्रक्रियेला समाजशास्त्रात 'सामाजिक अभिसरण' असे म्हणतात. वर्गव्यवस्थेमध्ये सामाजिक अभिसरणाला वाव असतो. जातिव्यवस्थेत तो नसतो. वर्गव्यवस्थेत तत्त्वत: समान अधिकार आणि संधी प्राप्त होते. अमुक कुटुंबात किंवा गटात जन्माला आल्यामुळे विशेष सोयी-सवलती मिळणे किंवा न मिळणे अवलंबून नसते. सर्वांना संधी सारखीच असते. तिचा फायदा घेणे, न घेणे प्रत्येकाची महत्त्वाकांक्षा व कुवत यांच्यावर अवलंबून असते. समाजातील एखाद्या गटाला संधीच नाकारली असे होत नाही. सत्ता, संपत्ती, प्रतिष्ठा मिळविण्याच्या मार्गात अडथळे बनतील असे जाचक नियम व अटी एखाद्याच गटावर बंधनकारक आहेत. असे दृश्य वर्गव्यवस्थेत आढळत नाही. सारांशत: जी व्यक्ती कष्टपूर्वक आपला दर्जा उंचावण्याचा प्रयत्न करू पाहते, त्या व्यक्तीस समाजात उत्तेजन दिले जाते. जात बदलता येत नाही, परंतु वर्ग बदलता येतो.

६) सापेक्ष स्थैर्य : वर्गव्यवस्थेतील भिन्न भिन्न वर्गांचा सामाजिक दर्जा सापेक्षत: स्थिर असतो. तसेच वर्गा-वर्गामधील आंतरसंबंध, वर्गजाणीव इत्यादी बाबी स्थूल मानाने स्थिर असतात. सामाजिक वर्गाच्या स्थैर्यावरच समाजाचे स्थैर्य अवलंबून असते. प्रत्येक वर्गाची सुस्पष्ट मर्यादारेषा नसली तरी प्रत्येक वर्गाचे वेगळेपण लक्षात येण्यासारखे असते. काही अभ्यासक वर्गाला सापेक्षत: अस्थिर गट मानतात, कारण त्यांच्या मते संपत्ती, शिक्षण व व्यवसाय इत्यादी वर्गव्यवस्थेचे आधार मुळात अस्थिर आहेत. आजच्या गरीब व्यक्ती उद्या श्रीमंत होऊ शकतात. वर्ग हा पूर्णपणे स्थिर गट नसला तरी सापेक्षत: स्थिर गट आहे असे म्हणता येईल. समाजात निर्माण होणारे सर्वच गट गतिमत्वाला वाव देतात. मध्यम वर्ग, उच्च वर्ग, कनिष्ठ वर्ग या सर्वच गटांत दर्जा बदलण्याची प्रक्रिया सतत चालू असते, परंतु काही व्यक्ती आपल्या वर्गातील कार्ये कशा प्रकारे चांगली करता येतील याचाच विचार करतात, म्हणून व्यक्तीला आपल्या वर्गात स्थिर राहूनच कार्ये करावी लागतात. व्यक्ती कोणत्या कुटुंबात जन्माला आली, त्यानुसार तिचा दर्जा ठरत नाही, तर शिक्षण व गुणवत्ता यावरच दर्जा निश्चित होतो. व्यक्तीला समाजात कमी-अधिक प्रतिष्ठा, संपत्ती मिळविण्याचे स्वातंत्र्य असते, म्हणजेच वर्गात व्यक्तीला स्वतंत्रता

प्राप्त होते. सापेक्ष स्थैर्याचा एवढाच अर्थ आहे की, ज्या दर्जात व्यक्तीला रहावे लागते त्या दर्जाशी संबंधित भूमिका त्या व्यक्तीला प्रामाणिकपणे वठवावी लागते. त्यानुसारच व्यक्तीला मान-सन्मान, प्रतिष्ठा इत्यादी प्राप्त होते. थोडक्यात, सापेक्ष स्थैर्य हा वर्गव्यवस्थेचा आधार बनतो.

७) विशिष्ट जीवनपद्धती : प्रत्येक वर्गाच्या रीतीरिवाज, रूढी, जीवनपद्धती, व्यवहार, आचरण व तत्त्वज्ञान इत्यादी विविध पद्धती असतात. रीतीरिवाज व आचरण पद्धतीवरूनसुद्धा वर्गव्यवस्था श्रेष्ठ किंवा कनिष्ठ समजण्यात येते. प्रत्येक वर्गव्यवस्थेतील जीवन वैशिष्ट्यपूर्ण असते. उच्च वर्गातील व्यक्तींच्या घरात चैनी व विलासी वस्तूंचा भरणा अधिक असतो. त्यांचे जीवन उच्चभ्रू समजले जाते. श्रीमंतीचा वास या वर्गातील व्यक्ती घेतात. पैसा, दागिने, बंगला, कार या वस्तू भौतिक स्वरूपातच हे लोक वापरताना दिसतात, परंतु त्याचबरोबर समाजातील मध्यम वर्ग व कनिष्ठ वर्ग पाहिल्यास त्यांच्याजवळ वरील नमूद केल्याप्रमाणे चैनीच्या वस्तू नसतात. याचाच अर्थ असा की, जीवनपद्धतीत वेगळेपणा आढळून येतो. भारतीय समाजातील अति कनिष्ठ म्हणजेच सर्वात खालच्या दर्जाच्या लोकांची जीवनपद्धती वेगळ्या स्वरूपाची असते. वर्गपरत्वे या जीवनपद्धती बदलत असतात. जातिव्यवस्थेत समान नियमनांचे पालन केले जाते, तर वर्ग व्यवस्थेत विशिष्ट जीवनपद्धतीचाच वापर करण्यात येतो. एकच जीवनपद्धती सर्वच वर्गांत नसते. ती दुसऱ्या वर्गापेक्षा भिन्न असते. केवळ संपत्तीच्या आधारेच जीवनपद्धती ठरत नाही, तर जीवनपद्धतीत वेगवेगळ्या रूढींचे कसे पालन करावे याचाही विचार करण्यात येतो. भाषा, भाषा बोलण्याची पद्धती, वस्त्रप्रावरणे, निवासस्थानांचा प्रकार, गृहसजावट तसेच निवासाचे स्थळ कोणत्या भागात आहे, त्यांचा व्यवसाय तसेच शिक्षण इत्यादींसारख्या घटकांचा समावेश वर्गाच्या निकषांत होतो. याचा अर्थ असा की, ज्यांच्या जीवनात वरील घटक सामान्यत्वाने आढळतात, त्यांचा एक वर्ग बनतो.

८) व्यवसायस्वातंत्र्य : वर्गव्यवस्थेत व्यवसायनिवडीचे स्वातंत्र्य असते. यात प्रत्येक व्यक्ती आपापल्या इच्छेनुसार, कुवतीनुसार म्हणजेच कार्यक्षमतेनुसार व्यवहार निवडू शकते. अर्थात त्या त्या व्यवसायासाठी आवश्यक ते प्रशिक्षण व पात्रता व्यक्तीला संपादन करावी लागते. त्या व्यवसायातील स्पर्धेला तोंड देण्याचीही तयारी ठेवावी लागते. पारंपरिक जातिव्यवस्था जशी कुटुंबाचाच व्यवसाय पुढे सुरू ठेवण्याची सक्ती नव्या पिढीच्या सदस्यांवर करीत असे तशी सक्ती वर्गव्यवस्थेमध्ये नसते. प्रत्यक्षात अनेक कुटुंबांतील नव्या पिढीचे सदस्य आपल्या कुटुंबाचाच व्यवसाय करताना दिसत असले तरी ज्यांना व्यवसाय बदलण्याची इच्छा असते, तसे करण्याचे

स्वातंत्र्य त्यांना असते हे महत्त्वाचे आहे. वर्गव्यवस्था अस्थिर स्वरूपाची असते. परिवर्तनक्षमता वर्गव्यवस्थेचा आधार असते. वर्गव्यवस्थेत व्यवसायाला मुक्तद्वार असते हे आपण पाहिले आहे. या सर्वांचा परिणाम व्यक्तींच्या व्यवसायावर होतो. वर्गातील सभासद आपल्या अभिरुची आणि मनोवृत्तीनुसार आपला व्यवसाय निवडतात. आपल्या आवडीचा व्यवसाय मिळाल्यामुळे व्यक्ती त्या क्षेत्रात प्रावीण्य संपादन करते. सारांश, वर्गव्यवस्थेत व्यवसाय बंधनकारक नसतो. दुसऱ्या शब्दात ज्या समाजात वर्गव्यवस्था अस्तित्वात असते तेथे व्यवसायस्वातंत्र्य असते. भारतातही जातिव्यवस्थेबरोबरच वर्गव्यवस्थेचे अस्तित्व निर्माण झाल्यामुळे महानगरासारख्या मोठ्या शहरात जातीची - व्यवसायाची बंधने शिथिल झाली असून एखादा ब्राह्मण लाँड्रीचा (परिटाचे दुकान) मालक असतो. ब्युटी पार्लरचा मालक किंवा मालकीण पारंपरिक न्हावी जातीचीच असते असे नाही. बूट-चपलांचा व्यवसाय करणारा मनुष्य वरिष्ठ जातीचा पण असू शकतो.

जाती व वर्गातील भेद :

जाती व वर्ग हे दोन्ही स्तरीकरणाचे प्रकार आहेत. या दोन्ही स्तरांचा आधारभूत घटक कुटुंब आहे. जाती आणि वर्गानुसार समाजाची श्रेष्ठ-कनिष्ठ स्तरांत विभागणी झालेली असते. जाती व वर्गात सजातीयतेची जाणीव असते. खालीलप्रमाणे दोन्हीतील भेद स्पष्ट करता येईल.

जाती (Caste) :

१) जाती हा बंद स्तरीकरणाचा प्रकार आहे.
२) जातीचे सभासदत्व जन्माने प्राप्त होते व ते सदैव कायम असते.
३) जातीमध्ये व्यक्तीला प्रदत्त दर्जा मिळतो.
४) जातीत व्यक्तीचा दर्जा अधिक काळ टिकतो.
५) जातीत व्यवसायाचे बंधन असते. (व्यवसाय नियंत्रण)
६) जातीत अंतर्विवाहाचे काटेकोरपणे पालन केले जाते.
७) जातीत खाण्यापिण्यावर निर्बंध असतात.
८) जातीचा संबंध धर्माशी जोडला आहे.
९) जातिव्यवस्थेतून अस्पृश्यतेसारखे प्रश्न उद्भवतात.
१०) जातिव्यवस्थेत सामाजिक गतिशीलतेचा अभाव दिसतो.

वर्ग (Class) :

१) वर्ग हा मुक्त स्तरीकरण प्रकार आहे.

२) वर्गाचे सभासदत्व आरंभी जन्माने मिळत असले तरी पुढे संपत्ती, व्यवसाय व शिक्षणाने ठरते.

३) वर्गव्यवस्था स्वसंपादित दर्जावर आधारित असते.

४) वर्गव्यवस्थेत व्यक्तींना दर्जा बदलता येतो.

५) वर्गव्यवस्थेत व्यवसायस्वातंत्र्य असते.

६) वर्गव्यवस्थेत वर्गांतर्गत विवाहच केला पाहिजे असे बंधन नसते.

७) वर्गात खाण्या-पिण्यावर निर्बंध नसतात.

८) वर्गाचा संबंध धर्माशी नाही.

९) वर्गव्यवस्थेतही कनिष्ठ वर्गाशी संबंध टाळले जातात.

१०) वर्गव्यवस्थेचा प्रमुख आधार गतिशीलता हा असतो.

वरील मुद्यांच्या आधारे जाती व वर्गव्यवस्थेत कोणते भेद आहेत हे स्पष्टपणे समजते. तसेच वर्गव्यवस्थेत गतिशीलता असते हे वेगळे सांगण्याची गरज नसते, परंतु सामाजिक गतिमत्व, सामाजिक स्तरीकरणात फारच महत्त्वाचे मानले जाते, म्हणून त्याचा वेगळा विचार होणे गरजेचे आहे.

सामाजिक गतिशीलता (Social Mobility) :

Mobility या इंग्रजी शब्दाकरिता मराठीत 'गतिशीलता' असा शब्द वापरतात. Mobility या शब्दाचा अर्थ भौतिक किंवा सामाजिक स्थानातील सापेक्ष बदल किंवा हालचाल असा विल्यम स्कॉट यांनी सांगितलेला आहे. येथे आपण सामाजिक स्तरीकरणाच्या संदर्भात सामाजिक गतिशीलतेचा अर्थ लक्षात घ्यावयाचा आहे. बंद स्तरीकरण व्यवस्था आणि मुक्त स्तरीकरण व्यवस्था यामधील प्रमुख भेद म्हणजे मुक्त स्तरीकरण व्यवस्थेत सामाजिक गतिमत्वाची संधी व्यक्तीला उपलब्ध असते व बंद स्तरीकरण व्यवस्थेमध्ये तशी संधी नसते. सामाजिक गतिमत्व ही अतिशय महत्त्वाची संकल्पना असल्यामुळे तिचा विस्ताराने अभ्यास आवश्यक आहे. सर्वसाधारणपणे गतिमत्व म्हणजे एका ठिकाणाहून दुसऱ्या ठिकाणी जाणे. त्या दृष्टीने गतिमत्व हे भौगोलिक असू शकते. आपल्याला स्तरीकरणाच्या संदर्भात सामाजिक गतिमत्वावर लक्ष केंद्रित करावयाचे आहे. व्यक्तीच्या एका सामाजिक स्थानाकडून दुसऱ्या सामाजिक स्थानाकडे जाण्याच्या क्रियेला सामाजिक गतिमत्व असे म्हणता येईल. सारांशत: सामाजिक गतिमत्व ही सामाजिक दर्जा बदलण्याची प्रक्रिया आहे. सामाजिक

गतिशीलता ही संकल्पना स्पष्ट व्हावी म्हणून 'गतिशीलता' आणि सामाजिक गतिशीलता या संज्ञांचे नेमके अर्थ आपण समजून घेऊ आणि त्यानंतर सामाजिक गतिशीलतेच्या विविध प्रकारांविषयी तसेच सामाजिक गतिशीलतेवर प्रभाव टाकणाऱ्या विविध घटकांचा आपण थोडक्यात परिचय करून घेऊ.

सामाजिक गतिशीलतेच्या व्याख्या :

विविध समाजशास्त्रज्ञांनी सामाजिक गतिशीलता या संकल्पनेच्या केलेल्या व्याख्या पुढीलप्रमाणे देता येतील.

१) हर्बर्ट गोल्ड हॅमर : सामाजिक गतिशीलता म्हणजे व्यक्तीची, कुटुंबाची व समूहाची एका सामाजिक दर्जातून दुसऱ्या सामाजिक दर्जात प्रवेश करण्याची क्रिया होय.

२) ऑगबर्न व निमकॉफ : स्वत:चा दर्जा बदलण्यास व उंचावण्यास मिळालेली सुसंधी ही सामाजिक गतिशीलतेशी किंवा सामाजिक दर्जाच्या परिवर्तनाशी संबंधित आहे. असे असले तरी सामाजिक गतिशीलता ऊर्ध्वगामी किंवा वरच्या दिशेने जाणारी किंवा अधोगामी म्हणजे खालच्या दिशेने जाणारी असू शकते.

३) हार्टन आणि हंट : व्यक्तींची एका सामाजिक दर्जाकडून दुसऱ्या सामाजिक दर्जाकडे जाण्याची क्रिया म्हणजे सामाजिक गतिशीलता होय.

४) ड्रेसलर आणि विलीस : समाजाच्या एका स्तरातून दुसऱ्या स्तरात होणारी व्यक्तींची हालचाल म्हणजे सामाजिक गतिशीलता होय.

५) टिशलेर, व्हायटन आणि हंटर : ज्यामुळे एखादी व्यक्ती किंवा एखाद्या समूहाचा समाजातील दर्जा बदलतो अशा व्यक्ती किंवा समूहाच्या स्तरीकरण व्यवस्थेतील हालचालीला सामाजिक गतिशीलता असे म्हणतात.

वरील व्याख्यांवरून सामाजिक गतिशीलता या संकल्पनेचा अर्थ सहज ध्यानात येण्यासारखा आहे. गतिशीलतेच्या संकल्पनेत व्यक्तीच्या मूळ सामाजिक स्थानात किंवा सामाजिक दर्जात बदल होणे असा अर्थ अभिप्रेत आहे. व्यक्तीप्रमाणेच स्तरीकरण व्यवस्थेतील एखाद्या समूहाचे सामाजिक स्थान किंवा दर्जा बदलणे म्हणजे गतिशीलता होय. सामाजिक गतिशीलतेच्या प्रक्रियेत व्यक्ती किंवा समूहांनी स्तरीकरण व्यवस्थेअंतर्गत विविध स्तरांपैकी एका स्तरातून दुसऱ्या स्तरात जाणे अभिप्रेत आहे, म्हणजेच स्तरीकरण व्यवस्थेअंतर्गत विविध स्तरांमध्ये व्यक्ती व समूहाची जी हालचाल घडून येते किंवा त्यांचे जे अभिसरण होते, त्याला सामाजिक गतिशीलता असे म्हणतात. अशा प्रक्रियेमुळे व्यक्ती किंवा समूहांच्या सामाजिक दर्जात बदल घडून येणे म्हणजेच सामाजिक गतिशीलता अस्तित्वात येणे होय.

सामाजिक गतिशीलतेचे प्रकार :

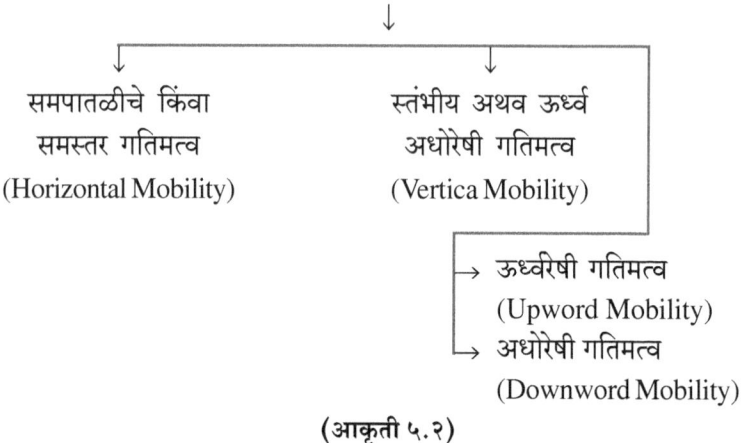

सामाजिक गतिमत्वाचे प्रकार दर्शविणारी आकृती

↓

| समपातळीचे किंवा
समस्तर गतिमत्व
(Horizontal Mobility) | स्तंभीय अथव ऊर्ध्व
अधोरेषी गतिमत्व
(Vertica Mobility) |

→ ऊर्ध्वरेषी गतिमत्व
(Upword Mobility)
→ अधोरेषी गतिमत्व
(Downword Mobility)

(आकृती ५.२)

समपातळीचे गतिमत्व दर्शविणारी आकृती

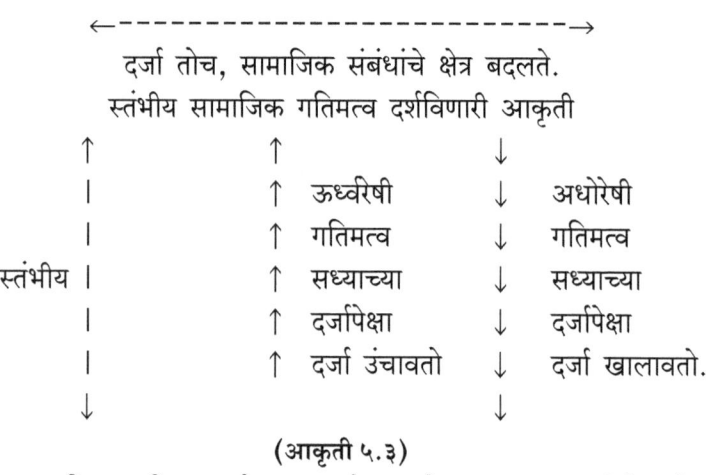

↓

←- -→

दर्जा तोच, सामाजिक संबंधांचे क्षेत्र बदलते.
स्तंभीय सामाजिक गतिमत्व दर्शविणारी आकृती

| स्तंभीय | ऊर्ध्वरेषी गतिमत्व सध्याच्या दर्जापेक्षा दर्जा उंचावतो | अधोरेषी गतिमत्व सध्याच्या दर्जापेक्षा दर्जा खालावतो. |

(आकृती ५.३)

सामाजिक गतिमत्व दोन प्रकारचे असते. १) समपातळीचे गतिमत्व (Horizontal Mobility) व २) ऊर्ध्व अधोरेषी गतिमत्व वा स्तंभीय गतिमत्व (Vertical Mobility) या दोन्ही प्रकारांवर आपण चर्चा करू. (आकृती क्र. ५.२ पाहा.)

१) समस्तर किंवा समपातळीची गतिशीलता : गतिशीलतेच्या या प्रकाराला 'क्षितिजसमांतर गतिशीलता' किंवा 'समतल गतिशीलता' असे ही शब्द

वापरले जातात. जेव्हा एखाद्या व्यक्ती किंवा समूहाच्या सामाजिक स्थानात किंवा दर्जात बदल होतो, पण त्या अनुषंगाने त्या व्यक्तीचा किंवा समूहाचा 'सामाजिक स्तर' किंव 'सामाजिक वर्ग' मात्र बदलत नाही, तेव्हा घडून येणाऱ्या केवळ सामाजिक स्थानातील या बदलाला 'समस्तर सामाजिक गतिशीलता' असे म्हणतात. दुसऱ्या शब्दात, गतिशीलतेच्या या प्रकारात व्यक्तीचे स्थान बदलले तरी तिचा सामाजिक वर्ग मात्र बदलत नाही. उदा. एखाद्या प्राध्यापकाने वकील म्हणून व्यवसाय स्वीकारला तर त्याच्या व्यावसायिक स्थानात बदल होतो, परंतु ही दोन्ही व्यावसायिक स्थाने एकाच सामाजिक वर्गातील असल्यामुळे त्या व्यक्तीचा सामाजिक वर्ग किंवा स्तर बदलत नाही, कारण या दोन्ही व्यवसायांना समाजात सामान्यत: सारखीच प्रतिष्ठा असते. आपणास दुसरे एक साधे उदाहरण देता येईल. एका साखर कारखान्यातील कारकुनाची नोकरी सोडून दुसऱ्या साखर कारखान्यात तेवढ्याच पगारावर कारकून म्हणून नोकरी स्वीकारणे व सारखेच काम करणे याचा अर्थ आहे की, दर्जा तोच आहे, परंतु काम करण्याची जागा बदललेली आहे. यासच समतल सामाजिक गतिमत्व असे म्हणतात.

२) स्तंभीय सामाजिक गतिशीलता : जेव्हा सामाजिक वर्गाच्या श्रेणीव्यवस्थेत व्यक्ती किंवा समूहाची वरच्या स्तरातून खालच्या स्तरात किंवा खालच्या स्तरातून वरच्या स्तरात अशी उभ्या रेषेत वर-खाली हालचाल होते, तेव्हा स्तंभीय गतिशीलता निर्माण होते. उदा. एखादा कामगार पुढे मोठा उद्योगपती बनणे किंवा एखाद्या श्रीमंत माणसाला भिकारी व्हावे लागणे. तसेच एखादा बँक मॅनेजर आर्थिक भ्रष्टाचारामुळे त्याच बँकेत कारकून म्हणून कामाला लागणे किंवा एखादा कारकून त्याच्या चांगल्या प्रशिक्षणामुळे मॅनेजर बनणे म्हणजेच त्याचा स्तर उंचावणे होय. या उदाहरणावरून स्तंभीय सामाजिक गतिमत्व कसे निर्माण होते हे स्पष्टपणे समजते. मग हा बदल वरच्या सामाजिक वर्गातून खालच्या सामाजिक वर्गाच्या दिशेने होणारा असेल किंवा कनिष्ठ सामाजिक वर्गाकडून त्याहून वरच्या सामाजिक वर्गाकडे झालेलाही असू शकेल. या परिस्थितीला अनुलक्षून स्तंभीय गतिशीलतेचे दोन-उप-प्रकार पडतात, ते खालीलप्रमाणे आहेत.

अ) ऊर्ध्वगामी सामाजिक गतिशीलता : ऊर्ध्वगामी गतिशीलता म्हणजे खालून वरच्या दिशेला होणारी हालचाल होय. ऊर्ध्वगामी सामाजिक गतिशीलता म्हणजे सापेक्षत: खालच्या किंवा कनिष्ठ सामाजिक स्तरातून किंवा वर्गातून त्यापेक्षा वरच्या किंवा श्रेष्ठ दर्जा असलेल्या सामाजिक स्तरात किंवा वर्गात व्यक्ती अगर समूहाने प्रवेश करणे होय. उदाहरणार्थ, एखादी व्यक्ती कनिष्ठ सामाजिक वर्गातून

मध्यम वर्गात किंवा मध्यम वर्गातून उच्च वर्गात आपल्या कर्तृत्वाच्या आधारे जाऊन पोहोचली तर त्याला ऊर्ध्वगामी सामाजिक गतिशीलता घडून आली असे म्हणता येईल. उदाहरणार्थ, राजकीय जीवनाच्या आरंभी ग्रामपंचायतीची साधी सदस्य असणारी व्यक्ती जर पुढे मुख्यमंत्री किंवा पंतप्रधान झाली तर ऊर्ध्वगामी सामाजिक गतिशीलता घडून आली असे म्हणता येईल. एखादा कारकून बँकेचा अधिकारी बनला किंवा तो प्राध्यापक झाला तर त्याचा सामाजिक स्तर बदलतो. तो उंचावतो आणि ऊर्ध्वगामी सामाजिक गतिशीलता घडून येते. सारांशत: संपादित दर्जा ऊर्ध्वगामी सामाजिक गतिमत्वाचे फळ आहे.

ब) अधोगामी सामाजिक गतिशीलता : व्यक्तीने उच्च दर्जातून कनिष्ठ दर्जात प्रवेश करणे म्हणजे अधोगामी सामाजिक गतिमत्व होय. एका अर्थाने दर्जातील अवनती म्हणजेच अधोगामी सामाजिक गतिमत्व होय. उदाहरणार्थ, एखादी व्यक्ती जेव्हा आपले चारित्र्य व प्रतिष्ठा गमावून बसते, तेव्हा अधोगामी गतिमत्व जन्मास येते. (भ्रष्टाचारामुळे उच्च अधिकाऱ्यांची अवनती होते व तो अधोगामी गतिमत्वास पात्र ठरतो.) ऊर्ध्वगामी गतिमत्वाच्या अगदी उलट असा हा गतिशीलतेचा प्रकार आहे. अधोगामी म्हणजे वरून खाली या दिशेने होणारी हालचाल होय. या प्रकारात व्यक्ती किंवा समूह अशा प्रकारे वर्तन करतात की, त्यांना समाजात असलेली प्रतिष्ठा किंवा दर्जा या दोहोंना मुकावे लागते आणि परिणामी त्यांना कनिष्ठ वर्गात फेकले जाते. एखादा वरिष्ठ पोलीस अधिकारी भ्रष्टाचारात गुंतल्यामुळे त्याला बडतर्फ केले गेले, म्हणजेच नोकरीला मुकावे लागले व जवळ असलेली प्रतिष्ठा निघून गेली व तो मजुरीचे काम करू लागला म्हणजे त्याची अवनती झाली. एखाद्या बँक मॅनेजरने पैशाची अफरातफर केल्यास त्यास बडतर्फ केले जाते व त्यास त्याच्या घराकडे पाठविले जाते. हे सुद्धा अधोगामी गतिमत्वच होय.

३) आंतरपिढी गतिशीलता : स्तंभीय गतिशीलता दोन किंवा अधिक पिढ्यांच्या प्रदीर्घ कालखंडात घडून येऊ शकते. एखाद्या कुटुंबाच्या दोन किंवा अधिक पिढ्यांच्या काळात दर्जा बदलून त्या कुटुंबाचा पूर्वीच्या तुलनेत स्तंभीय हालचाल होऊन सामाजिक वर्गात बदल होऊ शकतो. उदाहरणार्थ, वडील शेतमजूर तर मुलगा एखाद्या जिल्ह्याचा प्रमुख अधिकारी होतो. वडील शिपाई तर मुलगा डॉक्टर होतो. वडील शिंपी तर मुलगा जिल्हाधिकारी होतो. आजोबा पिठाची गिरणी चालवतात, तर नातू मोठा कृषी अधिकारी होतो इत्यादी सर्व आंतरपिढीतील ऊर्ध्वगामी गतिमत्वाची उदाहरणे आहेत. याच्या उलट घडले तर आंतरपिढीतील अधोगामी गतिमत्व निर्माण होईल. वडील वकील तर मुलगा शिपाई असेही होऊ शकते हे आपणास नाकारता येत नाही.

४) पिढीअंतर्गत गतिशीलता : एकाच व्यक्तीच्या आयुष्यात घडून येणारे स्तंभीय गतिमत्व म्हणजे पिढील अंतर्गत गतिशीलता होय. उदा. एखाद्या प्राथमिक शाळेतील शिक्षक पुढे आयुष्यात शिक्षण किंवा उद्योगमंत्री झाला तर पिढी अंतर्गत ऊर्ध्वगामी गतिमत्व घडून आले असे म्हणता येईल. एखादा गर्भश्रीमंत व्यक्तीचा मूर्ख मुलगा वडिलांच्या पैशाची उधळपट्टी करून गरिबीचे जीवन जगू लागला तर ही पिढी अंतर्गत अधोगामी गतिशीलता घडून आली असे म्हणता येईल.

ज्या समाजातील स्तरीकरणव्यवस्था मुक्त असते आणि अर्जित दर्जांना अर्पित दर्जापेक्षा अधिक महत्त्व असते, अशा समाजात वरील सर्व प्रकारच्या गतिशीलतेचे प्रमाण अधिक असते. बंद स्तरीकरणाच्या व्यवस्थेत मात्र गतिशीलतेस तितकासा वाव नसतो.

सामाजिक गतिमत्वाचे घटक :

१) स्तरीकरण व्यवस्था : एखाद्या समाजातील स्तरीकरण व्यवस्था लवचीक आहे की, ताठर आहे किंवा बंद आहे की मुक्त आहे यावर त्या समाजातील गतिशीलतेचे प्रमाण अवलंबून असते. ज्या समाजात प्रामुख्याने जन्माने निश्चित होणाऱ्या अर्पित दर्जावर आधारित अशा जातीव्यवस्थेसदृश स्तरीकरणव्यवस्था असते तिचे गतिशीलतेचे प्रमाण कमी तर ज्या समाजात स्वकष्टाने प्राप्त होणाऱ्या अर्जित दर्जांना महत्त्व देणारी वर्ग व्यवस्थेसारखी स्तरीकरणव्यवस्था असते, तेथे मोठ्या प्रमाणावरील सामाजिक गतिशीलतेचा प्रत्यय येतो. आधुनिक औद्योगिक समाज हा खुल्या व मुक्त वर्गव्यवस्थेवर आधारित समाज असल्याने पारंपरिक समाजापेक्षा त्यात अधिक सामाजिक गतिशीलता असते.

२) शहरीकरण आणि औद्योगिकीकरण : सामाजिक गतिशीलतेला विकसित करणारा घटक म्हणजे शहरीकरण व औद्योगिकीकरण आहे. ज्या समाजात औद्योगिकीकरण व शहरीकरण या प्रक्रियांनी वेग घेतलेला आहे त्या समाजात अधिक प्रमाणात सामाजिक गतिमत्व निर्माण होते. कारखानदारीची वाढ व शहराचा विकास झाला तर गतिशीलता तीव्र स्वरूप धारण करते. खेड्यातील लोक उद्योगधंद्याचा विकास झालेल्या शहराकडे आकर्षिले जातात, त्यामुळे शहरीकरणाचा अधिक विकास होतो. साहजिकच लोक आपले परंपरागत व्यवसाय सोडून देतात आणि उद्योगधंद्यातील निरनिराळ्या कार्यालयांतील नवीन कार्य स्वीकारतात व त्यांच्या दर्जात परिवर्तन घडून गतिमत्वाला वाव मिळतो.

३) शिक्षणाचा प्रभाव : ज्या ठिकाणी शिक्षणाचे प्रमाण अधिक आहे त्या ठिकाणी गतिमत्वाचे प्रमाण अधिक झालेले आढळते. अशिक्षित समाजापेक्षा सुशिक्षित समाजात गतिशीलतेचे प्रमाण अधिक असते. शिक्षणामुळे व्यक्तीला समाजातील

अधिकाधिक उच्च आणि प्रतिष्ठित समजल्या जाणाऱ्या व्यवसायात पदार्पण करून आपला सामाजिक दर्जा वाढविता येतो. शिक्षणामुळे व्यक्तींच्या अभिवृत्ती आणि मूल्यातही बदल घडून येतो. व्यक्तीचे व्यक्तिमत्त्व शिक्षणामुळेच निर्माण होते. भाषा, आचार, विचार यांना एक विशिष्ट उच्च प्रतिष्ठा निर्माण होते. सारांशत: अनेक व्यक्तींच्या बाबतीत शिक्षणामुळे असा बदल घडून आला तर संपूर्ण समाजात सामाजिक गतिमत्व अधिक निर्माण होते.

४) तांत्रिक प्रगती : तंत्रविद्यात्मक विकास ज्या समाजात होतो, तेथे गतिमत्व आपोआप निर्माण होते. यात यांत्रिकीकरणाची प्रक्रिया निर्माण होते. शेती व औद्योगिक क्षेत्रात होणारी प्रगती तंत्रविद्येचे फळ आहे. तंत्रविद्येच्या विकासाबरोबरच मोठ्या प्रमाणावर व्यावसायिक विभेदन घडून येते. व्यावसायिक विशेषीकरणाला गती मिळते व विभिन्न व्यवसाय अधिक संख्येने उदयाला येतात. तांत्रिक व्यवसायासाठी योग्य त्या पात्रता असणाऱ्या व्यक्तींची अवश्यकता असते. नवीन व्यवसायाचे प्रशिक्षण गतिमत्वाच्या प्रक्रियेतच होते. व्यावसायिक गतिशीलतेबरोबरच आर्थिक व सामाजिक गतिशीलताही मोठ्या प्रमाणावर घडून येत असते.

५) दळणवळण व वाहतुकीच्य साधनांचा विकास : सामाजिक गतिमत्वाला विकसित करण्याचा महत्त्वाचा घटक म्हणून या साधनांचा विचार करण्यात येतो. ज्या राज्यात रस्ते, रेल्वेमार्ग, वायूमार्ग, जलमार्ग इत्यादी वाहतुकीच्या साधनांचा मोठ्या प्रमाणावर विकास होतो, त्या राज्यात गतिशीलता अधिक असते. लोकांना एका ठिकाणाहून दुसऱ्या ठिकाणी सहजगत्या जाता येते, तसेच दूरध्वनी, वर्तमानपत्रे, मासिके, रेडिओ, टेलिव्हिजन इत्यादी संपर्कमाध्यमांचा विकास मोठ्या प्रमाणावर झालेला असतो त्या समाजातही सामाजिक गतिमत्वाला अधिक चालना मिळते. दळणवळण आणि संपर्कमाध्यमांचा विकास झाल्यामुळे या क्षेत्रात नोकऱ्यांच्या नवीन-नवीन जीवनसंधी उपलब्ध होऊन अनेक लोकांना नोकऱ्या मिळतात व सामाजिक गतिमत्व घडून येते.

६) मूल्यव्यवस्था : समाजाची तत्त्वप्रणाली आणि मूल्यव्यवस्था सामाजिक गतिमत्वाला विकसित करते. सामाजिक गतिमत्वावर प्रभाव टाकून याचे प्रमाण निर्धारित करणारा हा एक महत्त्वपूर्ण घटक आहे. ज्या समाजात गतिमत्वाला पोषक अशी तत्त्वप्रणाली व मूल्यव्यवस्था विकसित झालेली असते त्या समाजात अधिक प्रमाणावर गतिमत्व निर्माण होते. समतेच्या तत्त्वाला महत्त्व देणारी तत्त्वप्रणाली असेल तर स्तरीकरणव्यवस्था मुक्त स्वरूपाची बनते व गतिमत्व अधिक घडून येते. समाजात व्यक्तीस्वातंत्र्याला महत्व असेल, लोकशाही, समता, बंधुता, धर्मनिरपेक्षता इत्यादी

मूल्यांना महत्त्व असेल आणि ही मूल्ये समाजव्यवस्थेचा अविभाज्य भाग असतील तर स्वाभाविकपणेच सामाजिक गतिमत्वाला अधिक वाव मिळतो.

वरील प्रकारे सामाजिक गतिमत्वास पोषक असणारे विविध घटक सांगता येतील. गतिमत्व स्थानिक समाजात महत्त्वाचे असते. गतिमत्वाच्या प्रमाणावरच समाजाची प्रगती व विकास अवलंबून असतो हे निश्चित.

लिंगभाव आणि सामाजिक स्तरीकरण (Gender and Social Stratification):

लिंगभाव आणि सामाजिक स्तरीकरण यांच्या परस्परसंबंधाचा विचार करता या दोन्ही संकल्पनांच्या व्याख्यांचा पुनर्विचार करावा लागणार आहे. प्रथम आपण लिंगभाव (Gender) या संकल्पनेची व्याख्या पाहू.

सर्वसामान्य बोलीभाषेत बोलावयाचे झाल्यास लिंगभाव म्हणजे स्त्री आणि पुरुष यांच्यात असलेला शारीरिक किंवा शरीररचना शास्त्रीय (Anatomical) भेद होय.

परंतु समाजशास्त्रात मात्र लिंगभाव या शब्दाचा अर्थ वेगळा घेतला जातो. समाजशास्त्रीय दृष्टिकोनानुसार लिंगभाव म्हणजे 'शारीरिक भेदावर आधारित' स्त्री-पुरुषातील सामाजिक विभेदीकरण होय. या विभेदीकरणात प्रामुख्याने स्त्रीत्व आणि पुरुषत्व या भावनांना प्राधान्य दिले जाते. ॲन ओकले (Ann Oakley) यांनी प्रथम समाजशास्त्रात लिंग (Sex) या संज्ञेला समांतर शब्द किंवा संज्ञा म्हणून लिंगभाव या शब्दाचा वापर केला. या दोन्ही संज्ञांत भेद आहे असे त्या म्हणतात. त्यांच्या मते, 'लिंग' (Sex) याचा अर्थ आहे स्त्री-पुरुषातील शरीरशास्त्रीय (Anatomical) भेद वा विभाजन होय. तर 'लिंगभाव' (Gender) म्हणजे 'स्त्रीत्व' आणि पुरुषत्व यांच्यातील सामाजिक असमानतेवर आधारित विभाजन होय. एका वाक्यात लिंगभाव या संज्ञेची व्याख्या करावयाची झाल्यास असे म्हणता येईल की लिंगभाव म्हणजे 'स्त्री-पुरुष' भेदावर आधारित सामाजिक संरचित पैलू होय.

दुसरीकडे, सामाजिक संरचनेचा विचार करता या प्रकरणाच्या प्रस्तावनेत प्रतिपादन केल्याप्रमाणे समाजात अनेक वर्ग असतात. प्रत्येक वर्गाचा श्रेष्ठ व कनिष्ठ असा जो दर्जा असतो, त्यास 'स्तर' म्हणतात. अशा श्रेष्ठत्व व कनिष्ठत्व निकषांवर आधारित विविध स्तरांत समाजाचे जे विभाजन होते त्यास सामाजिक स्तरीकरण म्हणतात. स्तरीकरणांचा एकक म्हणून कुटुंबांचा विचार केला जातो. कुटुंबातील विविध सभासद त्यांच्या कुटुंबाच्या स्तरावरून समाजात ओळखले जात होते. जातींचा विचार करता कुटुंबांची जात (मग ती ब्राह्मणांसारखी श्रेष्ठ वा अस्पृश्यांसारखी अति कनिष्ठ असो) हाच कुटुंबातील सर्व सभासदांचा स्तर समजला जात होता. कुटुंबातील स्त्री, मुले, वयोवृद्ध व्यक्ती यांचा स्वतंत्र स्तर वा दर्जा नव्हता. सर्वसाधारणपणे

कुटुंबप्रमुखाचा दर्जा तोच कुटुंबातील सर्व सभासदांचा दर्जा व स्तर मानला जात असल्याने 'स्त्री' ला स्वतंत्र दर्जा वा स्तर नव्हता, त्यामुळे त्यांना सामाजिक स्तरीकरणात स्थान नव्हते. 'पितृसत्ताक कुटुंब' हे जगातील सर्वच समाजांत अस्तित्वात असल्याने नकळतच सर्वत्र 'स्त्री' चा स्तर हा पतीच्या व पित्याच्या स्तरानुसार ठरत असे. पितृसत्ताक पद्धतीमुळे 'स्त्री ही अबला, परस्वाधीन आहे.' असे शिक्के तिच्यावर मारून तिला समाजात पुरुषापेक्षा दुय्यम स्थान देण्यात आले. स्त्री कितीही शिकली, स्वकर्तृत्वाने मोठी झाली तरी समाजातला तिचा दर्जा हा तिच्या पतीवरूनच निर्धारित व्हावयाचा.

स्त्रियांच्या या परस्वाधीनतेला स्त्रीवादी अभ्यासक रूथ बेनेडिक्ट आणि मार्गारेट मीड यांनी कडाडून विरोध केला. या स्त्रीवादी विचारवंतांनी पितृसत्ताक कुटुंबपरंपरेला विरोध केला. त्या असे म्हणतात की, 'लिंगभावाचे निर्धारण जीवशास्त्रीय दृष्टिकोनातून न करता सामाजिक-सांस्कृतिक दृष्टिकोनातूनच करावे.' त्या पुढे असे म्हणतात, की 'स्त्री-पुरुष हा भेद जरी जीवशास्त्रीय असला तरी पुरुष श्रेष्ठ आणि स्त्री कनिष्ठ हा भेद किंवा हे विभाजन मात्र सामाजिक आहे व त्या आधारे केलेले श्रमविभाजन हे स्त्री-पुरुषातील विषमता वाढविणारे आहे.'

वर म्हटल्याप्रमाणे रूथ बेनेडिक्ट, मार्गारेट मीड, जेसी बर्नार्ड (Jassie Bernard) या व यासारख्या अनेक स्त्रीवादी सिद्धान्तकारांनी लिंगभावातील जीवशास्त्रीय भेद बाजूला ठेवून सामाजिक दृष्टिकोनातून स्त्री-पुरुष भेदाकडे पाहावे, तसेच स्त्रीत्वाच्या (Feminine) आणि पुरुषत्वाच्या (Masculine) कल्पना बासनात गुंडाळून एक व्यक्ती म्हणूनच दोघांकडे पाहावे व स्त्री-पुरुषांच्या दर्जाला सामाजिक स्तराचा दर्जा द्यावा ही मागणी केली. विसाव्या शतकाच्या उत्तरार्धात या मागणीकडे सकारात्मक दृष्टिकोनातून पाहिले गेले व त्यातून लिंगभाव स्तरीकरणाची कल्पना साकारली.

लिंगभाव स्तरीकरण (Gender Stratification) :

लिंगभाव स्तरीकरण ही एक प्रक्रिया असून, त्यात लिंगभाव हा सामाजिक स्तरीकरणाचा आधार बनत आहे. या प्रक्रियेत व्यक्तींना लिंगभाव भेदाचे ज्ञान होते व त्यांना म्हणजे स्त्री-पुरुषांना स्वतंत्र दर्जा दिला जातो. या दर्जाचे लिंगभाव विभेदीकरणानुसार मूल्यमापन केले जाते. लिंगभाव दर्जाचा विचार करता बहुसंख्य समाजांत स्त्रियांचा दर्जा कनिष्ठ तर पुरुषांचा दर्जा श्रेष्ठ असे वर्गीकरण केले जाते. काही तज्ज्ञांच्या मताने, 'प्रारंभीच्या काळात समाजशास्त्रज्ञांनी लिंगभावावर आधारित स्तरीकरणाचे स्वरूप अदृश्य असते.' असे जे चित्रण केले होते, ते विपर्यास करणारे होते. बऱ्याच वेळा लिंगभाव स्तरीकरण हे सामाजिक वर्गात किंवा वांशिकतेत अंतर्भूत केले जाते. एक स्तरीकरणव्यवस्था म्हणून जेव्हा आपण लिंगभावाच्या

महत्त्वाकडे पाहतो, तेव्हा या लिंगभाव स्तरीकरण व्यवस्थेत स्त्रियांना पुरुषांपेक्षा कमी प्रतीचा दर्जा व कमी प्रतीचे स्थान प्रदान केले गेले आहे हे लक्षात येते. या विचाराचा पगडा प्रामुख्याने 'स्त्रीवादी' समाजशास्त्रज्ञांवर असून त्यांच्या मते पितृसत्ताक कुटुंबव्यवस्था स्त्रियांवर होणाऱ्या अन्यायाचे व दडपणाचे एक ऐतिहासिक कारण होय.

स्त्रीत्व आणि पुरुषत्व या पुरुषसत्ताक पद्धतीने निर्माण केलेल्या कल्पना हा लिंगभाव स्तरीकरणाचा आधार होय. स्त्रीने तिच्या क्षेत्रात कितीही उत्तुंग भरारी घेतली, कितीही नाव कमावले तरी शेवटी तिचा दर्जा पुरुषापेक्षा कनिष्ठच असतो, यावर विचार करणे हेच लिंगभाव स्तरीकरणाचे उद्दिष्ट होय.

समारोप

सामाजिक स्तरीकरणाच्या या प्रकरणाचा प्रारंभ स्तर (Strata) म्हणजे काय या विचाराने करून त्यानंतर सामाजिक स्तरीकरणाचा अर्थ, त्याचे स्वरूप आणि त्याची वैशिष्ट्ये यावर सविस्तर चर्चा केली. त्यापुढे सामाजिक स्तरीकरणाचे प्रकार म्हणून भारतीय समाजात आढळणारी जाति-व्यवस्था आणि प्रामुख्याने पाश्चिमात्य जगतातील वर्ग व्यवस्था यावर त्यांच्या व्याख्या आणि वैशिष्ट्ये या साहाय्याने सविस्तर विवेचन केले आहे. सामाजिक स्तरीकरणाचे प्रकार म्हणून जातिव्यवस्था आणि वर्गव्यवस्था यातील भेदावर प्रकाशझोत टाकला. गतिमत्व व सामाजिक गतिमत्व हा मानवी जीवनाचा स्थायिभाव होय. सामाजिक गतिमत्वाचा अर्थ त्याचे घटक आणि प्रकार यावर चर्चा करताना जातिव्यवस्थेत आणि वर्गव्यवस्थेत सामाजिक गतिमत्वाला कितपत वाव आहे यावरही प्रकाशझोत टाकण्याचा प्रयत्न केला आहे. प्रकरणाच्या शेवटी सामाजिक स्तरीकरण प्रकारात उदयाला आलेल्या लिंगभाव स्तरीकरणाचा आढावा घेताना स्त्री-पुरुष शारीरिक भेदापेक्षा त्यांच्यातील सामाजिक भेद कसे धोकादायक आहेत, यावरही प्रकाशझोत टाकला.

स्वाध्याय

१) खालीलपैकी कोणत्याही दोन प्रश्नांची उत्तरे प्रत्येकी ५० शब्दांत द्या.

अ) 'सामाजिक स्तरीकरण' या संकल्पनेचा अर्थ स्पष्ट करा.

ब) जातिव्यवस्था कोणत्या वर्गात मोडणारा गट आहे ?

क) वर्गाची कोणतीही दोन वैशिष्ट्ये सांगा.

ड) समपातळीवरचे गतिमत्व म्हणजे काय ?

ई) ऊर्ध्वरेषी गतिमत्व म्हणजे काय?

२) खालीलपैकी कोणत्याही चारवर प्रत्येकी १०० शब्दांत टीपा लिहा.

अ) सामाजिक स्तरीकरणाची कोणतीही दोन वैशिष्ट्ये स्पष्ट करा.

ब) अधोरेषी गतिमत्व

क) मुक्त स्तरीकरण व्यवस्था

ड) लिंगभाव स्तरीकरण

ई) जातीची कोणतीही दोन वैशिष्ट्ये सांगा.

फ) सामाजिक गतिमत्वाचे कोणतेही दोन घटक सांगा.

ग) स्तर (Strata) म्हणजे काय ?

३) खालीलपैकी कोणत्याही तीन प्रश्नांची उत्तरे प्रत्येकी २०० ते २५० शब्दांत द्या.

अ) जातिव्यवस्थेच्या कोणत्याही पाच वैशिष्ट्यांवर विवेचन करा.

ब) सामाजिक गतिमत्वाचे प्रकार सांगा.

क) सामाजिक स्तरीकरणाची वैशिष्ट्ये सांगा.

ड) स्तंभीय गतिशीलता म्हणजे काय?

ई) लिंगभाव व स्तरीकरण यातील भेद सांगा.

फ) वर्गव्यवस्थेच्या व्याख्या व स्वरूप स्पष्ट करा.

४) खालीलपैकी कोणत्याही एका प्रश्नाचे उत्तर ५०० शब्दांत द्या.

अ) सामाजिक स्तरीकरणाच्या व्याख्या द्या. सामाजिक स्तरीकरणाच्या वैशिष्ट्यांवर चर्चा करा.

ब) सामाजिक स्तरीकरणाचा एक प्रकार म्हणून जातिव्यवस्थेवर चर्चा करा.

क) वर्गव्यवस्थेवर निबंध लिहा.

ड) सामाजिक गतिमत्वाचा अर्थ सांगून, गतिमत्वाचे घटक विशद करा.

प्रकरण : ६

सामाजिक नियंत्रण

अध्ययनाची उद्दिष्टे :

१) 'सामाजिक नियंत्रण' या संकल्पनेचे आकलन विद्यार्थ्यांना होण्यासाठी

२) सामाजिक नियंत्रण ही अत्यावश्यक प्रक्रिया असून त्या प्रक्रियेअंतर्गत येणाऱ्या अनौपचारिक व औपचारिक सामाजिक नियंत्रण प्रकारांची माहिती विद्यार्थ्यांना व्हावी म्हणून

३) अनुकूलन या संकल्पनेचा अर्थ विद्यार्थ्यांना माहिती व्हावा म्हणून

४) विपथगामी वर्तन म्हणजे काय, व सामाजिक नियंत्रणात त्याचे महत्त्व काय, या प्रश्नांचे आकलन व्हावे म्हणून

प्रस्तावना

व्यक्ती-व्यक्तीमधील सामाजिक संबंधांचे जाळे म्हणजे समाज होय. अशी समाजाची व्याख्या आपण समाजशास्त्रात करतो. समाजाची स्थिरता व अस्तित्व व्यक्ति व्यक्तिमधील या सामाजिक संबंधांच्या स्थिरतेवर व अस्तित्वावर अवलंबून असते. व्यक्ती-व्यक्तिमधील संबंधांचे स्वरूप अपेक्षित असे राहिले व ते संबंध जर टिकून राहिले तरच समाजात सुव्यवस्था राहते व समाजाचे अस्तित्व टिकून राहते. या सामाजिक संबंधांना अपेक्षित स्वरूप प्राप्त करून देण्यासाठी व त्यांना स्थिरता प्राप्त करून देण्यासाठी ते संबंध ज्यावर आधारलेले असतात त्या व्यक्तिंच्या सामाजिक वर्तनावर नियंत्रण ठेवणे अत्यंत आवश्यक असते. व्यक्ती जर परस्परांशी विशिष्ट प्रकारे वागल्या तर त्यांच्यामध्ये चांगले सामाजिक संबंध निर्माण होऊ शकतात व ते टिकून राहतात.

प्रत्येक व्यक्तीला प्राय: आपल्या इच्छेप्रमाणे वर्तन करावेसे वाटते, परंतु समाजातील सर्वच व्यक्ती जर स्वत:च्या इच्छेनुसार वागू लागल्या किंवा त्यांनी इतरांचे हित, अपेक्षा हेतू इत्यादी बाबी लक्षात न घेता वर्तन केले तर सामाजिक संबंध

निर्माण होऊच शकणार नाहीत व समाज असंतुलित बनेल. उदा. पति-पत्नी हा संबंध अबाधित ठेवण्यासाठी त्या दोघांनी समाजाने ठरवून दिलेल्या मार्गाने परस्परांच्या इच्छा, अपेक्षा इत्यादी लक्षात घेऊनच वर्तन करावयास हवे. ते दोघे जर स्वार्थी हेतूने व केवळ स्वतःच्या इच्छेला अनुसरून परस्परांशी वागले तर त्यांच्यामधील संबंध अधिक काळ टिकणार नाहीत, म्हणूनच त्यांच्यावर समाज अनौपचारिक नियंत्रण ठेवतो. व्यक्तीच्या वर्तनावरील या नियंत्रणास सामाजिक नियंत्रण असे म्हटले जाते. प्रत्येक समाजात व्यक्तींच्या वर्तनावर तसेच समाजातील समूहावर नियंत्रण ठेवण्यासाठी व त्यांना समाजमान्य वर्तनप्रकाराप्रमाणे वर्तन करण्यास भाग पाडण्यासाठी काही यंत्रणा, साधने व प्रक्रिया निर्माण झालेल्या असतात. त्यांचाही समावेश सामाजिक नियंत्रणात होतो. सामाजिक नियंत्रणाची गरज समाजनिर्मितीपासूनच होते, त्यामुळे समाजनिर्मितीची प्रक्रिया चालू असतानाच सदस्यांच्या वर्तनावर नियंत्रण ठेवणारी रूढी, परंपरा, कायदे, नियम इत्यादी सामाजिक नियमने तयार होतात. समाजाच्या सदस्यांना ती नियमने पाळावी लागतात व त्या द्वारे त्यांच्या वर्तनावर नियंत्रण ठेवले जाते. व्यक्तीच्या स्वार्थी हेतूवर नियंत्रण ठेवून तिला सामाजिक हेतूची जाणीव करून देणे हा सामाजिक नियंत्रणाचा उद्देश असतो.

सामाजिक नियंत्रणाचा अर्थ व व्याख्या (Meaning and Definitions of Social Control) :

'सामाजिक नियंत्रण' या संज्ञेचा नेमका अर्थ समजण्याच्या दृष्टीने वेगवेगळ्या समाजशास्त्रज्ञांनी केलेल्या व्याख्यांचा आपण विचार करू.

१) किम्बॉल यंग (Kimball Young) : समाजाने अपेक्षित नियम किंवा क्रिया यांच्या कार्यवाहीसाठी भौतिक बल किंवा प्रतीकात्मक साधने यांचा उपयोग करणे म्हणजे सामाजिक नियंत्रण होय.

२) फेअर चाईल्ड (Fairchild) : ज्या प्रक्रियांमुळे समाज किंवा समाजातील कोणताही समूह घटकांकडून – मग ते घटक समूह असोत किंवा व्यक्ती असोत – आपल्या अपेक्षांना अनुरूप असे वर्तन घडवून आणतो त्या प्रकियांचा समुच्चय म्हणजे सामाजिक नियंत्रण होय.

३) अब्राहम (Abraham) : समाजअपेक्षित ध्येयांच्या प्राप्तीसाठी निर्धारित वर्तनमार्गाप्रमाणे केले जाणारे समाजाचे नियमन म्हणजेच सामाजिक नियंत्रण होय.

४) रॉस : (Ross) : ज्या सर्व सामाजिक शक्ती आपल्या प्रभावाने व्यक्तींना एका साच्यात बसवू शकतात त्यांचा सामाजिक नियंत्रणात समावेश होतो.

५) गिलीन आणि गिलीन (Gillin and Gillin) : समाज आपल्या एखाद्या उपसमूहाला किंवा समूह आपल्या सभासदांना समाजमान्य वर्तनप्रकारांना अनुरूप असे

वर्तन करण्यास भाग पाडण्यासाठी सूचन, अनुनय, निर्बंध आणि शारीरिक शक्तीसह कोणत्याही साधनांचा अवलंब करून जबरदस्ती करतो अशा उपायांच्या व्यवस्थेला सामाजिक नियंत्रण असे म्हणतात.

६) वॉलेस आणि वॉलेस : (Wallace and Wallace) : ज्या साधनाद्वारे समाजाचे सभासद समाजाची नियमने पाळावीत म्हणून एकमेकांना उद्युक्त करण्याचा प्रयत्न करतात त्याला सामाजिक नियंत्रण असे म्हणतात.

वरील व्याख्यांच्या परीक्षणावरून सामाजिक नियंत्रणाच्या स्वरूपाबाबतचे पुढील ठळक मुद्दे लक्षात येतात.

१) सामाजिक नियंत्रणात समाजाने व्यक्तींच्या वर्तनावर नियंत्रण ठेवणे अभिप्रेत आहे.

२) सामाजिक नियंत्रणाचे कार्य समाज करतो म्हणजे समाजातील काही व्यक्ती इतर व्यक्तींवर नियंत्रण ठेवतात. काही समूह इतर समूहांवर नियंत्रण ठेवतात, तर विशिष्ट समूह आपल्या संदस्यांच्या वर्तनावर नियंत्रण ठेवतात.

३) सामाजिक नियंत्रण ही समाजात व्यवस्था प्रस्थापित करून ती टिकवून ठेवणारी एक साधनरूप प्रक्रिया आहे.

४) समाजातील लोकांनी सामाजिक नियमनांनुसार किंवा संस्कृतीमान्य रीतीने वागलेच पाहिजे हा सामाजिक नियंत्रणातील प्रधान उद्देश असतो, त्यामुळे सामाजिक नियंत्रणाचे स्वरूप कमी–अधिक स्वरूपात दबावात्मक किंवा निग्रहात्मक असते.

५) समजावून सांगणे, सूचन, अनुनय, निर्बंध आणि शारीरिक शक्तीसह अन्य जबरदस्तीच्या मार्गांचाही सामाजिक नियंत्रणासाठी वापर केला जातो.

६) ज्या साधनाद्वारे, व्यवस्थेद्वारे किंवा ज्या प्रक्रियांद्वारे व्यक्तींना नियमनांचे अनुसरण करण्यास भाग पाडले जाते, त्यांचा निर्देश करण्यासाठी सामाजिक नियंत्रण ही संकल्पना वापरतात.

७) सामाजिक नियंत्रण ही सार्वत्रिक स्वरूपाची म्हणजेच सर्वच मानवी समाजांत अस्तित्वात असणारी बाब आहे.

सामाजिक नियंत्रणाची आवश्यकता : (Necessity of Social Control)

समाजाचे समतोलत्व टिकविण्यासाठी तसेच समाजाचे संघटन आणि अस्तित्व टिकविण्यासाठी सामाजिक नियंत्रणाची आवश्यकता असते. ही आवश्यकता समाजात जे विविध भेद आहेत त्यामुळे निर्माण होते. व्यक्ती-व्यक्तीमध्ये शारीरिक व मानसिक स्वरूपाचे कितीतरी भेद असतात. हे भेद शारीरिक ठेवणीच्या बाबतीत, बौद्धिक

सामर्थ्याच्या बाबतीत, भावनिक दृष्ट्या व व्यक्तिमत्त्वाची ठेवण इत्यादी बाबतीत दिसून येतात. व्यक्ती-व्यक्तींच्या सवयी, रूढी व परंपरा यामध्ये भिन्नता असल्याने प्रत्येकाचा दुसऱ्याबद्दलचा दृष्टिकोन हा वेगवेगळा असतो. या वेगळेपणाचा व्यक्तीच्या वर्तनावर परिणाम होतो. निरनिराळ्या समूहांच्या श्रद्धा, सामाजिक मूल्ये, धार्मिक मते व आचार इत्यादी बाबतीत फरक दिसून येतो. समाजात दिसणारे वैयक्तिक व सांस्कृतिक स्वरूपाचे भेद अतिशय तीव्र बनल्यास त्याचा सामाजिक एकीकरणाच्या प्रक्रियेवर विपरीत परिणाम होतो, म्हणूनच सामाजिक नियंत्रणाद्वारे व्यक्तीवर्तन होणे गरजेचे असते. समाजाच्या अस्तित्वासाठी सामाजिक नियंत्रणाची आवश्यकता असते हे खालील विवेचनावरून लक्षात येईल.

१) समाजाचे अस्तित्व टिकविणे : समाजाचे अस्तित्व टिकविण्यासाठी व प्रगती करण्यासाठी सामाजिक नियंत्रणाची आवश्यकता असते. समाजाचे अस्तित्व टिकविणे म्हणजे समाज हा अधिक काळ स्थिर राहिला पाहिजे व समाजात सातत्य असले पाहिजे. व्यक्ती व विविध समूह यांच्या वर्तनावर नियंत्रण ठेवल्यामुळे समाजाचे सातत्य कायम राहते व या नियंत्रणामुळे समाजव्यवस्था सुरळीतपणे सुरू राहते. सामाजिक नियंत्रणाच्या प्रभावामुळे समाजातील व्यक्ती परस्परांशी विशिष्ट प्रकारे वागतात. परस्परांच्या वर्तनविषयक अपेक्षा पूर्ण करतात व आपली कर्तव्ये पार पाडतात, त्यामुळे त्यांच्या मधील परस्पर संबंध अबाधित राहतात. सामाजिक नियंत्रणामुळे समाजाच्या स्थिरतेला धोका पोहोचत नाही. थोडक्यात, व्यक्तींच्या वर्तनावर नियंत्रण ठेवले नाही तर व्यक्ती आपल्या इच्छेनुसार वागतील. निरनिराळ्या व्यक्तींच्या इच्छा अनेकदा परस्परविरोधी असतात, त्यामुळे त्यांच्यामध्ये संघर्ष निर्माण होतो व समाजाचे संघटन व अस्तित्व धोक्यात येते.

२) समाजात अनुरूपता आणणे : समाजात अनेक व्यक्ती असतात. प्रत्येक व्यक्ती आपले स्वतंत्र अस्तित्व टिकवून ठेवण्याचा प्रयत्न करते. प्रत्येक व्यक्तीच्या आशा-आकांक्षा, हेतू, उद्दिष्टे स्वतंत्र असतात. आपल्या ध्येयाची पूर्ती करावी असे प्रत्येक व्यक्तीला वाटते. समाजातील प्रत्येक व्यक्तीने स्वार्थी हेतूंनी प्रेरित होऊन जर वर्तन केले तर व्यक्ती-व्यक्तींमध्ये संघर्ष निर्माण होण्याची शक्यता असते. सामाजिक नियंत्रणाच्या द्वारे व्यक्तीच्या स्वार्थी वृत्तीला मर्यादा घालता येते व त्यांच्या हेतू, इच्छा-आकांक्षा यांच्यामध्ये अनुरूपता घडवून आणता येते, हे जर घडले तर व्यक्तींना परस्परांशी अधिक परिणामकारक रीतीने जुळवून घेता येते व समाजात एकता निर्माण होते, तसेच व्यक्तीमध्ये सामूहिक जाणीव निर्माण होते. सारांश, समाजात सामाजिक नियंत्रणाद्वारे अनुरूपता निर्माण करता येते.

३) व्यक्तींच्या जीवनात सामाजिक हेतू निर्माण करणे : व्यक्तीच्या कोणत्याही कृतीला दोन बाजू असतात; त्यातील एक वैयक्तिक म्हणजे स्वार्थाची बाजू व दुसरी समाज हिताची बाजू होय. व्यक्तीला समाजात कोणतीही कृती करताना जसा आपला स्वार्थ लक्षात घ्यावा लागतो, त्याचप्रमाणे थोड्या फार प्रमाणात समाजाचे हितही लक्षात घ्यावे लागते. व्यक्तीने आपला स्वार्थी दृष्टिकोन व समाजहिताचा दृष्टिकोन यांची सांगड घालणे व त्यांच्याशी समतोल साधणे समाजाच्या दृष्टिने आवश्यक असते. अनेकदा व्यक्तीचा स्वार्थी दृष्टिकोन प्रबळ होऊन, तिचे समाजहिताकडे दुर्लक्ष होण्याचा संभव असतो. असे होऊ नये म्हणून सामाजिक नियंत्रणाची आवश्यकता असते.सामाजिक नियंत्रण घडवून आणणारी सामाजिक नियमने व्यक्तीला तिच्या सामाजिक कर्तव्याची व तिच्याकडून असलेल्या समाजाच्या अपेक्षांची सतत जाणीव करून देतात, त्यामुळे व्यक्ती आपल्या वर्तनाने सामाजिक हिताला व हेतूंना बाधा येणार नाही अशी काळजी घेतात. उदा. व्यापार करून नफा मिळविणे हा व्यापाऱ्यांचा स्वार्थी हेतू असतो, परंतु ग्राहकांना खोटे माप देऊन किंवा हलका माल भारी किमतीला विकून किंवा मालात भेसळ करून आपला नफा वाढविण्याचा त्यांनी प्रयत्न केला तर ते योग्य होणार नाही. त्यांना समाजाचे हित लक्षात घेऊनच सर्व व्यवहार करावे लागतात. तात्पर्य, समाजातील निरनिराळी मूल्ये व नैतिकता व्यापाऱ्यांच्या वर्तनावर नियंत्रण ठेवून त्यांच्या मनात सामाजिक हेतूंची वाढ करतात.

४) सामाजिक कर्तव्याची जाणीव : सामाजिक कर्तव्याची जाणीव करून देणे, हे सामाजिक नियंत्रणात अपेक्षित आहे. समाजाच्या सातत्यासाठी समाजातील व्यक्तींनी काही कर्तव्ये पार पाडणे आवश्यक असते. समाजातील व्यक्ती विविध दर्जांवर कार्य करताना आढळतात. आपल्या दर्जानुसार आपल्या भूमिका म्हणजेच कर्तव्ये पार पाडण्यास प्रवृत्त करण्याचे कार्य सामाजिक नियंत्रण व्यवस्थेद्वारे पार पाडले जाते. त्यामुळे समाजाच्या गरजा पूर्ण केल्या जातात व समाजात नियमितपणा व सुव्यवस्था निर्माण होऊन समाजाची स्थिरता व अस्तित्व टिकून राहते. उदा. पित्याने आपल्या मुलांची विविध प्रकारे योग्य ती काळजी घेणे, त्यांच्यासाठी काही गोष्टी करणे हा त्यांच्या कर्तव्याचा भाग आहे. रूढी, परंपरा इत्यादीमुळे आणि जननिंदेला भिऊन तो ही कर्तव्ये पार पाडतो व त्यामुळे मुलांच्या संगोपनाविषयी समाजाची गरज पूर्ण केली जाते. समाजातील व्यक्तीवर नियंत्रण असल्यामुळे व्यक्ती सहजपणे परस्परांच्या गरजा भागविते. शेवटी बहुसंख्य व्यक्ती सामाजिक नियमनांचे पालन करताना आढळतात, त्यामुळे आपोआपच सामाजिक नियंत्रण घडून येते.

५) सामाजिक एकता निर्माण करणे : सामाजिक एकता याचा अर्थ सामाजिक संघटन होय. समाजातील एकता निर्माण करण्यासाठी सामाजिक नियंत्रण आवश्यक ठरते. सामाजिक नियंत्रणाच्या द्वारे व्यक्तीच्या परस्परांबरोबरच्या वर्तनात समन्वय घडवून आणता येतो. सामाजिक नियंत्रणाच्या प्रभावामुळे व्यक्ती परस्परपूरक वर्तन करतात. तसेच परस्परांशी सहकार्य करतात व त्यामुळे समाजात एकता निर्माण होते. समाजातील विविध समूहांत एकता असल्याशिवाय एकात्म समाजाची कल्पनाच करता येत नाही. या नियंत्रणामुळे समाजातील निरनिराळ्या घटकांत सामंजस्य निर्माण होते व समाजाचे सातत्य अधिक काळ राहते, तसेच शक्तिशाली समूहाद्वारे दुर्बल समूहांची पिळवणूक होऊ न देण्यासाठी सामाजिक नियंत्रणाची आवश्यकता असते. थोडक्यात, समाज विविधतापूर्ण असले तरी नियंत्रण व्यवस्थेमुळे त्यात एकात्मता निर्माण करता येते.

६) स्वार्थी वृत्तीचे निराकरण करणे : समाजातील स्वार्थी वृत्तीचे निराकरण करण्यासाठी सामाजिक नियंत्रणाची जरुरी असते. समाजातील सर्व व्यक्तींचे वर्तन एकसारखे नसते. काही व्यक्ती स्वार्थी वृत्तीच्या असतात, त्यामुळे समाजाचे विघटन होण्याची शक्यता असते व हे विघटन टिकण्यासाठी नियंत्रणाची आवश्यकता असते. स्वार्थी व्यक्तींचा उद्देश दुसऱ्याची पिळवणूक करणे हा असतो व ही पिळवणूक थांबविण्यासाठी समाजात नियंत्रणाची व्यवस्था आवश्यक ठरते. स्वार्थी समाज जर निर्माण झाला तर समाजात अनेक सामाजिक समस्या देखील निर्माण होतात, म्हणजेच समाजात गोंधळाची अवस्था निर्माण होते व परस्परांच्या गरजा पूर्ण होत नाहीत. त्यासाठी नियंत्रणाच्या साधनांद्वारे समाजात विविध व्यक्तींवर विविध नियंत्रणे लादावी लागतात, म्हणजेच सामाजिक नियंत्रणाशिवाय दुसरा कोणताही पर्याय नसतो. थोडक्यात, समाजातील व्यक्तीच्या स्वार्थी, दुष्ट व संकुचित वृत्ती नष्ट करण्यासाठी सामाजिक नियंत्रणाची गरज असते, कारण स्वार्थी वृत्तीचा शेवट झाल्यानंतरच सामूहिक हित साधले जाते.

७) सामाजिक सुरक्षा प्रदान करणे : जगातील कोणताही समाज सामाजिक सुरक्षेशिवाय टिकू शकत नाही. त्यामुळे सामाजिक सुरक्षा आवश्यक आहे. समाजाला संरक्षण देऊन समाज स्थिर ठेवणे म्हणजेच सामाजिक सुरक्षा होय. समाजातील व्यक्तींना सामाजिक नियंत्रणामुळे मानसिक व सामाजिक सुरक्षितता प्राप्त होते. उदा. आधुनिक काळात सामाजिक नियंत्रणाचे एक प्रभावी साधन म्हणून कायद्यांना अधिक महत्त्व आहे. कायद्याच्या अस्तित्वामुळे व्यक्तींना सुरक्षितता प्राप्त होते. व्यक्तींच्या हिताची योग्य काळजी घेतली जाते. समाजात जर धर्म, कायदा व प्रथा इत्यादी नियंत्रणाची साधने नसतील तर व्यक्तींना सामाजिक सुरक्षितता प्राप्त होणार नाही. याशिवाय सामाजिक नियंत्रणामुळे समाजविरोधी प्रवृत्तींचा नाश होतो आणि

व्यक्ती सुरक्षित जीवन जगू शकते. भारतीय समाज स्थिर स्वरूपाचा आहे, याचे कारण केवळ सामाजिक नियंत्रणाची अस्तित्वात असलेली साधनेच आहेत. समाजातील मूल्यात्मक व्यवस्था समाजाला सुरक्षा प्रदान करते. सामाजिक नियंत्रणामुळे सामाजिक सुरक्षेबरोबरच मानसिक समाधान देखील व्यक्तीला प्राप्त होते.

८) सहकार्याची जाणीव निर्माण करणे : समाज हा व्यापक स्वरूपाचा आहे व या व्यापक समाजात सहकार्य असणे गरजेचे असते, म्हणूनच समाजात सहकार्याची जाणीव निर्माण करण्यासाठी सामाजिक नियंत्रणाची आवश्यकता असते. नियंत्रणामुळे व्यक्ती-व्यक्तीमध्ये परस्परांना सहकार्य करण्याची इच्छा निर्माण होते. समाजात कधी स्वेच्छेने तर कधी बळाचा वापर करून हे सहकार्य मिळवावे लागते. व्यक्तींवर नियंत्रण नसल्यास व्यक्ती संघर्षाच्या मार्गाने स्वत:च्या स्वार्थाची पूर्ती करण्याचा संभव असतो, त्यामुळे संपूर्ण सामाजिक जीवन विस्कळीत होण्याचा धोका असतो, परंतु सामाजिक नियंत्रणामुळे व्यक्तींच्या ठिकाणी सहकार्याची जाणीव निर्माण होते व सामाजिक ऐक्य साधले जाते.

सामाजिक नियंत्रणाची साधने (Means of Social Control) :

सामाजिक नियंत्रणाच्या साधनांवर अनेक विचारवंतांनी चर्चा केल्यानंतर सामाजिक नियंत्रणाच्या साधनांचे या विचारवंतांनी दोन विभागांत विभाजन केले आहे. खालील आकृतीवरून विद्यार्थ्यांना सामाजिक साधनांचे विभाजन आणि उपविभाजन याची कल्पना येऊ शकेल.

सामाजिक नियंत्रणाच्या साधनांचे प्रकार दर्शविणारी आकृती

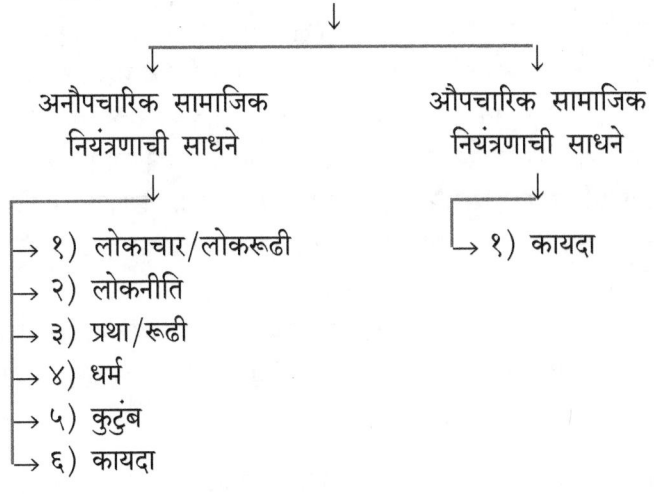

- अनौपचारिक सामाजिक नियंत्रणाची साधने
  - १) लोकाचार/लोकरूढी
  - २) लोकनीति
  - ३) प्रथा/रूढी
  - ४) धर्म
  - ५) कुटुंब
  - ६) कायदा
- औपचारिक सामाजिक नियंत्रणाची साधने
  - १) कायदा

(आकृती क्र. ६)

आकृती क्र. ६ मध्ये दर्शविलेल्या सर्व अनौपचारिक व औपचारिक साधनांवर आपण चर्चा करू.

१) अनौपचारिक सामाजिक नियंत्रण :

अनौपचारिक सामाजिक नियंत्रण म्हणजे व्यक्तीने स्वत: होऊन स्वेच्छेने समाजातील सामाजिक नियमांचे पालन करणे होय. रूढी, लोकनीती, लोकाचार, धर्म, कुटुंब इत्यादींचा समावेश अनौपचारिक नियंत्रण साधनांत करता येतो. ही सामाजिक नियमने समाजात आपोआप निर्माण होतात, म्हणूनच व्यक्ती ती सर्व नियमने स्वीकारतात. ही नियमने पाळण्यासाठी कोणत्याही प्रकारची औपचारिक संघटना नसते. तसेच या नियमनांकडे दुर्लक्ष केल्यास व्यक्तीला जी शिक्षा मिळते तिची अंमलबजावणी ही अनौपचारिक पद्धतीनेच केली जाते. यात बहिष्कार, निषेध इत्यादींचा समावेश होतो. ज्या गटातील व्यक्ती परस्परांशी प्राथमिक संबंधांनी जोडलेल्या असतात त्या गटातही सदस्यांच्या वर्तनावर अनौपचारिक स्वरूपाचेच नियंत्रण असते. विचारवंत ओलसेनच्या मते अनौपचारिक नियंत्रणास आंतरिक नियंत्रण अशी संज्ञा दिली जाते, कारण वर्तन नियंत्रणाची ही अनौपचारिक साधने व्यक्तींनी सामाजिकीकरणातून आत्मसात केलेली असल्यामुळे आंतरिक बनलेली असतात.

२) औपचारिक सामाजिक नियंत्रण :

औपचारिक सामाजिक नियंत्रण म्हणजे समाजातील व्यक्तीवर मुद्दाम होऊन लादलेली नियंत्रणे होत. आधुनिक समाजरचना बहुव्यापक व अधिक गुंतागुंतीची झाल्यामुळे औपचारिक नियंत्रणाची गरज भासू लागली, त्यातूनच औपचारिक सामाजिक नियंत्रण निर्माण झाले, त्यामुळे आधुनिक समाजात हेतुपूर्वक व मुद्दाम तयार केलेल्या कायद्यासारख्या औपचारिक सामाजिक नियमनांच्या साहाय्याने व्यक्तीच्या वर्तनावर नियंत्रण ठेवले जाते. ही नियमने औपचारिक स्वरूपाची असल्याने त्यांची अंमलबजावणी करण्यासाठी विशिष्ट यंत्रणा मुद्दाम तयार करावी लागते व त्या यंत्रणेद्वारे त्या नियमनाची अंमलबजावणी केली जाते. अशा नियमनांकडे दुर्लक्ष करणाऱ्या व्यक्तींना जी शिक्षा होते ती देखील औपचारिक प्रकारची असते.

सामाजिक नियंत्रण घडवून आणणारी साधने विविध प्रकारची असतात. त्या निरनिराळ्या प्रकारच्या सामाजिक नियंत्रणाच्या साधनांचा आपण येथे विचार करू.

१) लोकाचार किंवा लोकरूढी (Folkways) :

दररोजच्या जीवनात व्यक्ती ज्या कृती करतात, त्यातील अनेक कृती त्या

वारंवार करीत असतात, त्यामुळे ती कृती करण्याची एक विशिष्ट पद्धती ठरून जाते. एखादी सामाजिक कृती अनेक व्यक्तींनी वारंवार विशिष्ट प्रकारे केली तर तिला लोकाचाराचे स्वरूप प्राप्त होते. उदा. आपण दररोज जेवण करतो. व्यक्तींनी जेवण कसे घ्यावयाचे, किती वेळा घ्यावयाचे, जेवणात कोणत्या पदार्थांचा समावेश करावयाचा इत्यादी गोष्टी निश्चितपणे ठरलेल्या असतात. सामाजिक कृती करण्याच्या अशा ज्या ठरावीक पद्धती रूढ झालेल्या असतात त्यांना लोकाचार ही संज्ञा लावण्यात येते. आपण दररोज सकाळी दात घासतो, विशिष्ट प्रकारचे कपडे घालतो, विशिष्ट प्रकारे एकमेकांना अभिवादन करतो इत्यादी सर्व बाबींचा समावेश लोकाचारामध्ये होतो. असंख्य लोकाचार आपण दररोजच्या जीवनात आचरणात आणतो.

'लोकांचा आचार तो लोकाचार' अशी लोकाचाराची साधी व्याख्या करता येईल. सामान्यपणे लोकांत मान्यता पावलेले वर्तनविषयक रीतीरिवाज व परंपरा लोकाचार या सदरात मोडतात. लोकाचाराची व्याख्या खालीलप्रमाणे आहे.

१) डॉ. विल्यम सम्नेर : (Willam Sumner) : समाजातील वागणुकीचे व वर्तनाचे मान्य झालेले मार्ग म्हणजेच लोकाचार होय.

२) गिलीन व गिलीन : (Gillin and Gillin) : सामान्यपणे नकळत समूहात उदय पावणारी दैनंदिन जीवनासंबंधीची वर्तन प्रतिमाने म्हणजेच लोकाचार होत. (समाज स्वीकृत वर्तनविषयक नियम किंवा रीतीरिवाज म्हणजेच लोकाचार होय.)

३) ग्रीन : (Green) : एका पिढीकडून दुसऱ्या पिढीकडे हस्तांतरित होणाऱ्या समाजातील किंवा समूहातील वर्तनाच्या सामान्य पद्धती म्हणजेच लोकाचार होत.

लोकाचाराचे स्वरूप (Nature of Folkways) :

लोकाचाराचे वैशिष्ट्यपूर्ण स्वरूप आपणास खालीलप्रमाणे स्पष्ट करता येईल.

१) कोणताही वर्तनप्रकार लोकाचार या सदरात मोडण्यासाठी त्याचे सामूहिक पालन करणे आवश्यक असते. लोकाचारात अशाच वर्तनमार्गांचा समावेश होतो, ज्यांचे पालन थोडेथोडके नाही तर समूहातील बहुसंख्य लोक करतात. लोकाचार ही सामूहिक बाब असते. लोकाचार सामूहिक असल्यामुळेते दीर्घकाळपर्यंत अस्तित्वात असतात. सामूहिकतेमुळेच लोकाचार स्थायी व टिकाऊ असतात.

२) लोकाचारांना समूहाच्या मर्यादा असतात; म्हणजेच कोणताही लोकाचार त्या त्या समूहापुरताच मर्यादित असतो. संबंधित सूमहातील सदस्याकडूनच त्यांच्या पालनाची अपेक्षा केली जाते. एका विशिष्ट समूहात अस्तित्वात असलेल्या

लोकाचाराचे वर्चस्व त्याच समूहापुरते मर्यादित असते. दुसऱ्या समूहातील व्यक्तीने तेच बंधन पाळण्याची आवश्यकता नसते.

३) लोकाचार हे पूर्वनियोजित नसतात. कळत नकळत काही वर्तनमार्ग समूहात उदय पावतात आणि लोकांच्या पालनातून स्थिर होतात. एखादा लोकाचार समाजात केव्हा निर्माण झाला व का निर्माण झाला या बाबतीत निश्चित काही सांगता येत नाही. समाजातील एखाद्या व्यक्तीने नकळत सुरू केलेला वर्तनप्रकार समाज मान्यतेनंतर लोकाचार या संज्ञेस पात्र होतो. थोडक्यात, लोकाचारांचा प्रारंभ नियोजनविरहित होतो.

४) लोकाचाराच्या स्वरूपातील बदल मंदगतीने होतात. लोकाचाराचे स्वरूप दीर्घकाळ पर्यंत बदलत नसल्याने त्यांच्यावर आधारलेले सामाजिक संबंध स्थिर राहतात. एखाद्या व्यक्तीने प्रस्थापित लोकाचारांपेक्षा वेगळे वर्तन केले व इतरांनी त्यांचे अनुकरण केले तर मूळच्या लोकाचारात परिवर्तन घडून येते. अथवा नवीन लोकाचार निर्माण होतो. काही लोकाचार वारंवार बदलत असतात तर काही लोकाचार वर्षानुवर्षे तसेच राहतात.

५) लोकाचाराच्या स्वरूपात भिन्नता आढळून येते. काही लोकाचार मोघम स्वरूपात तर काही स्पष्ट स्वरूपाचे असतात. उदा. जेवताना उजव्या हाताने जेवावे हा स्पष्ट असा लोकाचार आहे, परंतु ज्या लोकाचारांचा संबंध प्रतीकात्मक स्वरूपाचा असतो त्या लोकाचाराचे स्वरूप मोघम असते. उदा. आपण जे निरनिराळे शब्द वापरतो त्यांचे अर्थ जरी थोडेफार निश्चित असले तरी ते अर्थ ज्या पद्धतीने लावले जातात, ती पद्धत मोघम असते. पांढऱ्या द्रव पदार्थास आपण दूध म्हणतो त्यास दूधच का म्हणावयाचे याला विशेष कारण नाही. तो एक लोकाचार आहे.

६) प्रत्येक लोकाचाराचे क्षेत्र मर्यादित स्वरूपाचे असते. लोकाचार ज्या समाजात अथवा समूहात निर्माण होतात, त्या सामाजातील अथवा समूहातील लोकच त्यांच्याप्रमाणे आचरण करतात. प्रत्येक समाजात वेगवेगळे लोकाचार आढळून येतात. उदा. आपण भारतीय लोक पाटावर बसून हाताने जेवतो तर पाश्चिमात्य लोक जेवताना टेबल-खुर्ची, काटे-चमचे यांचा उपयोग करतात. कोणत्या समाजातील लोकाचार अधिक चांगले हे सांगणे कठीण असते.

७) लोकाचारांचे स्वरूप अनौपचारिक प्रकारचे असते. समाजात लोक लोकाचार पाळतात की नाही हे पाहण्यासाठी व लोकाचारांची अंमलबजावणी करण्यासाठी कोणत्याही प्रकारची नियोजित नियंत्रणव्यवस्था नसते. व्यक्तींनी आपल्या भोवतालच्या पर्यावरणारबरोबर जुळवून घेण्याचे वैशिष्ट्यपूर्ण साधन म्हणजेच लोकाचार होय.

वरील प्रकारे लोकाचाराचे स्वरूप लक्षात घेतल्यास आपणास लोकाचाराचे महत्त्व पटते. लोकाचाराचे पालन केल्यानंतर लोकांच्या जीवनात सुरळीतपणा येतो. व्यक्ती व्यक्तीतील संघर्ष आपोआप टाळला जातो. तसेच व्यक्तीच्या जीवनात पद्धतशीरपणा निर्माण होतो व समाजजीवन सुखी बनते. मानवी जीवनात निर्माण होणाऱ्या निरनिराळ्या समस्या लोकाचाराच्या पालनामुळे दूर होऊ शकतात. लोकाचाराच्या अस्तित्वामुळे दु:खाच्या प्रसंगी व्यक्ती धैर्य सोडीत नाही. एखाद्या प्रश्नाबद्दल नव्याने विचार करण्याची आवश्यकता सुद्धा राहात नाही. तात्पर्य, लोकाचार हे सामाजिक नियंत्रणाचे प्रभावशाली साधन आहे हे आपणास नाकारता येत नाही.

२) लोकनीति (Moraes) :

लोकनीती सामाजिक नियंत्रणाचे एक महत्त्वाचे अनौपचारिक साधन आहे. लोकनीतीमध्ये विशिष्ट स्वरूपाच्या सामाजिक नियमनांचा समावेश होतो. सर्व सामाजिक नियमने समाजाच्या दृष्टीने समान महत्त्वाची मानली जात नाहीत. लोकाचार म्हणजे त्या मानाने कमी महत्त्वाची सामाजिक नियमने होत, परंतु ज्या नियमनांचा लोकनीतीमध्ये समावेश केला जातो, ती नियमने समाजाच्या दृष्टीने अधिक महत्त्वाची मानली जातात. समाजातील व्यक्तींनी आपले आचरण लोकनीतीप्रमाणेच ठेवावे असा समाजाचा आग्रह असतो. जर एखादी व्यक्ती लोकनीतीला सोडून वागली तर समाज त्यांची गंभीरपणे दखल घेतो व अशा व्यक्तींना जास्त कठोर अशा शिक्षांना तोंड द्यावे लागते. मानव हत्या करू नये, दुसऱ्यांच्या मालमत्तेचा अपहार करू नये, पती-पत्नीनी परस्परांशी एकनिष्ठ रहावे, भ्रष्टाचार करू नये. अनैतिक संबंध ठेवू नयेत. अश्लील वर्तन करू नये इत्यादी नियमनांचा समावेश लोकनीतीमध्ये होतो.

लोकनीतीच्या व्याख्या (Definifions of Moraes) :

लोकनीती या संकल्पनेच्या अर्थाची माहिती व्हावी म्हणून लोकनीतिच्या काही समाजशास्त्राज्ञांनी केलेल्या व्याख्या आपण पाहू.

१) मॅक आयव्हर व पेज : (Mac Iver and Page) : लोकाचाराशी जेव्हा समूह कल्याणाची आणि योग्य-अयोग्यतेची कल्पना निगडित असते तेव्हा त्याच लोकाचारांचे रूपांतर लोकनीतीमध्ये होते.

२) डॉ. विल्यम सम्नेर : (Dr. William Sumner) : लोकांच्या सवयी आणि परंपरा या लोककल्याणाला साहाय्यक आहेत, असा निश्चय जेव्हा त्यांच्याविषयी होतो आणि त्यांना अनुरूप असे वर्तन करण्यासाठी सक्ती केली जाते, तेव्हा त्यांना लोकनीती असे म्हणतात.

३) गिलीन व गिलीन : (Gillin and Gillin) : समूहाच्या अस्तित्वासाठी आवश्यक समजल्या गेलेल्या प्रथा आणि कार्यपद्धती म्हणजेच लोकनीती होय. आता आपण लोकनीतीचे स्वरूप पाहू.

खालील सहा मुद्यांच्या आधाराने समाजातील लोकनीतीचे स्वरूप स्पष्ट होईल.

लोकनीतीचे स्वरूप (Nature of Moraes) :

१) लोकनीतींना समूहजीवनात वैशिष्ट्यपूर्ण स्थान असते. लोकनीतींना अनुसरून वर्तन करणे सक्तीचे असते. लोकनीतींना नीतिमत्तेचे पाठबळ असल्यामुळे लोकनीतीचे पालन करणे आवश्यक समजले जाते. रॉबर्ट मॅकआयव्हर आणि पेज म्हणतात की ज्या लोकाचारांना समूहाच्या कल्याणाच्या दृष्टीने महत्त्व प्राप्त होते व ज्यांच्यामुळे (कृतीची) युक्तता व अयुक्तता ठरविता येते त्यांचा समावेश समाजाच्या लोकनीतीमध्ये होतो.

२) समाजाच्या नैतिक कल्पनांचे प्रतिबिंब लोकनीतीमध्ये पडलेले असते. तसेच समाजाची मूल्यव्यवस्था लोकनीतीमध्ये अंतर्भूत झालेली असते. उदा. प्रामाणिकपणा हे मूल्य मूल्यनीतीतील अनेक नियमनांमध्ये आढळून येते.

३) लोकनीतीचे सामर्थ्य विलक्षण असते. समाजजीवनाला वळण लावण्याचे कार्य लोकनीती करीत असते, त्याचप्रमाणे ती लोकांवर नियंत्रणही ठेवत असते. डॉ. विल्यम सम्नेर या संबंधी म्हणतात, 'लोकनीतीचे हे सामर्थ्य कसे वापरावयाचे हे त्या त्या समाजावर अवलंबून आहे.'

४) लोकनीतीत समूह एकात्मता असते. प्रत्येक समूहाच्या लोकनीती असतात. या सर्वांचे पालन समूह सदस्य करतात. याचा परिणाम म्हणून व्यक्तिचे समूहातील इतर सदस्यांशी व पर्यायाने संपूर्ण समूहाशी तादात्म्य राखले जाते. लोकनीतीच्या पालनातूनच सुव्यवस्थित जीवनासाठी आवश्यक असलेल्या सामाजिक बंधांची (Social Bond) प्रस्थापना होते.

५) लोकनीतीचे स्वरूप दुहेरी प्रकारचे असते. (१) निश्चयात्मक लोकनीति (Positive Moraes) आणि (२) निषेधात्मक लोकनीति (Negative Moraes) निश्चयात्मक लोकनीती अमूक एका प्रकारचे वर्तन करावे असे सांगतात. उदा. धर्माचरण करावे सत्य बोलावे, विशिष्ट प्रकारचे वस्त्र परिधान करावे इत्यादी. या उलट निषेधात्मक लोकनीति अमूक एक वर्तन करू नये असे सांगतात. उदा. चोरी करू नये, व्यभिचार करू नये, मद्यपान करू नये इत्यादी. सर्वसामान्यपणे आचार परंपरा नकारात्मक पद्धतीनेच सांगण्याची प्रथा असल्यामुळे व्यवहारात निषेधात्मक लोकनीतीचाच भरणा अधिक आढळतो.

६) लोकनीति समूहसदस्यांत एकात्मतेची भावना निर्माण करतात. समान लोकनीतीचे पालन करणाऱ्या लोकांच्या भावना समान असतात. या भावनात्मक साधर्म्यामुळे त्यांच्यात एकता निर्माण होते. अशा रीतीने लोकनीतीच्या पालनातून समूहाच्या एकात्मतेचे संरक्षण केले जाते. लोकनीती लोकांवर हवे तेवढे नियंत्रण ठेवू शकतात व समाजजीवनाला पाहिजे तसे वळण देऊ शकतात.

३) प्रथा किंवा रूढी (Customs) :

प्रत्येक समाजात पूर्वापार चालत आलेल्या ज्या चालीरिती प्रचलित असतात त्यांनाच प्रथा म्हटले जाते. प्रथा ही एक विस्तृत संज्ञा असून त्यात सर्वच लोकांचा आणि लोकनीतीचा समावेश होतो. कित्येक वेळा प्रथा आणि सवयी हे शब्द एकाच अर्थाने वापरले जातात, परंतु दोन्हीत मूलभूत स्वरूपाचा फरक आहे. सवय ही वैयक्तिक बाब आहे, तर प्रथांना सामाजिक महत्त्व प्राप्त झालेले असते. प्रथांची सातत्याने पुनरावृत्ती होते आणि ती सामाजिक वर्तनाचा एक आधार बनून राहते. गिन्सबर्ग हा शास्त्रज्ञ म्हणतो. 'प्रथा केवळ सवय नसून ती वर्तनाचा एक नियम किंवा आदर्श आहे.' प्रथांच्याबद्दल लोकांच्या मनात काही स्थिर भाव निर्माण झालेले असतात व प्रथांभोवती काही सामाजिक समजुतींचे वलयही निर्माण झालेले असते. प्रथेस चालीरीती असेही संबोधिले जाते.

प्रथेचा अर्थ किंवा व्याख्या (Definitions of Customs) :

१) राईटर व हार्ट (Wrighter and Hart) : विशिष्ट कार्य करण्याच्या ज्या पद्धती समाजाने मान्य केलेल्या आहेत व स्वीकारलेल्या आहेत त्यांनाच प्रथा असे म्हणतात.

२) मॅकआयव्हर आणि पेज : (Mac Iver and Page) : समूह किंवा समाजाकडून मान्यता प्राप्त झालेल्या कार्य करण्याच्या पद्धतीस प्रथा असे म्हणतात.

३) गिनस्‌बर्ग : (Ginsberg) : प्रथा केवळ सवय नसून ती वर्तनाचा एक नियम किंवा आदर्श आहे.

४) बोगार्डस : (Bogardus) : रूढी व परंपरा या समूहाद्वारा सुव्यवस्थित व स्वीकृत अशा सामाजिक नियंत्रणाच्या पद्धती होत. समाज कोणताही विचार न करता त्यांना मान्यता देतो. त्या एका पिढीकडून दुसऱ्या पिढीकडे संक्रमित होत असतात.

खालील सात मुद्यांच्या आधाराने तज्ज्ञांनी प्रथांचे स्वरूप स्पष्ट करण्याचा प्रयत्न केला आहे.

प्रथा किंवा रूढीचे स्वरूप (Nature of Customs) :

१) अनेकदा आपण प्रथा आणि सवयी एकच आहेत असे मानतो. वस्तुतः त्या

दोहोंमध्ये बराच फरक आहे. सवय ही व्यक्तिगत असते व प्रथा ही सार्वजनिक असते. उदा. सिगारेट ओढताना ती डाव्या हातात धरणे ही एखाद्या व्यक्तीची सवय असते पण ती समाजाची प्रथा नसते.

२) प्रथा या कृतिवाचक असतात. प्रथेत कृती ही महत्त्वाची असते. प्रथेचे नियम अलिखित असले तरी ते सर्वमान्य असतात. ऑग्बर्नच्या मते 'प्रथा' या सामाजिक सवयी आहेत असे प्रथांचे वर्णन केले आहे.

३) प्रथेची निर्मिती मुद्दाम केली जात नाही, तर ती आपोआप होते. सांस्कृतिक गोष्टी प्रथांच्या स्वरूपातच जनमानसात वास करून राहतात. प्रथांमुळे अशा रीतीने समाजाच्या संस्कृतीचे जतन केले जाते. आज आपण ज्याला हिंदू संस्कृती म्हणतो ती प्राय: प्रथांच्या स्वरूपातच टिकून आहे. आपण ज्या प्रथा पाळतो त्यांच्या द्वारेच ही संस्कृती व्यक्त होत असते.

४) प्रथांमधून समाजातील व्यक्तींच्या विशिष्ट बाबतीतील भावना, श्रद्धा, दृष्टिकोन व आदर्श व्यक्त होत असतात. प्रथांच्या बाबतीत समाजातील लोक संवेदनाक्षम असतात. समाजातील व्यक्तींनी प्रथांच्या विरुद्ध वर्तन केले की, समाज त्या बाबत आपली तीव्र निषेधात्मक प्रतिक्रिया व्यक्त करतो. थोडक्यात, प्रथांचा जबरदस्त असा प्रभाव समाजातील व्यक्तींवर असतो.

५) प्रथा एका पिढीतून दुसऱ्या दिढीकडे हस्तांतरित होत जातात. रूढी किंवा प्रथेच्या निर्मितीसाठी, कार्यवाहीसाठी किंवा अंमलबजावणीसाठी विशिष्ट यंत्रणा समाजात नसते. रूढी आदर्शात्मक व आदेशात्मक असतात.

६) रूढी किंवा प्रथा यातील परिवर्तन मंद स्वरूपाचे असते. विचारवंत मॅकडूगलच्या मते समाजनिर्मितीसाठीच प्रथेचा जन्म झालेला असतो. व्यक्तीच्या शारीरिक, कौटुंबिक, धार्मिक व आर्थिक जीवनाचे नियंत्रण प्रथा करतात. समाजात व्यक्तीने कोणी कोणाबरोबर कोणते संबंध ठेवावयाचे हे प्रथाच ठरवितात.

७) विचारवंत शेक्सपियरने प्रथेला कडक शिक्षिका म्हटले आहे. याचाच अर्थ असाही करता येतो की, प्रथांचे पालन करणे समाजात आवश्यक ठरते. अभिवादन करणे, नवरदेवाने डोक्यावर टोपी घालणे, पुत्रजन्माचे पेढे वाटणे इत्यादींचे पालन आजही थोड्याफार प्रमाणात का होईना केल्याचे आपणास दिसून येते.

सारांश, रूढींचा प्रभाव विशेषकरून प्राथमिक अवस्थेतील समाजात प्रभावी स्वरूपात आढळतो. नागरी समाजात सुद्धा प्रथेचे अस्तित्व आढळून येते. व्यक्ती जीवनाच्या सर्वच क्षेत्रांमध्ये प्रथांचा प्रभाव जाणवतो. प्रथांना फार मोठी परंपरा

लाभलेली असल्यामुळे व्यक्ती प्रथांना अनुसरून वर्तन करतात. अशा प्रकारे सामाजिक नियंत्रणाचे एक साधन म्हणून प्रथांकडे पाहिले जाते.

४) धर्म (Religion) :

धर्म ही फार महत्त्वाची अशी सामाजिक संस्था आहे. धर्म ही संस्था व्यक्ती आणि समाज यांच्यासाठी अत्यंत महत्त्वपूर्ण कार्य करते. धर्मामुळे समाजात एकात्मता निर्माण होते व व्यक्तीच्या मानसिक गरजा धर्माद्वारेच भागविल्या जातात. धर्म हे समाजात अनौपचारिक सामाजिक नियंत्रणाचे कार्य करतात. धर्माला समाजजीवनात फारच महत्त्व आहे. सामाजिक वर्तनाचे एक सार्वत्रिक रूप म्हणून धर्माचा उल्लेख केला जातो. याचा अर्थ असा की सर्वच समाजांत व सर्वच कालखंडांत धर्माचे अस्तित्व आढळून येते. मानव व एखादी दिव्यशक्ती यांच्यातील परस्पर संबंधावर धर्मकल्पना आधारित असते. या दिव्य शक्तीबाबतच्या श्रद्धा व आचार विधीचा समावेश 'धर्म' या संकल्पनेत होतो. या नुसार मानव व दिव्यशक्ती यांच्यातील परस्पर संबंधाची कल्पना म्हणजेच धर्म कल्पना होय आणि या कल्पनेला अनुसरून केलेले वर्तन म्हणजेच धार्मिक वर्तन होय. 'धर्म' कल्पनेला अधिक समजावून घेण्यासाठी धर्माच्या काही व्याख्यांचा विचार करू.

धर्माच्या व्याख्या (Definitions of Religion) :

'धर्म' या संकल्पनेच्या काही धर्मशास्त्रज्ञांनी व समाजशास्त्रज्ञांनी केलेल्या व्याख्या आपण पाहू.

१) फ्रेजर (Frazer) : धर्म म्हणजे मनुष्यापेक्षा श्रेष्ठ असलेल्या शक्तीवरील विश्वास होय. त्या शक्ती सर्वसाधारणपणे नैसर्गिक रचना आणि मानवी जीवनाला मार्गदर्शन करून नियंत्रित करतात.

२) एडवर्ड टायलर : (Edward Tylor) : दैवी विभूतींच्या अस्तित्वावरील श्रद्धा म्हणजे धर्म होय.

(दैवी विभूतीच्या अस्तित्वावरील श्रद्धा व या श्रद्धेच्या अभिव्यक्तीसाठी करण्यात येणारे विधी म्हणजे धर्म होय.)

३) आर.एन. मुखर्जी: (R.N. Mukharjee) : धर्म म्हणजे कोणत्या ना कोणत्या अतिमानवी, अलौकिक किंवा अति सामाजिक शक्तीवरील विश्वास होय. ज्या विश्वासास भय, श्रद्धा, भक्ती, पावित्र्याची धारणा ह्या भावनांचा आधार असतो व ज्या विश्वासाची प्रार्थना, पूजा व आराधना इत्यादीतून अभिव्यक्ती होते.

४) मॅलिनी वोस्की : (Malino vaski) : धर्म ही एक विश्वासाची व्यवस्था आहे. तसेच धर्म एक सामाजिक घटना असून वैयक्तिक अनुभूती आहे.

वरील प्रकारे धर्माचा अर्थ अभ्यासल्यानंतर आता आपण धर्माचे स्वरूप पाहू.

धर्मतज्ज्ञ व समाजशास्त्रज्ञ यांनी धर्माचे स्वरूप पुढील ६ मुद्यांच्या आधारे स्पष्ट केले आहे.

धर्माचे स्वरूप (Nature of Religion) :

१) धर्मातील विधींच्या द्वारे व्यक्तींच्या वर्तनावर नियंत्रण ठेवले जाते. विधियुक्त कृती विशिष्ट प्रकारेच करावयाच्या असल्याने व्यक्तींना विशिष्ट प्रकारेच वागावे लागते व अशा रीतीने त्यांच्या वर्तनावर नियंत्रण पडते. त्याचप्रमाणे व्यक्तीला धर्माने मान्य केलेले वर्तनप्रकार स्वीकारावे लागतात. धर्माने अयोग्य ठरविलेल्या वर्तनप्रकारांचा व्यक्तीला त्याग करावा लागतो.

२) अनेकदा धर्मात युक्त मानलेल्या गोष्टी व नैतिकतेने युक्त मानलेल्या गोष्टी समान असतात. उदा. प्रामाणिकपणा ह्या मूल्यावर धर्मात व नैतिकतेतही भर देण्यात आलेला आहे. ते एक धर्मतत्त्व आहे. त्याचप्रमाणे ते एक नैतिक मूल्य देखील आहे. नैतिकतेला धर्माचा आधार मिळाला तर लोकांकडून नैतिकता अधिक परिणामकारक रीतीने स्वीकारली जाते.

३) धार्मिक वर्तन पवित्र मानले जाते. धर्माचे सत्य स्वरूप म्हणजे पवित्र व अपवित्रतेचे स्पष्टीकरण धर्मातच केले जाते. धर्मामध्ये व्यक्ती आणि अतिमानवी शक्ती यांच्या संबंधावर भर दिलेला असतो, म्हणूनच व्यक्ती ही धर्मावर अवलंबून राहते. व्यक्तीच्या वर्तनावर धर्माचे नियंत्रण अनौपचारिक स्वरूपाचे असते. विश्वास व श्रद्धा यांची संयुक्त व्यवस्था धर्मात निर्माण झालेली असते. या व्यवस्थेचा संबंध पावित्राच्या कल्पनेशी असतो.

४) धर्म हा सामाजिक नियंत्रण करतानाच गूढ, अज्ञात प्रश्नांची उकल करतो आणि व्यक्तींच्या जीवनातील दु:ख कमी करतो. विचारवंत सम्नेर व केलर यांच्या मताप्रमाणे मानवाचे कल्याण साधण्यासाठी अनेक उपयुक्त कार्ये धर्माच्या द्वारेच केली जातात. एवढेच नव्हे, तर धर्मामुळेच संस्कृतीही समृद्ध होते. सारांश, मानवी विकासाच्या विविध अशा अवस्थांमध्ये धर्माचे अस्तित्व जाणवत असल्यामुळे धर्म ही एक सार्वत्रिक स्वरूपाची समाजाची नियंत्रण शक्ती होय.

५) धर्माच्या स्वरूपात धर्माच्या प्रतीकांचाही समावेश होतो. प्रतीके हे धर्माचे प्रतिनिधित्व करतात. चांदतारा, स्वस्तिक, गंधमाळा इत्यादींचा समावेश धर्माच्या प्रतीकांत होतो. धर्माच्या प्रतीकांचा आदर सर्व समाजांतील लोक करतात. धर्माचे स्वरूप फार क्लिष्ट असल्यामुळे प्रतीकांच्या मदतीने धर्म समजावून घेता येतो.

६) धर्म केवळ व्यक्ती व्यक्तीचे संबंधच निर्धारित करतो असे नव्हे, तर मानव आणि सर्वशक्तिमान अशी अदृश्य शक्ती यांचे संबंध निश्चित करतो. अशा सामर्थ्यांबद्दल भीतियुक्त आदर वाटणे हे धर्माचे मुख्य रहस्य आहे असे म्हटले तरी चालेल. धर्म हा मानवामानवाचे संबंध निश्चित करतो, परंतु जेव्हा बाह्य शक्तीची भीती असते तेथे केवळ नीतिमत्ता प्रभावी ठरत नाही तर धर्म हाच प्रभावी ठरतो.

५) कुटुंब (Family) :

कुटुंब हा एक प्राथमिक गट आहे. कुटुंबातील व्यक्ती वैवाहिक किंवा रक्ताच्या नात्यांनी परस्परांशी जोडलेल्या असतात. त्या परस्परांवर विविध प्रकारे अवलंबून असतात. त्यांचे परस्पर संबंध अनौपचारिक, भावनात्मक आणि घनिष्ट असे असतात. कुटुंबातील व्यक्तींच्या परस्पर संबंधाचे स्वरूप समाजातील रूढी, परंपरा व नैतिक मूल्ये यांच्याद्वारे निश्चित केलेले असते व त्यांना परस्परांबाबत व इतर कुटुंबीयांबाबत काही विशिष्ट कर्तव्ये पार पाडावी लागतात. कुटुंब हा स्थायी स्वरूपाचा गट आहे. कुटुंबातील व्यक्तींचे परस्पर संबंध चिरकालीन स्वरूपाचे असतात. कुटुंबाची निर्मिती नियोजनपूर्वक केलेली नसते, म्हणूनच कुटुंब हे सामाजिक नियंत्रणाचे अनौपचारिक साधन समजले जाते. कुटुंबाची समाजशास्त्रीय व्याख्या खालीलप्रमाणे आहे.

कुटुंबाची व्याख्या (Definition of Family) :

१) किम्बॉल यंग : (Kimball Young) : कुटुंब हा असा सामाजिक समूह आहे की ज्यात एक किंवा अधिक पुरुष आणि एक किंवा अधिक स्त्रिया स्वतःच्या अथवा दत्तक घेतलेल्या मुलांसह निदान ती वयाने मोठी होईपर्यंत तरी एकाच घरकुलात राहतात.

२) मार्शल जोन्स : (Marshall Jones) : कुटुंब ही शारीरिक संबंधावर आधारलेली संस्था असून प्रजनन व संगोपन ही तिची कार्ये आहेत.

३) बर्जेस व लॉक : (Burgess and Lock) : कुटुंब हा असा गट आहे की, ज्यातील सदस्य परस्परांशी वैवाहिक संबंध, रक्ताच्या नात्याचे संबंध किंवा दत्तक विधानाचे संबंध यांनी जोडलेले असतात व त्या सर्वांचे मिळून एक घरकुल तयार होते. त्या व्यक्ती परस्परांशी पति-पत्नी, आई-वडील, मुलगा-मुलगी, भाऊ-बहीण या त्यांच्या भूमिकांतून आंतरक्रिया करतात व परस्परांशी संबंध ठेवतात. ते सामाईक अशा सांस्कृतिक गोष्टी निर्माण करतात व त्यांचे पालन करतात.

४) मॅकआयव्हर आणि पेज : (Mac Iver and Page) : कुटुंब म्हणजे, प्रजोत्पादन आणि संतती संगोपन ही उद्दिष्टे साध्य करण्यासाठी निर्माण झालेल्या, निश्चित स्वरूपाच्या व दीर्घकाळ टिकणाऱ्या शारीरिक संबंधावर आधारलेला गट होय.

कुटुंबाचे स्वरूप (Nature of Family) :

समाजशास्त्रज्ञांनी कुटुंबाचे स्वरूप पुढील चार मुद्यांच्या साहाय्याने विशद केले आहे.

१) समाजातील व्यक्तींवर कुटुंबाचे अनौपचारिक स्वरूपाचे नियंत्रण असते. समाज रचनेतील मध्यवर्ती ठिकाणी कुटुंब असल्याने सर्व सदस्यांवर कुटुंब नियंत्रण करू शकते. सदस्यांतील परस्परसंबंध हे सामाजिक नियमनांनी जोडलेले असतात.

२) कुटुंबाच्या नियंत्रणात एक विशिष्ट प्रकारचे व्यक्तिचे व्यक्तिमत्त्व तयार होते. कुटुंबाच्या एकंदरीत पर्यावरणाचा परिणाम व्यक्तींच्या व्यक्तिमत्त्वावर होतो. कुटुंबाचा संबंध अत्यंत घनिष्ट आणि भावनात्मक असा असतो. बाल्यावस्थेत व्यक्तीचे मन अत्यंत संस्कारक्षम असे असते. कोणत्याही बऱ्या वाईट गोष्टींचा परिणाम तिच्या मनावर चटकन होऊ शकतो. कुटुंबातर्फे बालकावर ज्या प्रकारे सामाजिकीकरणाची प्रक्रिया केली जाते त्यावर व्यक्तीद्वारे सामाजिक नियमांचे पालन करावयाचे किंवा नाही हे ठरविले जाते. सारांश, व्यक्तींच्या वर्तनावर नियंत्रणात्मक नजर ठेवण्याचे काम कुटुंब करते, म्हणून कुटुंबाचा समावेश सामाजिक नियंत्रणाच्या अनौपचारिक साधनांत केला आहे. तात्पर्य, कुटुंबाच्या स्वरूपातच अनौपचारिक नियंत्रणशक्ती असते.

३) समाजाचे स्थैर्य, अस्तित्व व संघटित्व कायम ठेवण्यासाठी समाजातील व्यक्तींच्या वर्तनावर नियंत्रण ठेवणे अत्यंत आवश्यक ठरते. हे सामाजिक नियंत्रण ठेवण्याचे कार्य कुटुंबसंस्था करते. कुटुंबातील पूर्वापार चालत आलेल्या काही रूढी, परंपरा व कुलाचार असतात. कुटुंबातील व्यक्तींनी त्यांना अनुसरून आपले वर्तन ठेवावे.

४) कुटुंब या नियंत्रण साधनात सदस्यांच्या कर्तव्याचा समावेश होतो. व्यक्तीची परस्परांबाबतची जबाबदारी विशिष्ट व मर्यादित अशी नसते. व्यक्तीला आपल्या कुटुंबीयांसाठी विविध प्रकारची कर्तव्ये पार पाडावी लागतात. व्यक्तीला आपल्या कुटुंबीयांसाठी वेळप्रसंगी वैयक्तिक हित व सुखसोयी यांचाही त्याग करावा लागतो. कुटुंबातील व्यक्तींचे परस्परसंबंध व्यक्तिगत

व भावनात्मक असे असल्याने त्यांचीही परस्परांबाबतच्या जबाबदारीची जाणीव आंतरिक व नैसर्गिक अशी असते.

वरील प्रकारे कुटुंब या नियंत्रण साधनाचा विचार करता येतो. कुटुंब हे अधिक काळ टिकणारे असल्यामुळे या ठिकाणी होणारे व्यक्तीवरील कुटुंबाचे नियंत्रण व्यक्तीला नियमबाह्य वर्तनापासून परावृत्त करते.

६) समुदाय (Community) :

समुदाय ही संज्ञा दररोजच्या व्यवहारात आपण निरनिराळ्या प्रकारे उपयोगात आणतो. अनेकदा व्यक्तींच्या समुच्चयाला उद्देशून समुदाय ही संज्ञा वापरतो, परंतु समाजशास्त्रात समुदाय अथवा कम्युनिटी ही संज्ञा विशिष्ट प्रकारच्या सामाजिक गटाला उद्देशून वापरली जाते.

समाजशास्त्रज्ञ बोगार्डसच्या मते :

विशिष्ट भूप्रदेशात वास्तव्य करणाऱ्या व ज्यातील व्यक्तीच्या मनात आपण सर्व एक आहोत अशी आत्मीयतेची थोडीतरी भावना निर्माण झालेली आहे असा सामाजिक गट म्हणजे समुदाय होय.

समुदायाचा वरील अर्थ लक्षात घेता आपणास निश्चितपणे सांगता येते की व्यक्तीच्या मनात परस्परांबद्दल आत्मीयतेची भावना निर्माण झालेली असते. त्यावर अधिक भर देण्यात आलेला आहे. उदा. एखादे खेडेगाव हे समुदायाचे उदाहरण देता येईल. खेडेगावातील सामाजिक नियंत्रण हे अनौपचारिक स्वरूपाचे असते. एखाद्या खेड्यात किंवा ग्रामीण समुदायात ग्रामप्रमुख (ग्रामिणी) किंवा सरपंच यांचे नियंत्रण त्या खेड्यातील सर्व व्यक्तींवर असते. धार्मिक, सामाजिक व आर्थिक व्यवहार ग्रामप्रमुखांच्या सल्ल्याने चालतात.

समुदाय हा असा गट आहे की, त्यात राहणाऱ्या व्यक्तींना आपल्या प्रमुख गरजा समुदायातच भागविता येतात. त्यांना आपले समग्र जीवन समुदायात व्यतीत करता येते. समुदाय हा गट सर्वसमावेशक हितसंबंधित गट आहे. समुदायातील नियंत्रण अनौपचारिक असल्यामुळे व्यक्ती ते आपोआप पाळतात. विविध प्रकारचे धार्मिक व सांस्कृतिक कार्यक्रम देखील ग्रामप्रमुखांच्या सल्ल्यानेच पार पाडले जातात. समुदायातील व्यक्तींना समुदाय आपला आहे असे वाटते व समुदायासाठी आपण काहीतरी केले पाहिजे अशी कर्तव्य जाणीव त्यांच्या मनात असते. समुदायामुळे आपल्या गरजा भागविल्या जातात व आपणास चांगले जीवन जगता येते, यामुळे समुदायाचे नियंत्रण व्यक्तीवर आपोआप राहते.

तत्त्वतः समुदायाचा आकार कितीही लहान व कितीही मोठा असू शकेल.

आदिवासी लोकांची टोळी हा एक समुदाय आहे, त्याचप्रमाणे एखादा देश हा ही एक मोठा समुदाय होऊ शकतो. टोळीसारख्या लहान समुदायात टोळीप्रमुखाद्वारे सामाजिक नियंत्रण केले जाते. लहान समुदायापासून ते मोठ्या समुदायापर्यंत नियंत्रणाची व्यवस्था केलेली आहे.

समुदायातील व्यक्ती दीर्घ काळपर्यंत एकत्रित राहिल्याने त्यांची ठरावीक अशी जीवनपद्धती निर्माण होते. एकाच समुदायात राहणाऱ्या व्यक्तीचे परस्परांशी अनेक बाबतींत साम्य असते. त्यांच्या श्रद्धा, मूल्ये, आवडी-निवडी इत्यादी बाबी थोड्याफार फरकाने समान असतात. समुदाय हा प्रथा व लोकाचाराच्या मार्गांनी सर्व समाजावर नियंत्रण ठेवतो. तसेच समूहाच्या प्रस्थापित वर्तनरीतीचे अनुकरण व्यक्तीकडून व्हावे म्हणून व्यक्तीचे वर्तन नियंत्रित करणाऱ्या काही यंत्रणा समुदायात असाव्या लागतात. कुटुंब, समवयस्कांचा समूह, धर्म याबरोबरच पोलीस, न्यायालये या यंत्रणांमार्फतही सामाजिक नियंत्रणाचे कार्य पार पाडले जाते.

समुदायाचा व्यापक दृष्टिकोन लक्षात घेतल्यास आपणास असेही म्हणता येईल की अनौपचारिक व औपचारिक दोन्हीही प्रकारे सामाजिक नियंत्रण समुदायाद्वारेच होते. जे लोक परस्परांच्या निकट सहवासात राहतात आणि परस्परांशी वारंवार आंतरक्रिया करतात, तसेच आपल्याला समान असे काही गुणधर्म किंवा मूल्ये आहेत असे ज्यांना वाटते अशा सर्व लोकांचा समावेश समुदायात होतो. सारांश, समुदायाचे नियंत्रण समाजात महत्त्वाचे असते.

सामाजिक नियंत्रणाचे औपचारिक साधन
(Formal Means of Social Control) :

कायदा (Law) :

आधुनिक समाजात सामाजिक नियंत्रणाची जी विविध साधने अस्तित्वात आलेली आहेत, त्यात कायद्याचा औपचारिक साधन म्हणून समावेश होतो. व्यक्तीव्यक्तीचे संबंध अत्यंत गुंतागुंतीचे असतात व त्यामुळे सामाजिक नियंत्रणासाठी कायद्यासारख्या औपचारिक साधनांची आवश्यकता असते. आधुनिक समाजाचे स्वरूप विविधतापूर्ण असल्यामुळे लोकरूढी, लोकनीती, लोकाचार इत्यादी अनौपचारिक साधने या समाजात सामाजिक नियंत्रण प्रस्थापित करू शकत नाहीत, कारण या जुन्या साधनांचा वचक व्यक्तींवर आज राहिलेला नाही. जर समाजात एखादी प्रभावशाली नियंत्रणात्मक शक्ती अस्तित्वात असेल तर व्यक्ती शिस्तीने वागतात व व्यक्ती व्यक्तीमधील संघर्ष टाळता येणे शक्य होते. या दृष्टीने कायद्याचे समाजातील महत्त्व लक्षात येईल. कायद्याच्या विविध व्याख्यांपैकी काही व्याख्यांचा उल्लेख पुढीलप्रमाणे करता येईल.

कायद्याची व्याख्या (Definitions of Law) :

समाजशास्त्रज्ञ आणि कायदेतज्ज्ञ यांनी प्रतिपादन केलेल्या कायदा या संकल्पनेच्या काही व्याख्या पाहू.

१) किंग्जले डेव्हिस : (Kingsley Davis) : जेव्हा लोकनीतीच्या अंमलबजावणीसाठी एखादी खास संघटना अस्तित्वात येते तेव्हा त्या लोकनीतींना कायदा असे म्हणतात.

२) मॅकआयव्हर व पेज : (Mac Iver and Page) : राज्यांच्या न्यायालयांनी मान्य केलेला अर्थ लावलेल्या व विशिष्ट परिस्थितीत लागू केलेल्या नियमांचा समुच्चय म्हणजे कायदा होय.

३) ऑस्टीन : (Austin) : वरिष्ठाने कनिष्ठाला दिलेली आज्ञा म्हणजे कायदा होय.

४) कांट : (Kant) : कृतीची आवश्यकता व्यक्त करणारा कायदा हा एक सूत्र किंवा नियम आहे.

वरील व्याख्यांचा अर्थ एकच आहे की कायदेमंडळाने तयार केलेल्या, कार्यकारी मंडळाने अमलात आणलेल्या आणि न्यायमंडळाने मान्यता दिलेल्या नियमास कायदा असे म्हणतात, तसेच सर्वसामान्यतः निश्चित स्वरूपाची, एकाच प्रकारची आणि सर्व व्यक्तींकडून पालन केली जाणारी, अशी जी तत्त्वे असतात आणि त्यांचा भंग केल्यास कोणत्या ना कोणत्या स्वरूपाची शिक्षा होते त्यांना कायदा असे संबोधण्यात येते.

कायद्याचे स्वरूप (Nature of Law) :

मानवी वर्तणुकीवर नियंत्रण करण्यासाठी कायदा प्रभावीपणे कार्य करतो. कायद्याचे स्वरूप लक्षात घेतल्यास आपणास कायद्याचे नियंत्रण कसे होते हे अधिक स्पष्ट होईल.

१) आधुनिक समाजात कायद्यांना वैशिष्ट्यपूर्ण स्थान आहे. कायदा हा मुद्दाम केलेला असतो व स्पष्टपणे सांगितला जातो. कायद्याच्या मागे निश्चित विचारसरणी असते. तो योजनापूर्वक केलेला असतो. समाजातील विशिष्ट परिस्थिती लक्षात घेऊन कायद्याचे स्वरूप व व्याप्ती ठरविण्यात येते. संमिश्र समाजात कायद्याची गरज असते, कारण कायद्याशिवाय दुसरे कोणतेही साधन समाजनियंत्रण करू शकत नाही.

२) कायद्याचे दुहेरी स्वरूप आढळते. न्यायालयीन दृष्टिकोनाप्रमाणे कायदा म्हणजे वरिष्ठाने कनिष्ठाला केलेली आज्ञा होय, परंतु समाजशास्त्रीय दृष्टिकोनातून कायदा म्हणजे चांगल्या वर्तणुकीचे प्रतीक होय.

३) कायद्याबद्दल लोकांच्या मनात भीतीची भावना असते. कायद्याचे उल्लंघन झाले तर आपणास शिक्षा होईल याची जाणीव व्यक्तींना असते, त्यामुळे समाजविघातक कृत्यांना आळा घातला जातो. कायद्याला दंडशक्तीचा आधार असतो, म्हणून कायद्याचे पालन आपोआप केले जाते. व्यक्तीवर्तनाची योग्य-अयोग्यता कायद्याच्या निकषावरूनच पडताळता येते.

४) कायद्याची निर्मिती राज्याकडून केली जाते, कारण कायदा विचारपूर्वक, नियोजनपूर्वक व मुद्दाम निर्माण केलेला असतो, म्हणूनच कायदा निश्चित व स्पष्ट असतो. कायद्याच्या उल्लंघनास राज्याच्या न्यायालयाने ठरविलेली शिक्षा भोगावी लागते. तात्पर्य, कायद्याचे नियंत्रण औपचारिक स्वरूपाचे असते.

५) कायदा हा व्यक्ती-व्यक्तीमधील व गटा-गटामधील संबंधावर नियंत्रण ठेवून त्यांना स्थैर्य प्रदान करण्याचे कार्य करतो. सामाजिक सुधारणा व सामाजिक परिवर्तन घडवून आणण्याचे कायदा हे एक महत्त्वाचे साधन आहे. सामाजिक संबंधांना हवे तसे वळण देणे कायद्यामुळे शक्य होते.

६) कायदा हा कायदेमंडळातर्फे तयार केला जातो. कायदा तयार करतानाच कायदा मोडणाऱ्यास काय शिक्षा करावयाची हे निश्चित असते. उदाहरणार्थ, भारतातील इ.स. १९६१ च्या हुंडाबंदी कायद्यानुसार हुंडा घेणे व देणे गुन्हे ठरविण्यात आलेले आहेत. हा गुन्हा करणाऱ्या व्यक्तीस ६ महिने कैद व पाच हजार रुपये दंड अशी शिक्षा करण्याची तरतूद या कायद्यात आहे. यामुळे व्यक्ती कायद्याविरुद्ध वर्तन करण्यास सहसा तयार होत नाहीत. तसेच इंडियन पिनलकोडच्या ३०२ कलमानुसार एखाद्या व्यक्तीने दुसऱ्या व्यक्तीची हत्या केली व हत्या करणाऱ्या व्यक्तीने हत्या केली हे कोर्टात सिद्ध झाल्यास हत्या करणाऱ्या व्यक्तीस आजन्म कारावास किंवा मरेपर्यंत फाशी देण्याची तरतूद करण्यात आलेली आहे. ही कायद्यातील औपचारिकता होय, कारण लोक कायद्याचे पालन करतात की नाही हे पाहण्यासाठी समाजात औपचारिक संघटना निर्माण करण्यात आलेली आहे.

आधुनिक समाज आकाराने विस्तृत असतो. त्यातील व्यक्ती प्रामुख्याने दुय्यम प्रकारच्या संबंधांनी जोडलेल्या असतात. या प्रकारच्या सामाजिक संबंधावर नियंत्रण ठेवण्यासाठी लोकनीती, प्रथा इत्यादी साधने फारशी उपयोगी पडत नाहीत. कायद्याची अंमलबजावणी औपचारिकरित्या व निर्धारपूर्वक करता येते, त्यामुळे या दुय्यम प्रकारच्या संबंधावर नियंत्रण ठेवण्यासाठी कायदे अधिक उपयोगी पडतात. आधुनिक

समाजातील सामाजिक संबंधाचे स्वरूप जसजसे अधिक-अधिक दुय्यम स्वरूपाचे होत आहे तसे कायद्याचे या बाबतीत महत्त्व अधिक-अधिक वाढत जाईल. कायद्याच्या साहाय्याने समाजात सुधारणा घडवून आणता येते. भारतामध्ये अस्पृश्यता निवारण, दारूबंदी, धूम्रपान बंदी इत्यादींसंबंधी कायदे करून सुधारणा घडवून आणल्या जात आहेत. कायद्यामुळे व्यक्तींच्या कृतींना अर्थ किंवा संदर्भ प्राप्त होतो. समाजातील निरनिराळ्या दर्जांवरील व्यक्तींची कर्तव्ये, अधिकार आणि सत्ता कायद्याद्वारे निश्चित केली जाते. थोडक्यात, सामाजिक नियंत्रण कायद्याद्वारेच प्रभावीपणे होऊ शकते.

सामाजिक अनुचलन किंवा अनुरूपता (Social Conformity) :

सामाजिक नियंत्रणव्यवस्थेचा अभ्यास करताना सामाजिक अनुचलनाचा अभ्यास करणे आवश्यक ठरते. समाजातील व्यक्ती-व्यक्तींचे परस्परसंबंध कायम राहण्यासाठी किंवा त्या संबंधात बिघाड न होण्यासाठी अनुचलनाच्या नियमांचे पालन करावे लागते, तसेच समाजजीवनात पद्धतशीरपणा निर्माण होण्यासाठी वर्तनासंबंधी काही नियमने किंवा प्रमाणके असतात. हाच मानवाच्या पद्धतशीर जीवनाचा मुख्य आधार होय. सामाजिक अनुचलनाचा अर्थ अधिक स्पष्ट करण्यासाठी आपण काही समाजशास्त्रज्ञांच्या व्याख्या पाहू.

१) विलीयम पी. स्कॉट : (William P. Scottl) : सामाजिक समूहाच्या अपेक्षांनुसार होणारे वर्तन म्हणजे अनुचलन होय.

२) हॅरी जॉन्सन : (Harry Johnson) : जी कृती किंवा जे वर्तन सामाजिक नियमांना (प्रमाणकांना) अनुसरून केले जाते आणि ज्या कृतींची वा वर्तनाची कक्षा सामाजिक नियमनांनी ठरविलेली असते, त्या कृतीला किंवा वर्तनाला सामाजिक अनुरूपता किंवा अनुचलन असे म्हणतात.

३) रॉबर्ट मर्टन : (Robert Merton) : व्यक्तींच्या सभासद समूहात प्रचलित असलेल्या नियमनांनुसार आणि अपेक्षांनुसार व्यक्तींकडून घडून येणारे वर्तन असा अनुचलन या संज्ञेचा सामान्यत: अर्थ घेतला जातो.

४) शेफर्ड जे. एम. : (Shephard J.M.) : सामाजिक अंतरक्रियेत व्यक्ती इतरांशी समूहाला अपेक्षित असलेल्या रीतीनुसार वर्तन करते, त्यास अनुचलन असे म्हणतात.

वरील सर्व व्याख्यांचा अभ्यास केल्यानंतर सामाजिक अनुचलन या संज्ञेचा अर्थ स्पष्ट होतो. तो म्हणजे सामाजिक समूहांच्या अपेक्षांनुसार किंवा नियमनांनुसार प्रत्यक्षात व्यक्तीकडून घडून येणारे वर्तन होय. नियमने कोणती आहेत, नियमनांचा

अर्थ काय आहे ती सर्व नियमने व्यक्तीला केवळ 'मान्य' असली म्हणजे भागत नाही तर प्रत्यक्ष स्वरूपात नियमनांचे अनुकरण होणे आवश्यक असते, म्हणूनच सामाजिक अनुचलन समाज स्वास्थ्यासाठी आवश्यक असते.

अनुचलनात्मक वर्तनाची कारणे :

अनुचलनात्मक वर्तनाची कारणे खालीलप्रमाणे सांगता येतील.

१) सामाजिकीकरण : प्रमाणकपालन वृत्ती व्यक्तीच्या ठिकाणी उपजत नसते तर ती संस्कारांमधून निर्माण होत असते. बाल्यावस्थेत व्यक्तीचे मन संस्कारक्षम असते. या बाल्यावस्थेत केलेले संस्कार हा व्यक्तिमत्त्वाचा अविभाज्य भाग बनतो. ही संस्काराची प्रक्रिया म्हणजेच सामाजिकीकरण होय, म्हणून लहानपणापासून व्यक्तिमनावर जर प्रमाणक पालनाचे संस्कार करण्यात आले तर त्या व्यक्तीत आपोआपच अनुचलनात्मक वर्तनाची वाढ होते. म्हणजेच प्रमाणकांचे पालन काटेकोरपणे होते. अशा प्रकारे व्यक्तीत व्यक्तिमत्त्वाची घडण झाली की, व्यक्तीवर मानदंड पालनाकरिता बाहेरील दडपण आणण्याची आवश्यकता राहात नाही. तिने प्रमाणकविरोधी वर्तन केल्यास तिलाच अपराध्यासारखे वाटू लागते. प्रत्यक्षत: अशा व्यक्तीकडून प्रमाणकविरोधी वर्तन घडण्याची शक्यता कमी असते. थोडक्यात, सामाजिकीकरणाद्वारा प्रमाणकांमध्ये व्यक्तीची निष्ठा निर्माण करून आचरणविषयक प्रमाणके अंगीकृत करण्यास व्यक्तीला प्रोत्साहित करतात.

२) पृथक्करण किंवा विलगीकरण : समाजातील व्यक्तींच्या भिन्न भिन्न भूमिकांतील संघर्ष टाळण्यासाठी निर्माण केलेला एकमेव मार्ग म्हणजे पृथक्करण किंवा विलगीकरण होय. म्हणजेच ज्या भूमिकांमध्ये संघर्ष होण्याची शक्यता असते अशा वेळेस वेगवेगळ्या भूमिकांसाठी वेगवेगळी प्रमाणके निर्धारित करून भूमिकासंघर्ष टाळला जातो. इतर प्रमाणके या काळात व्यक्तीवर दडपण आणीत नाहीत. पृथक्करण यंत्रणेचा आशय असा की, समाजात संघर्ष न होता अनुचलनात्मक वर्तन घडावे असा आहे. व्यक्ती एकाच वेळी अनेक समूहांची सदस्य असल्यामुळे अनेक भूमिका वठवीत असते. या भूमिका परस्परविरोधी असतात, त्यामुळे एकाच वेळी परस्परविरोधी भूमिका पार पाडण्याचा प्रसंग आला तर व्यक्तीसमोर अडचण निर्माण होते. व्यक्तीकडून एका भूमिकेचे पालन करताना दुसऱ्या भूमिकेचे उल्लंघन होण्याची शक्यता असते. एका भूमिकेच्या संदर्भात तिचे वर्तन अनुचलनात्मक ठरते, तर दुसऱ्या भूमिकेच्या संदर्भात ते विचलनात्मक ठरते. ही परिस्थिती टाळण्यासाठी भूमिकांचे विलगीकरण करणे आवश्यक असते, त्यामुळे समाजात अनुचलनात्मक वर्तन घडते. अशा प्रकारे पृथक्करण किंवा विलगीकरण अनुचलनात्मक वर्तनाचे कारण ठरते.

३) **प्रमाणके क्रमांकन किंवा प्रमाणकांचे क्रमनिर्धारण :** परस्पर विरोधी भूमिकांतून निर्माण होणारा भूमिका संघर्ष टाळण्याचा हा एक मार्ग आहे. व्यक्तीस ज्या अनेक भूमिका वठवाव्या लागतात त्या भूमिकेसंबंधी असलेल्या प्रमाणकांचा त्यांच्या महत्त्वानुसार क्रम लावणे म्हणजे क्रमनिर्धारण होय. त्यामुळे भूमिका संघर्ष व होणारे विचलन टाळता येते. व्यक्तिवर्तनाचे स्वरूप निश्चित करीत असताना वर्तनाचा स्थलकाल संदर्भ स्पष्ट करणेही आवश्यक असते. कुठे व केव्हा, कसे वागावे याचे ज्ञान दिले म्हणजे व्यक्ती अनुचलनात्मक वर्तनाचा अवलंब करू शकते. प्रमाणकांचे त्यांच्या महत्त्वानुसार क्रमांक न करणे व प्रमाणकांचा स्थिती-काल संदर्भ लक्षात घेणे या दोन्ही बाबी समाजाच्या संस्कृतीचाच एक भाग असतात, त्यामुळेही अनुचलनात्मक वर्तन व्यक्तीद्वारे घडत असते.

४) **सामाजिक नियंत्रण :** सामाजिक नियंत्रण या कारणात विपथगामी प्रवृत्तींना आळा घालणाऱ्या किंवा विपथगामी वर्तन ज्या प्रेरणांमुळे घडण्याची शक्यता असते, अशा प्रेरणांना आळा घालणाऱ्या सर्व यंत्रणांचा समावेश होतो. सामाजिक नियंत्रणाचे उद्दिष्टच समाजात अनुसरणशील वर्तनाची विशिष्ट पातळी कायम राखणे हे असते. सामाजिक नियंत्रणाचे यश बऱ्याच प्रमाणात समाजातील व्यक्तींच्या सामाजिकीकरणावर अवलंबून असते. आपण इतरांच्या रास्त अपेक्षांचा भंग केला तर त्यांचे परिणाम आपल्या करिता नुकसानकारी राहतील ही बाब सामाजिकीकरण झालेली व्यक्ती जाणून असते, म्हणून सामाजिक नियंत्रणाचे कार्य बऱ्याच प्रमाणात विपथगमनामुळे होणाऱ्या नुकसानीचा किंवा शिक्षेच्या शक्यतेचा विचार, सामाजिकीकरण झालेल्या व्यक्तीकडून केला जातो, या वस्तुस्थितीवर अवलंबून असते. थोडक्यात, सामाजिक नियंत्रणामुळे व्यक्ती विचलनात्मक वर्तनाचा त्याग करून अनुचलनात्मक वर्तनाचे अनुसरण करते.

५) **विचारप्रणाली :** समाजातील गटसदस्यांच्या सामाजिक जीवनासंबंधीच्या सामान्य कल्पना म्हणजेच विचारप्रणाली होय. विचारप्रणालीमुळे अनुचलनशील वर्तन घडते. समूहातील लोकांचे समूहजीवन विचारप्रणालीवरच अवलंबून असते. विचारप्रणाली आणि अनुचलन यामधील संबंध अप्रत्यक्ष स्वरूपाचे असतात. प्रमाणकांमधून अभिव्यक्त होणारी जी मूल्ये असतात त्याच मूल्यांच्या जास्त शुद्ध अशा स्वरूपावर विचारप्रणालीमधून भर दिला जातो. तसेच विचारप्रणालीमधून गटाची मूल्ये किंवा आदर्श साकार करण्याचे सामाजिक संस्था किंवा प्रमाणकांकडून प्रत्यक्ष जे कार्य होत असते ते अनुचलनात्मक आहे किंवा नाही हे त्या ठिकाणची मूल्येच ठरवितात. विचारप्रणाली ही विद्यमान व्यवस्थेतील व्यक्तींच्या निष्ठेला अधिक प्रबल बनविते. याप्रमाणे निष्ठेचे प्राबल्य वाढले की, व्यक्तींना समाजव्यवस्थेच्या

प्रमाणकांना अनुरूप असे वर्तन करण्यास विशेष प्रेरणा मिळते. सामाजिक गट जितका मोठा राहील तितकी त्या गटात वैचारिक संघर्ष निर्माण होण्याची शक्यता जास्त असते. प्रत्येक समाजाची एक अधिकृत विचारप्रणाली असते व त्यानुसार व्यक्तीला नियंत्रित वर्तन करावे लागते.

६) सुप्तहितान्वेषी गट किंवा हितसंबंधी गट : व्यक्तीच्या किंवा समाजाच्या स्वीकृत फायद्याच्या संदर्भातच सुप्तहित ही संज्ञा वापरली जाते. सुप्त हितात तटस्थ आशय असतो. केवळ वैचारिक प्रेरणांमुळेच अनुचलनशील वर्तन घडत नसते. सामाजिक प्रमाणके व्यक्तीच्या हक्कांचे व कर्तव्यांचे निर्धारण करतात. व्यक्तीला प्राप्त झालेल्या हक्कांमुळे तिला काही फायदे प्राप्त होतात. हक्क व्यक्तीच्या फायद्यांचे संरक्षण करीत असतात, त्यामुळे व्यक्तीकडून अनुचलनात्मक वर्तन घडत असते. सुप्तहित हा शब्द व्यक्तींना होणाऱ्या समाजव्यवस्थेद्वारा स्वीकृत फायद्याच्याच संदर्भात वापरणे योग्य आहे. उदाहरणार्थ, भाडेकरूकडून मिळणारे भाडे हे घरमालकासाठी एक सुप्तहित असते. तसेच लोकांचे विशिष्ट फायद्यामध्ये सुप्तहित असते, कारण तो कायदा अस्तित्वात असला तरच त्यांना अवैध असे काही फायदे मिळू शकतात. प्रस्थापित प्रमाणकव्यवस्थेत ज्यांचे हितसंबंध गुंतलेले आहेत अशा व्यक्ती किंवा गटाकडून प्रमाणकांचे पालन करण्याची वृत्ती सर्वच व्यक्तींमध्ये निर्माण होईल, यासाठी प्रयत्न करण्यात येतात, म्हणूनच सुप्तहितान्वेषी गट अनुचलनशील वर्तनास पोषक ठरतात.

सामाजिक विचलन किंवा सामाजिक विपथगमन (Social Deviance) :

समाजाच्या किंवा समूहाच्या नियमनांनुसार किंवा अपेक्षेनुसार नसलेले व्यक्तींचे कोणतेही वर्तन विचलनात्मक किंवा विपथगामी वर्तन होय. सामाजिक अनुचलन ही जशी वास्तवता आहे तशीच सामाजिक विचलन ही देखील एक वास्तवताच आहे. जेव्हा व्यक्ती सामाजिक नियमने प्रत्यक्षात अनुसरतात तेव्हा त्या वर्तनास अनुचलनात्मक वर्तन म्हणतात. याउलट जेव्हा व्यक्ती सामाजिक प्रमाणकांच्या विरोधात कोणत्या ना कोणत्या प्रसंगी, वर्तन करतात तेव्हा ते वर्तन विपथगामी किंवा वाममार्गी वर्तन ह्या संज्ञेस पात्र ठरते.

सुप्रसिद्ध समाजशास्त्रज्ञ एमिल डरखीम यांनी म्हटले आहे की, विचलनात्मक वर्तन हा सर्वच निकोप, निरोगी किंवा सुदृढ समाजाचा एक अविभाज्य घटक आहे. तसेच विचलनात्मक वर्तनाला प्रतिक्रिया म्हणून समाज पुन्हा अधिक संघटित किंवा एकात्म होतो. विचलनात्मक वर्तनामुळेच समूहाला एकतेचा अनुभव घेता येणे शक्य होते आणि एकता पुन्हा निर्माण करण्याची संधी मिळते. 'सामाजिक विचलन' ही

समाजशास्त्रातील एक महत्त्वाची संकल्पना आहे. या ठिकाणी आपण काही व्याख्यांचा अभ्यास करून 'सामाजिक विचलन' या संकल्पनेचा अर्थ समजून घेऊ.

१) हॅरी जॉन्सन : (Harry Johnson) : विचलनात्मक वर्तन म्हणजे केवळ नियमनांचा भंग करणारे वर्तन नव्हे, तर कर्ता संबंधित नियमनांशी अभिमुख असूनही तो मुद्दाम त्या नियमनांचा सहेतुक भंग करतो तेव्हा त्याला विचलनात्मक वर्तन म्हणतात.

२) रॉबर्ट मर्टन : (Robert Merton) : विपथगमन करणाऱ्या व्यक्तींचे अनेक प्रकार असतात. समाजसुधारक, गुन्हेगार, बंडखोर इत्यादी प्रमाणकांच्या न्यायतेची जाणीव असणाऱ्या व्यक्तीकडून प्रमाणकांचे उल्लंघन झाल्यास त्या व्यक्तींच्या वर्तनास विपथगामी वर्तन असे म्हणतात.

३) डेव्हिड पॉपेनो : (David Papeno) : समूहाच्या किंवा समाजाच्या सामाजिक नियमनांचा भंग करणारे वर्तन म्हणजे विचलन होय.

४) वॉलेस आणि वॉलेस : (Wallace and Wallace) : ज्या समूहात वर्तन घडून येते त्या सामाजिक समूहाच्या नियमनांचा भंग करणारे वर्तन म्हणजे विचलन होय.

वरीलप्रमाणे सामाजिक विचलनाच्या व्याख्या अभ्यासल्यानंतर आता आपण विचलनात्मक वर्तनाच्या कारणांचा विचार करू.

विचलनात्मक वर्तनाची कारणे :

१) दोषपूर्ण सामाजिकीकरण : समाजशास्त्रज्ञ लॅपीअरच्या मते, सामाजिक नियंत्रण म्हणजे अयोग्य सामाजिकीकरणाची दुरुस्ती होय. याचाच अर्थ असा की दोषपूर्ण सामाजिकीकरणामुळेच सामाजिक नियंत्रणाची गरज भासते. विचलनात्मक वर्तनाची कारणे अयोग्य सामाजिकीकरणातच असतात. मुलांचे सामाजिकीकरण करणाऱ्या व्यक्ती जर त्यांना प्रचलित प्रमाणकांचे योग्य ज्ञान देत नसतील किंवा त्यांच्या उल्लंघनाचेच ज्ञान देत असतील तर अशा मुलांकडून विचलनात्मक वर्तन घडून येणे स्वाभाविक आहे, म्हणून दोषपूर्ण सामाजिकीकरण विचलनात्मक वर्तनास कारणीभूत ठरते. उदा. भिकारी आपल्या मुलांना भीक मागण्याचे जे शिक्षण देतो ते दोषपूर्ण सामाजिकीकरणाचे प्रतीक होय.

२) दुर्बल समर्थन : ज्या प्रमाणकांचे लालन अपेक्षित असते, त्यांचे योग्य समर्थन होणे आवश्यक असते. प्रमाणक पालनास योग्य पुरस्कार व उल्लंघनास कठोर शिक्षा मिळावयास हवी. प्रमाणकांचे समर्थन करणारी पुरस्कार व दंड पद्धती जर दुबळी असेल तर प्रमाणकांचे पालन होणार नाही. म्हणजेच विचलनात्मक वृत्तीस प्रोत्साहन मिळेल.

३) कमकुवत अंमलबजावणी : कमकुवत अंमलबजावणी म्हणजे सामाजिक प्रमाणकांची काटेकोरपणे अंमलबजावणी न होणे होय. प्रमाणकांची अंमलबजावणी न झाल्यास प्रमाणकांचे महत्त्व कमी होते व विपथगामी वर्तन घडते. हे या ठिकाणी लक्षात ठेवणे आवश्यक आहे की, समाजातील विशिष्ट कायदे किंवा नियम इतके जटिल व गुंतागुंतीचे असतात की त्यांचे उल्लंघन व्यक्तीकडून नकळत होत असते व त्यातूनच विपथगामी किंवा विचलित कार्य घडत असते. थोडक्यात, वर्तनविषयक नियमांची अंमलबजावणी जर असमाधानकारक असेल तर विचलनात्मक वर्तनास प्रोत्साहन मिळते. अशा प्रकारची कमकुवत अंमलबजावणी बऱ्याच वेळा समाजात आढळून येते, म्हणून व्यक्ती अशा नियमनातून पळवाटा शोधून काढण्यात यशस्वी होतात. परिणामी विचलनात्मक वर्तन वारंवार घडून येते.

४) प्रमाणकभंग गोपनीयता : कित्येक वेळा प्रमाणकांचा भंग गुप्त ठेवला जातो. प्रमाणकांचा होणारा भंग जर उजेडात आला तरच व्यक्तीवर विचलनाचा आरोप येऊ शकतो, परंतु जर प्रमाणकांचा भंग गुप्त राखणे शक्य असेल तर ते वर्तनविचलन उघड होऊ शकत नाही, परंतु सर्वच विपथगामी वर्तन समाजाला घातक असते. समाजशास्त्रज्ञ रॉबर्ट मर्टन यांनी अनुसरण व सामाजिक नियंत्रण या दोन्हीसाठी व्यक्तीचे वर्तन इतरांच्या दृष्टीस पडणे किती आवश्यक असते हे स्पष्ट केले आहे. व्यक्तीचे वर्तन इतरांना दिसू शकले नाही तर चांगल्या वर्तनाकरिता बक्षीस व वाईट वर्तनाकरिता दंड देता येणार नाही, तसेच व्यक्ती इतरांच्या दृष्टीआड जे वर्तन करीत असेल तेच (चांगले किंवा वाईट) वर्तन व्यक्तीकडून सतत घडत जाईल.

५) भ्रष्ट अंमलबजावणी : भ्रष्ट अंमलबजावणी म्हणजे प्रमाणकांच्या अंमलबजावणी कार्यातील ढिलाईपणा होय. प्रमाणकांचे किंवा कायद्याचे पालन होत आहे किंवा नाही याकडे लक्ष देणारी यंत्रणाच जर भ्रष्ट असेल तर प्रमाणकांच्या उल्लंघनाला उत्तेजन मिळते. अंमलबजावणी करणारे अधिकारी भ्रष्ट असतील तर त्यांचा परिणाम सर्वसामान्य लोकांमध्ये कायद्याबद्दलचा आदर कमी होण्यात होतो. पोलीस यंत्रणेमार्फत जर कायद्याचा भंग होत असेल तर सर्वसामान्य लोकांच्या दृष्टीने त्या कायद्यांना महत्त्व राहात नाही. अशा परिस्थितीत कायद्यांच्या उल्लंघनास उत्तेजन मिळते. अंमलबजावणी करणाऱ्या अधिकाऱ्यांना लाच देण्यात आली तर लाच देणाऱ्या व्यक्तीच्या दृष्टीने गुन्हा हाच एक किफायतशीर धंदा होऊ शकतो.

६) सामाजिक नियंत्रण करणाऱ्या व्यक्तींची द्विधा मन:स्थिती : सामाजिक नियंत्रण करणाऱ्या अधिकाऱ्यांची किंवा संबंधित व्यक्तींची जर मन:स्थिती द्विधा असेल तर त्याचा परिणाम कायद्याची अंमलबजावणी करणाऱ्या यंत्रणेवर होतो. परिणामत: बऱ्याच वेळा विपथगामी व्यक्तींकडून नियंत्रणकर्त्यास फितविण्याचाही प्रयत्न होत

असतो. बऱ्याचवेळा विपथगामी व्यक्ती, तिच्याकरता प्रमाणकांचे वा कायद्याचे पालन करणे कसे अशक्य आहे किंवा तिच्या दृष्टीने प्रमाणकांचा भंग करण्याशिवाय दुसरा कोणताही पर्याय कसा नव्हता हे समजावून सांगण्याचा प्रयत्न करते. अशा वेळेला सामाजिक नियंत्रण करणाऱ्या व्यक्तीच्या मनात प्रमाणकांच्या न्यायतेबाबत गोंधळ निर्माण होऊन तिची मन:स्थिती द्विधा होते. याचा परिणाम विपथगामी व्यक्तीची चाल यशस्वी होऊ शकते. सामाजिक नियंत्रण करणाऱ्या घटकांत आई-वडील, शिक्षक, शेजारी, अंमलबजावणी अधिकारी यांचा समावेश होतो व त्यांचे योग्य मार्गदर्शन न झाल्यास व्यक्ती विपथगामी बनते. मुलांचे अति लाड, त्यांच्या चुकांकडे दुर्लक्ष करण्याची प्रवृत्ती बऱ्याचवेळा मुलांना विपथगामी वर्तन करण्यास भाग पाडते.

७) समाजातील विशिष्ट गटांतर्फे विचलनाचे समर्थन : समाजातील काही विशिष्ट गटांतर्फे विचलनाचे समर्थन केले जाते, म्हणजेच हे गट व्यक्तीच्या विपथगामी वर्तनास पाठिंबा देतात. विचलनात्मक वर्तनाला पाठिंबा देणाऱ्यांची एक वेगळीच उपसंस्कृती असते व ही संस्कृती सामान्य सामाजिक संस्कृतींशी अनेक बाबतीत विसंगत असते. याचाच अर्थ असा की अशा विचलनात्मक वर्तनाला पाठिंबा देणाऱ्या गटाच्या संदर्भात अनुचलनशील ठरणारी व्यक्ती बाह्य सामाजिक जीवनात विपथगामी ठरते. याचे सध्याचे ठळक उदाहरण द्यावयाचे झाल्यास सिनेनट संजय दत्त यांना उच्च न्यायालयाने शिक्षा सुनावल्यावर त्याचे समर्थन करून त्यांची शिक्षा रद्द करा असे सांगणाऱ्याचा एक गट तयार झाला. न्यायमूर्ती श्री. काटजू सारखे मान्यवर, सिनेक्षेत्रातील अनेक नट-नट्या यांनी संजय दत्त यांच्या विपथगामी वर्तनाचे समर्थन केले होते. तसेच अनेक बांधकाम व्यावसायिकांच्या अनधिकृत बांधकामांचे समर्थन करून त्यांच्या कृतीला पाठिंबा दिला जातो. अशा या पाठिंबा देणाऱ्यांच्या गटामुळे विचलनात्मक वर्तनाला प्रोत्साहन मिळते. प्रा. हॅरी जॉन्सन यांच्या मतानुसार, विशिष्ट गटात सामाजिक प्रमाणकांबद्दल असणाऱ्या व्यक्तीच्या अनादरयुक्त अभिवृत्तीचे समर्थन करणाऱ्या या गटातील व्यक्तीमुळे विपथगामी वर्तनाचे दृढीकरण होऊन विचलनात्मक क्रियेला प्रोत्साहन मिळते. उदा. भारतात स्वातंत्र्यपूर्व काळात स्वातंत्र्यलढ्यात सहभागी झालेल्या स्वातंत्र्यसेनानींचे वर्तन ब्रिटिश सरकारच्या दृष्टीने विपथगामी किंवा विचलनात्मक होते, तर तेच वर्तन भारतीयांच्या दृष्टीने विचार करता अनुचलनात्मक होते, तर नक्षलवादी गटाच्या दृष्टीने तेच वर्तन अनुचलनात्मक ठरते. थोडक्यात, एखाद्या व्यक्तीचे कोणते वर्तन विचलनात्मक किंवा अनुसरणात्मक हे त्या त्या गटाच्या दृष्टीने सापेक्ष आहे.

८) विपथगामी किंवा विचलनात्मक गटाशी इमानी राहण्याची वृत्ती : काही वेळेला विपथगामी गटातील व्यक्तींना त्यांची इच्छा असो वा नसो त्यांच्या गटाशी इमान राखावेच लागते, म्हणजेच प्रामाणिक राहावे लागते. एखादी व्यक्ती न कळतच का होईना एखाद्या विपथगामी कार्य करणाऱ्या टोळीची सभासद झाली की नंतर त्यातून बाहेर पडण्याची तिची कितीही प्रामाणिक इच्छा असली तरी तिला त्यातून बाहेर पडता येत नाही. या अनैतिक वा विचलनात्मक टोळीचे कार्य टोळीतील सभासदांच्या सहकार्यावर चालू असते. या टोळीच्या नेत्यांना अशी भीती वाटते की जर टोळीचा एखादा सभासद टोळीबाहेर गेला तर तो टोळीची रहस्ये, गुप्त ठिकाणे इतरांना (म्हणजे पोलिसांना) सांगेल व आपल्या टोळीच्या कार्यात बाधा येईल, म्हणून अशा टोळ्यांतील व्यक्तींची इच्छा असून टोळीचा त्याग करता येत नाही. उदा. चोरटा व्यापार करणारे व्यापारी, गुंडगिरीचा व्यवसाय करणारे गुंड, दहशतवादी कारवाया करणारे दहशतवादी, अवैध धंदे करणारे व्यापारी इत्यादींत सामील झालेल्या व्यक्तींना टोळीबाहेर पडणे अवघड नव्हे, तर अशक्य होते व जर कोणी तसा प्रयत्न केला तर त्याला त्याचा जीव गमवावा लागतो, म्हणून त्यांना विचलनात्मक गटाशी इमान राखण्याशिवाय पर्याय नसतो.

समारोप

सामाजिक नियंत्रण या संकल्पनेची आपल्या प्रकरणाची सुरुवात आपण सामाजिक नियंत्रणाचा अर्थ व सामाजिक नियंत्रणाच्या काही व्याख्यांचा परामर्श घेऊन केली. त्यानंतर आपण सामाजिक नियंत्रणाच्या स्वरूपाचा आढावा घेतल्यानंतर समाजात सामाजिक नियंत्रणाची आवश्यकता का आहे हे आठ मुद्यांच्या आधाराने स्पष्ट करण्याचा प्रयत्न केला.

प्रकरणाचा पुढचा टप्पा हा प्रामुख्याने सामाजिक नियंत्रणाच्या साधनांशी संबंधित आहे. सामाजिक नियंत्रणाच्या साधनांचा विचार करता सामाजिक नियंत्रणाच्या दोन प्रकारच्या साधनांचा तज्ज्ञ उल्लेख करतात.

एक : सामाजिक नियंत्रणाची अनौपचारिक साधने व दोन : सामाजिक नियंत्रणाची औपचारिक साधने होत. पहिल्या प्रकारच्या अनौपचारिक साधनांत क्रमाने लोकाचार लोकनीति, प्रथा किंवा रूढी आणि धर्म यांचा अंतर्भाव होतो, तर दुसऱ्या प्रकारच्या औपचारिक साधनांत कायद्याचा अंतर्भाव होतो. या सर्व साधनांवर या प्रकरणात आपण सर्वांगपरिपूर्ण चर्चा केली आहे. शेवटी सामाजिक नियंत्रण प्रक्रियेत वापरल्या जाणाऱ्या अनुसरण किंवा अनुचलन आणि विचलन किंवा विपथगामित्व या दोन संकल्पनांच्या व्याख्यांचा आणि कारणांचा सविस्तर आढावा घेऊन प्रकरणाची सांगता केली आहे.

स्वाध्याय

१) खालीलपैकी कोणत्याही दोन प्रश्नांची उत्तरे प्रत्येकी ५० शब्दांत द्या.

अ) सामाजिक नियंत्रण म्हणजे काय?

ब) अनुसरण किंवा अनुचलन याचा अर्थ स्पष्ट करा.

क) लोकाचाराचा अर्थ प्रतिपादन करा.

ड) विपथगामी किंवा विचलन वर्तनाची दोन उदाहरणे स्पष्टीकरणासह द्या.

ई) प्रथा किंवा रूढींचा अर्थ विशद करा.

२) खालीलपैकी कोणत्याही चार वर प्रत्येकी १०० शब्दांत टीपा द्या.

अ) सामाजिक नियंत्रणाचे स्वरूप

ब) सामाजिक नियंत्रणाचे एक साधन म्हणून कुटुंबाचे कार्य

क) सामाजिक अनुचलनाची दोन कारणे

ड) लोकनीतिचा अर्थ स्पष्ट करा.

ई) सामाजिक नियंत्रणात समुदायाची भूमिका

फ) 'धर्म' : सामाजिक नियंत्रणाचे एक साधन

ग) कायदा

३) खालीलपैकी कोणत्याही तीन प्रश्नांची उत्तरे २००-२५० शब्दांतलिहा.

अ) सामाजिक नियंत्रणाची आवश्यकता

ब) सामाजिक नियंत्रणाचे एक साधन म्हणून धर्मावर चर्चा करा.

क) लोकाचाराचे/लोकरूढीचे स्वरूप विशद करा.

ड) औपचारिक सामाजिक नियंत्रण

ई) प्रथेचे स्वरूप स्पष्ट करा.

फ) विचलनाच्या कोणत्याही चार कारणांवर चर्चा करा.

४) खालीलपैकी कोणत्याही एकाचे ५०० शब्दांत उत्तर द्या.

अ) सामाजिक नियंत्रणाच्या व्याख्या सांगा. सामाजिक नियंत्रणाचे स्वरूप विशद करा.

ब) सामाजिक नियंत्रणाच्या साधनांवर एक निबंध लिहा.

क) सामाजिक अनुचलनाची व्याख्या सांगा व त्याच्या कारणांवर चर्चा करा.

ड) प्रथांच्या व्याख्या सांगा. सामाजिक नियंत्रणाचे एक साधन म्हणून प्रथांचे स्वरूप स्पष्ट करा.

प्रकरण : ७

सामाजिक परिवर्तन

अध्ययनाची उद्दिष्टे :

१) सामाजिक परिवर्तन या संकल्पनेचा अर्थ विद्यार्थ्यांना समजावा म्हणून.

२) सामाजिक परिवर्तनास जबाबदार असणाऱ्या घटकांचे ज्ञान विद्यार्थ्यांना प्राप्त व्हावे म्हणून.

३) सामाजिक पश्चायन या संकल्पनेच्या अर्थाची जाणीव व्हावी म्हणून.

४) सामाजिक परिवर्तनाच्या संदर्भात सामाजिक चळवळीच्या अर्थाचे ज्ञान विद्यार्थ्यांना मिळावे म्हणून.

५) सामाजिक परिवर्तनाला बढावा देण्यात सामाजिक चळवळीची भूमिका काय असावी याची माहिती विद्यार्थ्यांना व्हावी म्हणून.

प्रस्तावना

परिवर्तन हा निसर्गाचा स्थायीभाव आहे. क्षणोक्षणी परिवर्तनाची मिती निसर्गात घडत असते. बीज जमिनीवर पडले की अंकुरते, हळूहळू त्याची वाढ होत जाते. त्यास फुले, फळे येतात. काही कालखंडानंतर सदर वृक्षाचा नाश होतो. अशीच प्रक्रिया मानव व प्राणिमात्रांत घडत असते. जन्म, शिशू, किशोरावस्था, युवावस्था, वृद्धावस्था व शेवटी मृत्यू या पद्धतीने परिवर्तनाचे चक्र फिरत असते. अशाच प्रकारचे परिवर्तन सर्व क्षेत्रांतर्गत घडत असते. समाजातील या परिवर्तनाची प्रक्रिया घडून समाजात जे परिवर्तन घडून येते, त्यास 'सामाजिक परिवर्तन' असे संबोधले जाते.

एखाद्या समाजाच्या सामाजिक संरचनेत (सामाजिक संबंधात) किंवा सामाजिक संघटनात (संस्था व सामाजिक भूमिका) तसेच समाजातील इतर उपव्यवस्थांमध्ये होणाऱ्या परिवर्तनाच्या प्रक्रियेसच 'सामाजिक परिवर्तन' असे म्हणतात. सामाजिक परिवर्तन समग्र किंवा आंशिक स्वरूपाचे असते. परंतु, बहुतेकदा सामाजिक परिवर्तन हे आंशिकच असते. परिवर्तनाच्या आधारे समाजातील भूतकाळाची स्थिती व

वर्तमानस्थिती यांतील अंतर लक्षात घेतले जाते. समाजशास्त्रांतर्गत सुरुवातीला सामाजिक गतिमत्वाच्या विश्लेषणात सामाजिक उत्क्रांती व प्रगती या संकल्पनांचा प्रयोग केला जात होता. परंतु; या संकल्पनांचा विसाव्या शतकात स्वीकार केला गेला नाही; कारण परिवर्तन हे अप्रगतीच्या दिशेने किंवा विनाशात्मकही असू शकते. त्यामुळे आजमितीला प्रगती या संकल्पनेऐवजी सामाजिक परिवर्तन ही संकल्पना वापरली जाते. सामाजिक परिवर्तन का घडून येते? कसे घडून येते? व परिवर्तनाची दिशा कोणती आहे? या दृष्टीने मुख्यत: परिवर्तनाच्या कारणांचा मागोवा घेऊन परिवर्तनाच्या संभावित दिशेकडे संकेत केला जातो. सामाजिक परिवर्तन ही बाब समाजशास्त्रांतर्गत प्रारंभीपासूनच अभ्यासाच्या दृष्टीने केंद्रीय स्थानी राहिली आहे. सेंट सायमन, ऑगस्त कान्त (तीन अवस्थांच्या परिवर्तनाचा सिद्धान्त), डरखीम (यांत्रिकी समाज व सावयवी समाजातील परिवर्तन), टोनीज तसेच कार्ल मार्क्स (वर्ग, संघपरिवार परिवर्तन) त्याचबरोबर पार्सन्स, मूर व स्मेल्सर यांचा (परिवर्तनाबाबत प्रकार्यवादी सिद्धान्त), एडवर्ड विल्सन यांचा (सामाजिक जैवकीय सिद्धान्त) इ. स्वरूपी समाजशास्त्रीय मांडणी सामाजिक परिवर्तनाबाबत विविध विचारवंतांनी केलेली आहे. समाजाची एक संरचना म्हणून विचार करता समाजपरिवर्तन म्हणजेच मूल्य, प्रमाणके, दर्जा, भूमिका, उपगट इ. घटकांमध्ये घडून आलेले परिवर्तन म्हणजे सामाजिक परिवर्तन होय. ज्या प्रक्रियांना परिवर्तनात्मक मानले जाते, त्या प्रक्रिया समाजाच्या स्थैर्याच्या दृष्टीने उपयुक्तही ठरतात. प्रत्येक मानवी समाजाला स्वअस्तित्वासाठी बदलत्या परिस्थितीशी समायोजन साधणे गरजेचे असते. असे समायोजन परिवर्तनाद्वारेच साधता येते व असे परिवर्तन साधले न गेल्यास समाजाच्या अस्तित्वाला धोका पोहोचतो. म्हणजेच परिवर्तनाची प्रक्रिया समाज स्थैर्याच्या दृष्टीने उपयुक्त स्वरूपाची असते. सामाजिक परिवर्तनाच्या संकल्पनेचा समाजशास्त्रीय अर्थ समजून घेण्यासाठी काही व्याख्या विचारात घेता येतील.

सामाजिक परिवर्तनाच्या व्याख्या
(Defination of Social Change) :

१) जोन्स – (Jones) :

'सामाजिक परिवर्तन ही अशी संकल्पना आहे की, जी सामाजिक प्रतिक्रिया, सामाजिक प्रतिमान, सामाजिक आंतरक्रिया किंवा सामाजिक संघटनांच्या एखाद्या घटकांतर्गत झालेल्या बदलांचे वर्णन करण्याकरिता वापरली जाते.' (Social change is a term use to describe variations in or modifications of any aspect of social processes ? patters, social intentions or social organisations.)

२) किंग्जले डेव्हीस – (Kingsley Davis) :

'केवळ सामाजिक संघटनेमध्ये म्हणजेच सामाजिक संरचना व कार्यांतर्गत होणाऱ्या बदलांना सामाजिक परिवर्तन असे म्हणतात.' (By social change is meant only such alterations as occur in social organisations... that is the structure and functions of society.)

३) गर्थ व मिल्स (Gerth and Mills) :

'सामाजिक परिवर्तन ही संकल्पना, भूमिका, संस्था किंवा संरचना असलेल्या व्यवस्थांच्या संदर्भात काळाच्या ओघात घडून येणाऱ्या कोणत्याही बदलांच्या संदर्भात (उत्पत्ती विकास) वापरली जाते.' (By social change we refer to whatever may happen in the course of time to the roles, the institutions, or the orders comprising a social structure, their is emergence growth and decline.)

४) मॅक् आयव्हर व पेज (Mac Iever and Page) :

'सामाजिक संबंधातील परिवर्तनालाच साधारणत: सामाजिक परिवर्तन संबोधिले जाते.' (Social change as simply the change in the human relationship)

५) मॉरीस गीन्सबर्ग (Moris Ginsberg) :

'अभिवृत्ती व श्रद्धांतर्गत होणाऱ्या बदलांचा सामाजिक परिवर्तनात अंतर्भाव होणे आवश्यक आहे. या घटकांमुळेच सामाजिक संस्था टिकून राहतात व त्यासोबत बदलत जातात.' ('Term of social change must also include changes in attitudes & beliefs in so far as they sustain institutions & change with them.')

सामाजिक संरचनेच्या व्याख्यांवरून लक्षात येते की, सामाजिक संरचनेच्या बरोबरच कार्य किंवा भूमिका तसेच संस्था या अंतर्गत होणारा बदल सामाजिक परिवर्तनात अपेक्षित आहे. सामाजिक संरचना मानवी व्यवहाराचे असे प्रतिमान आहे की जे, सापेक्षत: स्थायी स्वरूपाचे असते व त्या आधारेच ते संस्थेचे रूप धारण करते. सामाजिक संरचना कार्य किंवा भूमिकांच्या प्रतिमानांवर तसेच संस्थांवर आधारित असते. प्रत्येक व्यक्तीचा समाजात एक विशिष्ट स्वरूपाचा दर्जा असतो. या दर्जा व भूमिकांमध्ये जे परिवर्तन घडून येते, त्याला सामाजिक परिवर्तन असे संबोधतात. काही वर्षांपूर्वी भारतीय स्त्रियांचा समाजातील दर्जा कनिष्ठ प्रतीचा होता. स्त्रियांचे कार्यक्षेत्र चार भिंतींच्या आत सीमित होते. आज या स्थितीत बदल झालेला दिसतो. स्त्रिया स्वतंत्र रूपाने घराबाहेर पडून नोकरी, व्यवसाय करू लागल्या आहेत. हे स्त्रियांच्या दर्जा व कार्यात झालेले परिवर्तन आहे. यासही सामाजिक परिवर्तन असे संबोधले

जाते. त्याचबरोबर प्रथा, परंपरा, रूढी, चालीरीती तसेच संस्थांतर्गत होणाऱ्या बदलासही सामाजिक परिवर्तन असे संबोधले जाते. म्हणजेच व्यक्ती-व्यक्तीतील सामाजिक संबंध, सामाजिक आंतरक्रिया, सामाजिक प्रक्रिया, सामाजिक संघटन, सामाजिक संरचना इ. झालेल्या बदलास सामाजिक परिवर्तन असे म्हणतात.

सामाजिक परिवर्तनाची वैशिष्ट्ये
(Characteristics of social change) :

१) सामाजिक परिवर्तनाची प्रक्रिया ही निरंतर चालणारी प्रक्रिया आहे
(Social change is continues process) :

सामाजिक परिवर्तनाची प्रक्रिया निरंतरपणे चालणारी प्रक्रिया असून मानवी समाजाच्या प्रथम अवस्थेपासून ते प्रगत समाजापर्यंत, त्याच बरोबर जगातील प्रत्येक मानवी समाजात सामाजिक परिवर्तनाची प्रक्रिया ही सातत्यपूर्ण चालू असलेली दिसते. आदिवासी समाज परिवर्तनाच्या दिशेने जात नाही असे दिसत असले तरी ते स्वरूप वरवरचे दिसते. येथेही ही प्रक्रिया चालू असल्याचे सूक्ष्म पद्धतीने अवलोकन केल्यास लक्षात येते.

२) सामाजिक परिवर्तनाचा असमान वेग :

सामाजिक परिवर्तनाचा वेग सर्वच समाजात एकसारखा असेलच असे नाही. वेगवेगळ्या समाजात सामाजिक परिवर्तनाचा वेग त्या समाजाच्या अंगभूत वैशिष्ट्यांवर अवलंबून असतो. पाश्चीत्त्य समाजापेक्षा पौर्वात्य समाजात परिवर्तनाचा वेग मंद दिसतो. तर एकाच समाजांतर्गत वेगवेगळ्या क्षेत्रांत व घटकांत हा वेग असमान दिसतो. नागरी समाजापेक्षा ग्रामीण व आदिवासी समाजात परिवर्तनाचा वेग मंद असलेला दिसून येतो.

३) सामाजिक संरचनेतील परिवर्तन म्हणजेच सामाजिक परिवर्तन :

समाज संरचनेंतर्गत जे बदल घडून येतात, त्यालाच सामाजिक परिवर्तन असे संबोधिले जाते. सामाजिक संरचनेचे स्थैर्य टिकवून ठेवण्याच्या दृष्टीने सामाजिक संरचनेच्या काही घटकांमध्ये बदल घडवून आणणे गरजेचे असते. बऱ्याचदा हा बदल मुद्दाम घडवलेला असतो तर काही वेळेस हा बदल अचानकपणे देखील घडतो. या बदलामुळे सामाजिक संरचनेचे स्थैर्य जसे टिकून रहाते तशी अस्थैर्याची स्थितीही निर्माण होऊ शकते. या सर्व प्रक्रियेला सामाजिक परिवर्तन असे संबोधतात. त्यामुळे सामाजिक संरचनेतील परिवर्तन हेच सामाजिक परिवर्तन आहे असे म्हणता येईल.

४) सामाजिक परिवर्तन ही गुंतागुंतीची प्रक्रिया आहे
(Social change is complex process) :

सामाजिक परिवर्तनाचे निश्चित स्वरूपात मोजमाप करणे किंवा त्या संबंधीची

भविष्यवाणी वर्तविणे ही कठीणप्राय बाब असते. बऱ्याचदा समाजव्यवस्थेंतर्गत अचानक असेही काही बदल घडून येतात, त्यामुळे परिवर्तनाच्या संदर्भात मोजमाप करणे किंवा भविष्यवाणी करणे शक्य नसते. एखाद्या देशांतर्गत झालेली राजकीय क्रांती व त्यानुरूप झालेले बदल किंवा भौगोलिक घटकांमुळे झालेले बदल समाज संरचनेमध्ये मोठ्या स्वरूपात परिवर्तन घडवून आणत असतात. म्हणूनच सामाजिक परिवर्तन ही गुंतागुंतीची प्रक्रिया ठरते.

५) सामाजिक परिवर्तन व सांस्कृतिक परिवर्तन यांचे स्वरूप सारखे नाही

(Difference between social change and cultural change) :

सामाजिक परिवर्तनाची प्रक्रिया केवळ सामाजिक संबंध व सामाजिक आंतरक्रिया यात झालेल्या परिवर्तनाशी सहसंबंधित आहे. परंतु, सांस्कृतिक परिवर्तन मात्र सांस्कृतिक जीवनाच्या सर्व अंगांशी सहसंबंधित असते. संस्कृतींतर्गत येणाऱ्या सर्व अभौतिक व भौतिक बाबीअंतर्गत होणारे परिवर्तन हे सांस्कृतिक परिवर्तन म्हणून संबोधले जाते. एवढेच नव्हे तर प्रत्येक सामाजिक परिवर्तन हे सांस्कृतिक परिवर्तन आहे. परंतु, प्रत्येक सांस्कृतिक परिवर्तन हे सामाजिक परिवर्तन नाही. किंग्जले डेव्हीस यांनी (Kingsley Davis) आपल्या 'Human society' या ग्रंथात नमूद केले आहे की, Cultural change is thus much broder than social change. म्हणजेच सांस्कृतिक परिवर्तन हे सामाजिक परिवर्तनापेक्षा अधिक व्यापक स्वरूपाचे असते. मॅक् आयव्हर व पेज यांनीही सांस्कृतिक परिवर्तन व सामाजिक परिवर्तन यातील भेदात्मक स्वरूप स्पष्ट केले आहे.

सामाजिक परिवर्तनास कारणीभूत ठरणारे घटक

(Factors of social change) :

सामाजिक परिवर्तन ही गुंतागुंतीची, जटिल स्वरूपाची प्रक्रिया असल्याने सामाजिक परिवर्तन घडून येण्यास कोणतेही एक कारण कारणीभूत ठरत नसून अनेक कारणे यासाठी कारणीभूत ठरतात. सामाजिक परिवर्तन संदर्भात विविध विचारवंतांनी विविध स्वरूपाची कारणमीमांसा केलेली दिसून येते. साधारणत: परिवर्तनाच्या कारणांचा मागोवा घेताना परिवर्तन नैसर्गिक कारणांमुळे घडून येते. मानवाच्या जैविक विकासाबरोबरच परिवर्तन घडते. परिवर्तन घडणे ही नैसर्गिक प्रवृत्ती आहे. परिवर्तनासाठी भौगोलिक कारणे कारणीभूत आहेत. लोकसंख्येतील बदल, सामाजिक, सांस्कृतिक घटक, प्रभावी व्यक्तिमत्त्व, समाज संघर्ष, आर्थिक कारणे ही कारणे विचारात घेतली जातात. सामाजिक परिवर्तनास कारणीभूत ठरणाऱ्या घटकांचा पुढीलप्रमाणे विचार करता येईल–

१) सामाजिक घटक व सामाजिक परिवर्तन

(Social factors and social change) :

समाजांतर्गत असलेल्या सामाजिक संस्थांमध्ये परिवर्तन घडून आले तर समाजाच्या इतर घटकांवरही त्याचा परिणाम घडून येतो व सामाजिक परिवर्तन घडून येते.

कुटुंबव्यवस्थेंतर्गत परिवर्तन झाले तर सामाजिक संबंध प्रभावित होऊन दर्जा, भूमिका प्रभावित होतात. उदा. संयुक्त कुटुंबात परिवर्तन होऊन केंद्र कुटुंब अस्तित्वात आल्यानंतर स्त्रियांच्या भूमिकेमध्ये परिवर्तन घडून आले.

कार्ल मार्क्स यांनी अशी मांडणी केली की, आर्थिक संस्थेत परिवर्तन घडून आले तर आपोआपच सामाजिक परिवर्तन घडून येते. उत्पादन प्रक्रिया व उत्पादन संबंधातील बदलामुळेही दर्जा व भूमिका बदलतात. उदा. गृहोद्योगाची जागा कारखाना उत्पादनाने घेतल्यामुळे आपोआपच दर्जा व भूमिकांत बदल घडून आला.

राज्यव्यवस्थेतील बदलाबरोबरच सामाजिक परिवर्तन घडून येत असते. तसेच धार्मिक विचारांतील बदलाचाही सामाजिक व्यवस्थेवर परिणाम होऊन सामाजिक परिवर्तन घडून येते. प्रोटेस्टंट आचारसंहितेमुळे उत्पादन प्रक्रियेत बदल, भांडवलशाही अर्थव्यवस्थेचा विकास या बाबींची मांडणी मॅक्स वेबरने या संदर्भातच केली आहे.

समाजातील गटांच्या स्वरूपात झालेला बदलही सामाजिक परिवर्तनास कारणीभूत ठरतो. एखाद्या समाजातील प्राथमिक गटाचे प्राबल्य कमी होऊन दुय्यम गट आकाराला आले तर व्यक्तीतील सामाजिक संबंधांवर परिणाम होऊन सामाजिक परिवर्तन घडून येते. म्हणजेच सामाजिक संरचनेमुळे सामाजिक परिवर्तन प्रभावित होत असते.

२) सांस्कृतिक घटक व सामाजिक परिवर्तन

(Cultural factors and social change) :

मानवप्राणी आपले जीवन सुसह्य करण्यासाठी विशिष्ट स्वरूपाची व्यवस्था विकसित करून प्रस्थापित करत असतो. या संपूर्ण व्यवस्थेलाच 'संस्कृती' असे संबोधिले जाते. संस्कृतीअंतर्गत ज्ञान, श्रद्धा, रीतीरिवाज, मूल्य, परंपरा, नैतिकता, सामाजिक-आर्थिक-राजकीय व्यवस्था, विज्ञान, कला, भौतिक सामग्री इत्यादी सर्व बाबींचा समावेश होतो. प्रत्येक समाजाला संस्कृती असते कारण या आधारेच समाजाचे संघटन टिकून राहात असते.

संस्कृती सामाजिक परिवर्तनाची निश्चयात्मक बाब असते. समाजातील संस्था, मूल्य, विश्वास यांचे सामाजिक संबंधनिर्मितीत महत्त्वाचे स्थान असते. सांस्कृतिक परिवर्तनच सामाजिक परिवर्तन घडवून आणत असते. सामाजिक मूल्यांतर्गत झालेले परिवर्तन संस्थांतर्गत परिवर्तन घडवून आणत असतात. संस्कृतीद्वारा परिवर्तनाची दिशा निश्चित केली जाते. सांस्कृतिक कारणांद्वाराच तांत्रिक परिवर्तनाची दिशा व प्रकृती निश्चित होते. संस्कृतीचा इतिहास पाहता ही बाब स्पष्ट होते की, मूल्याद्वारा व्यक्तीचे

कार्य प्रभावित झाले आहे. संस्कृतीतील मूल्ये नेहमीच स्थिर असतात असे नाही. संस्कृती परिवर्तनशील असल्यामुळे मूल्यव्यवस्थेत बदल घडून येतो. जुन्या पिढीची मूल्ये नवीन पिढीला मान्य होत नाहीत. त्यामुळेच मूल्यव्यवस्थेत बदल होऊन जुन्या मूल्यांची जागा नवीन मूल्ये घेऊ लागतात. संमिश्र समाजात विविध मूल्ये प्रचलित असल्याने त्यात देखील संघर्ष होऊन मूल्ये बदलत जातात. साधारणत: प्रभावी स्वरूपाचे मूल्य समाजात प्रस्थापित होत जातात. सांस्कृतिक मूल्यातील या बदलांमुळेच सामाजिक परिवर्तनाची प्रक्रिया सातत्याने चालू असते. समाजशास्त्रज्ञांच्या मते, सांस्कृतिक प्रसाराद्वाराही परिवर्तन घडून येते. सांस्कृतिक प्रसार म्हणजे एका संस्कृतीच्या सदस्याद्वारा दुसऱ्या संस्कृतीतील घटकांना स्वीकारणे, सांस्कृतिक परिवर्तनाचे प्रामुख्याने तीन मुख्य स्रोत असून त्यात संशोधन, अन्वेषण व प्रसार हे स्रोत येतात.

सोरोकीन यांनी सामाजिक परिवर्तनाच्या सिद्धान्तात नमूद केले की, सर्व स्वरूपाच्या अनुभवाश्रित घटना ह्या (अजैविक, जैविक व सामाजिक, सांस्कृतिक) आपल्या अनुभवाश्रित अस्तित्वाच्या वेळेस परिवर्तित होत असतात. (All empirical phenomena (in-organic, organic and socio-cultural) are subject to change in the course of their empirical existence) म्हणजेच विकासाच्या प्रक्रियेमध्ये हे अपेक्षित असते व हे परिवर्तन इतके स्वाभाविक आहे, जितका विकास आहे. त्यामुळे सामाजिक, सांस्कृतिक परिवर्तनाला स्वाभाविक परिवर्तनाद्वारा स्पष्ट केले जाऊ शकते. सामाजिक, सांस्कृतिक व्यवस्था, व्यक्ती, सामाजिक संघटन व संस्कृतीद्वारा निर्मित होते व यामध्ये स्वाभाविक परिवर्तन काही प्रकारांद्वारा घडून येते. ज्यात
१) व्यक्तीचे वयोमान वाढत असते. त्यामुळे व्यक्तीमध्ये परिवर्तन होते.
२) कोणतीही क्रिया करत असताना, ती क्रिया पूर्ण होताना परिवर्तन घडून येते.
३) अर्थ, मूल्य व आदर्श नियमने यामध्येही परिवर्तन घडून येते. या प्रकारचे परिवर्तन स्वाभाविक स्वरूपाचे असते असे सोरोकीन यांनी नमूद केले आहे. या स्वाभाविक परिवर्तनाला त्यांनी प्राथमिकता दिली असून त्यांनी परिवर्तनाच्या स्वाभाविक सिद्धान्ताची मांडणी करताना सामाजिक, सांस्कृतिक व्यवस्थेंतर्गत परिवर्तनाच्या बाह्यशक्तींची भूमिकादेखील स्वीकृत केलेली आहे. सामाजिक, सांस्कृतिक व्यवस्थेत परिवर्तन होत असताना ती एक दुसऱ्याला प्रभावित करत असते व त्याद्वारा एक दुसऱ्या व्यवस्थेमध्ये परिवर्तनाची स्थिती निर्माण करत असते. समाजाची संस्कृती फार मोठ्या प्रमाणात संघटित झालेली असेल तर सांस्कृतिक घटकांची एकसंध व्यवस्था निर्माण होते व अशा संस्कृतीत सहजगत्या परिवर्तन घडून येणे कठीण बाब असते.

ऑगबर्न यांच्या मते, संस्कृतीतील भौतिक बाबींशी अभौतिक बाबी निगडित असतात. त्यात एक प्रकारचे संतुलन असते. परिवर्तन होत असताना संस्कृतीचा

भौतिक भाग अगोदर परिवर्तित होतो व त्यानंतर त्याच्याशी निगडित असलेला अभौतिक भाग परिवर्तित होतो परंतु भौतिक संस्कृतीचा बदलाचा वेग अभौतिक संस्कृतीपेक्षा जास्त असतो. त्यामुळे भौतिक व अभौतिक संस्कृतीतील संतुलन बिघडते. समाजात विसंवाद निर्माण होऊन, त्याचा समाज संरचनेवर ताण पडून समाजात सामाजिक समस्यांची निर्मिती होते व समाजात विघटन घडून येते. म्हणजेच भौतिक घटकांपेक्षा अभौतिक घटकातील परिवर्तनाची गती मंद असते. बऱ्याचदा अभौतिक घटक हे भौतिक परिवर्तनाला अडथळाही ठरतात.

३) तांत्रिक घटक व सामाजिक परिवर्तन

(Technological factors and social change) :

तांत्रिक घटकातील प्रगतीमुळेच सामाजिक परिवर्तनाला गती प्राप्त झाली आहे. आधुनिक कालखंडात तर तांत्रिक घटकाचा प्रभाव मोठ्या प्रमाणात समाजजीवनाच्या सर्वच क्षेत्रांवर पडलेला दिसतो. त्यामुळे सामाजिक संबंध प्रभावित होऊन समाजाच्या स्वरूपात मोठ्या प्रमाणात परिवर्तन झालेले दिसून येते. तांत्रिक विकासामुळे जे सामाजिक परिवर्तन घडून येते, त्याचे स्वरूप अत्यंत व्यापक स्वरूपाचे असते. यामुळे तंत्रज्ञानातील बदल समाजजीवनातील विविधांगी सामाजिक संबंध, सामाजिक नियमने, विचार, सामाजिक संस्था इ. बाबींवर प्रभाव घडवून आणतो. ऑगबर्न यांनी रेडिओच्या प्रभावामुळे समाजातील १५० विविध सामाजिक संबंध प्रभावित झाल्याचे नमूद केले आहे. हा प्रभाव अनुकूल व प्रतिकूल असा दोन्ही प्रकारचा प्रभाव घडून येऊ शकतो. एका सामाजिक संबंधात प्रथमत: परिवर्तन घडून येते. हे परिवर्तन दुसऱ्या सामाजिक संबंधात परिवर्तन घडवत तिसऱ्या सामाजिक संबंधात परिवर्तनाची मिती प्रबळ होत जाते. अशा प्रकारे परिवर्तनाचा क्रम वाढत जातो. यासंदर्भात ऑगबर्न व निमकॉफ नमूद करतात की, जेव्हा एक शोध एखाद्या संस्था किंवा प्रथेवर प्रभाव टाकतो, तेव्हा हा प्रभाव तेथेच समाप्त होत नाही तर तो प्रभाव निरंतरपणे वाढत जातो. एकानंतर एक असा शृंखलाबद्ध तो होत जातो. (When an invention has an influence on some institution or custom the influence does not stop there but continuous on and on, each influence succeeding the preciding on one like links in a chain.)

तंत्रज्ञानातील परिवर्तन शीघ्रगतीने कोणत्या ना कोणत्या सामाजिक संस्थेत किंवा प्रथा, परंपरा किंवा रीतीरिवाजांमध्ये परिवर्तन घडवून आणत असते. स्वयंचलित यंत्रांचा शोध लागल्यानंतर याचा वापर मोटरकार चालवण्यासाठी होऊ लागला. या तंत्रज्ञानातील परिवर्तनामुळे पुरुषांबरोबर स्त्रियाही कार चालवू लागल्या ; कारण कारमधील

स्वयंचलित यंत्रामुळे कार चालविणे सोपे झाले. केवळ स्त्रिया कार चालवू लागल्या. इथपर्यंतच परिवर्तन झाले असे नाही तर सामाजिक संबंधांमध्येही परिवर्तन घडून आले. स्त्रियांची गतिशीलता, गृहजीवन, मुलांचे पालन-पोषण, सवयी इ. वर या परिवर्तनाचा मोठा प्रभाव पडला. याचाच अर्थ असा होतो की, तंत्रज्ञानाचा प्रभाव सामाजिक जीवनावर मोठ्या प्रमाणात घडून येतो. आधुनिक कालखंडात तर तंत्रज्ञानात मोठ्या प्रमाणात परिवर्तन घडून आले आहे. ज्यात उद्योगांतर्गत स्वयंचलित यंत्रांचा उपयोग, संदेशवहनाची आधुनिक साधने, कृषी संबंधीची आधुनिक अवजारे यामुळे औद्योगिक व कृषिक्षेत्रात प्रगती झाली आहे. उद्योगांतर्गत नवीन तंत्रज्ञानाचा वापर होऊ लागल्याने उत्पादन गृहदस्तरांवर होणे अनिवार्य झाले. मोठ्या प्रमाणात व्यापारात वाढ झाली. टेलिफोन, रेडिओ, दूरदर्शन, वर्तमानपत्र, इंटरनेट इ. साधनांमुळे व्यक्तीतील पारस्परिक संबंध मोठ्या प्रमाणात वाढले. दळणवळणाच्या साधनात व गतीत वाढ झाल्याने संपूर्ण जग हे लहान बनले. त्यातूनच ग्लोबल व्हिलेजची कल्पना पुढे आली. कृषी क्षेत्रातील नवीन तंत्रज्ञानामुळे उत्पादन वाढले. त्याचाही सामाजिक संबंधावर परिणाम होऊन सामाजिक परिवर्तन घडून आले. तंत्रज्ञानामुळे कुटुंबसंस्थेच्या कार्यामध्ये परिवर्तन घडून आले. कुटुंबसंस्थेच्या परंपरागत कार्यात जसे शिक्षण, आर्थिक कार्य, मनोरंजन इ. दुय्यम स्वरूपाच्या संस्थांकडे परावर्तित झाली व कुटुंबाकडे केवळ संतानोत्पत्ती, मुलांचे पालन-पोषण एवढेच कार्य शिल्लक राहिले. याच्या परिणामस्वरूप समाजातील कुटुंबाची जागा केंद्र कुटुंबाने घेतली. स्त्रियांचा कुटुंबातील दुय्यम दर्जा जाऊन तिला पुरुषांबरोबरीचा दर्जा प्राप्त होऊ लागला.

तंत्रज्ञानाने विवाह संस्थेलाही प्रभावित केले व विवाहाचे पारंपरिक स्वरूप बदलून विवाह हा आज केवळ संस्कार न राहता त्याची जागा कराराने घेतली. त्यामुळे घटस्फोटाच्या प्रमाणात वाढ घडून आली. जीवनाचा जोडीदार निवडण्याचे स्वातंत्र्य स्त्री व पुरुषाला प्राप्त झाले.

तंत्रज्ञानाचा राज्यसंस्थेवर प्रभाव पडून त्यातही परिवर्तन घडून आले. उत्पादन संबंधित शोधामुळे राज्याला आज कुटुंबाची अनेक कार्ये करावी लागत आहेत. जसे वृद्धांसाठी वृद्धाश्रम, विमा, निवृत्तिवेतन इ. साधनांद्वारा वृद्धांना मदत करणे. मुलांच्या शिक्षणाची सोय करणे, आरोग्यसंबंधित सुरक्षा व विविध प्राथमिक स्वरूपाची कार्ये देखील राज्याकडे परावर्तित होऊन राज्य सर्व शक्तिशाली होऊ लागले आहे. तंत्रज्ञानामुळे राज्याच्या सीमा विस्तारित होत जाऊन विश्वराज्य कल्पना विकसित होऊ लागली आहे.

तंत्रज्ञानाचा धर्मावर प्रभाव पडून त्यातही परिवर्तन घडून आले आहे. धर्माच्या अनेक श्रद्धा, विश्वासास तडा जाऊन ते नष्ट झाले आहेत; कारण तंत्रज्ञानाच्या

शोधाबरोबरच हा विश्वास कसोटीस लागून त्याचे असत्य स्वरूप समोर आले आहे.

आर्थिक संस्थांवरही प्रभाव पडून त्यात परिवर्तन घडून आले आहे. गृहउद्योग बंद पडून त्याची जागा मोठमोठ्या कारखान्यांनी घेतली आहे. ज्यामुळे ग्रामातील व्यक्तींनी नगराकडे स्थलांतर केल्यामुळे मोठमोठी नगरे विकसित होत गेली. जन्म हा आधार बदलून सामाजिक स्तरीकरण आज आर्थिक घटकांआधारे निश्चित होऊ लागले आहे.

तंत्रज्ञानाचा प्रभाव सामाजिक मूल्यांवर पडून त्यात बदल घडून आला आहे. सामाजिक मूल्य व्यक्तीच्या सामाजिक संबंध, सामाजिक व्यवहार यांना प्रभावित करत असतात. मूल्यांमध्ये परिवर्तन घडून आल्याने मूल्यांच्या प्रभावामुळे व्यक्ती–व्यक्तीतील सामाजिक संबंध अवैयक्तिकतेच्या पातळीवर जाऊन औपचारिक बनले.

तंत्रज्ञानामुळे औद्योगिकीकरण घडून आले. औद्योगिकीकरणामुळे नागरीकरण घडून आले. नागरीकरणामुळे कुटुंब, जातिप्रथा, आर्थिक सहसंबंध, कौटुंबिक नियंत्रण यावर प्रभाव पडून त्यात परिवर्तन घडून आले. ऑगबर्न यांच्या मते, समाजाचे सामाजिक स्वरूप तंत्रज्ञानातील शोधास गती प्राप्त करून देतात तर तंत्रज्ञानातील शोध समाजाच्या स्वरूपात परिवर्तन घडवून आणतात. तंत्रज्ञानातील परिवर्तनामुळे सामाजिक जीवन उत्तर आधुनिक कालखंडात पूर्णत: बदलून जाईल व निकटतम भविष्यकाळात उत्पन्न होणारे सामाजिक संबंध कोणत्या पातळीवरचे असतील हा एक चिंतेचा विषय आहे. असे काही समाजशास्त्रज्ञ मानतात. परंतु, हे मात्र निश्चित आहे की, मोठ्या प्रमाणात सामाजिक परिवर्तन तंत्रज्ञानामुळे घडून येईल परंतु परिवर्तनाची दिशा कोणती असेल हे मात्र निश्चित स्वरूपात सांगता येत नाही.

४) लोकसंख्यात्मक घटक व सामाजिक परिवर्तन

(Demographical factors and social change) :

लोकसंख्येच्या आकाराचा समाजावर मोठा प्रभाव पडत असो. ज्या प्रदेशाची लोकसंख्या कमी असते, तेथे साधारणत: समाजजीवनाचा स्तर उंचावलेला असतो. उदा. ऑस्ट्रेलिया, न्यूझिलंड, अमेरिका, कॅनडा इ; याच्या विपरीत जेथे लोकसंख्येचा दर उंचावलेला असतो, अशा देशात समाजजीवनाचा स्तर निम्न स्वरूपाचा असतो. उदा. भारत, पाकिस्तान, चीन इ. व्यक्तिजीवनाचा स्तर व्यक्तीचे मूल्य, धारणा, रीतीरिवाज प्रभावित करत असतो. याद्वारा सामाजिक संघटन व सामाजिक व्यवस्थेचे स्वरूपही निश्चित होत असते. ज्या समाजात लोकसंख्येचे अधिक्य असते तेथे त्याच प्रकारचे रीतीरिवाज प्रचलित होतात. ज्याद्वारा जन्मदर कमी करण्यास्तव प्रयत्न होतो. उदा. वर्तमान कालखंडात भारत व चीनमध्ये जन्मदर कमी करण्यास्तव मोठ्या प्रमाणात प्रयत्न केला जात आहे. परिणामस्वरूप लहान कुटुंबांची संख्या वाढत जाऊन सामाजिक

संबंधात परिवर्तन घडून येत आहे. ज्या देशात लोकसंख्येचा दर अपेक्षानुरूप कमी आहे, तेथे सामाजिक संबंध विभिन्न प्रकारचे असतात. स्त्रियांची सामाजिक स्थिती उंचावलेली असते. जननावरील निर्बंध व गर्भपाताविरुद्ध धारणा येथे दिसून येतात.

समाजशास्त्रज्ञांच्या मते, राज्याचे विभिन्न स्वरूप लोकसंख्येच्या आकारावरच निर्धारित असते. जेव्हा लोकसंख्या अत्याधिक स्वरूपात वाढते, तेव्हा लोक निवासस्थानाकरिता म्हणजेच राहण्याच्या जागेकरिता आंदोलन करतात. जर्मनी व इटलीमध्ये लोकसंख्येची वृद्धी झाल्यामुळेच नाझी व फॅसिस्ट विचारप्रणाली प्रबळ होऊ शकली. याचेच परिणामस्वरूप पहिले व दुसरे महायुद्ध घडून आले व त्यातून सामाजिक परिवर्तन झाले.

आधुनिक कालखंडात लोकसंख्येची गतिशीलता मोठ्या प्रमाणात वाढल्याने त्याच्या परिणामस्वरूप सामाजिक परिवर्तनात वाढ घडून आली ; कारण लोकसंख्येच्या गतिशीलतेमुळे नवीन सहसंबंध प्रस्थापित होतात आणि विभिन्न सामाजिक प्रक्रिया आपले कार्य प्रारंभ करतात. डॉसन व गेंटीस यांच्या मते आधुनिक जगात अत्याधिक गतिशीलता सामाजिक विघटनाच्या दिशेकडे सामाजिक परिवर्तन निर्माण करत असते. (The great mobility of the modern world also contributes to social change in the direction of social disorganisation.)

लोकसंख्येतील वयोगट संरचनाही सामाजिक परिवर्तनास कारणीभूत ठरते. ज्या लोकसंख्येत बालक व युवकांची संख्या वृद्धांच्या संख्येपेक्षा अधिक असते, तेथे सामाजिक परिवर्तन जलदगतीने घडून येते ; तर लोकसंख्येतील लिंगसंरचनाही सामाजिक परिवर्तनाला प्रभावित करत असते. स्त्री व पुरुष या दोहोंचे लोकसंख्येतील स्वरूप सामाजिक संरचनेवर परिणाम करत असते. त्याचबरोबर लोकसंख्येतील व्यक्तींचा वैवाहिक दर्जा, लोकसंख्येचे घनत्व, जन्म व मृत्युदर यांसारख्या बाबीही सामाजिक परिवर्तनाला प्रभावित करतात ; म्हणूनच सामाजिक परिवर्तन घडवून आणणाऱ्या घटकांमध्ये लोकसंख्यात्मक घटक अत्यंत महत्त्वाचा मानला जातो.

५) भौतिक पर्यावरण घटक

(Physical environmental factors & social change) :

भौतिक पर्यावरणात सातत्याने परिवर्तन होत असते. मानवी समाज व भौतिक पर्यावरण यांचा सहसंबंध अत्यंत निकटतम आहे. त्यामुळे यातील कोणत्याही एका घटकामध्ये परिवर्तन झाले तर ते परिवर्तन दुसऱ्यास प्रभावित करत असते. भौतिक स्वरूपाच्या पर्यावरणामध्ये होणारे परिवर्तन सामाजिक संघटन व्यवस्थेमध्ये परिवर्तन घडवून आणत असते. त्यामुळे भौतिक पर्यावरणाशी अनुकूलन साधणे मनुष्याकरिता

अत्यंत गरजेचे असते. मानवाने निसर्गावर विजय मिळविण्याचा प्रयत्न केला असला किंवा असा विजय मिळवलेला असला तरी बऱ्याचशा बाबतीत मानवाला निसर्गावर अवलंबून राहावे लागते. पृथ्वीवरील उष्णतामान वाढले किंवा अतिवृष्टी, धरणीकंप, चक्रीवादळ, आवर्षण इ. बाबी मानवी जीवनावर परिणाम घडवून आणतात. या बदलांना अनुरूप असे बदल मानवाला सामाजिक जीवनामध्ये करून घेणे गरजेचे असते. त्यामुळेच विभिन्न भौतिक पर्यावरणातील लोकांच्या सामाजिक जीवनात विभिन्नता दिसून येते.

भौतिक परिस्थितीच्या आधारे मानवी जीवन सुखी करण्याचा प्रयत्न मानवाद्वारा होतो. बऱ्याचदा मानवाच्या वर्तनामुळे निसर्गाचा ऱ्हास होऊन समतोल बिघडतो. परिणामी मानवी जीवन पद्धतीत बदल घडवून आणून सामाजिक परिवर्तन घडणे अपरिहार्य स्वरूपाचे झाले आहे.

सामाजिक परिवर्तन घडविण्यात उपरोक्त स्वरूपाच्या घटकांबरोबरच इतरही अनेक घटक कारणीभूत आहेत. मूलत: एक सामाजिक परिवर्तन दुसऱ्या सामाजिक परिवर्तनाला जन्म देत असते. सामाजिक परिवर्तनाचे घटक एकदुसऱ्याशी सहसंबंधित असतात; जर एखाद्या घटकात परिवर्तन झाले तर केवळ हे परिवर्तन त्या घटकापुरतेच सीमित न राहता इतर घटकांवरही त्याचा प्रभाव पडत असतो. मानवी जीवनात होणारे प्रत्येक परिवर्तन सामाजिक संबंधामध्येही परिवर्तन घडवून आणते. उदा. भौतिक पर्यावरणातील परिवर्तन अनुकूलन साधण्याकरिता मानव एखादे नवीन तंत्रज्ञान किंवा यंत्र शोधतो. या यंत्राच्या शोधाचा प्रभाव केवळ औद्योगिक क्षेत्रापुरताच सीमित न राहता मानवाच्या धारणा, चालीरीती, श्रद्धा, राहणीमानही प्रभावित करत असते. बऱ्याचदा याचा प्रभाव लोकसंख्यात्मक घटकांवरही पडतो व सामाजिक परिवर्तनही याच अनुषंगाने घडून येते.

सांस्कृतिक पश्चायनाची संकल्पना (The Concept of Cultural Lag) :

सामाजिक परिवर्तनाचे जे विविध घटक आहेत त्यातील सांस्कृतिक घटकांचा विचार करताना प्रा. डब्ल्यू. एफ. ऑगबर्न (Prof. W. F. Ogburn) यांनी 'सांस्कृतिक पश्चायना'ची संकल्पना समाजशास्त्रीय विश्वात मांडली व जगभराच्या समाजशास्त्रज्ञांना दिली. सामाजिक परिवर्तन हा प्रत्येक समाजाचा स्थायिभाव असला तरी समाजातील प्रत्येक सांस्कृतिक घटकाची परिवर्तनाची गती समान नसते तर ती असमान असते. समाजातील काही सांस्कृतिक घटक हे जलद गतीने परिवर्तित होतात तर काही सांस्कृतिक घटक हे अत्यंत मंदगतीने परिवर्तित होतात. समाजातील या दोन घटकांतील परिवर्तन गतिभिन्नतेमुळे जे अंतर पडते त्यास प्रा. डब्ल्यू. एफ. ऑगबर्न याने 'सांस्कृतिक पश्चायन' ही संज्ञा दिली.

सांस्कृतिक पश्चायन या संकल्पनेची विस्तृत व्याख्या प्रा. ऑगबर्न यांनी केली असून ती जशीच्या तशी या ठिकाणी देण्याचा मी प्रयत्न करीत आहे.

सांस्कृतिक पश्चायनाचा हा सिद्धान्त यावर आधारलेला आहे की, आधुनिक संस्कृतीतील विविध घटक वा विभाग एकाच गतीने बदलत नाहीत अथवा परिवर्तित होत नाहीत. त्यातील काही विभाग अन्य काही घटकांच्या तुलनेने जलदगतीने परिवर्तित होतात आणि संस्कृतीतील या विविध घटकांत एक प्रकारचा समन्वय आणि परस्परावलंबन असल्यामुळे आपल्या संस्कृतीच्या एका विभागात जलदगतीने जर परिवर्तन झाले तर आपल्या संस्कृतीच्या अन्य संबंधित घटकांना या परिवर्तन प्रक्रियेशी पुनर्समायोजन साधावे लागते. ज्या ठिकाणी नवीन शोध किंवा नवीन संशोधन याद्वारे संबंधित समाजाच्या संस्कृतीचा काही भाग प्रथम परिवर्तित होतो आणि नंतर प्रसंगानुरूप त्या समाजाच्या संस्कृतीच्या अन्य भागात हळूहळू पण वारंवार बदल होतात. नवीन शोध किंवा नवीन संशोधन या साहाय्याने जे प्रथम संस्कृती परिवर्तन होते ते भौतिक स्वरूपाचे असते व त्यामुळे त्याची गती जदल असते. याउलट, या नवीन शोध व संशोधन या साहाय्याने समाजातील कुटुंब, धर्म, अर्थव्यवस्था इत्यादी बाबींसंदर्भातील सांस्कृतिक घटक अत्यंत मंदगतीने बदलतात कारण या घटकांचे अस्तित्व व्यक्तीच्या मनात म्हणजेच अभौतिक स्वरूपात असते. संस्कृतीच्या परिवर्तनाचा विचार करता संस्कृतीच्या भौतिक घटकांत चटकन बदल होतो; पण त्या मानाने संस्कृतीच्या अभौतिक भागात मात्र तुलनेने होणारे बदल मात्र मंद असतात. त्यामुळे संस्कृतीच्या भौतिक व अभौतिक भागात जे अंतर पडते त्यास ऑगबर्न यांनी 'सांस्कृतिक पश्चायन' या संकल्पनेने संबोधले होते.

प्रा. डब्ल्यू. एफ. ऑगबर्न यांच्या सांस्कृतिक पश्चायन या संकल्पनेवर चर्चा करताना प्रा. किनॉल यंग आणि रेमण्ड डब्ल्यू. मॅक म्हणतात की, जगात जी सर्वत्र तंत्रशास्त्रीय प्रगती झाली ती संस्कृतीच्या भौतिक परिवर्तनाचे प्रतीक होय तर त्या तंत्रशास्त्रीय प्रगतीच्या साहाय्याने समाजाच्या संस्थात्मक नियमनात, प्रमाणकात, विचारप्रणालीत होणारे संस्कृतीतील परिवर्तन हे अभौतिक स्वरूपाचे असते. समाजातील व्यक्ती संस्कृतीतील भौतिक परिवर्तनाचा स्वीकार जितक्या सहजपणे करतात तितका त्या अनुषंगाने घडणाऱ्या अभौतिक संस्कृतीतील परिवर्तनाचा स्वीकार सहजपणे करत नाहीत. याचे महत्त्वाचे कारण म्हणजे समाजातील अभौतिक घटकांच्या बाबतीत व्यक्तींच्या मनात आपुलकीची, आत्मीयतेची भावना असते. व्यक्तीच्या बाह्य वर्तनात जितक्या झटपट बदल होतो तितका तो व्यक्तीच्या अंतर्वतनात होत नाही. भौतिक आणि अभौतिक संस्कृतीच्या परिवर्तन गतीच्या संदर्भात आणखी एक महत्त्वाची बाब अशी की, कोणत्याही समाजात भौतिक संस्कृती साधन म्हणून वापरली जाते. संस्कृतीच्या या भौतिक पैलूला त्यामुळेच देश, काळ, प्रदेश यांच्या मर्यादा नसतात. त्यामुळे

अमेरिकेत निर्माण झालेली 'इंपाला मोटारकार' कोठेही वापरता येते. त्याचप्रमाणे जपानची 'टोयोटो मोटार कार' जगातील कोणत्याही समाजात वापरता येऊ शकते. त्यासाठी आवश्यक आहे केवळ ती मोटार कार चालविण्याचे प्रशिक्षण. मोटार कारचा वापर करण्याच्या आड समाजातील धर्म, परंपरा, रूढी इत्यादी अभौतिक बाबी हस्तक्षेप करीत नाहीत. मोटार कारच्या वा स्वयंचलित वाहनाच्या वापरामुळे मानवीजीवन पूर्वीपेक्षा अधिक गतिमान झाले यात शंका नाही. त्याचप्रमाणे रेडिओ, दूरदर्शन संच इत्यादी भौतिक साधने आज सर्व प्रगत व अप्रगत देशात वापरली जातात. स्वयंपाकघरात वापरण्यात येणारी असंख्य आधुनिक उपकरणे, सौंदर्यप्रसाधनाच्या अगणित वस्तू, भारतातील हस्तकलेद्वारा निर्माण करण्यात आलेल्या विविध वस्तू यांचा वापर देश, धर्म, पंथ, प्रांत यांच्या सीमा ओलांडून सर्वत्र वापरल्या जातात त्या केवळ त्यांचे अस्तित्व भौतिक असते म्हणून व त्यांच्या वापराचा समाजाच्या सामाजिक संरचनेवर कोणताच विपरित परिणाम होत नाही म्हणून. या दृष्टीने विचार करता समाजाच्या विविध भौतिक गरजांची पूर्तता करणाऱ्या या भौतिक वस्तूंचा प्रसार, प्रचार जसा झटपट होतो; त्यात सुधारणाही झटपट होतात. दूरध्वनी तंत्रज्ञान, दूरदर्शन प्रक्षेपणतंत्र, संगणक तंत्र यात गेल्या १५-२० वर्षांत इतकी क्रांती झाली व संपूर्ण जगात घडणाऱ्या घटना सर्वत्र क्षणार्धात पोचतात. भौतिक संस्कृतीतील हा बदल आम्ही स्वीकारला. बराचसा त्याच्या मूळच्या स्वरूपात; कारण या भौतिक संस्कृतीतील परिवर्तनामुळे व्यक्तींच्या बाह्य वा वरवरच्या वर्तनात बदल होत असला तरी सामाजिक संरचनेच्या मूळ साच्याला विशेष धक्का बसत नाही. सोप्या शब्दांत असे म्हणता येईल की, संस्कृतीचा भौतिक भाग ज्या तीव्र गतीने बदलतो त्या प्रमाणात संस्कृतीचा अभौतिक भाग बदलत नाही. संस्कृतीच्या अभौतिक भागात जो बदल होतो तो संस्कृतीच्या भौतिक भागापेक्षा मंद असतो. समाजातील संस्कृतीच्या भौतिक आणि अभौतिक घटकांत, परिवर्तनातील गतिभिन्नतेमुळे जे अंतर पडते त्या अंतरात डब्ल्यू. एफ. ऑगबर्न यांनी 'सांस्कृतिक पश्चायन' ही संज्ञा वापरली.

भारतीय समाजाच्या संदर्भात ह्या संकल्पनेचे विश्लेषण करावयाचे झाल्यास असे म्हणता येईल की, भारतातील बहुसंख्य लोकांनी पाश्चिमात्यांची भाषा, त्यांचे शिष्टाचार, त्यांचा पोशाख, काही प्रमाणात त्यांची जीवनशैली यांचा स्वीकार करताना आपली पारंपरिक जाती व्यवस्था, जाती अंतर्गत विवाहव्यवस्था, विवाह विधीसंबंधी धार्मिक रीतीरिवाज यात मात्र विशेष बदल केलेला दिसत नाही. आजही विवाह सोहळ्यात तोच पारंपरिक थाटमाट दिसून येतो. एकीकडे विवाह सोहळ्याचे ध्वनीचित्रण करणारे हे कुटुंब, दुसरीकडे घरात आलेल्या नवोदित सुनेचा हुंड्यासाठी जेव्हा खून करते तेव्हा संस्कृतीच्या भौतिक-अभौतिक घटकांतील अंतराची कल्पना विद्यार्थ्यांना

येईल. पुढील आकृतीवरून सांस्कृतिक पश्चायनाची सुस्पष्ट जाणीव आपल्याला होईल.
भौतिक व अभौतिक संस्कृतीच्या गतिभिन्नतेमुळे पडणारे अंतर दर्शविणारी आकृती–

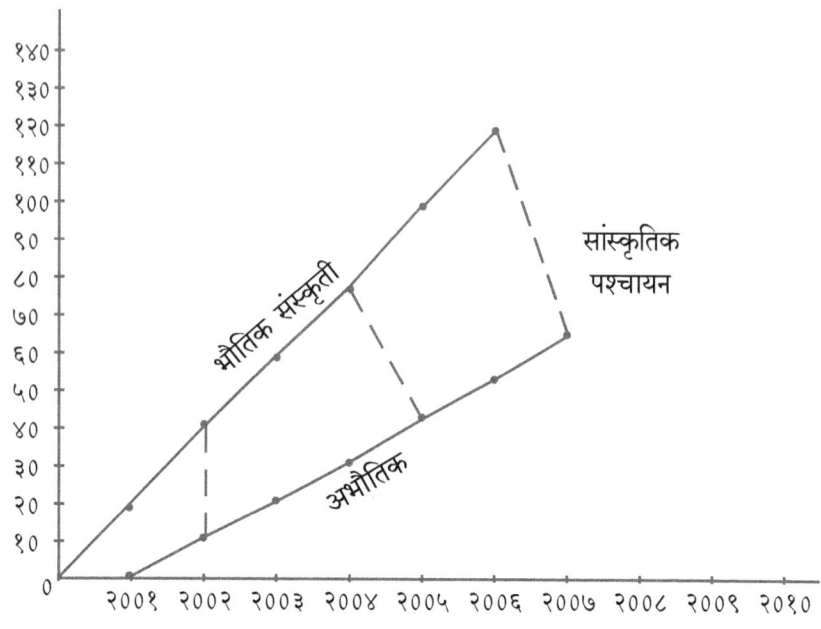

(आकृती : ७.१)

आकृती क्र. ७.१ कडे दृष्टिक्षेप टाकल्यास तुमच्या असे लक्षात येईल की, जसजसा
काळ पुढे जातो तसतशी भौतिक संस्कृतीच्या परिवर्तनाची गती वेगाने वाढते व त्या
तुलनेने अभौतिक संस्कृतीच्या परिवर्तनाची गती खूपच मंद असते व त्यामुळे या दोन
संस्कृतीत जे अंतर पडते त्याची कल्पना वरील आकृतीवरून येऊ शकेल.

सारांशरूपात सांगावयाचे झाल्यास असे म्हणता येईल की, कोणत्याही समाजाच्या
संस्कृतीच्या भौतिक आणि अभौतिक घटकांत परिवर्तन गतिभिन्नतेमुळे जे अंतर पडते
त्यास डब्ल्यू. एफ. ऑगबर्न यांनी 'सांस्कृतिक पश्चायन' ही संज्ञा वापरली होती.

सामाजिक चळवळी (Social Movements) :

समाजातील बहुसंख्य व्यक्तींकडून समाजातील काही महत्त्वपूर्ण घटकांमध्ये
बदल घडवून आणण्यासाठी किंवा या घटकांमध्ये होणाऱ्या बदलांना संघटितपणे
विरोध करण्याचा हेतूतः केलेला प्रयत्न म्हणजे सामाजिक चळवळ होय. समाजशास्त्रीय
दृष्टिकोनातून चळवळ म्हणजे सामुदायिक प्रयत्नांनी समाजात सामाजिक परिवर्तन घडवून

आणणे होय. समाजातील काही महत्त्वाच्या प्रश्नांना समोर ठेवून चळवळी आकाराला येत असतात. त्यासाठी मिरवणुका, घोषणा, मोर्चे इत्यादी कृतींचा आधार घेतला जात असतो. हे चळवळीचे दृश्य स्वरूप असते. यामागे परिवर्तनाचा विचार असतो. हा विचार विशिष्ट व्यक्तींद्वारा पुढे आणला जातो. चळवळीला विशिष्ट अशा विचारसरणीचा आधार असतो. या वैचारिक तत्त्वज्ञानातूनच अनेक अनुयायी चळवळीला संलग्न होत असतात व चळवळीचा प्रसार करतात. या चळवळी समाजव्यवस्थेत अनुकूल स्वरूपातून सामाजिक बदल घडवून आणतात. कधी कधी चळवळीची फलश्रुती प्रतिकूलही ठरत असते. चळवळीचे सातत्य हे चळवळीच्या यशापयशाचे एक महत्त्वाचे परिमाण ठरते. समाजशास्त्रांतर्गत व्यक्ती–व्यक्तीतील परस्पर संबंधाबाबत असलेल्या सामाजिक रूढी, परंपरा, नियमने या संदर्भातून कुटुंबसंस्था, जातिसंस्था, धर्मसंस्था, लिंगभाव इत्यादी संदर्भात सामाजिक चळवळींचे अध्ययन केले जाते. एकूणच समाजव्यवस्थेच्या संदर्भात परिवर्तनाची प्रक्रिया घडवून आणण्यात चळवळीचा सहभाग किती आहे याचा अभ्यास समाजशास्त्रांतर्गत केला जातो. सामाजिक चळवळीचे स्वरूप समजून घेण्यास्तव काही व्याख्यांचा परामर्श घेता येईल.

सामाजिक चळवळीच्या व्याख्या व स्वरूप
(Defination and nature of social movement) :

१) **हर्बर्ट ब्लूमर** (Herbert Blumer) :

'रूढ सामाजिक संबंधामधील एखाद्या क्षेत्रांतर्गत परिवर्तन घडवून आणण्याकरिता करण्यात येणारे सांघिक प्रयत्न म्हणजे सामाजिक चळवळ होय. मोठ्या प्रमाणावरील लोकसहभाग सामाजिक संबंधात परिवर्तन घडवून आणतो.' (A social movement signifies a collective efforts to transform some given area of established social relations or else a large unguided change in social relations involving large number of participants.)

२) **लुंडबर्ग** (Lundburg) :

'व्यापक समाजातील अभिवृत्ती, वर्तन व सामाजिक संबंधासंदर्भातील घटकांत बदल घडवून आणण्यासाठी लोकांचे झालेले उत्स्फूर्त संघटन म्हणजे सामाजिक चळवळ होय.' (Social movement is volentery association of people engaged in concerted efforts to change attitudes, behaviour and social relationships in a larger society.)

३) **रुडॉल्फ हेबर्ले** (Rudolf Heberle) :

'समाजाच्या संस्थात्मक स्वरूपात मूलगामी परिवर्तन घडवून आणण्यासाठी किंवा समाजव्यवस्थेच्या निर्मितीसाठी विविध पातळीवरील सांघिक प्रयत्नांना सामाजिक

चळवळ असे म्हणतात.' (The turn of social movement is being used to denote a wide variety of collective attempts to bring about change in certain social institutions or to create and entirely new order.)

४) जे. आर. गसफिल्ड (J. R. Gusfild) :

'प्रस्थापित समाजरचनेत बदल घडवून आणण्यासाठी केल्या जाणाऱ्या सामुदायिक स्वरूपाच्या मागण्या म्हणजे सामाजिक चळवळ होय.' (Social movement are defined as socially shared demands for change in some aspect of the social order.)

५) टर्नर व किलीयन (Turner and Kiliyan) :

'सामाजिक परिवर्तनासाठी किंवा अशा परिवर्तनाला सिद्ध झालेल्या संपूर्ण समाजाच्या किंवा गटाच्या सातत्यपूर्ण सांघिक वृत्तीस सामाजिक चळवळ असे म्हणतात'. (A social movement is a collectively acting with some continuity to promote or resist a change in the society or a group of which it is a part.)

उपरोक्त व्याख्यांवरून सामाजिक चळवळीचे स्वरूप स्पष्ट होऊ शकते. व्याख्यांतर्गत काही महत्त्वाच्या बाबी स्पष्ट केलेल्या आहेत. त्याचे स्पष्टीकरण खालीलप्रमाणे देता येऊ शकेल–

१) सामाजिक चळवळी जुनाट, अमानवी रूढी, परंपरांना विरोध करण्यासाठी तसेच कालबाह्य सामाजिक संकेत, गुलामी, पारतंत्र्य इत्यादींच्या विरोधात नवस्वातंत्र्यवादी विचारांचा प्रसार करण्यासाठी आखल्या जातात.

२) सामाजिक चळवळी लोकसहभागाशिवाय अस्तित्वात येत नाहीत. तसेच पुढेही जाऊ शकत नाहीत. म्हणजे सामाजिक चळवळीचे स्वरूप सामुदायिक कृतीचे असते.

३) सामुदायिक कृती–प्रवणतेसाठी चळवळीला संघटनात्मक पाया असणे आवश्यक असते. चळवळीचे संघटनात्मक स्वरूप लवचिक किंवा ताठर स्वरूपाचेही असू शकते.

४) सामाजिक चळवळीला विशिष्ट स्वरूपाची विचारप्रणाली असते. या विचारप्रणालीअंतर्गत सैद्धान्तिक पातळीवरील तत्त्वज्ञानाबरोबर व्यावहारिक स्वरूपाच्या बाबीही समाविष्ट असतात. साधारणतः हे तत्त्वज्ञान परिवर्तनाची मिती मांडणारे असते. या तत्त्वज्ञानाच्या आधारावरच चळवळ संघटित होत असते.

५) चळवळी या विशिष्ट ध्येयाने प्रेरित झालेल्या असतात. हे ध्येय समाज घटकांत बदल घडवून आणणे येथपासून ते समग्र स्वरूपाच्या परिवर्तनाची मिती जोपासणारेही असू शकते.

६) चळवळीच्या उद्दिष्टपूर्तीकरिता विविध स्वरूपाच्या मार्गांचा अवलंब केला जातो. त्यासाठी संस्थीकृत मार्गाबरोबरच असंस्थीकृत मार्गांचाही मोठ्या प्रमाणात

अंगीकार केला जातो. बऱ्याचदा सामाजिक आदर्शाचा विधीनिषेध न बाळगता चळवळीच्या उद्दिष्टप्राप्तीकरिता सार्वजनिक मालमत्तेची हानी करणे, दैनंदिन व्यवहार बंद पाडणे, रास्ता रोको करणे, आत्मदहन करणे यांसारख्या हिंसक, कायदाव्यवस्था धोक्यात आणणाऱ्या, दैनंदिन जीवन विस्कळीत करणाऱ्या मार्गाचा अवलंब केला जातो. काही प्रसंगी दहशतवादी कृत्येदेखील केली जातात.

७) सामाजिक चळवळी प्रगतीसाठी उपयुक्त ठरतात, असे असले तरी काही चळवळी प्रगतीत अडथळाही ठरू पाहतात. चळवळीद्वारा मानवी संबंधामध्ये व एकंदरच परस्परविषयक दृष्टिकोनामध्ये परिवर्तन घडवून आणण्याचा प्रयत्न होतो. उदा. दलित कामगार, स्त्रिया यांना शोषणमुक्त करण्यासाठी व एकंदरच त्यांच्या विषयीच्या श्रेष्ठ-कनिष्ठ भावनेमध्ये समाजाच्या दृष्टिकोनामध्ये बदल घडवून आणण्यासाठी अनेक चळवळी उभ्या राहिलेल्या दिसतात व या चळवळींना यशप्राप्तीही मिळालेली दिसते.

सामाजिक चळवळीच्या संरचनात्मक पूर्वअटी
(Structural preconditions of social movements) :

सामाजिक चळवळ अस्तित्वात येऊन ती आकाराला येण्यामागे, विशिष्ट स्वरूप धारण करण्यामागे, चळवळीची दिशा ठरण्यामागे, चळवळीच्या संघटनामागे, चळवळीच्या यश किंवा अपयशामागे विशिष्ट स्वरूपाच्या संरचनात्मक पूर्वअटी असतात. या पूर्वअटीद्वाराच चळवळीचे स्वरूप, दिशा यांचे निर्धारण होत असते. स्टॉकडल (Stockdale) तसेच स्मेलसर यांनी सामाजिक चळवळीच्या उदयामागील व विकासामागील पूर्व अटींचे विश्लेषण केले आहे. या विश्लेषणाचा आधार सामाजिक चळवळीच्या पूर्व अटी समजून घेण्यास्तव घेता येईल.

१) सामाजिक तणाव किंवा असंतोषाची भावना
(Emotion of social tension and social discontent) :

समाजांतर्गत असलेला सामाजिक असमतोल, श्रेष्ठ कनिष्ठत्व, विशिष्ट बाबी संदर्भातील वंचिततेची भावना यातून या सामाजिक परिस्थितीविषयी समाजातील व्यक्तींच्या मनामध्ये ज्या वेळेस असंतोषाची भावना निर्माण होते, त्या वेळेस समाजव्यवस्थेत संरचनात्मक तणाव निर्माण होतो. हा असंतोष किंवा संरचनात्मक स्वरूपाचा तणाव या बाबी चळवळ उदयास आणण्यासाठी चळवळीची पूर्वअट ठरतात.

२) तणाव व असंतोष निराकरणाचे मार्ग खुंटणे
(Their is no way to solve social tension and discontent) :

समाजव्यवस्थेंतर्गत निर्माण झालेला तणाव किंवा असंतोष विविध स्वरूपाच्या माध्यमांतून निराकरण करणे आवश्यक स्वरूपाचे असते. परंतु, समाजव्यवस्थेकडे या

तणाव निराकरणाचा मार्ग नसेल तर समाजात निर्माण झालेला असंतोष किंवा तणाव चळवळीला पोषक ठरून चळवळ विकसित होत जाते.

३) हितसंबंधियांचा संपर्क (Comunication among interest group) :

समाजात विशिष्ट बाबींच्या संदर्भात असलेली असंतोषाची भावना समान हितसंबंधी या अंतर्गत एकसारखी असते. केवळ व्यक्तींमध्ये असंतोषाची भावना असून चालत नाही तर या असंतोषाची भावना असणाऱ्या समान हितसंबंधियांमध्ये परस्पर संपर्क होऊन त्यांच्यात अंतर्क्रिया घडणे आवश्यक असते. अशा अंतर्क्रिया घडून आल्या तर असंतोषाचे स्वरूप व्यक्तिगत न राहता सामूहिक बनते व व्यक्ती एकत्रित येऊन चळवळीला शक्ती प्राप्त करून देतात.

४) योग्य नेतृत्व (Able leadership) :

चळवळीला योग्य मार्गाने नेण्यासाठी, तिचा विकास घडविण्यासाठी, लोकसंघटन घडवून आणण्यासाठी, समविचारी व्यक्तींना एकत्रित आणण्यासाठी सक्षम नेतृत्वाची गरज असते. तरच चळवळ योग्य दिशेने जाऊन चळवळीचे इच्छित साध्य करून घेता येते.

५) विचारप्रणालीद्वारा श्रद्धांची वाढ व विस्तार

(To developed faith through idealogy) :

प्रत्येक चळवळ विकसित होण्यासाठी त्यामागे विशिष्ट स्वरूपाची विचारप्रणाली असते. या विचारप्रणालीच्या आधारे व्यक्ती विचारप्रवण होतात. त्यातूनच त्यांच्या श्रद्धा चळवळीच्या प्रती दृढ होऊन चळवळीसाठी कोणतेही मूल्य मोजावयास व्यक्ती तयार होते. अशा श्रद्धा भावनांवरच चळवळ उभारली जात असते.

६) प्रतिकूल परिस्थितीत टिकाव धरून राहणे

(To endure adverse situation) :

सामाजिक चळवळीला प्रस्थापितांकडून किंवा शासनाकडून विरोध होत असतो. या विरोधातूनच चळवळ मोडून काढण्याचा प्रयत्न केला जातो. त्यासाठी विविध मार्गांचा अवलंब केला जातो. शासनाद्वारा प्रामुख्याने दंडशक्तीचा वापर करून चळवळ संपविण्याचा प्रयत्न होतो. या सर्व प्रतिकूल अवस्थेत चळवळीबाबतच्या व्यक्तींच्या निष्ठा प्रबल असतील तर त्या अधिकाधिक दृढ होऊ लागतात व चळवळ प्रतिकूल अवस्थेत टिकाव धरून आपले इच्छित ध्येय साध्य करतात. तरीही साधारणतः चळवळीबाबत शासनाची भूमिका चळवळीचे स्वरूप निश्चित करते.

उपरोक्त स्वरूपाच्या पूर्व अटींवर चळवळीचा उदय, चळवळीचे यश-अपयश अवलंबून असते.

स्वाध्याय

१) खालीलपैकी कोणत्याही दोन प्रश्नांची उत्तरे प्रत्येकी ५० शब्दांत द्या.

अ) सामाजिक परिवर्तनाचा अर्थ सांगा.

ब) तंत्रशास्त्रीय घटकाद्वारे परिवर्तित होणाऱ्या काही घटकांची माहिती द्या.

क) सांस्कृतिक पश्चायन म्हणजे काय?

ड) सामाजिक चळवळींचा अर्थ विशद करा.

२) खालीलपैकी कोणत्याही चारवर प्रत्येकी १०० शब्दांत टिपा द्या.

अ) सामाजिक परिवर्तनातील भौगोलिक घटकांची भूमिका स्पष्ट करा.

ब) सांस्कृतिक पश्चायनातील अभौतिक घटक.

क) सामाजिक चळवळीतील पूर्वअटीतील एका घटकाचे स्पष्टीकरण द्या.

ड) सामाजिक परिवर्तनातील सामाजिक चळवळीच्या दोन भूमिकांवर स्पष्टीकरण द्या.

ई) सामाजिक परिवर्तनातील सांस्कृतिक घटक.

फ) सांस्कृतिक पश्चायनातील भौतिक घटकांची काही उदाहरणे द्या.

३) खालीलपैकी कोणत्याही तीन प्रश्नांची उत्तरे प्रत्येकी २०० ते २५० शब्दांत द्या.

अ) सामाजिक परिवर्तनाचा एक घटक म्हणून लोकसंख्याविषयक घटकांची भूमिका स्पष्ट करा.

ब) 'सांस्कृतिक पश्चायन' ही संकल्पना विशद करा.

क) सामाजिक चळवळीतील कोणत्याही दोन पूर्वावश्यक अटी कोणत्या व का? विशद करा.

ड) सामाजिक परिवर्तनातील सामाजिक चळवळीची भूमिका स्पष्ट करा.

ई) सामाजिक परिवर्तनाच्या कोणत्याही दोन घटकांवर थोडक्यात चर्चा करा.

४) खालीलपैकी कोणत्याही एका प्रश्नाचे उत्तर ५०० शब्दांत द्या.

अ) 'सामाजिक परिवर्तन' या संकल्पनेवर निबंध लिहा.

ब) सामाजिक चळवळींच्या व्याख्या सांगा आणि त्याच्या पूर्वावश्यक अटींवर चर्चा करा.

प्रकरण : ८

समाजशास्त्राचा वापर आणि उपयोग

अध्ययनाची उद्दिष्टे :

१) समाजशास्त्र एक व्यवसाय म्हणून निवडता येऊ शकतो याची जाणीव विद्यार्थ्यांना व्हावी यासाठी.

२) समकालीन समाजात समाजशास्त्राच्या अध्ययनाची समर्पकता काय आहे हे विद्यार्थ्यांच्या लक्षात आणून देण्यासाठी.

३) समाजशास्त्र व सामाजिक कार्य, समाजशास्त्र व स्वयंसेवीसंघटना व त्या संबंधीच्या वैधानिक जाणिवा व समाजशास्त्र व प्रचारमाध्यमे यांच्यातील परस्परासंबंधाची जाणीव विद्यार्थ्यांना व्हावी म्हणून.

४) समाजशास्त्रात कारकीर्द घडविण्याच्या संधी काय आहेत हे विद्यार्थ्यांना समजावे म्हणून.

प्रस्तावना

कोणताही विषय अध्ययनासाठी निवडताना संबंधित विद्यार्थी समाजशास्त्रात जर आपल्याला कारकीर्द घडवावयाची असेल तर कोणकोणत्या संधी त्याच्यासमोर उपलब्ध आहेत हे प्रथम माहिती करून घेऊनच मग त्या ज्ञानशाखेची निवड करतो. शिक्षण क्षेत्रातील तज्ज्ञ कितीही असे म्हणत असले की, शिक्षण आणि नोकरी किंवा व्यवसाय यांचा संबंध जोडणे योग्य नाही; असे असले तरी बहुसंख्य पालक आणि त्याचे पाल्य ज्ञानशाखेची निवड करताना त्या क्षेत्रातील कारकीर्द घडविण्याच्या संधींचा न कळत का होईना विचार करतात. या प्रकरणात प्रामुख्याने समाजशास्त्र ही ज्ञानशाखा जर विद्यार्थ्यांनी निवडली तर त्यांच्यासमोर व्यवसायाच्या कोणकोणत्या संधी उपलब्ध होऊ शकतात, याची चर्चा या प्रकरणात आपण करणार आहोत. एक व्यवसाय म्हणून जेव्हा आपण समाजशास्त्राची निवड करतो; सरकारच्या सामाजिक धोरण निर्धारित करणाऱ्या विविध समित्यांत, सरकारच्या नियोजन मंडळात, समाजशास्त्राच्या अध्यापन क्षेत्रांत आणि संशोधन क्षेत्रांत विद्यार्थ्यांना त्यांची कारकीर्द घडविता येऊ शकते.

समाजशास्त्र म्हणजे सर्व क्षेत्रांतील सामाजिक संबंधांचा अभ्यास होय. जिथे जिथे मनुष्य आहे तिथे-तिथे माणसामाणसांत सामाजिक संबंध प्रस्थापित होतात. परंतु, त्या प्रत्येक क्षेत्रातील सामाजिक संबंधांचे स्वरूप वेगवेगळे असते. कौटुंबिक क्षेत्रातील सामाजिक संबंधाप्रमाणेच, आरोग्य, उद्योग, प्रशासन, राजकीयपक्ष, वैधानिक क्षेत्र, स्वयंसेवी संस्था इत्यादींतही सामाजिक संबंध आकाराला येत असले तरी त्याचे स्वरूप वेगवेगळे असते. या प्रत्येक सामाजिक संबंधात आत्मीयता, जवळीक, दुरावा, परकेपणा इत्यादी भावना अंतर्भूत असतात. इतरांना नसली तरी समाजशास्त्राच्या विद्यार्थ्यांना त्याची जाण असते. समाजशास्त्राचा विद्यार्थी सामाजिक संबंधातील हे विविध कंगोरे अधिक चांगल्याप्रकारे समजू शकतात. म्हणून सामाजिक कार्यकर्ता, वैधानिक जाणिवांचे निर्मितीक्षेत्र, सामाजिक कल्याण, कामगार कल्याण उद्योग, कायदा, गुन्हेगारीशास्त्र आणि पत्रकारिता इत्यादी ठिकाणी समाजशास्त्राचे विद्यार्थी त्यांची कारकीर्द घडवू शकतात. अर्थात, कोणत्याही क्षेत्रात कारकीर्द जर घडवावयाची असेल तर त्या त्या क्षेत्राचे सखोल अध्ययन, लोकांच्या प्रश्नांची जाण, ते प्रश्न सोडविण्यासंबंधीच्या योजनांचा आराखडा, आर्थिक तरतुदी इत्यादी बाबतची माहिती संबंधितांना असणे गरजेचे आहे; तर त्या क्षेत्रातील कारकीर्द यशस्वी होऊ शकेल. आदिवासी, ग्रामीण व नागरी क्षेत्रातील सामाजिक संबंधाचे स्वरूप वेगवेगळे असते. त्याची जाणीव विद्यार्थ्यांना असणे गरजेचे आहे.

वर म्हटल्याप्रमाणे 'सामाजिक संबंध' हा समाजाचा पाया असून समाजशास्त्राच्या क्षेत्रात कारकीर्द घडविणाऱ्या विद्यार्थ्यांना त्याची, त्याच्या विविध कंगोऱ्याची आणि स्वरूपाची जाण असणे गरजेचे असून त्या संबंधीचे अध्ययन संबंधितांनी करावे अशी अपेक्षा असते. या सर्व बाबींचा ऊहापोह या प्रकरणात आपण करणार आहोत.

समाजशास्त्राचा वापर-तज्ज्ञांचे विचार (Use of Sociology - Experts Thought) :

समाजशास्त्र हे केवळ सैद्धान्तिक शास्त्र (Theoretical Science) नाही तर ते एक उपयोगी शास्त्र (Applied Science) आहे. या विधानाला आज अधिकाधिक विद्वानांकडून मान्यता मिळत आहे. तज्ज्ञांचा हा दृष्टिकोन आपण स्वीकारला तर मग समाजशास्त्राचा केवळ अभ्यास करून चालणार नाही तर समाजाच्या विविध क्षेत्रांत समाजशास्त्राच्या ज्ञानाचा वापर करून समाजातील काही महत्त्वपूर्ण सामाजिक प्रश्नांची किंवा समस्यांची सोडवणूक करता येऊ शकेल, कमीतकमी त्यांची तीव्रता कमी करता येईल या बद्दलची वाढती जाणीव समाजशास्त्राच्या अभ्यासकांमध्ये होऊ लागली. प्रारंभीच्या काळात मानवी जीवनात निर्माण होणाऱ्या प्रत्येक प्रश्नांचे मूळ आर्थिकतेत आहे असे मानले जात होते. मनुष्याच्या सर्व प्रकारच्या आर्थिक गरजा जर पूर्ण झाल्या तर मनुष्य

समाधानी होतो, हा विचार एकेकाळी प्रबळ होता. परंतु, मानवी सामाजिक जीवनाचा जसजसा अधिक अभ्यास होत गेला तसे माणसाच्या सामाजिक जीवनात 'अर्थ' (पैसा) महत्त्वाचा असला तरी तो सर्वस्व नाही हे तज्ज्ञांच्या लक्षात आले. मानवा-मानवातले काही सामाजिक संबंध हे सर्वस्वी आपुलकी, जवळीक, आत्मीयता यावरही अवलंबून असतात किंवा दुरावा, द्वेष, अलिप्तता यावरही अवलंबून असतात याची वाढती जाणीव समाजशास्त्राच्या अभ्यासकांना झाली. तसेच या अभ्यासकांच्या हे ही लक्षात आले की, आर्थिक गरजांची सहजतेने पूर्तता होणारी श्रीमंत माणसे व त्यांचे कुटुंबीय जीवनात सुखी असल्याचे दिसत नाही. तेव्हा आर्थिक सुबत्ता किंवा आर्थिक दु:स्थिती. मानवी जीवनाच्या अनेक पैलूंपैकी केवळ एक पैलू आहे. तेव्हा मानवाच्या काही प्रश्नांचा उगम हा आर्थिकतेत नसून, मानवी सामाजिक संबंधांच्या स्वरूपात आहे असे म्हणावे लागते.

त्याचप्रमाणे समाजशास्त्रीय विद्वानात पूर्वी हा विचार प्रबळ होता की, समाजशास्त्रांच्या अभ्यासकाने समाजातील विविध प्रघटनांचे, समस्यांचे अध्ययन करावे, त्याचे निष्कर्ष प्रतिपादन करावेत, पण त्यावर उपाय सुचविण्याचे काम समाजशास्त्रज्ञांचे नाही; कारण समाजशास्त्रज्ञ हा समाज सुधारक (Social Reformer) नाही. दुसऱ्या शब्दांत समाजशास्त्रीय संशोधकाने समाज सुधारकांची भूमिका बजावू नये; कारण त्यामुळे कदाचित संशोधनातील त्याच्या तटस्थ (Neutral) दृष्टिकोनाला बाधा येऊ शकेल. परंतु, आजचे समाजशास्त्रज्ञ हा विचार नाकारतात व असे प्रतिपादन करतात की समाजशास्त्रज्ञांनी समाजसुधारकांची भूमिका बजावणे अत्यावश्यकच आहे; कारण समाजशास्त्रीय संशोधकाने केलेल्या सामाजिक प्रघटनेच्या किंवा समस्येच्या संशोधनात्मक अध्ययनामुळे तो त्या प्रश्नाचा वैज्ञानिक जाणकार बनतो व त्यामुळे त्या विशिष्ट प्रघटनेची किंवा समस्येची सोडवणूक कशी करावयाची हे तो जितक्या अचूकपणे सांगू शकेल त्या अचूकपणे कोणीच सांगू शकणार नाही. ज्याप्रमाणे एखादा तज्ज्ञ डॉक्टर त्याच्या रोग्यांच्या रोगाचे निदान विविध तपासण्यांच्या माध्यमातून करतो, त्याचप्रमाणे समाजाच्या आजाराचे निदान करण्याची जबाबदारीही व त्याद्वारे त्यावर योग्य औषधोपचार करण्याची जबाबदारीही समाजशास्त्रज्ञरूपी डॉक्टरने स्वीकारणे गरजेचे आहे. हे वरील विवेचन हे समाजशास्त्र कसे उपयोगी शास्त्र आहे यावर प्रकाशझोत टाकते.

समाजशास्त्राचा वापर – एली चिनॉय यांचे विचार (The Uses of Sociology-Ely Chinoy's thought) :

अमेरिकेतील समाजशास्त्रज्ञ प्रा. एली चिनॉय (Ely Chinoy) यांनी त्यांच्या

सोसाईटि (Society - समाज) या ग्रंथात 'समाजशास्त्राचा वापर' या विषयावर एक स्वतंत्र प्रकरण लिहिले असून त्या प्रकरणाचा सारांशरूपाने आपण याठिकाणी आढावा घेणार आहोत.

एली चिनॉय या संदर्भात असे म्हणतात की, समाजशास्त्रीय ज्ञान आणि कौशल्य याचा आज मोठ्या प्रमाणात खालील कारणांसाठी वापर करण्यात येतो.

I) वस्तुनिष्ठ माहितीचा उगमस्रोत म्हणून.

II) काहीप्रसंगी क्रियेचे मार्गदर्शक साहाय्यक म्हणून.

III) मानवी वर्तनाचे आकलन होण्याचा महत्त्वाचा दृष्टिकोन म्हणून.

गेल्या काही वर्षांत समाजशास्त्रज्ञांच्या योगदानाकडे अन्य क्षेत्रातील विद्वानांचे मोठ्या प्रमाणात लक्ष वेधण्यास प्रारंभ झाला असून त्यामुळे स्वयंशिस्तीचे प्रतिबिंब इतर विद्याशाखांवर पडल्याचे एका बाजूला दिसून येते तर दुसऱ्या बाजूला सामाजिक वर्तनासंबंधीच्या वास्तव माहितीचे संकलन केले जाते. तसेच संशोधन तंत्राचा झालेला विकास, त्याचप्रमाणे सर्वसामान्य सिद्धान्त आणि विशेष सिद्धान्त बांधताना त्यातील विषयाची विविधता आपल्या लक्षात येते. समाजशास्त्रीय संशोधकांनी हाताळलेल्या विषयांत स्तरीकरण, नोकरशाही, विपथगामी वर्तन, उद्योग, परिवर्तन इत्यादींचा अंतर्भाव होतो.

समाजाच्या वैज्ञानिक अध्ययनाचे मूलभूत तत्त्व हे की, या अध्ययनात सामाजिक समस्यांच्या आकलनाचे आणि सोडवणुकीचे संदर्भात 'आशा आणि श्रद्धा' यांना स्थान न देता कारणमीमांसा यांनाच प्राधान्य देण्याची आवश्यकता आहे.

अग्युस्त कान्त यांचा समाजाच्या सुधारणेचे उपाय, मार्क्स यांचा वैज्ञानिक समाजवाद की, ज्यातून वर्गविरहित समाजाच्या निर्मितीची प्रक्रिया, हर्बर्ट स्पेन्सर आणि एमिल दयुरखेम यांचे नैतिक आणि राजकीय प्रश्न इत्यादी बाबी समाजशास्त्राच्या उपयोगितेसाठी महत्त्वाच्या आहेत. त्याचप्रमाणे अमेरिकेतील समाजशास्त्रज्ञ लेस्टर एफ. वार्ड, चार्ल्स् एच. कूले आणि एडवर्ड ए. रॉस यांनी पण वस्तुनिष्ठ आणि तार्किकतेवर आधारित समाजशास्त्रीय विश्लेषणाच्या पद्धतीचा अंगीकार करण्यावर भर दिला होता. पहिल्या महायुद्धाच्या समाप्ती नंतरच्या काही वर्षांत अमेरिकेतील सर्व जरी नसल्या तरी बहुसंख्य समाजशास्त्रज्ञांनी वस्तुनिष्ठतेच्या प्रात्यक्षिकाचे समर्थन केले होते. समाजशास्त्रीय ज्ञानाचा वापर, अन्य क्षेत्रांत करण्यात, अमेरिकेतील बहुसंख्य समाजशास्त्रज्ञ उत्सुक होते ही वास्तवता नाकारता येत नाही.

समाजशास्त्रीय चौकशीचे क्षेत्र व त्याचा वापर दिवसेंदिवस विस्तारित होत असून बदलत्या अत्यंत जटिल आणि जलद गतीने परिवर्तित होणाऱ्या समाजात मानवी

वर्तनाच्या सांस्कृतिक व सामाजिक पैलुंच्या संदर्भात वाढत्या जाणिवा यामुळे समाजशास्त्रीय ज्ञानाचा वापर करण्याची प्रवृत्ती सातत्याने वाढत आहे. माल उत्पादन क्षेत्र, जाहिरात क्षेत्र यात त्यांचे ग्राहक व ग्राहकांची आकलनशक्ती या संबंधीची अचूक माहिती केवळ समाजशास्त्रीय सर्वेक्षण अथवा संशोधन याद्वारेच प्राप्त होऊ शकते याची वाढती जाणीव या क्षेत्रातील लोकांना झाल्यामुळे त्यांच्या क्षेत्रात समाजशास्त्रीय ज्ञानाचा वापर मोठ्या प्रमाणात केला जातो. याशिवाय उद्योग, व्यापार सरकार, सैनिकी दल आणि या सारख्या क्षेत्रातील प्रशासकीय आणि कार्यकारी अधिकारी वास्तव माहिती प्राप्त करण्यासाठी समाजशास्त्रीय संशोधनाचा किंवा सर्वेक्षणाचा वापर करतात. त्याचप्रमाणे वैद्यकीय क्षेत्रातील अनेक शरीरशास्त्रज्ञांना आणि वैद्यकीय वैज्ञानिकांना रोगाच्या व उपचाराच्या संदर्भातील संस्कृती आणि सामाजिक संबंध यांच्या समर्पकतेची (Relevance) जाणीव झाली असून त्यांचे महत्त्वास आज ते मान्यता देतात.

समाजशास्त्रीय ज्ञानाच्या या वाढत्या विकासाचा परिणाम म्हणून समाजशास्त्र हा विषय वैद्यकीय, व्यापार, कायदा आणि सामाजिक कार्य या विद्याशाखांत आणि उदार स्वरूपाच्या कला महाविद्यालयात आणि पदवी विद्यालयात शिकविला जातो. तसेच समाजशास्त्राची पदवी धारण करणाऱ्या विद्यार्थ्यांना इस्पितळे, सरकारी कार्यालये, कारखाने यात संशोधकांच्या नोकरीची संधी उपलब्ध होते.

उद्योग, व्यापार, वैद्यकीय, सैनिकी, कायदा, प्रचार माध्यमे इत्यादी क्षेत्रांत समाजशास्त्रज्ञांना संशोधनाच्या नवीननवीन संधी आणि समाजशास्त्रीय ज्ञानाच्या वापराच्या नवीन विभागांचा समावेश होतो.

ऑगबर्न यांच्या या चर्चेचा मथितार्थ असा की, विसाव्या शतकाच्या दुसऱ्या दशकानंतर समाजशास्त्राच्या संशोधनात्मक व उपयोगात्मक ज्ञानाचा वापर मोठ्या प्रमाणात केला जाऊ लागला. मानवी संबंधातील गुंतागुंत, त्यातून निर्माण होणाऱ्या समस्या व त्यांच्या सोडवणुकीसाठी समाजशास्त्रीय ज्ञानाच्या वापराला दिवसेंदिवस वाढती मागणी विविध क्षेत्रांतून येऊ लागली, हे समाजशास्त्राचेच भाग्य म्हणावे लागेल.

समाजशास्त्र एक व्यवसाय म्हणून (Sociology as a Profession) :

प्रत्येक व्यक्तीला तिच्या स्वतःच्या व कुटुंबाच्या उपजीविकेसाठी कोणता ना कोणता व्यवसाय करावाच लागतो. परंतु, याठिकाणी आपल्याला काम आणि व्यवसाय (Work and Profession) या दोन संकल्पनात असणारा भेद लक्षात घेतला पाहिजे. पूर्वीच्या काळी म्हणजेच पारंपरिक समाजात व्यवसायात वकिली, वैद्यकीय, चर्चचे

धर्मगुरू आणि सैनिकी दलातील अधिकारी यांचा अंतर्भाव होतो. परंतु, गेल्या काही वर्षांत व्यावसायिकांचे क्षेत्र व्यापक झाले असून त्यात तंत्रशास्त्रज्ञ, वैज्ञानिक, प्राध्यापक, उद्योग क्षेत्रातले व्यवस्थापक आणि कार्यकारी, स्वयंसेवी संघटनांचे अध्यक्ष इत्यादी अनेकांचा समावेश होतो; तर दुसरीकडे 'काम' या संकल्पनेत प्रामुख्याने 'शारीरिक श्रम' करणारे श्रमिक किंवा मजूर येतात. काही तज्ज्ञांच्या मताने 'व्यवसाय' हा कामापेक्षा श्रेष्ठ दर्जाचा आहे असे मानले जाते.

व्यवसायाची व्याख्या (Definition of Profession) : समाजशास्त्राशी संबंधित काही विद्वानांनी 'व्यवसाय' या संकल्पनेच्या केलेल्या काही व्याख्या आपण पाहू–

I) डेव्हिड जारी आणि ज्युलिया जारी (David Jary and Julia Jary) : या उभयतांनी संपादित केलेल्या 'समाजशास्त्राचा शब्दकोश' या ग्रंथात व्यवसायाची व्याख्या खालील शब्दांत केली होती. व्यवसाय म्हणजे कोणताही मध्यमवर्गीय व्यावसायिक गट की जो पुढील वैशिष्ट्यांनी युक्त असतो.

अ) व्यवसायातील व्यक्ती या उच्च प्रतीच्या तंत्रशास्त्रातील आणि बौद्धिकदृष्टीने तज्ज्ञ असतात. ब) यातील उमेदवारांची निवडपद्धती ही स्वायत्त आणि शिस्तबद्ध असते. क) सार्वजनिक सेवेशी हे व्यावसायिक वचनबद्ध असतात.

तंत्रशास्त्रीय ज्ञानाच्या आणि विशेषीकरणाच्या कक्षेत उदयाला आलेली आणि येऊ घातलेली नवनवीन क्षेत्र यामुळे आज दैनंदिन वापरात व्यवसाय या संकल्पनेत कोणत्याही आणि सर्व व्यवसायांचा समावेश करण्यात येतो.

II) गॉर्डन मार्शल (Gordon Marshall) : यांनी संपादित केलेल्या समाजशास्त्राच्या शब्दकोशात व्यवसायाची व्याख्या खालीलप्रमाणे केली आहे. व्यवसाय म्हणजे, काम संघटनेचा आदरयुक्त एक प्रकार होय की, ज्यात कामाच्या स्थितीज्ञानाचे प्रकार आणि हितसंबंधी गट नियंत्रणाच्या उच्च परिणामकारक प्रक्रियांचा समावेश होतो.

या व्याख्येवर स्पष्टीकरण करताना गॉर्डन मार्शल असे म्हणतात की, संघटनात्मक प्रकार म्हणून व्यवसायाचा विचार करता व्यवसायात खालील वैशिष्ट्ये समाविष्ट आहेत– अ) वैयक्तिक सभासदांच्या कार्यक्षमतेचा मापदंड निश्चित करणारे एक मध्यवर्ती कार्यकारी मंडळ निर्माण व्हावे. ब) सभासदांच्या वर्तणुकीची संहिता तयार करणे. क) व्यावसायिक कार्यक्रमाचा आधार तयार करणाऱ्या तज्ज्ञांसाठी ज्ञानाचे काळजीपूर्वक व्यवस्थापन करणे आणि शेवटी ड) व्यवसायातील सभासद संख्येवर नियंत्रण ठेवणे, त्यांची निवड करणे आणि नवनिर्वाचित सभासदांसाठी योग्य परीक्षणाची सुविधा उपलब्ध करून देणे इत्यादी.

या व्याख्यांचा विचार करता व्यवसाय या संकल्पनेत समाविष्ट होणाऱ्या

व्यावसायिक गटांचे क्षेत्र व्यापक होत असून आज उद्योग, संगणकीय क्षेत्र, प्रचार माध्यमांचे क्षेत्र, तंत्रविज्ञान संच, शैक्षणिक क्षेत्र, बांधकाम क्षेत्र, व्यापारी इत्यादी अनेकांचा त्यात अंतर्भाव करण्यात येतो.

समाजशास्त्र एक व्यवसाय म्हणून (Sociology as a Profession) :

व्यक्तींच्या सामाजिक वर्तनाला मार्गदर्शक करणे, त्यावर नियंत्रण ठेवणे, समाज जीवनाची, त्यातील सामाजिक संस्थांची समग्र माहिती प्रदान करणे इत्यादींमुळे गेल्या काही वर्षांत व भारताचा विचार करता विसाव्या शतकातील सातव्या दशकापासून (म्हणजे १९७०) समाजशास्त्राच्या अध्ययन-अध्यापनाच्या कक्षा रुंदावण्यास प्रारंभ झाला. भारताबाहेर व भारतात हा विषय अनेक विद्यापीठे व महाविद्यालये यात शिकविण्यास प्रारंभ होऊन एक वैकल्पिक विषय म्हणून या विषयाला सामाजिकशास्त्राच्या विभागात महत्त्वाचे स्थान देण्यात आले. उशिरा का होईना शिक्षण व प्रशिक्षण महाविद्यालयातही हा विषय शिकविण्यास प्रारंभ झाला. या मागचा उद्देश असा होता की, शिक्षण आणि प्रशिक्षण महाविद्यालयातील शिक्षक-प्रशिक्षक यांनी या विषयाची व त्यांच्या विद्यार्थ्यांची व्यक्ती म्हणून ओळख करून न घेता ज्या समूहात वा समाजात ते राहतात त्या समूहाचे किंवा समाजाचे सामाजिक जीवन त्यांनी समजावून घेण्याचा प्रयत्न केला पाहिजे. समाजासंबंधी ज्ञानाचा प्रसार किंवा फैलाव केल्यामुळे त्यांच्यात सामाजिक विचारांचा निश्चितच उदय होईल, सामाजिक वर्तनाचा विकास होईल, सामाजिक नियोजन दूरवर जाईल व त्यातून एक नवीन सामाजिक व्यवस्था उदयाला येईल व उत्क्रांत होईल.

समाजशास्त्र एक व्यवसाय म्हणून विचार करता समाजशास्त्राच्या वापराचे महत्त्व आणखी एका तथ्याने सिद्ध होऊ शकेल. हे तथ्य म्हणजे 'समाजशास्त्र' हा विषय केंद्रीय लोकसेवा आयोगाकडून सनदी अधिकाऱ्यांची निवड करण्यासाठी घेण्यात येणाऱ्या स्पर्धापरीक्षांच्या अभ्यासक्रमात वैकल्पिक विषय म्हणून समाविष्ट करण्यात आला आहे. समाजशास्त्राच्या अभ्यासाशिवाय कोणत्याही देशातील प्रशासकीय उच्च पदाची आकांक्षा बाळगून तसे प्रशिक्षण आणि ज्ञान आत्मसात करण्याचे प्रयत्न अपूर्ण व सदोष ठरतात असे म्हटल्याशिवाय राहवत नाही. सर्व प्रकारच्या व सर्व क्षेत्रातील मानवी सामाजिक संबंधाचा अभ्यास समाजशास्त्र करते व प्रशासकीय अधिकाऱ्याला कार्यालयीन कामासाठी अनेकांशी सामाजिक संबंध प्रस्थापित करावे लागतात; व त्यासाठी त्यांना समाजशास्त्राचे ज्ञान गरजेचे आहे.

एक व्यवसाय म्हणून समाजशास्त्राचे अध्ययन करणाऱ्या विद्यार्थ्यांना खालील क्षेत्रात नोकऱ्या मिळण्याच्या संधी उपलब्ध होऊ शकतात.

१) कारखाने आणि सरकारी क्षेत्रांत कामगार कल्याण अधिकारी आणि मानवी संबंध अधिकारी म्हणून;
२) रोजगार विनिमय केंद्र, बेरोजगारांसाठी विमा योजना, विविध सामाजिक सुरक्षा योजना यात जनसंपर्क अधिकारी म्हणून;
३) गुन्हेगार सुधार क्षेत्रांत परीविक्षा अधिकारी, बालगृह अधीक्षक, सुधारगृह अधीक्षक आणि बाल न्यायालयाचे न्यायाधीश म्हणून;
४) समाज कल्याणाच्या क्षेत्रात- समाज कल्याण अधिकारी, युवक कल्याण अधिकारी ग्राम कल्याण अधिकारी, आदिवासी कल्याण अधिकारी म्हणून;
५) सामाजिक शिक्षणक्षेत्रांत आणि प्रौढ शिक्षण क्षेत्रांत सामाजिक शिक्षणाधिकारी अथवा प्रौढ शिक्षणाधिकारी म्हणून;
६) विधवा स्त्रियांच्या कल्याणाच्या क्षेत्रांत नारी निकेतन अध्यक्ष म्हणून;
७) वृद्ध, अपंग, परित्यक्ता स्त्रिया यांच्यासाठी स्थापन केलेल्या कल्याण गृहात अधीक्षक म्हणून.
८) कुटुंब नियोजनाच्या क्षेत्रात सामाजिक कार्यकारी वा संशोधक म्हणून; नोकरीच्या संधी उपलब्ध होऊ शकतात.

समाजशास्त्र एक व्यवसाय म्हणून त्या संबंधीची धोरणे आणि नियोजने (Policies and Planning relating to Sociology as a Profession) : समाजशास्त्राच्या विद्यार्थ्यांना जर समाजशास्त्रीय व्यावसायिक क्षेत्र निवडावयाचे असेल तर कोणकोणत्या संधी उपलब्ध आहेत यावर सविस्तर चर्चा केली. यानंतर त्यासाठी आवश्यक असणाऱ्या धोरणांवर आपण चर्चा करणार आहोत. पूर्वी आपण चर्चा केल्याप्रमाणे समाजशास्त्र म्हणजे मानवी समाजाचा अभ्यास होय. मानवी समाजाच्या अभ्यासात अनेक घटकांचा समावेश होतो. या घटकांत व्यक्ती-व्यक्तींचे सामाजिक गट, सामाजिक संस्था इत्यादींचा समावेश होतो. प्रत्येक व्यक्तीने समाजात कसे वागावे अथवा वागू नये, तसेच व्यक्तींच्या गटाशी व अन्य गटांशी आणि एका गटाचे दुसऱ्या गटाशी कसे संबंध असावेत यासाठी काही नियम असतात व हे नियम निर्धारित करण्याचे त्या त्या समाजातील एकूण व्यक्ती, सामाजिक गट आणि समाजाचे एकंदर स्वरूप यासंबंधी नियमनांचे निर्धारण करणाऱ्या प्रक्रियेला सर्वसामान्यपणे धोरण (Policy) ही संज्ञा वापरली जाते व या धोरणांची अंमलबजावणी करणाऱ्या यंत्रणेला नियोजन म्हणतात. प्रत्येक व्यवसायासाठी धोरणे व नियोजन आवश्यक असते. दुसऱ्या शब्दांत असेही म्हणता येईल की, व्यवसायारूपी नाण्याच्या धोरणे (Policies) आणि नियोजन या दोन बाजू आहेत. काही तज्ज्ञ व विशेषतः अर्थतज्ज्ञ वा अर्थशास्त्रज्ञ थोडा वेगळा विचार करतात. त्यांच्या मताने प्रथम नियोजन त्यानंतर धोरण व शेवटी अंमलबजावणीत्मक

कार्यक्रम या क्रमाने नियोजन प्रक्रिया कार्यरत होते. सर्वसाधारणपणे प्रत्येक राष्ट्राचे स्वतःचे असे एक 'नियोजन मंडळ' (Planning Commission) असते व ते विविध क्षेत्रांचे नियोजन करते. धोरणांच्या विविध अंगाचा अभ्यास करण्यापूर्वी नियोजन प्रक्रियांच्या काही मुद्द्यांचा आपण विचार करू.

नियोजन प्रक्रिया – काही मुद्दे (Planning Process - Some Points) :

भारताच्या नियोजन मंडळाने नियोजन प्रक्रियेत खालील बाबींचा समावेश होतो असे म्हटले आहे.

१) नियोजनकारांनी समुदायातील जनतेच्या सर्व क्षेत्रांतील समस्यांची किंवा प्रश्नांची स्वतंत्रपणे व्याख्या करून त्यादृष्टीने उद्दिष्टे ठरविणे गरजेचे आहे.

२) माणसांच्या विविध गरजा असतात. त्या सर्वच गरजा एकाच वेळेला पूर्ण करणे सरकारला शक्य नसते. तेव्हा नियोजन मंडळाची ही जबाबदारी आहे की, त्यांनी मानवाच्या गरजांना त्यांच्या आवश्यकतेनुसार प्राधान्यक्रम देणे गरजेचे आहे. हा प्राधान्यक्रम, समुदाय-समुदायानुसार वेगवेगळा असला तरी तो निश्चित करण्याची जबाबदारी सरकारची आहे.

३) माणसाच्या गरजा भागविण्यासाठी आवश्यक असलेले मनुष्यबळ, पैसा, साधनसामग्री यांचा अंदाज घेणे व त्यानुसार ते उपलब्ध करून देणे सरकारचे कार्य होय.

४) आपआपल्या कार्यक्षेत्रातील विविध कार्यांचे वार्षिक उद्दिष्ट किंवा लक्ष्य निर्धारित करणे व ते साध्य करण्याचा प्रयत्न करणे संबंधित खात्यांची जबाबदारी होय.

५) कोणत्याही खात्यातील समस्यांच्या संदर्भात कार्यक्रमाचे केवळ नियोजन करून चालत नाही तर त्या संबंधीच्या कार्यक्रमाची योग्य प्रकारे अंमलबजावणी करणेही तितकेच महत्त्वाचे आहे. कार्यक्रमाची अंमलबजावणी ही विविध पातळ्यांवर होणे अत्यावश्यक असते. या विविध पातळ्या म्हणजे क्रमाने राष्ट्रीय पातळी, राज्य पातळी, विभाग पातळी, जिल्हा पातळी, तालुका किंवा गट पातळी आणि शेवटी खेडेगाव किंवा पातळी नियोजन मंडळ धोरण निर्धारित करते आणि संबंधित खाते त्या धोरणानुसार आयोजित कार्यक्रमाची अंमलबजावणी करते. नियोजनांच्या अंमलबजावणीसाठी सर्व पातळ्यांवर समन्वयाची आवश्यकता असते.

६) नियोजन मंडळाने निश्चित केलेल्या कार्यक्रमाची केवळ अंमलबजावणी करून चालत नाही तर त्या कार्यक्रमाचे मूल्यमापन करणेही तितकेच गरजेचे आहे. मूल्यमापन करताना नियोजन पूर्व कालखंडात संबंधित प्रश्नाचे स्वरूप काय

होते; विशिष्ट कार्यक्रमांची अंमलबजावणी झाल्यानंतर संबंधित प्रश्नांच्या स्वरूपात किती बदल झाला, कार्यक्रमाची यशस्विता किती याचा आढावा वेळोवेळी आढावा नियोजन मंडळांतर्गत असलेल्या मूल्यमापन समितीच्या माध्यमातून घेणे महत्त्वाचे ठरते कारण त्यावरून कार्यक्रमांचे यशापयश निर्धारण करणे शक्य होते.

या सर्व मुद्द्यांच्या आधाराने एक गोष्ट लक्षात येते की, देशाचे नियोजन मंडळ विविध प्रश्नाच्या संदर्भात नियोजन आराखडा तयार करते. त्यानंतर त्यानुरूप संबंधित खात्यांच्या सल्ल्यानुसार संबंधित प्रश्नाबाबतचे धोरण ठरविते व धोरणाच्या अंमलबजावणीसाठी विविध स्तरांवर कार्यक्रमाचे आयोजन करते. नियोजन कसे तयार करावयाचे याचा वरील मुद्द्यांच्याआधारे आढावा घेतल्यानंतर आपण वळणार आहोत धोरणांच्या प्रकारांकडे-

धोरणांचे प्रकार (Types of Policies) :

धोरणांचा विचार करता ती विविध क्षेत्रांत निर्धारित केली जातात; या दृष्टीने विचार करता धोरणांचे खालील प्रकार पडतात- १) आर्थिक धोरणे २) औद्योगिक धोरणे ३) शैक्षणिक धोरणे ४) वैद्यकीय धोरणे ५) राजकीय धोरणे ६) विज्ञान व तंत्रज्ञानविषयक धोरणे ७) धर्मासंबंधी ८) सामाजिक धोरणे.

या सर्व कार्यक्षेत्रांचा विचार करता कोणतेही क्षेत्र हे समाजाचे अविभाज्य अंग आहे. त्यामुळे या प्रत्येक कार्यक्षेत्राचे धोरण निर्धारण करणाऱ्या विद्वानांना त्या त्या समाजातील लोकांच्या सामाजिक संबंधांचे, त्यांच्या धार्मिक दृष्टिकोनाचे, समाजातील परंपरा, रूढी, रीतीरिवाज, श्रद्धा यांचे म्हणजेच पर्यायाने समाजशास्त्राचे ज्ञान असणे अत्यावश्यक आहे. तसेच कोणत्याही क्षेत्राचे धोरण निर्धारित करताना केवळ त्या क्षेत्राचाच विचार करून चालणार नाही तर त्यासाठी त्यांना अन्य क्षेत्राचीही माहिती असणे अथवा तशी ती घेणे अत्यावश्यक असते; कारण ही सर्व धोरणे परस्परावलंबी असतात. या सर्व धोरणांवर आपण थोडक्यात चर्चा करू.

अ) आर्थिक धोरण (Economic Policy) :

राजकीय विचारप्रणालीचा राष्ट्राचे आर्थिक धोरण व त्यावर आधारित आर्थिक व्यवस्था यांचे स्वरूप ठरते. जगातील सर्व प्रकारच्या आर्थिक व्यवस्थेचे तीन प्रकारांत विभाजन झाल्याचे दिसून येते.

अ) भांडवलशाहीवर आधारित अर्थव्यवस्था : उदा. अमेरिका, इंग्लंड, जर्मनी, फ्रान्स इत्यादी राष्ट्रांत या प्रकारची अर्थव्यवस्था असून मुक्त व्यापार व मुक्त बाजारपेठा हे या प्रकारच्या अर्थव्यवस्थेचे धोरण होय. **ब) साम्यवादी अर्थव्यवस्था**

(Communist Economy) : उदा. रशिया, चीन, हंगेरी इत्यादी साम्यवादी राष्ट्रे. या प्रकारच्या अर्थव्यवस्थेत उत्पादन, व्यापार, बाजारपेठा यावर सरकारचे संपूर्ण नियंत्रण. **क) संमिश्र अर्थव्यवस्था (Mixed Economy) :** उदा. भारत, इजिप्त, युगोस्लाव्हिया इत्यादी राष्ट्रे यात येतात. यानुसार काही महत्त्वाच्या बाजारपेठा व व्यापार यावर सरकारचे नियंत्रण तर काही प्रकारचे व्यापार व बाजारपेठा नियंत्रणमुक्त. या प्रकारच्या अर्थव्यवस्थेत सहकारी उद्योगांना प्राधान्य. आर्थिक धोरणाच्या संदर्भात एक गोष्ट लक्षात ठेवणे गरजेचे आहे ती ही की, कोणतेही आर्थिक धोरण कायमस्वरूपी नसते. म्हणूनच रशिया, चीन आदी काही साम्यवादी आर्थिक धोरणाला काही प्रमाणात मुरड घालून मुक्त व्यापार व बाजार यांचा स्वीकार केला होता. त्याचप्रमाणे भारत सरकारनेसुद्धा इ. स. १९९१ सालापासून संमिश्र अर्थव्यवस्थेचा त्याग करून मुक्त अर्थ व्यवस्थेचा स्वीकार केला होता.

ब) औद्योगिक धोरण (Industrial Policy) : आर्थिक धोरणाचा एक भाग म्हणून राष्ट्राच्या औद्योगिक धोरणाकडे पाहिले जाते. उद्योगाचा विचार करता उद्योगाचे क्षेत्र तीन प्रकारात विभागता येते- **अ) खाजगी उद्योग (Private Industry) :** हे उद्योग पूर्णपणे खाजगी व्यक्तींच्या मालकीचे असतात व ज्या देशाचे आर्थिक धोरण भांडवलशाहीला पोषक असते, तेथे या प्रकारचे उद्योग आढळतात. **ब) सरकारी किंवा सार्वजनिक उद्योग (Public Industry) :** या प्रकारचे उद्योग पूर्णपणे सरकारच्या मालकीचे असतात व ज्या देशाचे आर्थिक धोरण साम्यवादाला पोषक आहे त्या देशात प्रामुख्याने या प्रकारचे उद्योग आढळतात. **क) सहकारी उद्योग (Co-operative Industry) :** यात सर्वसामान्य व्यक्ती एकत्र येऊन एखादा उद्योग सुरू करतात. या प्रकारच्या उद्योगावर एका व्यक्तीची किंवा सरकारची मालकी नसते तर या उद्योगात पैसे गुंतविणारा प्रत्येकजण उद्योगाचा हिस्सेदार असतो. भारतातील सहकारी साखर कारखाने, सहकारी दुग्धव्यवसाय, सहकारी बँका इत्यादी उद्योग यात असतात.

क) शैक्षणिक धोरण (Educational Policy) : पारंपरिक समाजात समाजातील काही गटांना शिक्षणापासून वंचित करण्यात आले होते. भारतात शूद्रातिशूद्र यांना तर अमेरिका, आफ्रिका यात निग्रोंना त्याकाळी शिक्षणाचा अधिकार नाकारला गेला होता. परंतु, आज विसाव्या शतकात मात्र शिक्षणविषयक धोरणात आमूलाग्र बदल होऊन शिक्षणात समानता प्रस्थापित करण्याच्या धोरणाचा अंगीकार करण्यात आला. या प्रकारच्या समानतेनुसार जाती, धर्म, लिंग व संप्रदाय या कशाचाही विचार न करता प्रत्येकाला शिक्षणाची समानसंधी दिली जाईल. अस्पृश्य जाती, मागासवर्गीय

जाती-जमाती, स्त्रिया यांना शिक्षणाच्या संधी मिळाव्यात म्हणून त्यांच्यासाठी सर्व स्तरावर राखीव जागा व मोफत शिक्षणाची सोय करण्यात आली असून आज ते शिक्षण विषयक धोरणाचे मूळ 'सर्वांसाठी शिक्षण' (Education for All) हे शिक्षणविषयक धोरणाचे एक अंग होते. परंतु, मुक्त आर्थिक धोरणाचा शिक्षणविषयक धोरणावर परिणाम होऊन शिक्षणाचे खाजगीकरण व तसेच बाजारीकरण झाल्यामुळे आज व उद्या शिक्षण ही श्रीमंताची मक्तेदारी बनण्याची शक्यता असून गरिबांना शिक्षण नाकारले जाणार नाही ना ही भीती शिक्षणतज्ज्ञांना वाटते.

ड) वैद्यकीय धोरण (Medical Policy) : पारंपरिक समाजात आरोग्य रक्षण ही व्यक्तीची किंवा कुटुंबाची जबाबदारी मानली जात होती. आज मात्र सर्वच देशात आरोग्यरक्षणाची जबाबदारी सरकारची आहे असे मानले जाते. आरोग्य रक्षणासाठी स्थानिक व जागतिक पातळीवर अनेक संघटना कार्य करतात. हू (WHO) [World Health Organization-जागतिक आरोग्य संघटना] ही त्यातील महत्त्वाची संघटना होय. सर्वांसाठी आरोग्य (Health for All) ही घोषणा या संघटनेने इ. स. १९७८ साली दिली व ती सर्वसभासद राष्ट्रांनी 'राष्ट्राचे वैद्यकीय धोरण' म्हणून स्वीकारली. आजच्या आरोग्य विषयक धोरणात स्त्रियांचे आरोग्य, बालकांचे आरोग्य, मागासवर्गीयांचे आरोग्य व ज्येष्ठ नागरिकांचे आरोग्य याकडे विशेष लक्ष पुरविण्याच्या क्रियांचा समावेश झाला. एकेकाळी सर्वांना मोफत औषधोपचार हे वैद्यकीय धोरणाचे वैशिष्ट्य होते. मुक्त अर्थव्यवस्थेमुळे वैद्यकीय क्षेत्रातपण खाजगीकरणाची लाट आली व वैद्यकीय व्यवसायाचेपण बाजारीकरण होऊन वैद्यकीय उपचार दिवसेंदिवस अधिकाधिक महाग होत गेले. खाजगीकरणामुळे सर्वसामान्यांसाठी आरोग्यविषयक सुविधा मात्र आज दुर्लक्ष ठरू पाहात आहे. हे सर्वसामान्यांचे दुर्दैव होय.

ई) राजकीय धोरणे (Political Policies) : राजकीय धोरणांचे निर्धारण हे राजकीय व्यवस्थेच्या स्वरूपावरून ठरते. राष्ट्राची सत्ता कोणाच्या हातात आहे यावरून राजकीय धोरण निर्धारित केले जाते. पारंपरिक समाजात 'राजा' हा सर्व सत्ताधीश होता. तोच राज्यातील लोकांसाठी धोरणांचे निर्धारण करीत असे. राजकीय सत्ता हुकूमशहा, साम्यवादी मंडळ, लोकनियुक्त अध्यक्ष वा लोकनियुक्त प्रतिनिधी यांच्यातर्फे राबविली जाते ते त्यांच्या विचारसरणीनुसार; असे असले तरी आज बहुसंख्य राष्ट्रांनी समानता, बंधुता व स्वातंत्र्य या त्रयींचा स्वीकार करून त्यावर आधारित राजकीय धोरणांचे निर्धारण केले होते. परंतु, तज्ज्ञांना व संबंधित राष्ट्रांतील सत्ताधाऱ्यांना याची पुरेपूर जाणिव आहे की निरंकुश समानता, बंधुता व स्वातंत्र्य शक्य होणार नाही. परंतु जास्तीत जास्त प्रमाणात या तत्त्वांना प्राधान्य देण्याचे सर्व राष्ट्रांनी आज स्वीकारले आहे.

फ) विज्ञान आणि तंत्रज्ञानविषयक धोरणे (Policies Regarding Science and Technology) : विज्ञान आणि तंत्रज्ञान क्षेत्रात संशोधनाला प्रचंड वाव असून नवनवीन संशोधनासाठी शास्त्रज्ञांना प्रोत्साहित करणे हा या धोरणाचा एक महत्त्वाचा भाग होय. आपल्या राष्ट्राला प्रगतीपथावर नेण्यासाठी या विज्ञान व तंत्रज्ञान धोरणाचा फार मोठा वाटा आहे. दूरध्वनी, भ्रमणदूरभाष, दूरदर्शन, अंतराळ संशोधन, उपग्रहांची निर्मिती व त्यांचे प्रक्षेपण, संगणक तंत्रज्ञानाचा विकास व त्याचा वापर, सर्व क्षेत्रांचे होणारे संगणकीकरण, वाहतुकीच्या जलद साधनांचा शोध इत्यादी बाबी विज्ञानाने समाजाला दिलेली एक देणगीच होय. विज्ञान व तंत्रज्ञान यांचा वापर समाजाच्या संवर्धनासाठी करा विध्वंसासाठी नको, हा या संबंधीच्या धोरणाचा मूलमंत्र होय. 'शांततेसाठी विज्ञान आणि तंत्रज्ञान' ही घोषणा या संबंधीच्या धोरणाचे वेगळेपण होय. अणुशक्तीचे तंत्रज्ञान जितके उपयोगी तितकेच महासंघटक आहे याची जाणीव जगातील सर्व राष्ट्र प्रमुखांना आहे; म्हणून वरील घोषणा अत्यंत मोलाची होय.

ग) धार्मिक धोरणे (Religious Policies) : धर्म हा प्रत्येक समाजाचे एक अत्यावश्यक अंग असून, धर्मपालनाचे स्वातंत्र्य आपल्या नागरिकांना प्रदान करणे हे धार्मिक धोरणाचा एक महत्त्वाचा भाग होय. आज काही राष्ट्रांचा अपवाद वगळता बहुसंख्य राष्ट्रांनी धर्मनिरपेक्षतेच्या तत्त्वांचा किंवा धोरणाचा स्वीकार केल्याचे दिसून येते. धर्मनिरपेक्षता (Secularism) या संज्ञेचा अर्थ असा की, राष्ट्राचा स्वतःचा कोणताही धर्म असणार नाही. राष्ट्रातील सर्व नागरिकांना त्यांच्या त्यांच्या धर्माप्रमाणे वागण्याचे, प्रार्थना करण्याचे, आपआपल्या धर्माचे धार्मिक विधी अथवा सण-उत्सव करण्याचे स्वातंत्र्य, तसेच आपल्या धर्माचे प्रार्थनास्थळ निर्माण करण्याचे स्वातंत्र्य प्रत्येक धर्मातील नागरिकांना प्रदान करणे होय. धर्म पालन ही पूर्णपणे खाजगी बाब असून धर्मपालनासाठी कोणी कोणावर (अगदी सरकारसुद्धा) सक्ती करणार नाही. धर्मांधतेला आजच्या धार्मिक धोरणातून हद्दपार करण्यात आले आहे.

ह) सामाजिक धोरणे (Social Policies) : आतापर्यंत आपण चर्चा केलेल्या वरील सर्व धोरणांचा समावेश अप्रत्यक्षपणे सामाजिक धोरणात होऊ शकतो. 'डेव्हिड जारी आणि ज्युलिया जारी (David Jary and Julia Jary) यांनी संपादित केलेल्या 'समाजशास्त्राच्या शब्दकोशात' सामाजिक धोरणाच्या संदर्भात केलेले विवेचन आपण पाहू. 'सामाजिक धोरणे हे समाजशास्त्राच्या अभ्यासाचे असे एक क्षेत्र असून त्यात आर्थिक, राजकीय, कायदेशीर, शैक्षणिक व समाजशास्त्रीय परीक्षणाचा समावेश होतो. या परीक्षणामुळे व्यक्ती आणि समुदाय यांच्या जीवनमार्गावर केंद्र सरकारच्या, राज्य सरकारच्या व तसेच स्थानिक स्वराज्य संस्थांच्या धोरणांचा परिणाम होतो. खऱ्या

अर्थाने 'सामाजिक धोरण' या संकल्पनेची व्याख्या करणे हे अत्यंत अवघड कार्य असून 'सामाजिक धोरण' या संकल्पनेचा वापर विविध लेखकांनी विविध प्रकाराने केला आहे. काही तज्ज्ञांना हे जरी चुकीचे वाटत असले तरी 'सामाजिक धोरण' ही संकल्पना बऱ्याचवेळा, कल्याणकारी राज्याने पुरविलेल्या सेवांचे संस्थीकरण करण्याच्या संदर्भात सामाजिक प्रशासन (Social Administration) या अर्थाने पण वापरली जाते. या कल्याणकारी राज्याने पुरविलेल्या सेवांत गृह, आरोग्य, शिक्षण, सामाजिक सुरक्षितता, वैयक्तिक, सामाजिक सेवा आणि काही प्रकरणात (Cases) कायदे यांचा समावेश होतो. सामाजिक धोरणांच्या अभ्यासाच्या या दृष्टिकोनाचा उगम हा, सामाजिक कार्यकर्त्यांच्या प्रशिक्षणासाठी सामाजिक धोरणांचा जो अभ्यासक्रम तयार करण्यात आला तो त्यात सापडतो. 'सामाजिक धोरण' या संज्ञेचा वापर जे लेखक आज करतात त्यांनी सुद्धा, ज्या मार्गाने कल्याणकारी राज्याने गृहीत धरलेल्या सामाजिक जबाबदारीच्या कार्यात वैयक्तिक कल्याणाला प्रोत्साहन देण्यासाठी बाजाराच्या अर्थव्यवस्थेत हस्तक्षेप करण्याच्या क्रियेचा समावेश होतो. उदा. कल्याणकारी राज्यांत बाजारातील काही वस्तुंचे भाव राज्य निर्धारित करते व त्या मालाच्या उत्पादकांना संरक्षण देते. उदा. भारतात कापूस, अन्नधान्य, कांदा, ऊस, दूध इत्यादी मालांचे भाव सरकारद्वारे निर्धारित केले जातात.

सामाजिक धोरणे (Social Policies) या संज्ञेच्या वापराबद्दलच अनेकांचा आक्षेप असून त्यावर त्यांनी टीका केली आहे. या टीकेचे काही मुद्दे खालीलप्रमाणे-

I) सामाजिक धोरणे या संज्ञेचे सैद्धान्तिक विश्लेषण झाले नाही. त्यामुळे ही धोरणे का सुरू करण्यात आलीत व त्यांचे अजाणतेपणाने परिणाम कोणते यावर चर्चा करण्यास समाजशास्त्रज्ञांना प्रतिबंध करण्यात आला.

II) सामाजिक धोरणे ही संज्ञा कल्याणकारी राज्यातील सामाजिक धोरणांना आणि कल्याणकारी राज्याबाहेरील सामाजिक धोरणांना एकत्र आणण्यचा प्रयत्न करतात. टिटमस (Titmuss) हे शास्त्रज्ञ असा दावा करतात की, वंशभेद (Apartheid) हे दक्षिण आफ्रिकेतील सामाजिक धोरण आहे. त्याचप्रमाणे कल्याणाचे काही पैलू (Some aspects of welfare) हे कल्याणकारी राज्याच्या बाहेरचे आहेत. आपल्या विधानाच्या पृष्ट्यर्थ टिटमस यांनी काही विधाने आपल्यासमोर ठेवली आहेत. उदा. नोकरी करणाऱ्या कर्मचाऱ्याला त्याच्या मालकाकडून काही व्यावसायिक कल्याणकारी फायदे प्रदान केले जातात. यात सेवानिवृत्ती वेतन योजना, गृहबांधणीसाठी कर्ज देण्याची सुविधा किंवा नोकरीत असेपर्यंत निवास व्यवस्था, आरोग्य किंवा वैद्यकीय भत्ता इत्यादींचा समावेश होतो.

क) सामाजिक धोरणासंबंधी काही लेखक संकुचित दृष्टिकोन स्वीकारतात

आणि त्यासाठी ते विशिष्ट देशातील कायद्यांच्या इतिहासाचा संदर्भ देतात आणि त्यामुळे तुलनात्मक विश्लेषणावर प्रतिबंध येण्याची शक्यता असते वा निर्माण होतो. उदा. विभेदीकरण–भारतातील जन्माधिष्ठिततेवर आधारलेला जातिभेद, आफ्रिकेतील वंशभेद, अमेरिकादी पाश्चिमात्य राष्ट्रातील आर्थिकतेवर आधारित वर्गभेद यांचे तुलनात्मक विश्लेषण करणे शक्य नाही. त्यामुळे राष्ट्राराष्ट्रांतील सामाजिक धोरणात एकवाक्यता संभवत नाही.

सामाजिक धोरणे – काही बदल (Social Policies - Some Changes) :

इ. स. १९७० साली सामाजिक धोरणाच्या संदर्भात अधिक चिकित्सात्मक दृष्टिकोन विकसित झाला. समाजशास्त्रीय सिद्धान्ताच्या विकासाबरोबरच सामाजिक धोरणासंबंधीच्या दृष्टिकोनातही विकासात्मक बदल झाला. विशेषतः मार्क्सवादी समाजशास्त्रज्ञ व स्त्रीवादी समाजशास्त्रज्ञ यांनी सामाजिक धोरणे आणि सामाजिक संरचना यांच्यातील संबंधांचा आढावा घेणारा नवीन दृष्टिकोन विकसित केला होता.

सामाजिक धोरणांवर लेखन करणारे काही लेखक असा दावा करतात की, पूर्वीच्या समाजशास्त्रज्ञांना सामाजिक धोरणाच्या अध्ययनात अभिरुची नव्हती. परंतु, अन्य काही लेखक मात्र असे प्रतिपादन करतात की, दयुरखेम, वेबर आणि मार्क्स यांच्या समाजशास्त्रीय योगदानातच काही सामाजिक धोरणे निर्विकारपणे सूचित करण्यात आली याचा दुसऱ्या शब्दांत अर्थ असा की, त्यांनी जे जे सामाजिक विचार मांडलेत त्यातच काही सामाजिक धोरणे सूचित करण्यात आली आहेत. उदा. कार्ल मार्क्स यांच्या भांडवलशाहीचे विचार व वर्गसंघर्षाचे विचार यातून आकाराला आलेली 'वर्गविरहित समाजवादाची' (Classless Society) संकल्पना 'सामाजिक धोरणा'चाच एक भाग होय.

सामाजिक धोरणाच्या व्याप्तीसंबंधी काही नवीन आणि चिकित्सक कल्पनांना पुढीलप्रमाणे अर्थ प्रदान करण्यात येऊन सामाजिक धोरणाची व्याप्ती अधिक व्यापक करण्यात आली असून, त्यात विविध समाजातील सामाजिक धोरणांचा तुलनात्मक अभ्यास समाविष्ट केला आहे. आज काही तत्त्वज्ञानविषयक अभिरुचीचे सामाजिक धोरणांच्या अभ्यासाच्या संदर्भात नूतनीकरण झाले असून, त्यात न्यायाचे स्वरूप, नागरिकत्व, मानवी गरजा इत्यादींचाही अंतर्भाव करण्यात आला आहे.

सामाजिक धोरणे – एच. पी. फेअरचाईल्ड यांचे विचार – (Social Policies, Views of H.P. Fairchild) :

'सामाजिक धोरणे' या संकल्पनेवर भाष्य करताना एच.पी. फेअर चाईल्ड (Fairchild) असे म्हणतात की, ''सामाजिक ध्येये गाठण्यासाठी आणि त्या संबंधीच्या

पद्धतीबाबत सामाजिक नियंत्रणाचा निर्देशित केलेला सातत्यपूर्ण दृष्टिकोन म्हणजे सामाजिक धोरण होय. जी माणसे किंवा राज्यकर्ते या सामाजिक धोरणाच्या दृष्टिकोनाचा पाठपुरावा करतात. ती माणसे वा राज्यकर्ते ही सामाजिक धोरणे शब्दबद्ध करतात आणि नंतर ती घोषित करतात. काही प्रसंगी सामाजिक धोरणांची घोषणा केली जाते. त्या घोषणेचे सातत्याने पालन किंवा जतन मात्र केले जात नाही. भारताचा विचार करता भारतातील राज्यकर्ते वारंवार जातीनिर्मूलन व अस्पृश्यता निर्मूलन झाले पाहिजे; या संबंधीच्या सामाजिक धोरणांची घोषणा करतात परंतु प्रत्यक्षात त्या धोरणाच्या अंमलबजावणीसाठी मात्र प्रत्यक्ष कोणताच प्रयत्न करीत नाहीत. अशाप्रकारच्या सामाजिक धोरणांना दिखाऊ स्वरूपाची सामाजिक धोरणे असे म्हणतात. काही वेळेला काही धोरणांचे जतन, कोणत्याही तयारीशिवाय अजाणतेपणे केले जाते. हे जतन कोणत्यातरी बाह्य निरीक्षणाद्वारे नियंत्रित केले जाते व हा निरीक्षकच त्या सामाजिक धोरणांचा अनुबंध निर्धारित करतो व त्या सामाजिक धोरणाचे नामकरणपण करतो. यानंतर एच. पी. फेअरचाईल्ड यांनी सामाजिक धोरणांची यादी दिली आहे. ती खालीलप्रमाणे –

१) केंद्रीकरण (Centralization)

२) एकत्रीकरण (Collectivism)

३) पुनर्जीवन (Re-generation)

४) बहित्कृती (Exclusion)

५) दुर्बोधतावाद (Obscurantism)

६) फेरबदल (Diversification)

७) बक्षीस (Reward)

८) प्रतिक्रिया (Re-action)

याशिवाय कुटुंब, विवाह, घटस्फोट, नातेसंबंध, समानता, स्पष्टीकरण, सामाजिक समस्या, सामाजिक नियंत्रण इत्यादी संदर्भातही निर्धारित केलेली धोरणे, सामाजिक धोरणे या सदरात मोडतात. सामाजिक धोरणे ही समाजातील विविध सामाजिक प्रघटनांशी निगडित असली तरी ती निर्धारित करण्याचे कार्य मात्र राज्यसंस्थेलाच करावे लागते. त्याचप्रमाणे वर वर्णन केलेली अन्य धोरणे ही सुद्धा सामाजिक धोरणाचाच एक भाग होय.

एक व्यवसाय म्हणून समाजशास्त्राची भूमिका (Role of Sociology as a Profession) :

समाजशास्त्राचे अध्ययन करणाऱ्या अभ्यासकांना कोणकोणत्या क्षेत्रांत नोकरीच्या

संधी मिळण्याची शक्यता आहे या संबंधीची चर्चा, व्यवसाय या संकल्पनेच्या व्याख्यांनंतर केली होती. या विविध प्रकारच्या व्यवसायात जर यशस्वी व्हावयाचे असेल तर त्या त्या क्षेत्रातील सामाजिक संबंधाच्या बारकाव्यांचा अभ्यास समाजशास्त्राच्या माध्यमातून व्यावसायिक करू शकतात. एक व्यवसाय म्हणून समाजशास्त्राचे महत्त्व खालील मुद्द्यांच्या साहाय्याने अधोरेखित करता येईल.

१) समाजशास्त्र समाजाचा वैज्ञानिक अभ्यास करते (Sociology makes a Scientific Study of Society) :

समाजशास्त्राचा उदय होण्यापूर्वी समाजाचा अभ्यास अवैज्ञानिक पद्धतीने केला जात होता आणि समाज हा कोणत्याही विज्ञानाच्या अध्ययनाशी संबंधित होता असे म्हणता येत नाही. परंतु, समाजशास्त्राच्या उदयानंतर मात्र समाजशास्त्राच्या माध्यमातून खऱ्या अर्थाने समाजाच्या वैज्ञानिक अभ्यासाला प्रारंभ झाला व समाजशास्त्राने व्यवसाय म्हणून पहिले पाऊल टाकले.

२) व्यक्तींच्या विकासातील संस्थांच्या भूमिकेचा अभ्यास समाजशास्त्र करते. (Sociology Studies the role of institutions in the development of the individual) :

परत एकदा समाजशास्त्राच्या माध्यमातूनच, महत्त्वाच्या सामाजिक संस्थांच्या वैज्ञानिक अध्ययनाला सुरुवात झाली आणि प्रत्येक संस्थेचा व्यक्तींशी असलेला संबंध या अध्ययनातून तज्ज्ञांच्या लक्षात आला; घर आणि कुटुंब, शाळा आणि शिक्षण, चर्च (अथवा मठ वा मशीद) आणि धर्म, राज्य आणि सरकार, उद्योग आणि काम, समुदाय आणि मंडळ या सर्व समाजातील महत्त्वाच्या किंवा प्रमुख सामाजिक संस्था असून, या सर्व संस्थांच्या माध्यमातूनच समाज कार्य करतो. समाजशास्त्र या सर्व सामाजिक संस्थांचा अभ्यास करताना, व्यक्तीविकासात त्यांची भूमिका कोणती यावरही प्रकाशझोत टाकते आणि त्याआधारे सामाजिक संस्थांना व्यक्तीची चांगली सेवा करता यावी म्हणून सामाजिक संस्थांच्या पुनर्बळकटीचे उपाय सूचविते. सामाजिक संस्था आणि व्यक्ती यांच्या परस्परसंबंधाचे अध्ययन करून समाजशास्त्राने एक व्यवसाय म्हणून दुसरे पाऊल टाकले.

३) समाजाच्या आकलनासाठी आणि नियोजनासाठी समाजशास्त्राचा अभ्यास हा अपरिहार्य आहे. (The Study of Sociology is indispensable for understanding and Planning of Society) :

समाजशास्त्र ही एक जटिल प्रघटना असून, त्यात बहुविध प्रकारची गुंतागुंत आहे. तसेच समाजशास्त्राच्या अध्ययनाशिवाय समाजाच्या विविध प्रश्नांचे अथवा

समस्यांचे आकलन होणे व त्याची सोडवणूक करणे केवळ अशक्य होय. तज्ज्ञ म्हणतात ते बरोबरच आहे की, समाजाच्या यंत्रणेचे आणि बांधणीचे (अथवा संरचनेचे) ज्ञान असल्याशिवाय समाज आपण समजू शकत नाही व त्यात सुधारणाही करू शकत नाही. या संदर्भात डॉ. विद्याभूषण व डॉ. सचदेव यांनी दिलेले उदाहरण आपण जसेच्या तसे पाहू. ते म्हणतात, कोणत्याही मोटारकारच्या यंत्रणेची आणि त्या यंत्रणेचे विविध भाग एकत्र कसे जोडावयाचे याचे सखोल ज्ञान असल्याशिवाय मोटार कार तयार करण्याचे व त्यात सुधारणा करण्याचे स्वप्न कोणताही माणूस पाहणार नाही. तसेच समाजातील काही सामाजिक समस्या सोडविण्यासाठी समाजशास्त्राला जीवशास्त्र, सूक्ष्म जंतुशास्त्र किंवा गणित, भौतिकशास्त्र ते अभियांत्रिकीपर्यंतच्या विज्ञानाशी संबंध ठेवावे लागतात व काही प्रमाणात त्यांचे प्राथमिक ज्ञान आत्मसात करावे लागते. सैद्धान्तिक आणि प्रायोगिक विज्ञानातील संशोधनाशिवाय रोग बरा करण्याचे किंवा एखादा पूल बांधण्याचे आधुनिक तंत्र, आत्मसात करणे केवळ अशक्य होय. त्याचप्रमाणे समाजशास्त्राद्वारे केल्या गेलेल्या तपासाशिवाय (संशोधनाशिवाय) खऱ्या अर्थाने परिणामकारक सामाजिक नियोजन करणे शक्य नाही. समाजशास्त्रीय संशोधन, आपण आपल्या मनात निर्धारित ध्येयापर्यंत पोहचण्यासाठी अत्यंत परिणामकारक साधन कोणते, याचे निर्धारण करण्यास मदत करते. कोणतेही सामाजिक धोरण तयार करण्यापूर्वी संबंधितांना त्या संबंधीचे काही ज्ञान हे आवश्यक ठरते. उदा. समजा देशातील वाढत्या लोकसंख्येला आळा घालण्यासाठी राष्ट्रातील जन्मदर कमी करावा असे धोरण जर भारत सरकारला अमलात आणावयाचे असेल तर सर्वस्वी आर्थिक साधनांच्या साहाय्याने इच्छित ध्येये करता येतील असे नाही तर त्यासाठी कुटुंब संघटना, प्रथा आणि पारंपरिक मूल्य यांचाही विचार करणे आवश्यक असून त्यासाठी समाजशास्त्रीय प्रकारचे विश्लेषण जरुरी आहे. कोणताही व्यवसाय करण्यासाठी समाजासंबंधीचे हे ज्ञान गरजेचे असल्याने समाजशास्त्राने एक व्यवसाय म्हणून टाकलेले हे तिसरे पाऊल होय.

४) सामाजिक समस्या सोडविण्यात समाजशास्त्राचे महत्त्व खूप मोठे आहे (Sociology is of great importance in the solution of Social Problem) :

सध्याचे जग अनेक सामाजिक समस्यांनी ग्रासलेले असून केवळ समाजाचा वैज्ञानिक अभ्यास केल्यानंतरच या समस्यांची सोडवणूक करणे शक्य होणार आहे. या संदर्भात हे स्पष्ट आहे की कोणतेही सामाजिक कुकर्म हे केवळ सहजपणे घडत नाही तर त्यामागे काहीना काही कारण असतेच. काही समाजशास्त्रज्ञांच्या मताने समाजशास्त्राचे

हे लक्ष्य असले पाहिजे की, त्याने सामाजिक समस्यांचा, वैज्ञानिक संशोधन अभ्यास पद्धतीचा निकष लावून, अभ्यास करून त्या सोडविण्यासाठी योग्य ते उपाय शोधले पाहिजेत. काही विद्वानांच्या मताने, मानवी व्यवसायाचा (Human Affair) वैज्ञानिक अभ्यास आपल्याला अंतिमतः त्यासंबंधीच्या ज्ञानाच्या माहितीचा पुरवठा करतो आणि त्या अभ्यासाची तत्त्वं आपल्याला सामाजिक जीवनाच्या परिस्थितीवर नियंत्रण ठेवण्यात आणि त्यात सुधारणा करण्यास मदत वा साहाय्य करतात. सामाजिक समस्यांचे अध्ययन आणि त्यांची सोडवणूक करून समाजशास्त्राने एक व्यवसाय म्हणून टाकलेले हे चौथे पाऊल होय.

५) गुन्ह्याच्या समस्येच्या बाबतीत समाजशास्त्रात आपला दृष्टिकोन बदलला (Sociology has changed our outlook with regards to the problem of crime) :

परत एकदा असे म्हणता येईल की, समाजशास्त्राच्या अध्ययनाच्या माध्यमातून, गुन्ह्याच्या विविध पैलूंच्या संदर्भातील आमचा संपूर्ण दृष्टिकोन बदलला. गुन्हेगारांना आज अधःपतीत (अथवा बिघडलेले) नरपशू म्हणून वागणूक दिली जात नाही. याउलट त्यांच्याकडे मानसिक कमतरतेने किंवा मानसिक अपंगत्वाने बाधित मानव म्हणून पाहिले जाते; आणि त्यादृष्टीने त्यांच्या पुनर्वसनाचा प्रयत्न करून त्यास समाजाचा एक उपयोगी घटक वा सभासद बनण्यासाठी जाणीवपूर्वक प्रयत्न केला जाते. समाजशास्त्राने एक व्यवसाय म्हणून टाकलेले पाचवे पाऊल होय.

६) मानवी संस्कृती समृद्ध करण्यात समाजशास्त्राचे योगदान महत्त्वाचे आहे. (Sociology has made great contribution to enrich human culture) :

मानवी संस्कृती अधिकाधिक समृद्ध बनविण्यात समाजशास्त्राचे योगदान अत्यंत महत्त्वपूर्ण आहे. स्वतः, स्वतःचा धर्म, परंपरा, नैतिकता आणि संस्था या संबंधीच्या प्रश्नांकडे पाहण्याचा तर्कसंगत दृष्टिकोन समाजशास्त्राने प्रशिक्षणाच्याद्वारे आम्हास प्रदान केला. त्याच समाजशास्त्रज्ञाने आम्हास वस्तुनिष्ठ, टीकात्मक आणि निष्पक्षपाती बनण्याचे ज्ञान प्रदान केले. समाजशास्त्रज्ञाने मानवाला स्वतःचे आणि इतरांचे योग्य आकलन करण्याची क्षमता प्रदान केली. तसेच समाजशास्त्राने आम्हाला संकुचित, वैयक्तिक पूर्वग्रहातून, आत्मकेंद्री इच्छेतून आणि वर्ग तिरस्कारातून बाहेर कसे पडावयाचे या संबंधिच्या आवश्यक बाबी आमच्या मनावर बिंबवल्या आहेत. थोडक्यात, समाजशास्त्रातील शोधाने आम्हांस प्रेरित केले की, प्रत्येकाने इतरांच्या संदर्भातील व सर्वसामान्यांच्या संदर्भातील त्यांच्या भूमिका पूर्णत्वाने कशा पार पाडाव्यात यासंबंधीचे

ज्ञान दिले; शेवटी असे म्हणता येईल. मानवी संस्कृती समृद्ध कशी करावयाची याचे ज्ञान लोकांना देऊन समाजशास्त्रज्ञाने एक व्यवसाय म्हणून टाकलेले सहावे पाऊल होय.

७) आंतरराष्ट्रीय समस्यांच्या सोडविण्यातील समाजशास्त्राची भूमिका अत्यंत महत्त्वाची आहे. (Sociology is great importance in the solution of international problems) :

आज जगाचा सामना करणे हाच एक प्रश्न सर्वांसमोर उभा आहे. एकीकडे सर्व प्रकारच्या तंत्रशास्त्रीय विकासात्मक साधनांचा वापर आणि दुसरीकडे वैज्ञानिक प्रगती या कचाट्यात सापडलेल्या मानवाला एकमेकांच्या रक्ताची तहान लागली असून, अनेक राष्ट्रांत फैलावणारा दहशतवाद, अकस्मात होणारे बॉम्ब हल्ले, त्यात पडणारे निरापराध नागरिकांचे बळी हे रक्ताला चटावलेल्या मानवाचे प्रतीक होय. युद्धाच्या समाजशास्त्राचे अध्ययन, हे युद्धाची कारणे अधोरेखित करण्यात व राष्ट्राराष्ट्रांतील तणाव वाढणाऱ्या सर्व कारणांचे निर्मूलन करण्यास, महत्त्वपूर्ण भूमिका बजावते. हे समाजशास्त्राने व्यवसाय म्हणून टाकलेले सातवे पाऊल होय.

८) अध्यापन विषय म्हणून समाजशास्त्र उपयोगी आहे. (Sociology is useful as teaching subject) :

विषयाच्या महत्त्वाचा विचार करता समाजशास्त्र हा विषय शिकविण्याचा विषय म्हणून अधिकाधिक विद्यार्थीप्रिय बनत आहे. त्याचप्रमाणे अनेक महाविद्यालये आणि विद्यापीठे यांच्या अभ्यासक्रमातही समाजशास्त्राच्या अध्यापनाला महत्त्वाचे स्थान प्राप्त होत आहे. उशिरा का होईना व्यावसायिक महाविद्यालयातही समाजशास्त्राला योग्य ते स्थान प्राप्त होत आहे. समाजसंबंधी ज्ञानाचा प्रसार अथवा फैलाव होत असताना सामाजिकीकृत (Socialized) विचारांचा उदय झाला, परिणामतः सामाजिकीकृत वर्तनाचा विकास, सामाजिक नियोजन या पलीकडे जाऊन नवीन सामाजिक व्यवस्था उत्क्रांत झाली आणि म्हणूनच समाजशास्त्राने एक व्यवसाय म्हणून टाकलेले हे आठवे व शेवटचे पाऊल होय.

आपण वारंवार असे प्रतिपादन करतो की, समाजशास्त्र म्हणजे विविध क्षेत्रातील मानवी संबंधांचा सर्वांग परिपूर्ण अभ्यास होय. तुम्ही व्यवसायाचे कोणतेही क्षेत्र निवडा तेथे मानवी संबंध असणारच. खालील तक्त्यात व्यवसायक्षेत्र व मानवी स्वरूप देण्याचा प्रयत्न केला आहे.

विविध व्यावसायिक क्षेत्रातील मानवी सामाजिक संबंधांच्या स्वरूपाचे निर्देशन करणारा तक्ता -

अ. क्र.	व्यवसाय क्षेत्र	त्या व्यवसायातील मानवी संबंधांचे स्वरूप
१)	राजकीय	विविध राजकीय पक्षातील नेत्यांचे परस्परसंबंध, सत्ताधारी-विरोधी, नेते-अनुयायी, नेते-सर्वसामान्य जनता इत्यादी.
२)	प्रशासकीय	वरिष्ठ-कनिष्ठ अधिकारी, अधिकारी-कारकून, कारकून शिपाई, कर्मचारी-जनता इत्यादी.
३)	शैक्षणिक	शिक्षक-विद्यार्थी, शिक्षक-प्राचार्य वा मुख्याध्यापक, शिक्षक-शिक्षक, प्राचार्य वा मुख्याध्यापक-संस्थाचालक इत्यादी.
४)	व्यापार	व्यापारी-व्यापारी, व्यापारी-ग्राहक इत्यादी.
५)	वैद्यकीय	डॉक्टर-रोगी, डॉक्टर-परिचारिका, परिचारिका-रोगी, डॉक्टर-डॉक्टर, प्राध्यापक डॉक्टर्स-विद्यार्थी इत्यादी.
६)	उद्योग	मालक-व्यवस्थापक, व्यवस्थापक-कार्यकारी, मालक-कामगार, कामगार संघटना - कामगार इत्यादी.
७)	कायदा/न्याय	न्यायाधीश-वकील, न्यायाधीश-वादी-प्रतिवादी, न्यायाधीश-कर्मचारी, वकील व त्याचे अशील इत्यादी.
८)	प्रचार माध्यमे	विविध दूरदर्शन वाहिन्यातील स्पर्धा, वाहिनीचे प्रसारक-जनता, वाहिनीचे वार्ताहर-संपादक, वाहिन्यांचे मालक-संपादक इत्यादी.
९)	बांधकाम	मालक-मजूर, मालक-विविध प्रकारचे अभियांत्रिक, मालक-ग्राहक, अभियांत्रिक-मजूर इत्यादी.

हा तक्ता व त्या त्या क्षेत्रासमोर दाखविलेल्या मानवी सामाजिक संबंधांचे स्वरूप परिपूर्ण आहे असे मी म्हणणार नाही पण त्यावरून मानवी संबंधाच्या स्वरूपाचे त्रोटक ज्ञान होते. कोणत्याही क्षेत्रातील व्यावसायिकाला त्यांच्या क्षेत्रातल्या मानवी संबंधाचे स्वरूप, त्यातील बारकावे, ताण-तणाव, कौटुंबिक मानवी संबंधाचा व्यावसायिक संबंधांवर होणारा परिणाम इत्यादींचे सखोल ज्ञान असल्याशिवाय त्यांचा व्यवसाय यशस्वी होणार नाही व हे सखोल ज्ञान फक्त समाजशास्त्राच्या अध्ययनातूनच मिळते. या दृष्टिनेही विचार करता समाजशास्त्र एक व्यवसाय म्हणून व्यवसाय मार्गदर्शनाचे कार्य करू शकते.

• समकालीन समाजातील समाजशास्त्राची समर्पकता (Relevance of Sociology in contemporary Society) :

मानवी संबंधाच्या अभ्यासामुळे समाजशास्त्राच्या अध्ययनाचे महत्त्व समकालीन समाजात वाढत असून, सामाजिक काम स्वयंसेवी संघटना, कायदेविषयक जाणिवा निर्माण करणे आणि प्रचारमाध्यमे या क्षेत्रांत कार्यरत असलेल्या सामाजिक कार्यकर्त्यांना समाजशास्त्राच्या अध्ययनाचे महत्त्व नाकारता येणार नाही. या ठिकाणी आपण समाजशास्त्राच्या अभ्यासाचा सामाजिक कार्यकर्ते, स्वयंसेवी संघटनेचे कार्यकर्ते, कायदेशीर जाणिवा जनतेत निर्माण करणारे कार्यकर्ते आणि प्रचारमाध्यमांचे वार्ताहर यांना काय फायदा झाला याचा आढावा घेणार आहोत.

१) समाजशास्त्र आणि सामाजिक कार्य (Sociology and Social Work) :

समाजाचा अभ्यास करणारे शास्त्र म्हणजे समाजशास्त्र. समाज म्हणजे 'मानवी सामाजिक संबंधांचे जाळे होय.' समाजाच्या या व्याख्येतच मानवी सामाजिक संबंधांच्या गुंतागुंतीचा अप्रत्यक्षपणे उल्लेख आहे. मानवी सामाजिक संबंधाच्या स्वरूपाची व प्रकाराची कल्पना तुम्हास खालील आकृती वरून येऊ शकेल.

मानवी सामाजिक संबंधांचे स्वरूप दर्शविणारी आकृती

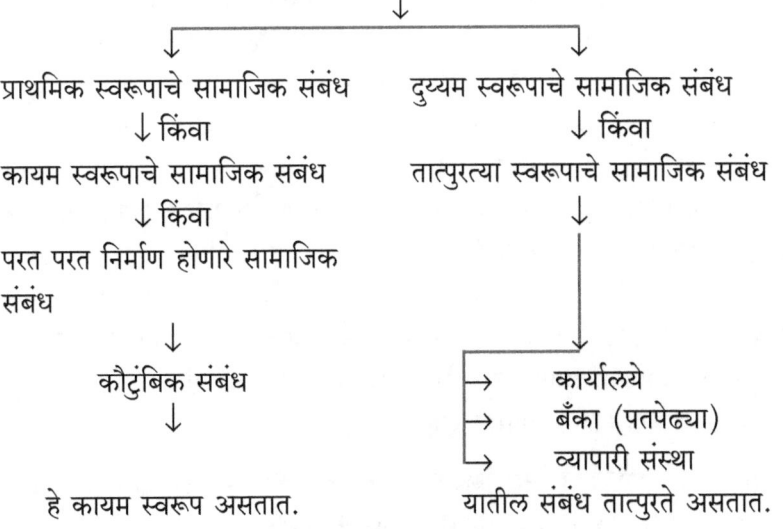

↓

प्राथमिक स्वरूपाचे सामाजिक संबंध
↓ किंवा
कायम स्वरूपाचे सामाजिक संबंध
↓ किंवा
परत परत निर्माण होणारे सामाजिक संबंध
↓
कौटुंबिक संबंध
↓
हे कायम स्वरूप असतात.

दुय्यम स्वरूपाचे सामाजिक संबंध
↓ किंवा
तात्पुरत्या स्वरूपाचे सामाजिक संबंध
↓
→ कार्यालये
→ बँका (पतपेढ्या)
→ व्यापारी संस्था
यातील संबंध तात्पुरते असतात.

(आकृती क्र. ८)

याशिवाय मानवी सामाजिक संबंधांचे वैयक्तिक व अवैयक्तिक सामाजिक संबंध असेही प्रकार पडतात. सामाजिक संबंधात नाजूकता, वात्सल्य, प्रेम, आत्मीयता,

तिरस्कार, दुरावा, आपुलकी, द्वेष इत्यादी भावना समाविष्ट असतात. या सर्व सामाजिक संबंधातील पैलूंचा अभ्यास समाजशास्त्र करते.

सामाजिक कार्य वा काम करण्याची इच्छा बाळगणाऱ्या व्यक्तीला सामाजिक संबंधांच्या या विविध पैलूंचे ज्ञान आवश्यक असून, या ठिकाणी आपण सामाजिक कार्य वा काम या संज्ञेचा धावता आढावा घेणार आहोत. सामाजिक कार्याचा इतिहास जरी अत्यंत प्राचीन असला तरी येथे त्यावर आपण खोलात जाऊन चर्चा करणार नसलो तरी सामाजिक कार्याकडे पाहण्याचा प्राचीन दृष्टिकोन सेवाभावी नव्हता तर दयार्द स्वरूपाचा होता. दीनदुबळ्यांना, गरिबांना, अपंगांना वा रुग्णांना मदत करा. कारण ते पुण्याचे काम आहे हा विचार पूर्वी प्रबळ होता. परंतु, आज बदलते सामाजिक जीवन, विज्ञान-तंत्रज्ञानात झालेली प्रगती यामुळे सामाजिक कार्याचे क्षेत्रांत आमूलाग्र बदल झाला. सामाजिक कार्य हा एक (सेवा) व्यवसाय बनला. म्हणून सामाजिक कार्यकर्त्याला सामाजिक कामाचे व सेवेचे प्रशिक्षण देण्यासाठी सामाजिक कार्य महाविद्यालये स्थापन करण्यात आली. भारतापुरता विचार करता क्लिफोर्ड मार्शल (Clifford Marshall) यांनी इ.स. १९३६ साली नागपाडा, जि. ठाणे 'सामाजिक कार्य'या विषयाला वाहिलेली पहिली कार्यशाळा सुरू केली. त्यानंतर सर दोराबजी टाटा यांनी मुंबईला सामाजिकशास्त्र प्रशिक्षण संस्था स्थापन करून त्याअंतर्गत 'सामाजिक कार्याचे व्यावसायिक प्रशिक्षण' देण्यास प्रारंभ केला. या संस्थेतर्फे सामाजिक कार्यांचे व्यावसायिक प्रशिक्षण देण्यास प्रारंभ झाला. कालांतराने भारतातील दिल्ली, कोलकाता, लखनौ, वाराणसी, वडोदरा, आग्रा, इंदोर, जयपूर इत्यादी ठिकाणी सामाजिक कार्याचे प्रशिक्षण देणारी महाविद्यालये स्थापन करण्यात आली. भारत सरकारलासुद्धा सामाजिक कार्यकर्त्यांना योग्य प्रशिक्षण देण्याची आवश्यकता भासू लागली. तसेच प्रशिक्षित विद्यार्थ्यांना नोकरीच्या योग्य संधी उपलब्ध व्हाव्यात म्हणून औद्योगिक क्षेत्र, वैद्यकीय क्षेत्र व अन्य काही सामाजिक सेवा क्षेत्र यात समाज कल्याण अधिकारी, सामाजिक कार्यकर्ता, कामगार कल्याण अधिकारी यांच्या नेमणुकीची वैधानिक तरतूद करून सामाजिक कार्यकर्त्यांचा एक स्वतंत्र व्यवसाय निर्माण करण्याच्या क्रियेस हातभार लावला.

- **सामाजिक कार्याची सद्य:स्थिती व त्यांची कार्यक्षेत्रे (Contemporary situation of Social work and their workfields) :**

गेल्या काही दशकात सामाजिक परिवर्तनाची गती मोठ्या प्रमाणात वाढल्यामुळे सामाजिक कार्याचे क्षेत्र विस्तारित झाले. त्याचप्रमाणे अनेक क्षेत्रांत प्रशिक्षित सामाजिक कार्यकर्त्यांची गरज भासू लागली. सामाजिक कार्यकर्ता हा अनेक पिडीत व्यक्तींचा

मार्गदर्शक ठरला. समाजशास्त्रातील सामाजिक क्रियेचा अभ्यास सामाजिक कार्यकर्त्याला त्याच्या कार्यपद्धतीत साहाय्यभूत ठरू लागला. अधिक खोलात न जाता आपण एवढेच म्हणून खालील बाबतीतील कार्यकर्त्यांची भूमिका महत्त्वाची ठरेल.

१) समाजातील विविध सामाजिक समस्यांचे निर्मूलन करण्यासाठी.

२) वैयक्तिक व कौटुंबिक प्रश्नांची सोडवणूक करण्यासाठी.

३) लोकशाहीच्या विविध मूल्यांचा जनतेत प्रसार व प्रचार करण्यासाठी.

४) समाजातील विविध प्रकारच्या संघटनात्मक कार्यांना प्रोत्साहन देण्यासाठी.

५) समाजातील विविध सुधारणात्मक कार्यकार्यक्रमाबाबत लोकांच्या अभिवृत्ती या अनुकूल बनविण्यासाठी.

६) समाजातील अनेक सामाजिक कायद्यांची माहिती लोकांपर्यंत पोहचवून त्या कायद्यांचा वापर करण्याची प्रेरणा जनतेत निर्माण करण्यासाठी.

७) स्त्रियांवर होणारे अन्याय, अत्याचार याविरुद्ध त्यांना जागृत करून अत्याचारांविरुद्ध पोलिसात तक्रार दाखल करण्यास उद्युक्त करण्यासाठी इत्यादी.

२) समाजशास्त्र व कायदेविषयक जाणिवा (Sociology and Social awareness) :

समाजशास्त्र हे सर्व प्रकारच्या मानवी सामाजिक संबंधांचा अभ्यास करते, हे आपण पाहिले. या मानवी सामाजिक संबंधांची समाजात जी व्यवस्था तयार होते त्यास समाजव्यवस्था (Social System) म्हणतात. या समाजव्यवस्थेंतर्गत ज्या अनेक उपव्यवस्था निर्माण होतात त्यातील एक उपव्यवस्था म्हणजे कायदेशीर अथवा वैधानिक उपव्यवस्था होय, म्हणून काही तज्ज्ञ असा दावा करतात की समाजाचा परिणाम कायदेशीर व्यवस्थेवर होतो तर कायदेशीर व्यवस्था ही समाजावर प्रभाव गाजविते. आज विशेषत: विकसनशील समाजावर कायद्यांच्या नियमांचे राज्य असते. तसेच कायदेशीर आणि सामाजिक आंतरक्रियांचे संबंध अत्यंत जवळचे असतात की, ज्यामुळे वर्तनात्मकतेचा अभ्यास आणि कायदेविषयक नियमनांचे आणि प्रक्रियेचे पैलू यांच्याकडे कोणताही कायद्याचा विद्यार्थी दुर्लक्ष करणार नाही. त्याचप्रमाणे मानवी वर्तनाचे आकलन होण्यासाठी कोणताही समाजशास्त्राचा विद्यार्थी वैधानिक वा कायदेविषयक चौकट आणि प्रक्रिया यांच्या अध्ययनाकडे दुर्लक्ष करू शकत नाही. समाजातील मानवाने कोणत्या वर्तन मार्गाने मार्गक्रमण करावयाचे याची व्यवस्था कायद्याद्वारे होत असल्यामुळे कायदा व्यवस्थेला 'वर्तनात्मक विज्ञान' (Behavioural Science)' या संज्ञेने संबोधले जाते आणि वकिलांना 'सामाजिक अभियांत्रिक (Social Engineer)' या संज्ञेने संबोधण्यात येते. म्हणून आज वकिलांना केवळ समाजाच्या

कायद्याची केवळ ओळख असणे पुरेसे नाही तर त्याच बरोबर हे ही महत्त्वाचे आहे की, वकिलांनी समाजासंबंधीचे त्यांचे ज्ञान रुंदावण्याची गरज असून त्यामुळे समाजाची संरचना आणि प्रक्रिया यांचे पूर्णपणे आकलन होऊ शकेल. कायद्यावर समाजशास्त्राचा प्रभाव इतका मोठा आहे की, समाजशास्त्रात 'न्यायतत्त्वशास्त्राचा समाजशास्त्रीय संप्रदाय' उदयास येण्यात त्याचा परिणाम झाला. (Emergence of the Sociological School of Jurisprudence)

मार्क्सवादी तत्त्वज्ञानाच्या आव्हानामुळे हे सांगण्याची आवश्यकता नाही. सर्वच सामाजिक कल्याणकारी राज्याचा जसा उदय झाला व तसेच कायद्याच्या पारंपरिक अभ्यासाच्या जागी नवीन दृष्टिकोन असलेल्या समाजशास्त्रीय साहित्याच्या निर्मितीची आवश्यकता वाटू लागली. मानवी समाजावर समाजशास्त्रीय विज्ञानाने टाकलेल्या प्रकाशझोतामुळे कायद्याचा अभ्यास हा अधिक अर्थपूर्ण आणि अभिरुचीपूर्ण बनला आहे. आज कायद्याचे ज्ञान हे नियम आणि प्रकरणे यांच्या संकुचित जगापुरतेच मर्यादित होते. परंतु, समाजशास्त्राच्या अभ्यासामुळे सामाजिक समस्यांच्या संदर्भात वकील अधिक संवेदनशील झालेत आणि त्यांनी त्यांच्या कायदेशीर कौशल्याला आणि ज्ञानाला अधिक मानवतावादी बनवून त्यादृष्टीने त्याचा वापर करण्यास सुरुवात केली.

कायद्याच्या किंवा वकिली व्यवसायाची समाजशास्त्राने खूप सेवा केली. ही सेवा करताना समाजशास्त्राने, कायदा प्रत्यक्षात कसे काम करतो आणि गुन्ह्याचा यशस्वीपणे सामना कसा करावयाचा, यावर प्रकाशझोत टाकला आहे. समाजशास्त्र विविध सामाजिक समस्यांचा अभ्यास करते. त्यात गुन्हेगारी, मद्यपान, वेश्या आणि विविध लैंगिक गुन्हे इत्यादींचा समावेश होतो आणि समाजशास्त्राच्या अभ्यासाने ह्या समस्या कशा सोडवावयाच्या हे कायदेतज्ज्ञांना समजते. समाजशास्त्रीय ज्ञानाने 'गुन्हेगारी न्यायतत्त्वशास्त्राला (Criminal Jurisprudence)' नवीन अर्थ प्रदान केला आणि समाजशास्त्राने कायदेतज्ज्ञांच्या असे लक्षात आणून दिले की, कायदा लोकांसाठी तयार केला जातो आणि कायदा बनविणाऱ्यांनी व त्याची अंमलबजावणी करणाऱ्या अधिकाऱ्यांनी, कायदा तयार करताना व त्याची अंमलबजावणी करताना त्यातील मानवी आणि सामाजिक दृष्टिकोन लक्षात ठेवावा.

वकिलांचे सामाजिक विशेष कार्य हे केवळ आरोपीला शिक्षा कशी मिळेल किंवा त्याची सुटका कशी होईल हे पाहणे नाही. काही तज्ज्ञांच्या मताने वकिलांच्या विशेष कार्यात सामाजिक परिवर्तन अशारितीने घडवून आणणे की, ज्यामुळे समाजातील लोकांत कमीत कमी झगडे आणि जास्तीतजास्त सुखसमाधान बहुसंख्य जनतेला मिळण्याची सोय असली पाहिजे. कायद्याचा वापर बऱ्याचवेळा आरोपीवर दडपण आणण्याचे किंवा गुन्हा निरोधकाचे साधन म्हणून करण्यात आला. भारतीय संदर्भात

विचार करता कायद्याने नवीन, विकासाशी संबंधित दृष्टिकोनाचा स्वीकार केला पाहिजे. आजही वैधानिक व्यवसाय हा सामाजिक वास्तवतेपासून दूर आहे आणि तो आजही वसाहतवादी पद्धतीला आणि सामाजिक वांझ (Socially Barren) दृष्टिकोनाला चिकटून आहे. समाजाच्या फायद्याचा विचार करता, विचार आणि क्रिया या संदर्भातील कायदेविषयक ज्ञानावर प्रकाश टाकण्यासाठी समाजशास्त्र मदत करते. समाजशास्त्रीय ज्ञानाचा वापर कायदा प्रघटनेच्या संदर्भात आणि कायदेसंस्था चालविण्याच्या संदर्भात करावयाचे ठरविले तर ते सामाजिक व्यवस्थेच्या आणि सामाजिक परिवर्तनाच्या शक्यता (Possibilities), अडचणी (Difficulties) आणि मर्यादा (Limitations) यांचा विकास करण्यास साहाय्यभूत ठरतात. शेवटी असे म्हणता येईल की, सामाजिक वास्तवता (Realities) धोरणे (Policies) आणि मूल्ये यापासून कायदा व्यवसायाला दूर राहाणे परवडणारे नाही. समाजशास्त्रीय ज्ञान व कायदेविषयक ज्ञान परस्परपूरक आहे हे निश्चित.

३) समाजशास्त्र आणि स्वयंसेवी संघटना (बिनसरकारी संघटना) (Sociology and Voluntary association or Non-Government Organization) :

समाजशास्त्र विविध स्वरूपाच्या मानवी, सामाजिक संबंधांचा अभ्यास करते. या मानवी संबंधातील गुंतागुंत इतकी जटिल असते की, कोणताही तज्ज्ञ वा अभ्यास या मानवी सामाजिक संबंधांतील गुंतागुंत सोडवू शकत नाही. सर्वसाधारणपणे समाजशास्त्रज्ञांच्या मताने मानवी सामाजिक संबंधांचे स्वरूप जरी सार्वत्रिक असले तरी त्या प्रत्येक संबंधाला वैयक्तिकतेची एक किनार असते. उदा. पती-पत्नी या सामाजिक संबंधांचे स्वरूप व त्यांनी पार पाडावयाच्या भूमिका या सार्वत्रिक असल्या तरी त्या प्रत्येक संबंधाला व भूमिकेला वैयक्तिक भाव-भावनांचा आधार असतो. सर्वसाधारणपणे पती-पत्नीच्या संबंधात्मक भूमिकेत पतीने व्यवसाय करावा व पत्नीने घरकाम सांभाळावे. त्यांच्या संबंधात आत्मीयता, आपुलकी व जवळीक असावी अशी सर्वसाधारण अपेक्षा, पण प्रत्येक पती-पत्नीच्या संबंधात हे आढळते का? खरोखरच पती-पत्नीचे संबंध सलोख्याचे असतात का? जर असतील तर घटस्फोटांची प्रघटना का घडते, इत्यादी प्रश्नांची उत्तरे व त्यासंबंधातील गुंता सोडविण्याची जबाबदारी ही समाजशास्त्रज्ञांची. असो! या प्रकारच्या मानवी संबंधातूनच समाजात विविध सामाजिक गट उदयाला आलेत. सामाजिक संघटना हा पण एक सामाजिक गटाचाच एक प्रकार असून, व्यक्तींच्या काही विशिष्ट स्वरूपाच्या गरजांच्या पूर्ततेसाठी समाजात असंख्य सामाजिक संघटना आकाराला आल्यात. प्रथम आपण संघटना या संकल्पनेचा अर्थ, स्वरूप व प्रकार यांवर थोडक्यात प्रकाशझोत टाकल्यानंतर, ऐच्छिक संघटनेच्या स्वरूपाकडे वळू.

• **संघटना (Organization) :**

व्यक्ती किंवा सामाजिक अंग यांची व्यवस्था म्हणजे संघटना होय. या दृष्टीने विचार करता कुटुंब, धर्म, महाविद्यालये, कारखाने, क्रीडागट, राजकीय पक्ष, समुदाय, साम्राज्य आणि संयुक्त राष्ट्रसंघ ही सर्व संघटनेची उदाहरणे होत. समाजातील एक उपव्यवस्था म्हणून समाजशास्त्राचे अभ्यासक संघटनेचे अध्ययन करतात. समाजशास्त्रात संघटनेच्या अभ्यासाला इतके महत्त्व प्राप्त झाले आहे की, समाजशास्त्रात संघटनेच्या अभ्यासासाठी स्वतंत्र शाखा निर्माण झाली. ती शाखा 'संघटनेचे समाजशास्त्र किंवा संघटनात्मक समाजशास्त्र' (Sociology of Organization or Organizational Sociology) होय. संघटनेचे समाजशास्त्र ही समाजशास्त्राची उपयोगी शाखा असून, या शाखेत संघटनेच्या औपचारिक व अनौपचारिक संरचनांचा, त्यावरील सामाजिक नियंत्रण यंत्रणेचा, निर्णय प्रक्रियेचा, संघटनेतील व्यावसायिक आणि व्यवस्थापकांचा, संघटनेतील सुधारणा, तंत्रशास्त्रीय आणि संघटनात्मक परिवर्तन यांच्या वैज्ञानिक अभ्यास केला जातो. या दृष्टीने विचार करता संघटनेच्या अभ्यासाला समाजशास्त्रात महत्त्वपूर्ण स्थान प्राप्त झाले आहे. संघटनेतील व्यक्ती परस्परपूरक आणि परस्परावलंबी असतात. प्रत्येक संघटनेचे स्वत:चे असे स्वतंत्र ध्येय असते व ते साध्य करण्यासाठी संघटनेचे सभासद समन्वयाने कार्य करतात. समाजशास्त्रज्ञांच्या मतानुसार संघटना या अनेक प्रकारच्या असतात.

* काही तज्ज्ञांच्या मताने राज्य ही पण एक संघटना असून ती राजकीय स्वरूपाची आहे.
* कारखाना ही पण एक संघटना असून ती मालाच्या उत्पादन आणि वितरणाशी संबंधित असल्यामुळे ती आर्थिक संघटना होय.
* चर्च अथवा मठ या पण संघटना असून त्यांचे स्वरूप पूर्णपणे धार्मिक असते.
* बँका अथवा पतपेढ्या यांनाही संघटना ही संज्ञा लावता येते. त्यांना वित्तीय स्वरूपाच्या संघटना म्हणता येईल.
* शाळा व महाविद्यालये यांनाही संघटना ही उपाधी देता येते व त्याचे स्वरूप शैक्षणिक असते.

काही तज्ज्ञांच्या मताने 'संघटना' हा सामाजिक गटाचा एक प्रकार असून त्यांच्या मताने संघटनेचे स्वरूप हे दुय्यम गटाशी साधर्म्य साधणारे व मिळतेजुळते आहे. या दृष्टीने काही तज्ज्ञांच्या मताने 'विशिष्ट हेतू किंवा उद्दिष्ट्ये साध्य करण्यासाठी स्थापन झालेला समुच्चय म्हणजेच सामाजिक संघटना होय.'

सामाजिक संघटनेची मूलभूत वैशिष्ट्ये (Fundamental characteristics of Social Organizations) :

सामाजिक संघटनेच्या मूलभूत वैशिष्ट्यानंतर आपण या ठिकाणी सविस्तर चर्चा करणार नसून त्यांचा केवळ नामोल्लेख करणार आहोत.

१) नियमनांची औपचारिक संरचना.

२) सभासदांमध्ये असलेले अधिकारावर आधारित सामाजिक संबंध.

३) श्रमविभाजन.

४) मर्यादित सभासदांनाच संघटनेत प्रवेश.

५) संघटनेचे ध्येयपूर्ततेसाठी प्रयत्न.

६) संघटनेतील सभासदात दर्जा आणि भूमिका यांचे सुयोग्य वाटप.

७) समाजाची मान्यता प्राप्ती गरजेची.

कोणताही समाज हा सामाजिक संघटनेशिवाय अपूर्ण असल्यामुळेच समाजशास्त्रात सामाजिक संघटनेच्या अध्ययनासाठी स्वतंत्र शाखा निर्माण झाली.

स्वयंसेवी संघटना किंवा बिनसरकारी संघटना (Voluntary Organization or Non-government Organization) :

विसाव्या शतकाच्या उत्तरार्धात आकाराला आलेला संघटनेचा प्रकार म्हणजे स्वयंसेवी अथवा ऐच्छिक संघटना. या संघटनेच्या नावातच या संघटनेचा अर्थ सामावलेला आहे, म्हणजे या संघटनेचे सभासदत्व पूर्णपणे ऐच्छिक असते. तसेच या संघटनेचे सभासदत्व स्वीकारण्यासाठी कोणत्याही प्रकारच्या निश्चित वा अनिश्चित स्वरूपाच्या मापदंडाची आवश्यकता नसते आणि म्हणूनच या संघटनेला ऐच्छिक वा स्वयंसेवी संघटना असे नाव प्रदान करण्यात आले आहे. मराठीत ऐच्छिक संघटनेला स्वयंसेवी संघटना अशी पर्यायी संज्ञा वापरली जाते. स्वयंसेवी याचा अर्थ असा की, स्वखुशीने किंवा स्वेच्छेने जनतेच्या किंवा गरजू लोकांच्या सेवाकार्यात सहभागी होणे. पिक्व्हान्स (Pickvance) यांनी इ.स. १९८६ साली प्रथमतः या प्रकारच्या संघटनेसाठी ऐच्छिक वा स्वयंसेवी संघटना (Voluntary Organization) या संज्ञेचा वापर केला. परंतु, इ.स. १९८६ साली पिक्व्हान्स (Pickvance) यांनी पुढे असे प्रतिपादन केले होते की, ऐच्छिक संघटना, सामाजिक संरचनात्मक दृष्टीकोनातून (सामाजिक) संस्था नाहीत. पिक्व्हान्स यांनी ऐच्छिक संघटनेची खालील चार वैशिष्ट्ये प्रतिपादन केली आहेत –

१) ऐच्छिक संघटना या व्यापारी नसलेल्या संघटना होय.

२) ऐच्छिक संघटना या सार्वजनिक संघटना असतात आणि म्हणूनच त्यात सर्व व्यक्तींना मुक्त प्रवेश मिळावा.

३) या ऐच्छिक संघटना औपचारिक घटना बनवून तयार कराव्यात; परंतु, संघटनेचे प्रशासन चालविण्यासाठी मात्र योग्य सभासदांची निवड करणे गरजेचे आहे.

४) या प्रकारच्या ऐच्छिक संघटनेचे काही नियम असले तरी या अ-वैधानिक, अ-स्थापित स्वरूपाच्या असतात. याचा दुसऱ्या शब्दांत अर्थ असा की, या संघटनांची स्थापना कोणत्याही विशिष्ट कायद्याद्वारे होत नाही.

जगात आज सर्वत्र ऐच्छिक संघटनांची निर्मिती झाली असून लोकशाहीत ऐच्छिक संघटनांची भूमिका महत्त्वाची ठरते. काही समाजशास्त्रांच्या मताने सरकारवर अंकुश अथवा नियंत्रण ठेवण्याचे काम या ऐच्छिक संघटना करतात. गेल्या काही दशकात ऐच्छिक संघटनांच्या कार्यक्षेत्रात मोठ्या प्रमाणात बदल झाल्याचे दिसतात. विशेषत: सामाजिक कार्याच्या क्षेत्रात ऐच्छिक संघटनेच्या भूमिकेला खूपच महत्त्व आहे. ज्या घटकांना मदतीची आवश्यकता आहे त्या क्षेत्रातील घटकांना स्वयंस्फूर्तीने मदत अथवा साहाय्य करतात. अधिक खोलात न जाता आपण या ठिकाणी एवढेच म्हणू की सामाजिक कार्याच्या पुढील क्षेत्रात ऐच्छिक संघटना व त्यांचे सामाजिक कार्यकर्ते संबंधितांना धीर देण्याचे, आवश्यकता वाटल्यास त्यांच्या पुनर्वसनाचे कार्य करु शकतात. त्याचा थोडक्यात तपशील खालीलप्रमाणे –

१) ऐच्छिक संघटना व कुटुंब : प्रत्येक कुटुंब हे स्त्री, पुरुष, बालक व वयोवृद्ध व्यक्ती यांचा गट होय. स्त्रियांवर होणारे अत्याचार, बालकांचे शोषण, तरुणातील वाढती व्यसनाधीनता व ज्येष्ठांकडे होणारे दुर्लक्ष या प्रश्नांच्या संदर्भात कार्य करणाऱ्या अनेक ऐच्छिक संघटना आज कार्यरत आहेत.

२) आरोग्य क्षेत्र व ऐच्छिक संघटना : प्रत्येक माणसाच्या आरोग्याचे रक्षण करणे ही जरी सरकारची जबाबदारी असली तरी ती पार पाडण्यास सरकार असमर्थ असते. समाजातील अनेक व्यक्ती गंभीर स्वरूपाच्या शारीरिक (कर्करोग, महारोग, एड्स, इत्यादी) मानसिक आरोग्याने पीडित असतात. त्यांच्या आजारपणात त्यांची शुश्रूषा करणाऱ्या अनेक ऐच्छिक संघटना आज कार्यरत असून त्यातील सामाजिक कार्यकर्ते या प्रकारच्या रुग्णांचे आधार बनतात.

३) सामाजिक सुधारणा व ऐच्छिक संघटना : सरकारने समाजात सुधारणा घडवून आणण्यासाठी अनेक सामाजिक सुधारणा, कायदे केले. उदा. वारसा हक्क कायदा, हुंडाबंदी कायदा, द्विभार्या प्रतिबंधक कायदा, बाल कामगार प्रतिबंधक कायदा, बालहक्क संरक्षण कायदा, इत्यादी. या सर्व कायद्यांची माहिती संबंधितांपर्यंत पोहोचविण्याचे कार्य आपल्या सामाजिक कार्यकर्त्यांमार्फत करणाऱ्या अनेक ऐच्छिक संघटना आज कार्यरत आहेत. याचे कार्य प्रतिबंधात्मक आणि पुनर्वसनात्मक स्वरूपाचे असते.

४) ऐच्छिक संघटना व समुदाय : सर्वसाधारणपणे समुदाय तीन प्रकारचे

असतात - १) नागरी, २) ग्रामीण व ३) आदिवासी. त्या प्रत्येक समुदायाचे स्वतंत्र प्रश्न असतात. या प्रश्नांचे स्वरूप पर्यावरणाशी, उपजीविकेशी व पायाभूत सुविधांच्या अभावांशी निगडित असतात. या संदर्भात जाणीवजागृती करण्याचे कार्य सामाजिक कार्यकर्त्यांमार्फत ऐच्छिक-सामाजिक संघटना करतात. यासाठी काही वेळेला त्यांना सामाजिक चळवळीचा आधार घ्यावा लागतो. पर्यावरणाचे संरक्षण करण्यासाठी जंगलतोड थांबविणे, पाणी प्रदूषण थांबविण्यासाठी नदी स्वच्छता मोहिमांचे आयोजन करणे इत्यादी समाजकार्य ऐच्छिक संघटना करतात.

५) विशेष गरजा असलेले लोक आणि ऐच्छिक संघटना : यात प्रामुख्याने मागासवर्गीय, आर्थिक दृष्टीने गरीब, अस्पृश्य, आदिवासी लोक यांच्यासाठी सरकारने अनेक कायदे केले असले व सुविधा उपलब्ध करून दिल्या असल्या तरी या गोष्टींची माहिती या लोकांपर्यंत पोहचू शकत नाही. आपल्या सामाजिक कार्यकर्त्यामार्फत ऐच्छिक संघटना त्या संदर्भात जाणीव जागृती करतात आणि प्रसंगी सामाजिक चळवळीचा आधार घेतात.

६) विविध आपत्ती व ऐच्छिक सामाजिक संघटना : मानवी जीवनात मानवाला अनेक नैसर्गिक व मानवनिर्मित आपत्तींचा सामना करावा लागतो. नैसर्गिक आपत्तीत ढगफुटी, पूर, भूस्खलन, भूकंप, त्सुनामी, झंझावात इत्यादींचा अंतर्भाव होतो; तर मानवी आपत्तीत वाहन अपघात, जलाशयात बुडून अकस्मात मृत्यू, स्त्रीवर होणारा बलात्कार, दरोडा इत्यादी. या आपत्तीच्या क्षेत्रात कार्यरत असणाऱ्या अनेक ऐच्छिक संघटना असून आपत्तीत सापडले त्यांना धीर देणे, त्यांना सुरक्षित स्थळी हलविणे, काही प्रकरणात बळी पडलेल्या व्यक्तींचे पुनर्वसन करणे इत्यादी गोष्टी सामाजिक कार्यकर्त्यांच्या मार्फत ऐच्छिक संघटना करतात.

या ठिकाणी एक गोष्ट नमूद करतो ती ही की, विस्तार भयास्तव त्या त्या क्षेत्रांत कार्यरत असलेल्या ऐच्छिक संघटनांची नावे दिली नाहीत कारण ती शेकडोंच्या घरात जातील.

थोडक्यात, समाजशास्त्र व ऐच्छिक संघटना या व्यक्तींच्या सामाजिक जीवनाचाच एक भाग आहे. ऐच्छिक, सामाजिक संघटनेत कार्य करण्याची इच्छा असलेल्या सामाजिक कार्यकर्त्याने समाजशास्त्र व विशेषत: एक उपव्यवस्था वा समाजशास्त्राची एक शाखा म्हणून संघटनात्मक समाजशास्त्र अभ्यासणे गरजेचे आहे.

४) समाजशास्त्र आणि प्रचारमाध्यमे : प्रत्येक समाजाचे एक अत्यावश्यक अंग म्हणून आज प्रचारमाध्यमांकडे पाहिले जाते. माहितीचा उगमस्रोत, माहितीचा संचय आणि माहितीचे वितरण हे कार्य प्रचारमाध्यमांचे आहे. प्रचार माध्यमांत कार्यरत असलेल्या वार्तासंकलकांना समाजजीवनाचे, समाजजीवनातील अडचणींचे,

मानवी सामाजिक संबंधांचे सखोल ज्ञान असणे गरजेचे आहे. त्याशिवाय हे वार्तासंकलक माहितीचे अचूक संकलन करू शकणार नाहीत व परिणामत: चुकीची माहिती प्रसारित केली जाईल व त्याचा दोष त्या प्रचार माध्यमांच्या वाहिनीवर थोपवला जाईल. या अडचणींवर मात करण्यासाठी व प्रचारमाध्यमांतील कर्मचाऱ्यांना समाजजीवनाचे, मानवी सामाजिक संबंधांचे व त्यातील बारकाव्यांचे ज्ञान व्हावे म्हणून समाजशास्त्रांतर्गत समाजशास्त्राची एक शाखा म्हणून किंवा समाजातील उपव्यवस्था म्हणून प्रचारमाध्यमांचे समाजशास्त्र (Sociology of mass communication) अस्तित्वात आले. प्रचार माध्यमांच्या विविध प्रकारांवर चर्चा करण्यापूर्वी या ज्ञानाच्या उपशाखेत कोणत्या विषयांचा अभ्यास समाविष्ट आहे हे जाणून घेणे गरजेचे आहे. त्यावर आपण पुसटसा प्रकाशझोत टाकू.

प्रचारमाध्यमांचे समाजशास्त्र (Sociology of Mass Communication and Media) :

वरील परिच्छेदात म्हटल्याप्रमाणे 'प्रचारमाध्यमांचे समाजशास्त्र' ही समाजशास्त्राची एक शाखा असून, या शाखेत प्रामुख्याने प्रचारमाध्यमांचे व त्यांच्या विविध पैलूंचे समाजशास्त्रीय विश्लेषण केले जाते. व्यवहारात विविध ज्ञानशाखांत कार्यरत असलेली तज्ज्ञ मंडळी बहुव्यापक सैद्धान्तिक दृष्टिकोनातून प्रचारमाध्यमांचे अध्ययन करतात. प्रचारमाध्यमांच्या अध्ययनाची तीन मार्गदर्शक तत्त्वे आहेत; ती खालीलप्रमाणे –

१) पहिल्या तत्त्वाची माहिती प्रामुख्याने सामाजिक मानसशास्त्रज्ञाने पुरविली आणि त्यांनी प्रचार माध्यमांच्या प्रक्रिया आणि परिणाम यांच्या अध्ययनावर प्रकाशझोत टाकला. (उदा. विविध स्वरूपाच्या जाहिराती व त्यातील दृश्य.)

२) दुसऱ्या तत्त्वांत एक संघटना अथवा उपव्यवस्था म्हणून विविध प्रचारमाध्यमांच्या विविध वाहिन्यांच्या संस्थांच्या संघटनात्मक कार्याच्या अध्ययनावर भर देण्यात आला.

३) तिसरा संरचनात्मक दृष्टिकोन हा इ.स. १९६० च्या दशकात विकसित झाला आणि त्यानुसार प्रचारमाध्यमांच्याद्वारे प्रसारित होणाऱ्या किंवा प्रसारित झालेल्या संदेशांचे, प्रतिमांचे आणि त्यांच्या अर्थांचे विश्लेषण करण्यावर भर देण्यात आला.

या संदर्भात सारांशरूपाने असे प्रतिपादन करता येईल की, प्रचार माध्यमांद्वारे प्रसारित होणाऱ्या विविध कार्यक्रमांचे (यात बातम्या, चर्चा, करमणूकप्रधान मालिका, प्रबोधनात्मक कार्यक्रम, जाहिराती, मान्यवरांच्या मुलाखती, विविध प्रकारच्या गायन, नृत्य, अभिनयाच्या स्पर्धा, राजकीय विश्लेषणे, मतदानोत्तर व मतदानपूर्व निवडणूक

निकालाचे अंदाज वर्तविणाऱ्या चाचण्या इत्यादींचा अंतर्भात होतो.) समाजशास्त्रीय चष्मा लावून केलेले संशोधनात्मक, विश्लेषणात्मक अध्ययन म्हणजे प्रचारमाध्यमांचे समाजशास्त्र होय.

समाजशास्त्र हे पूर्वी म्हटल्याप्रमाणे सर्व प्रकारच्या मानवी संबंधांचा अभ्यास करीत असल्यामुळे प्रचार माध्यमांच्या क्षेत्रांत कार्यरत असलेल्या वार्ताहारासहित सर्व कर्मचाऱ्यांना सामाजिक संबंधांतील गुंतागुंत, बारकावे, नाजूकता समजण्यासाठी समाजशास्त्राचे ज्ञान अत्यावश्यक आहे.

प्रचारमाध्यमांचे प्रकार (Types of Mass Communication and Media) :

या संदर्भात अधिक खोलात न जाता प्रचारमाध्यमांच्या प्रकारांवर आपण केवळ प्रकाशझोत टाकणार आहोत.

अ) केवळ श्राव्य माध्यमे (Only Audio Media) :

यात केवळ क्रमाने रेडिओ, टेप वा डिश रेकॉर्डर, माईक, ॲम्लिफायर इत्यादींचा समावेश होतो.

ब) केवळ दृक् माध्यमे (Only Video Media) :

यात क्रमाने खडू-फळा, भित्तीपत्रके, चित्रे, स्लाईड शो (चित्रयुक्त सरकपट्टी), प्रतिकृती, प्रदर्शन, छापील पुस्तक/पुस्तिका इत्यादींचा अंतर्भाव होतो.

क) दृक्-श्राव्य माध्यमे (Audio-Video Media) :

यात क्रमाने चित्रपट, दूरदर्शन, अनुबोधपट, संगणक, दृक्श्राव्य फिती व तबकड्या इत्यादींचा अंतर्भाव होतो.

ड) लिखित माध्यमे (Writing or Printing Media) :

यात दैनिके, साप्ताहिके, पाक्षिके, मासिके, प्रचार पत्रके, प्रचार पुस्तिका वा संबंधित विषयावरची पुस्तके इत्यादींचा समावेश होतो.

प्रचार माध्यमांद्वारे व विशेषत: दूरदर्शनवरील कार्यक्रमांमुळे लोक प्रभावित होतात. प्रचार माध्यमांद्वारे प्रचारित साहित्य हे करमणूकप्रधान, प्रबोधनात्मक, विश्लेषणात्मक माहितीपर असल्यामुळे या साधनांना महत्त्व प्राप्त झाले आहे. समाजशास्त्र आणि प्रचाराचे समाजशास्त्र परस्परपूरक, परस्परावलंबी असून प्रचार माध्यमांतील कर्मचाऱ्यांना त्यांच्या प्रसारणासाठी समाजशास्त्रीय ज्ञान उपयोगी पडेल.

समाजशास्त्रातील कारकिर्दीच्या संधी (Career Opportunities in Sociology) :

समाजशास्त्र या विषयात पदवी अथवा पदव्युत्तर अभ्यासक्रम पूर्ण करणाऱ्या विद्यार्थ्यांना व्यवसायाच्या किंवा नोकरीच्या कोणकोणत्या संधी आहेत यावर आपण

'समाजशास्त्र एक व्यवसाय म्हणून' (Sociology as a Profession) या शीर्षकांतर्गत आठ मुद्द्यांच्या आधाराने सविस्तर चर्चा केली असल्याने त्याची पुनरावृत्ती टाळतो व प्रकरणाची सांगता करतो.

स्वाध्याय

१) **खालीलपैकी कोणत्याही दोन प्रश्नांची उत्तरे प्रत्येकी ५० शब्दांत द्या.**

　अ) आर्थिक धोरण

　ब) सामाजिक कार्याचा अर्थ

　क) श्राव्य प्रचार माध्यमे कोणती?

　ड) नियोजन म्हणजे काय?

२) **खालीलपैकी कोणत्याही चारवर प्रत्येकी १०० शब्दांत टिपा द्या.**

　अ) शिक्षकी व्यवसाय व समाजशास्त्र

　ब) शैक्षणिक धोरण

　क) नियोजनाचे महत्त्व

　ड) सामाजिक कल्याणकारी क्षेत्रातील कारकीर्द

　इ) प्रचार माध्यमांचे महत्त्व

　फ) ऐच्छिक संघटनांचे सामाजिक कार्य (कोणत्याही एका क्षेत्रातील)

३) **खालीलपैकी कोणत्याही तीन प्रश्नांची उत्तरे प्रत्येकी २०० ते २५० शब्दांत लिहा.**

　अ) एक व्यवसाय म्हणून समाजशास्त्रीय संशोधनाचे स्वरूप स्पष्ट करा.

　ब) प्रचारमाध्यमांचे समाजशास्त्र म्हणजे काय?

　क) समाजातील सामाजिक धोरणांवर विवेचन करा.

　ड) संघटना या संकल्पनेचा समाजशास्त्रीय अर्थ स्पष्ट करा.

　इ) प्रचार माध्यमांच्या स्वरूपावर थोडक्यात चर्चा करा.

४) **खालीलपैकी कोणत्याही एकाचे उत्तर ५०० शब्दांत द्या.**

　अ) 'समाजशास्त्र एक व्यवसाय म्हणून' यावर निबंध लिहा.

　ब) समाजशास्त्र आणि कायदाव्यवस्था यांचे संबंध विशद करा.

　क) सामाजिक संघटनांच्या स्वरूपावर विवेचन करा.

संदर्भसूची

	लेखकाचे वा संपादकाचे नाव	पुस्तकाचे शिर्षक
१)	कुलकर्णी पी. के. (संपा.)	डायमंड समाजशास्त्र शब्दकोश
२)	कुलकर्णी पी. के. गदेवार एस. एन	संस्थाचे समाजशास्त्र
३)	कुलकर्णी पी. के. गदेवार एस. एन	समाजशास्त्रीय मूलभूत संकल्पना
४)	कुलकर्णी पी. के.	ग्रामीण व नागरी समजाशास्त्र परिचय
५)	कुलकर्णी पी. के.	सामान्य समाजशास्त्र
६)	कै. (डॉ.) वैद्यनीस	समाजशास्त्र
७)	डॉ. काळदाते सुधाताई व प्रा. म. रं. बर्दापूरकर	प्रारंभिक समाजशास्त्र
८)	डॉ. जोशी बी. आर (संपा.)	समाजशास्त्र व मानवशास्त्र संज्ञा क्रोश
९)	डॉ. भांडारकर प्रा. कवी व डॉ. देशपांडे	समाजशास्त्राची मूलतत्त्वे
१०)	डॉ. मेहंदळे प. श्री.	समाजशास्त्राची मूलतत्त्वे
११)	डॉ. साळुंखे सर्जेराव	समाजशास्त्रातील मूलभूत संकल्पना
12)	Alex Inkeles	What is Sociology?
13)	Alvin L. Bertrand	Basic Sociology
14)	Anderson W. A. and Parker F. B.	Society, Its Organiztion and Operation.
15)	David Jary and Julia Jary (Ed)	Collins Dictionary of Sociology.
16)	David Michael Orenskin	Principles of Sociology
17)	Davis Kingsley	Human Society
18)	Ely Ehinoy	Society, An Introduction to Society
19)	Gordon Marshall (Ed)	Oxferd Dictionary of Sociology

20)	Herskovits Melville J.	Cultural Anthropology
21)	John F. Cuber	Sociology, Synopsis of the Principles.
22)	Johnson Harry M.	Sociology a Systematic Introduction
23)	Kimball Yound and Raymond W. Marks	Systematic Sociology
24)	Makiver R. M. and Page C.H.	Society
25)	Nachmias David and Nachmias Chara.	Research Methods in Social Science.
26)	Pascual Gisbert	Fundamentals of Sociology
27)	Stephen K. Sanderson	Macro - Sociology
28)	W. A. Ogburn	A. Handbook of Sociology
29)	Wallace R. C. and Wallace W.D	Sociology
30)	Vidya Bhushan and Sachdev	Sociology
31)	Vidya Bhushan and Sachdev	Introduction to Sociology